போக புத்தகம்

போக புத்தகம்

போகன் சங்கர்

கிழக்கு

போக புத்தகம்
Boga Puththagam
Bogan Sankar ©

First Edition: December 2016
336 Pages
Printed in India.

ISBN: 978-81-8493-708-4
Kizhakku 964

Kizhakku Pathippagam
177/103, First Floor,
Ambal's Building, Lloyds Road
Royapettah, Chennai 600 014.
Ph: +91-44-4200-9603

Email : support@nhm.in
Website : www.nhm.in

- kizhakkupathippagam
- kizhakku_nhm

Author's Email: boganath@gmail.com

Author's Website: ezhuththuppizhai.blogspot.com

Kizhakku Pathippagam is an imprint of New Horizon Media Private Limited

This book is sold subject to the condition that it shall not, by way of trade or otherwise, be lent, resold, hired out, or otherwise circulated without the publisher's prior written consent in any form of binding or cover other than that in which it is published and without a similar condition including this the rights under copyright reserved above, no part of this publication may be reproduced, stored in or introduced into a retrieval system, or transmitted in any form or by any means (electronic, mechanical, photocopying, recording or otherwise), without the prior written permission of both the copyright owner and the above-mentioned publisher of this book.

மூழ்குதல் அத்தனை துயரமானதில்லை
மூழ்காமல் இருக்க நாம் செய்கிற முயற்சிகள் போல
மூழ்கும் மனிதன் மூழ்கும் முன்பு
மூன்றுமுறை மேலெழும்பி
வானத்தைப் பார்க்க வருவான் என்று சொல்லப்படுகிறது
பிறகு அவன் ஒரேடியாக அமிழ்ந்துபோய்விடுகிறான்
அந்த அந்தகாரத்தில்
நம்பிக்கையும் அவனும் கடைசியாகப் பிரிகிற ஒரு கணத்தில்.

- எமிலி டிக்கின்சன்

உள்ளே

1. அன்பு 13
2. மஞ்சள் வெயில் மாலையிட்ட பூவே 15
3. கடல்புரத்தில் 17
4. மழ 18
5. வாசனைகள் 20
6. பௌத்த அவதாரே 22
7. மறதி 25
8. மடம் 28
9. பண்டிகை 31
10. வேஷ்டி 34
11. கோபுரம் 1 37
12. கோபுரம் 2 41
13. ஒண்ணாம் நம்பர் கலா ரசிகன் 49
14. அமரன் 53
15. மொழிவாரி மாகாணம் - சில பிரச்சினைகள் 56
16. ஒரே ஒரு பெண் 60
17. இனியொரு கோபாலன் 65
18. இரண்டு டாக்டர்கள்-1 68
19. சந்திரப் பிரபை 73
20. பொருள் காட்சி 76
21. ஞான குரு 78
22. ஜனசக்தி 80
23. கழிப்பறை மனோபாவம் 84
24. ஆன்லைன் ஷாப்பிங் 87
25. அழுகாச்சி 91
26. The Conjuring 94
27. குருப் பெயர்ச்சி 97

28. குடித்தனம்	......	100
29. ஓட்டம்	......	103
30. உறவு	......	105
31. ஓர் இலக்கியக் கூட்டம்	......	107
32. உபாசனை	......	111
33. ஒரு விநோத வருகை	......	112
34. ஆங்காரம் அல்லது The Road Rage	......	116
35. அசல் ராஜா	......	121
36. ரசிகை அல்லது கர்நாடக இசையும் தமிழ் மனமும்	......	124
37. பிரம்மசர்யம்	......	126
38. சில்மிஷம்	......	129
39. நல்ல வார்த்தை	......	132
40. பார்வை	......	135
41. அழைப்பு	......	137
42. தீவிரர்	......	138
43. உறுதி	......	140
44. தூய்மை	......	142
45. கருத்தியல்	......	145
46. சமரம்	......	148
47. வாசம்	......	152
48. சில காலம் பின்னே...	......	154
49. குரூரம்	......	155
50. கதை போலவும்...	......	157
51. அப்பா	......	160
52. ஓட்டு	......	161
53. நெல்லை டு பம்பாய்	......	162

54. ஓர் இலக்கியக் குடும்பம்	......	168
55. உலகத்தின் மிக அபாயகரமான இருமல்	......	171
56. தென்றலே என்னைத் தொடு	......	174
57. தற்கொலை	......	176
58. பரிசுத்தம்	......	180
59. கொடூர அன்பு	......	183
60. Psychedelic இசை	......	185
61. அழுகை	......	187
62. தங்கத்தின் மீதான கட்டுப்பாடு - ஒரு குமரி விளைவு	......	190
63. அண்ணா	......	193
64. கரையான்	......	195
65. கோடுகள், பாடுகள் அல்லது Why bad things happen to good people?	......	198
66. சமையல் கொலை	......	206
67. வெட்கம்	......	209
68. நினைவின் தடத்தில்	......	211
69. தேர்ச்சி	......	215
70. வெறுப்பு	......	217
71. காட்டுமிராண்டியூர்	......	220
72. குசலா	......	223
73. மதாம்	......	226
74. Comically yours	......	230
75. இலக்கிய வெறியன் கார்த்தி	......	234
76. 1983 அல்லது திருஷ்யம்	......	237
77. ஆடுகுதிரை	......	240
78. உயரம்	......	243
79. வம்சம்	......	245
80. நீல வெளிச்சம்	......	248

81.	சித்தர் சம்பாஷனை	251
82.	மதுரா புரி	252
83.	மொழிபெயர்ப்பு	254
84.	மீண்டு வருதல் அல்லது On a Clear Day You Can See Forever	256
85.	வசிய மை	260
86.	ஆலிலை கிருஷ்ணன்	265
87.	மாட்டு வாகடம்	267
88.	மனோ ரமா	273
89.	7 Habits of Highly Effective People or பெரியப்பா	278
90.	வெண்ணிற ஆடை	281
91.	காற்றே உணவெனும் சாகாக் கலை	288
92.	தலைகள் ஆயிரம்	291
93.	கவிவழி	294
94.	பேமிலி சர்க்கிள்	298
95.	இடைபடுதல்	300
96.	அப்பாக்களின் நாட்கள்	302
97.	உடலின் மொழி	306
98.	ஆயா	310
99.	நெருப்பு	312
100.	முப்பது வருடங்கள்	316
101.	ஆன்மாவின் உயரம்	320
102.	ஒரு தெளிவான நாளில் நீங்கள் எதையுமே பார்ப்பதில்லை	323
103.	கொட்டுச் சத்தம்	326
104.	எனது காதலிகள் - ட்ரு பாரிமோர்	328
105.	ஏதேனுக்கு கிழக்கே	330
106.	சிறிது வெளிச்சம்	334

முன்னுரை

இது எனது ஐந்தாவது நூல். ஆனால் முதல் நான்கு நூல்களுக்கு முன்னுரை எழுதியபோது ஏற்படாத தயக்கம் இந்நூலுக்கு என்னுள் எழுந்தது. இது என்ன மாதிரியான நூல்? இந்த நூலில் இருப்பவற்றில் பெரும்பாலானவை இணையத்தில் எழுதியவை. அப்போதே பலர் இந்தப் பதிவுகளில் இருக்கும் புனைவம்சத்தைச் சுட்டிக் காண்பித்தார்கள்.

இதில் சிலவற்றை அவர்கள் சொன்ன சிறுகதை வடிவுக்கு விரித்தெழுதினேன். பலவற்றை அப்படியே விட்டுவிடுவதே நல்லது என்று எனக்குத் தோன்றியது. இந்தக் குறு வடிவில் இவற்றிற்கு இருக்கும் அடர்த்தியையும் வாசிப்பவர் மனத்தில் விளைவிக்கக் கூடிய எண்ணற்ற சாத்தியங்களையும் நீள்வடிவில் பெறுவது கடினம் என்று எனக்குத் தோன்றுகிறது.

குறுங்கதைகள் என்ற விஷயம் தமிழுக்குப் புதிதல்ல. குசிகர் குட்டிக் கதைகளிலிருந்து புதுமைப்பித்தனின் சில கதைகள்வரை. மேற்கே மார்க்கரேட் யூர்சனர் போன்றோர் இந்த வடிவத்தை வெற்றிகரமாக பயன்படுத்தியிருக்கிறார்கள். இப்போது டேவிட் செடாரிஸ் போன்றவர்கள்.

இவை எழுதப்பட்டபோது அடிக்கடி என்னிடம் கேட்கப்பட்ட கேள்வி, இவை புனைவா அல்லது அபுனைவா என்பது. பதில், எனக்கும் மிகச் சரியாகத் தெரியாது என்பதுதான்.

இந்த நூல் வெளிவரும்போது, இவை ஒரு நூலாக வெளிவர வேண்டும் என்று விரும்பிய வண்ணதாசன், மனுஷ்யபுத்திரன், சரோ லாமா, சசிகலா பாபு போன்ற இலக்கிய நண்பர்களை நினைத்துக் கொள்கிறேன்.

அனீஷ் நாயர், மஹராஜன் போன்ற நடைத்துணைகளையும்.

போகன் சங்கர்

அன்பு

1

அப்போது எனக்கு வயது இருபத்தெட்டு. பணிபொருட்டு திசையன்விளையில் இருந்தேன். நெல்லையிலிருந்து பேருந்தில் அலைய முடியவில்லை என்று க்வார்ட்டர்சில் தங்கி இருந்தேன். பக்கத்து வீட்டில் ஒரு விதவைப் பெண் தனது ஆறு வயது மகனுடன் தங்கியிருந்தார். அவரது கணவர் வெளிநாட்டில் வேலை பார்க்கும்போது விபத்தில் இறந்துவிட்டிருந்தார். அப்போது நான் மிகுந்த தாழ்வுணர்ச்சி உடையவனாக இருந்தேன். என்னுடைய இருபத்தெட்டு வயதுவரை நான் யாரையும் கண்களில் பார்த்துப் பேசியதில்லை என்பது நம்பச் சிரமமாக இருக்கலாம். ஆனால் அப்படித்தான் இருந்தேன். அதனாலேயே என்னவோ, அருகில் இருந்த அந்தச் சிறுவனுடன் ஒரு நட்பு ஏற்பட்டது. அவன் தனது தந்தையைத் தேடுகிறான் என்று தெரிந்தது.

ஏறக்குறைய ஒன்றரை வருடங்கள் நாங்கள் இணைபிரியாமல் திரிந்தோம். அவன் என்னுடன் சாப்பிட்டு என்னுடன்தான் தூங்கிக்கொண்டிருந்தான். முதலில் நான் வெளியே சாப்பிட்டுக் கொண்டிருந்தேன். பிறகு சிறுவனின் தாயாரே எனக்கும் சேர்த்துச் சமைத்தார். மிக அற்புதமான தருணங்கள் அவை. அந்தப் பையனின் கையைப் பிடித்துக்கொண்டு உவரிக் கடற்கரையில் நின்றிருந்த தருணங்கள். அவனது உள்ளங்கைச் சூடு. அவன் மார்போடு அணைத்து என்னை ஒட்டிப் படுத்து உறங்கும்போது என் நெஞ்சில் துடித்த அவனது இருதயத் தாளம். நான் அவனுக்குச் சொன்ன கதைகள். அந்தக் கதைகளில் அவன் கேட்ட கேள்விகள். புழுக்க தினங்களில் மொட்டை மாடியில் ஏறி மேலே ஒளிரும் நட்சத்திரக்

குவியல்களை ஆவென்று வியந்தபடி படுத்துக் கிடந்தது. இன்னமும் எனக்கு நினைவிருக்கிறது. என்னவொரு அற்புதமான கனவு.

ஆனால் கனவென்றால் கலையுமே. திடீரென்று அந்த அம்மாவுக்கு மாற்றல் வந்தது. அவர் வேண்டி வாங்கியதாய்ச் சொன்னார்கள். அவர் போகிற ஊர் அவருக்குச் சொந்தமான ஊரும் அல்ல. சம்பந்தமே இல்லாத ஊர். சிறுவன் உடைந்து போய்விட்டான். நானும்தான். போகவே மாட்டேன் என்று அவன் இரவெல்லாம் அழுது தீர்த்தான். நான் அவர் வீடேறி அந்தப் பெண்ணிடம் ஏனிப்படிச் செய்தாள் என்று கேட்டேன். அவர் அழுதார். 'பையனை வச்சுச் சின்னப் பையனைப் பிடிக்கறான்னு சொல்லறாங்க' என்றார் அவர் என்னை விட மூத்தவர். 'யார்?' 'எல்லோரும். சொந்தக்காரங்கவரைக்கும் போயிடுச்சு.'

நான் முரட்டுத்தனமாக சிறிதும் யோசிக்காமல், 'அப்படின்னா அதை உண்மை ஆக்கிடுவோம். நான் உங்களைக் கல்யாணம் பண்ணிகிடுதேன்.' அவர் சட்டென்று ஒரு கணம் பேச்சிழந்து நின்றார். பின்னர் அருகில் வந்து, என் நெற்றியில் முத்தமிட்டு, 'எத்தனை அன்பு!' என்றார். பிறகு கண் கலங்க என்னைப் பார்த்துக்கொண்டே நின்றார். 'நான் இன்னிக்கு ரிலீவ் ஆயிட்டேன். நாளைக்குப் போறேன்' என்றார்.

அன்று இரவு சிறுவனை என்னுடன் படுக்க அவர் அனுமதிக்க வில்லை. ஊரிலிருந்து அவரது சொந்தக்காரர்கள்வேறு வந்து விட்டிருந்தார்கள். அங்கிருந்து அவரது பையன் அழுதுகொண்டே இருக்கும் சப்தம் கேட்டுக்கொண்டே இருந்தது. இங்கிருந்து நான் கண்ணீர் வழிய அதைக் கேட்டுக்கொண்டே படுத்திருந்தேன். எப்போதோ உறங்கிப்போனேன். காலை எழுந்தபோது பக்கத்து வீடு காலியாக இருந்தது. அவர்கள் போயிருந்தார்கள்.

□

மஞ்சள் வெயில் மாலையிட்ட பூவே

2

என் தம்பிக்கும் எனக்கும் பத்து வயது வித்தியாசம். அவன் சிறுவயதில் மிக அழகாக இருப்பான். பெரும்பாலும் யாராவது பக்கத்து வீட்டுப் பெண்களின் இடுப்பில்தான் இருப்பான். குறிப்பாக மதுரையிலிருந்து வந்த அந்த அத்தையின் மடியில்தான் வளர்ந்தான். அவர் அவனைத் தூக்கிக்கொண்டு 'நண்டு' படத்திலிருந்து இந்தப் பாடலைப் பாடுவதைக் கேட்டிருக்கிறேன். நல்ல நீரோட்டம் உள்ள முகம் என்று எங்கோ படித்திருக்கிறேன். அது அத்தையின் முகம்தான். அன்பு தரும், அமைதி தரும் மெல்லிய சோகத்தின் நீரோட்டம்.

மதுரை அத்தை ஆண்டுகள் கழித்துத் தலையில் பூத்த வெள்ளியோடு தம்பியைத் தேடி வந்தாள். தம்பி இங்கு இல்லை என்றதும் அவள் முகம் சுருங்கியது.

'நல்லாருக்கானா?' என்றவளிடம், 'அவனுக்குக் கொஞ்சம் உடம்பு சரியில்லை' என்று சொல்ல நினைத்து மறைத்தேன். அவள் சட்டென்று எதையோ நினைத்துப் புன்னகைத்தாள். 'தெரியுமா? நான் உன் தம்பியைத் தத்து கேட்டேன்' என்றாள். நான் அம்மாவைத் திரும்பிப் பார்த்தேன். அவள் அமைதியாக இருந்தாள். இவள் வந்ததும் அம்மா ரொம்ப மௌனமாகிவிட்டதைக் கவனித்தேன். 'அம்மா, இனி நீ என் வீட்டுப் படி ஏறக்கூடாதுன்னு சொல்லிட்டாங்க' என்று சிரித்தாள். 'அன்னிக்கி நான் அழுதிருக்கேன் பாரு, பின்னால மாமா செத்தப்பகூட அப்படி அழலை.'

அம்மா இன்னும் பேசாது இருந்தாள். நான் சற்று சங்கடமாய் உணர்ந்தேன். இங்கு என்ன நடக்கிறது? அத்தை இப்போது

பையிலிருந்து எதையோ எடுத்தாள். ஒரு கருப்பு வெளுப்புப் புகைப்படம். கூடை நாற்காலியில் அமர்ந்திருக்கும் அத்தையின் மடியில் ஒரு பர்ஸை உருட்டியபடி, கன்னத்தில் பொட்டு வைத்துக்கொண்டு தம்பி. மேலே மாமா கம்பீரமாக நிற்கிறார். அத்தையின் முகத்தில்தான் எத்தனை பிரகாசம்!' ஒரு நா சினிமாவுக்குத் தூக்கிட்டுப் போனேனே, அன்னிக்கு எடுத்தது.'

அம்மா அதைப் பார்க்கவில்லை. ஒரு பரிதவிப்புடன் அவள் முகத்தையே பார்த்துக்கொண்டிருந்தாள். பிறகு மௌனத்தைக் கலைத்து, 'ஏட்டி, அது கிடக்கு. இப்போ உனக்கு எத்தனை மக்க?' என்றாள்.

அத்தை சட்டென்று ஏறக்குறைய எழுந்து தீவிரமாய், 'எனக்கு எப்பவும் ஒரே புள்ளைதான். அது உங்ககிட்ட இருந்தது. நீங்க அதைத் தர மாட்டேன்னு சொல்லிட்டீங்க!'என்று கத்தினாள்.

பிறகு அழ ஆரம்பித்தாள்.

கடல்புரத்தில்

3

ஒவ்வொரு முறை கடல்புரத்துக்குச் செல்லும்போதும் பதறவைக்கும் புதிய புதிய கண்ணீர் அஞ்சலி நினைவு நாள் போஸ்டர்கள். பெரும்பாலும் இளமையின் உச்சத்தில் உள்ள மீனவர்கள். கடலும் துப்பாக்கியும் நோயும் குடியும் தினம் தினம் குடிக்கும் உயிர்கள். நேற்றும் வழக்கம்போல யாரோ ஒரு க்ளிட்டஸின் எட்டாம் நாள் நினைவு. வீட்டின் உள்ளும் வெளியேயும் முக்காடிட்டு, பாதிரியின் பிரார்த்தனையை உன்னிப்பாய்க் கேட்கும் சிறிய கூட்டம். முற்றத்தில் ஏறக்குறைய தனியாக ஒரு ப்ளாஸ்டிக் நாற்காலியில், வெயிலில் கண் சுருங்க உட்கார்ந்திருக்கும் சிறுமி. அவள் கை நிறைய மிட்டாய்கள். 'க்ளிட்டஸின் மவ' என்றார் யாரோ. 'உள்ளே ரொம்பக் கரைச்சல் பண்றான்னு இங்கே வச்சிருக்கு.'

நான் சிறுமியைப் பார்த்தேன். அவள் தன் கைகளையே பார்த்துக் கொண்டிருந்தாள். இல்லாவிட்டால் கடலை. இந்த இடத்துக்கும் சூழலுக்கும் எனக்கும் சம்பந்தமில்லை என்பதுபோல் இருந்தாள். அலையோசை கூர்ந்து பொடிந்த ஒரு கணத்தில் சட்டென்று உள்ளிருந்து ஒரு பெரிய ஓலமும் பாதிரியின் தாழ்ந்த குரல் ஆறுதலும் கேட்டன. சிறுமி நிமிர்ந்து என்னைப் பார்த்து கைகளை விரித்துக் காண்பித்து, 'அப்பா வாங்கிட்டு வர்ற மிட்டாய் இது இல்லே' என்றாள்.

□

மழ

4

வாய்க்கால்ப் பாலத்தின்மீது அவர் தனியாக அமர்ந்திருந்தார். கீழே நெய்யாறு பழுப்பாய் ஓடிக்கொண்டிருந்தது. ஒற்றைத் தெருவிளக்கு அணைந்து அணைந்து எரிந்துகொண்டிருந்தது. அவர் கையில் இருந்த அலைபேசியிலிருந்து ஒரு பாடல் மெலிதாக ஒலித்துக்கொண்டிருந்தது. காற்றில் அசைவே இல்லை. அடிவானிலிருந்து ஒரு நீண்ட வெள்ளிப் பின்னல் மேல்வான் வரைக்கும் பாய்ந்தது. மிகுந்த புழுக்கமாய் இருந்தது. பாடல் சற்று வலு கூடி உயர்ந்தது. ‘சாகரங்களே பாடிப் பாடி உணர்த்திய சாம கீதமே சாம சங்கீதமே...’ அவர் இப்போது எங்களைக் கவனித்து ‘எந்தா?’ என்றார்.

நான், ‘வெள்ளறடை பஸ்ஸுக்காக இங்கன இறங்கி...’ என்றேன். ‘இங்கன இறங்கான் பறஞ்சது.’

அவர், ‘ஆ... ராவுல நிறைய பஸ் உண்டு. பக்ஷே ராத்திரில...’ என்றார். ‘நீங்கள் காட்டாக்கடைக்குப் போயிருக்கலாமாய் இருந்தது.’

நான் பேசவில்லை. அவர் உற்றுக் கவனித்து ‘பாண்டியா?’ என்றார். நான், ‘ஆமாம்’ என்றேன். அவர், ‘நீல வான ஓடையில் நீந்துகின்ன வெண்ணிலா’ என்று லேசாகப் பாடினார். ‘கமல் எனக்கு இஷ்டப் பட்ட நடன்’ என்றார். பிறகு ஹரிணியைக் கவனித்து, ‘எத்தனை வயசாயி?’ என்றார். ‘இவளுக்கு நல்ல கண்.’ ஹரிணி அந்தக் கவனத்துக்குப் பயந்து என் பின்னால் ஒளிய முயற்சித்தாள். அவர் சிரித்து, ‘மகளே பேடிக்கறது’ என்றார். ‘எதுக்கும்’ என்றார். ‘யார்க்கும்.’ சாலையில் ஏதோ வெளிச்சம் தெரிந்தது. பஸ் இல்லை. ஒரு டிவிஎஸ் பிப்டி. எனது ஆவல் சலிப்பாக மாறியது. முற்றிலும் வெள்ளிப் புதர் போல நரைத்த தலையை உடைய பெரியவர் ஒருவர் வண்டியை நிறுத்தி, ‘ஆ இதென்ன பரிபாடி’ என்றார். ‘நீ வீட்டுக்கு

வரணும் கேட்டோ. அம்ம கரையுன்னு.' அவர், 'கரையட்டே' என்றார் சலனமில்லாமல்.

சற்று நேரம் நிசப்தம். தூரத்தில் ஒரு இடி புரண்டு விலகியது. பிறகு 'அச்சன், போய்க்கோ. எனக்குக் கொஞ்சம் சமயமாகும். ஆபிஸ்ல வல்லாத்தொரு டென்சன். என்னை திரிச்சியும் சஸ்பென்ட் ஆக்கியிருக்கு.' வந்தவர், 'ம்ம்ம்' என்றார். பிறகு தயங்கி, 'நாளைக்கு கோடதில கேஸ் உண்டு.' அவர், 'நடக்கட்டே. என் கையில உள்ளதெல்லாம் அவர் வாரிக்கொண்டு போட்டே.' வந்தவர், 'ஏது நடந்தாலும் கொச்சோட கஸ்டடி மட்டும் விட்டுக் கொடுக்கறது' என்று சற்று சத்தமாகக் கூறினார். அவர் மௌனமாக, 'ம்ம்ம்' என்றார். பிறகு, 'அச்சா, நீ போ. நான் வரும், இவங்களுக்கு பஸ் காமிச்சிட்டு' என்றார். அவர் கிளம்பும்போது, 'ஒரு சிகரெட் தந்துட்டு போனே' என்றார். அவர் போனதும் ஹரிணியிடம், 'ஷமிக்கணும் மோளே' என்றபடி சிகரெட்டைப் பற்றவைத்துக்கொண்டு ஆழமாகப் புகையை இழுத்து மூக்கு வழி விட்டார். பிறகு, 'என்ன ஒரு சூடு!' என்றபடி சட்டையின் மேல் பட்டனை அவிழ்த்துவிட்டுக் கொண்டார்.

அதைக் கேட்கக் காத்திருந்ததுபோல சட்டென்று, படபடவென்று தூறல்கள் தலைமேல் விழ ஆரம்பித்தன. அவர் 'ஆ!' என்றார். வெகு வேகமாகவே தூறல்கள் பலத்து அங்குமிங்கும் சிதறி விழுந்து, பின்னர் தங்களைத் தாங்களே ஒழுங்குபடுத்திக்கொண்டு இளமழையாகவும் மாறிக் கொண்டன. நான் ஹரிணியை இழுத்துக்கொண்டு அருகில் இருந்த பேருந்து நிறுத்தத்துக்குள் ஓடினேன். ஆனால் அவர் அங்கேயே மழையிலே நின்றிருந்தார். கைகளை விரித்து மழையை ஸ்பரிசித்தார். ஹரிணியிடம் திரும்பி, 'மகளே... மழை காணான் வா' என்றார்.

ஹரிணி என்னை ஏறிட்டுப் பார்த்தாள். அவளுக்கும் மழையில் நனைவது பிடிக்கும். அவர் 'பேடிக்கறது... ஒன்னும் செய்யாது வா' என்றார். பிறகு ஒரு சிறிய சந்தோஷக் கூச்சலுடன் மழைக்குத் தனது முகத்தைக் காட்டிக்கொண்டு வேகமாகத் தட்டாமாலை சுற்றினார். பின்னர் நின்று, தனது இறுக்கமான கொண்டையை அவிழ்த்து முன்பக்கத்தில் படரவிட்டுக் கொண்டார். அது அவர் மார்புகளின் இருபக்கமும் ஆவேசமாக, கிளை பிரிந்த நதியென இறங்கி ஓடியது. மீண்டும் ஒரு முறை எங்கள் பக்கம் திரும்பி, 'வா மோளே' என்றார். மழை இரைச்சலின்மேல் சத்தமாக நான் ஹரிணியிடம் 'போ' என்றேன்.

□

(கோடதி - நீதிமன்றம் - கோர்ட். கொச்சு - குழந்தை)

வாசனைகள்

5

'இந்த நடுராத்திரில ஏம்லே உன் சித்தப்பன் வெள்ளையடிக்கான்?' என்று கேட்டாள் ஆச்சி. நான் படித்துக்கொண்டிருந்த புத்தகத்திலிருந்து தலையைத் தூக்கி, 'இல்லியே?' என்றேன். 'அப்படியா?' என்று தூங்கிவிட்டாள். மறுநாள் இரவில் ஏறக்குறைய அதே நேரம் கண் திறந்து, 'பனங்கிழங்கு சுட்டுத் திங்க நேர காலமில்லை?' என்றாள். நான் மறுபடியும், 'பனங்கிழங்கா?' என்றேன். அடுத்த நாள் இரவு அதே நேரம், 'விளக்குத் திரி கரிஞ்சு அணையவிட்டிருக்கா பாரு உன் சித்தி. பொறவு எப்படி வீடு வெளங்கும்?' என்றாள்.

எனக்கு இப்போது நிஜமாகவே புரியவில்லை. இவள் ஏன் சில நாட்களாக இப்படிப் பேசிக்கொண்டிருக்கிறாள்? எழுந்துபோய் பூஜை அறையில் எட்டிப் பார்த்தேன். ஆச்சியிடம் வந்து, 'இல்லியே' என்றேன். அவள் அதற்குப் பதில் சொல்லாமல் விட்டத்தைப் பார்த்துக்கொண்டே, 'மழை வாசனை அடிக்கி. தவளை கத்துது. உன் துணி எதுவும் வெளியே கிடக்கா?' என்றாள்.

உண்மையில் அன்று மழைக்கான எந்த அறிகுறியும் இல்லை.

ஆனால் அதன்பிறகு சில நாட்களிலேயே ஆச்சி செத்துப்போனாள். வயதாகித்தான் செத்துப்போனாள் என்பதால் பதினாறு எல்லாம் பத்திலேயே முடித்துக்கொள்ளலாம் என்று சொல்லப்பட்டது. அது முடிந்த அன்று வழக்கமாக நான் படுக்கும் ஆச்சியின் அறையிலேயே படுத்துக்கொண்டேன். அவளது காம்ப் கட்டில் காலியாக இருப்பதை ஒருகணம் பார்த்தேன். ஏறக்குறைய இருபது வருடங்கள் அந்த வீட்டில் அந்த அறையில் அந்தக் கட்டிலில் ஆச்சி உறங்குவதைக்

கண்டிருக்கிறேன். நள்ளிரவுவரை நான் படித்தாலும் விளக்கெரித் தாலும் அவள் கோபித்துக்கொள்ள மாட்டாள். சித்தப்பா வந்து 'ஏலே, ஆச்சி தூங்கவேண்டாமா?' என்றாலும், 'நீ உன் சோலியைப் பார்த்துட்டுப் போ மூதேவி' என்று விரட்டிவிடுவாள். உண்மையில் அந்த வீட்டில் அந்த அறைதான் படிப்பதற்குச் சரியான சூழல் உள்ள அறை. நான் ஒரு கணத் தயக்கத்துக்குப் பிறகு மீண்டும் படிப்பில் ஆழ்ந்துவிட்டேன்.

ஏதோ ஒரு கணத்தில் அறை முழுக்க ஒரு கரிந்த வாசனை பரவியது. பொறுக்க முடியாத அளவுக்கு அது நெடியாகப் பரவியபின்பு எழுந்து கூடத்துக்குள் போய்ப் பார்த்தேன். துக்க வீட்டில் இரவுகளில் ஏற்றிவைக்கப்பட்டிருக்கும் கேத விளக்குதான் எண்ணெய் இன்றி அணைந்திருந்தது. அதைத் தண்ணீரில் நனைத்து வைத்தேன். தாகம் எடுத்தது. கிச்சனில் போய் தண்ணீர் குடிக்கும்போது விசேஷத்துக்குப் புதிதாக அடித்திருந்த சுண்ணாம்பு உதிர்ந்து கண்ணில் விழுந்தது. அதைக் கசக்குகையில் அங்கு மூலையில் பனங்கிழங்குக் கட்டுகள் கிடப்பதைப் பார்த்தேன். பொங்கலுக்கு சித்தப்பா முன்கூட்டியே சொல்லி எங்கோ வாங்கிவைத்திருக்கிறார். இப்போது பொங்கலும் இல்லை. தீபாவளியும் இல்லை.

எனக்கு மூச்சு முட்டியது. சன்னலைத் திறந்தேன். காத்திருந்ததுபோல சில்லென்று மழைக் காற்று உள்ளே புகுந்தது. 'க்ரோக்!' என்று ஒற்றையாய் ஒரு தவளை கூவியது.

நான் எனது கைகள் நடுங்கித் தண்ணீர் தம்ளரைக் கீழே விட்டுவிட்டு, 'ஆச்சி ஆச்சி ஆச்சி' என்று சத்தமாய் அழ ஆரம்பித்தேன்.

வெளியே மழை அடித்துப் பெய்ய ஆரம்பித்திருந்தது.

☐

பௌத்த அவதாரே

6

கயையில் என் பரம்பரையில் செத்துப்போன எல்லோருக்கும் சிராரத்தம். நசநசவென்று கூட்டம். பல்குணி நதியில் தண்ணீரே இல்லை. இல்லாத தண்ணீரில் பாவனையுடன் முழுகிவிட்டு நாட்டுக்கோட்டை செட்டியார் ஏற்பாடு செய்திருந்த பண்டிட் மற்றவர்களைப்போல அல்லாமல் எங்களை நியாயமாக ஏமாற்ற அனுமதித்தோம். (செட்டியார் துணையின்றி வந்த ஒருவரை பண்டாக்கள் ஏறக்குறைய சுற்றி நின்று தட்சிணை விவகாரத்தில் தாக்க முயன்றனர்.)

முப்பத்தி இரண்டு உருண்டைகள், செத்துப்போன உங்கள் வீட்டு டாபர்மேனுக்குக்கூட வைக்கலாம். செய்யும்போதே, ராமனிடமே திருநெல்வேலியில் இருக்கும் உன் அப்பனுக்கு மெட்ராசிலிருந்து சாப்பாடு ஊட்ட முடியுமா என்று கேட்ட முனிவரின் நினைவும் வந்தது. கருங்குரங்குத் தைலம். ஆனால் இந்து மதத்தின் அழகே இதுதான் என்பார் சமீபத்தில் இந்துத்துவர்களின் கோபத்துக்கு ஆளான வெண்டி டோனிகர் ஓப்ளாகர்ட்டி. இந்து மதத்தில் ஒன்றுக்கு ஒன்று மிக எதிரான இரண்டு விஷயங்கள், மிக அருகில், ஒன்றை ஒன்று தொடாமல் அப்படியே இருக்க முடியும். இல்லாவிடில் சிராரத்த சடங்குகளில் ஏன் விடாது, 'பௌத்த அவதாரே' என்று சேர்த்துக்கொள்கிறார்கள்?

பக்கத்திலிருந்து சிராரத்தம் செய்த 'காக்கா ராதாகிருஷ்ணன்' போல இருந்த பெரியவர் வழக்கத்தைவிடப் பதற்றத்துடன் இருந்தார். பண்டிட்டை அதட்ட முயற்சித்தார். பிறகு மனைவியை அதட்ட முயன்றார். தாயை அதட்ட முயன்றார். எதுவும் முடியாதபோது தன்னைத்தானே அதட்டிக்கொண்டார்.

சிரார்த்தத்தின் இறுதியில், ஒரு காய், ஒரு பழம், ஒரு இலையை விடவேண்டும் என்றார் பண்டிட். நான் தயக்கமே இல்லாமல் பாகற்காய், மங்குஸ்தான் பழம் என்றேன். இலை என்று கேட்டபோது, கஞ்சா இலை என்று சொல்ல நினைத்து (முந்தின நாள் தெரியாத்தனமாக காசியில் மிக சல்லிசாகக் கிடைக்கும் பாங்கு உருண்டை ஒன்றைத் தின்றுவிட்டு ஒரு நாள் முழுக்கப் பாயைப் பிராண்டிக்கொண்டிருந்தேன்) பண்டிட் சொன்னதுபோல, ஆல இலை என்றேன் மெதுவாக.

காக்கா, 'என்ன சொல்றான் இந்தப் பரதேசி?' என்றார். நான் விளக்கியதும் சத்தமாக 'கத்தரிக்காய்' என்றார்.

பண்டிட், 'கத்தரிக்காய், வாழைக்காய் எல்லாம் சொல்லாதீங்க. அவற்றை யாரால் விட முடியும்?'

எனக்கு அது நியாயமாகத் தோன்றியது. பண்டிட் என்னைப் போலவே ஒரு மெய்யான கத்தரிக்காய் ரசிகர்போலத் தெரிந்தார். உண்மையில் தலையில் சிறு குடுமியுடன் அவரே ஒரு கத்தரிக்காய்போலத்தான் இருந்தார். மேலும் உத்திரப்பிரதேசத்தில் பெரிய பெரிய ராட்சத பிடி கத்தரிக்காய்கள் கிடைக்கின்றன.

காக்கா என்னிடம் ரகசியமாய், 'நீங்க என்ன காய் விட்டீங்க?'

நான் 'பாகற்காய், மங்குஸ்தான் பழம், ஆல இலை' என்றேன்.

'பாகிஸ்தான் பழமா? அது என்ன பழம்?'

'இல்லை அது மங்குஸ்தான் பழம். பர்மாவில் கிடைக்கும்.'

'இந்தியாவில் கிடைக்காதா? அப்ப சரி' என்றவர், 'சாமி, இவர் சொன்ன மூணு, அதையே நானும் விட்டுடறேன்.'

இதைக் கேட்டுக்கொண்டிருந்த அவரது அம்மா, 'பாகலையா விட்டாய்? அது சர்க்கரைக்கு நல்லதாயிற்றே? நீ மன்னார்குடி மன்னி வீட்டில் போன வருடம் ருசித்து ருசித்துச் சாப்பிட்டாயே? அது என்ன? பாகல்தானே? சர்க்கரை சேர்த்து பிரட்டல் பண்ணினால் அமிர்தம் அல்லவா? எந்த விஷத்தையும் முறித்துவிடுமே?'

காக்கா பதற்றமடைந்து, 'ஐயோ சொல்லிட்டேனே' என்று பரிதாபமாக என்னைப் பார்த்தார். நான் 'பரவாயில்லை. அதைக் கேன்சல் பண்ணிடுங்க' என்றேன். அவர் 'அப்படிப் பண்ணலாமா?' என்று கேட்டுக்கொண்டு கடந்து போய்விட்ட பண்டிட்டை அழைத்து, 'சாமி, நான் பாகல்காயை கேன்சல் பண்ணிக்கறேன்' என்றார். அவர் பொறுமையாக 'சரி' என்றார். 'அப்போ வேற காய்

சொல்லுங்கோ.' காக்கா மறுபடியும் என்னைப் பார்க்க, நான் 'சுண்டைக்காய் சொல்லுங்க' என்றேன்.

எல்லாம் முடிந்ததும் காக்கா வில்லிலிருந்து புறப்பட்ட அம்புபோலக் கிளம்பி மனைவியிடம் சென்று, 'அப்பா! முடிஞ்சது. சுண்டைக்காய், மங்குஸ்தான், ஆல இலை மூணையும் விட்டுட்டேன்!'

அந்த அம்மாள் மிகுந்த அதிர்ச்சி அடைந்து, 'ஐயோ, சுண்டைக்காய் வத்தக்குழம்பில் போடுவதாயிற்றே. வயிற்றுப் புண்ணுக்கு அரு மருந்து. உங்களுக்கு வத்தல் குழம்பில் நெய் விட்டுப் பிசைந்து சாப்பிடுவது ரொம்பப் பிடிக்குமே! அதை ஏன் விட்டீர்கள்?' என்றார்.

காக்கா நெஞ்சைப் பிடித்துக்கொண்டு அங்கேயே மரத்தடியில் அமர்ந்துவிட்டார்.

கடந்துபோன என்னை 'கிராதகா!' என்பதுபோலப் பார்த்தார்.

கடைசியாக நான் பார்த்தபோது அவரது மொத்தக் குடும்பமும் அந்த ஜனத்திரளில் தங்கள் ஒட்டுமொத்த வாழ்விலிருந்தும் வத்தல் குழம்பை கேன்சல் செய்துவிட்டு, மறைந்துவிட்ட குறிப்பிட்ட பண்டிட்டைத் தேடிக்கொண்டிருந்தது.

□

மறதி

7

கொடுங்களூர் போய்விட்டு பக்கத்திலேயே பரவூர் கோவிலகம் போனேன். அங்கு விசேடமான சங்கதி அங்கிருக்கும் ஒரு யூத ஆலயம். கேரளத்தில் கொச்சியைச் சுற்றி வெகு சமீபம்வரை யூதர்கள் இருந்தார்கள். இஸ்ரேல் உருவானதும் அவர்கள் அதற்குப் போனார்கள். பிறந்ததிலிருந்து காணாத ஒரு நாட்டை நோக்கிக் கப்பலேறினார்கள். கோவில் ஒரு பெரிய வீடுபோலத்தான் இருந்தது. ஓடு கவிந்த மர வாசனை எப்போதும் இருக்கும் இரண்டடுக்கு கடவுளின் வீடு. மேல் தளம் முழுவதும் மரத்தால் ஆனது. நடக்கையில் உங்கள் இதயம் சற்றே தயங்கி உங்கள் காலடிகளுடன் சேர்ந்துகொள்கிறது. மேல் தளத்திலிருந்து புடைத்த கண்ணாடிப் பால்மடிகள் என விளக்குகள். இரவில் தேவனின் ஆலயத்தை அவை வெண்ணிறப் பால் ஒளி சுரந்து நிரப்பும் என்று நான் நினைத்துக்கொண்டேன். அவற்றின்கீழ் தலைமறைத்து, தலை கவிழ்ந்து, நாடியை நடு இதயத்தில் வைத்துப் பிரார்த்தனை செய்யும் யூதப் பெண்களையும்.

பல தலைமுறைகளாகக் கேரளத்திலேயே பிறந்து வளர்ந்த, இஸ்ரேலை அல்லது யூதேயாவை மத நூல்களில் மட்டுமே கேட்டு வளர்ந்த யூதப் பெண்கள். அவர்கள் எப்படி இருந்திருப்பார்கள்? அவர்கள் கண்கள் எப்படி இருக்கும்? சில யூதப் பெண்களுக்கு ஆசியர்களின் கருத்த கேசமும் வெள்ளையர்களின் நீலக் கண்களும் இருக்கும் என்று கேட்டிருக்கிறேன். பரவூரில் இருந்த கடைசி நீலக் கண்கள் எழுபதுகளில் கப்பலேறின. கடைசி முறையாகத் தாங்கள் பிறந்து வளர்ந்து மலர்ந்த கேரளத்தைப் பார்த்தன. கோவிலின்முன்பு இருக்கும் அருங்காட்சியகம் சில அரிய புகைப்படங்களைக் கொண்டுள்ளது. அவற்றில் ஒன்றில் அவ்விதம் மலர்ந்த ஒரு யூத

யுவதியின் படம் ஒன்று இருக்கிறது. தனது மலையாளத் தோழிகளுடன் கடைசியாக எடுத்துக்கொண்ட புகைப்படம்.

அவளை யூதேயாவின் பெண் என்று நம்ப எந்தக் காரணமும் இல்லை. அவள் அசல் கருத்த கண் மையிட்ட மலையாளத்திதான். மேல்மாடியிலிருந்து கிளி ஜன்னல் வழியாக, செவந்திச் செடிகளூடே யூதக் கல்லறைத் தோட்டம் தெரிந்தது. சில கல்லறைகளும். அவற்றின் நடுவில் ஒரு நாய் அங்குமிங்கும் ஓடிக்கொண்டிருந்தது. எதையோ தேடுவதுபோல. அதையடுத்து நிறையச் சிலுவைகள் முட்கிரீடங்கள்போல எழும்பி நிற்கும் நஸ்ரானிகளின் கல்லறைத் தோட்டம்.

நான் எனது வழிகாட்டியிடம், 'நஸ்ரானி என்றால் புனித தாமஸ் கிறித்துவர்கள் என்று அழைக்கப்படுகிறவர்களா?' என்று கேட்டேன். அவர் 'ஏய்...' என்றார். 'இங்கே எல்லாக் கிறித்துவமாரும் நஸ்ரானிகள்தான்.' யூதக் கல்லறைகளைவிடக் கிறித்துவக் கல்லறைத் தோட்டம் சற்று பராமரிப்புடன் இருந்தது. ஒரு அவசர மழையின் நடுவில் மீண்டும் இறங்கி வந்த சூரியன் தயக்கத்துடன் தனது ஒரு கையை மட்டும் நீட்டி ஒரு கல்லறையின் சிலுவை உச்சியைத் தொட்டது. அது திடீரென்று பொன்னிறத்தில் ஒளிர்ந்தது. சட்டென்று ஒரு விநோத அமைதி ஒரு கணம் அங்கே நிலவியது.

அப்போதுதான் அந்த அழுகுரலைக் கேட்டேன். ஒரு பெண்ணின் அரற்றல். 'பாவி பாவி பாவி' என்ற கூவல். வழிகாட்டி, 'தமிழ். இவிடே கொஞ்சம் தமிழன்மாரும் உண்டாயிருந்தது' என்றார். பின்னர் நினைத்துக்கொண்டு, 'ஆசாரிமார்' என்றார். 'அவர்கள் இப்போது இல்லையா?' அவர் தோள்களைக் குலுக்கி, 'தெரியாது' என்றார். 'அவமாரும் எங்காவது போய்க்காணும். யூதமாரைப் போலே' என்றார். 'எனக்கு நாடு திருவந்திரம்.'

அந்தக் குரலை நான் உற்றுக் கேட்க முயன்றேன். அந்தக் குரல் எங்கிருந்து வருகிறது என்று தெரியவில்லை. இப்போது அது நின்றுபோயிருந்தது. நாங்கள் இறங்கி காயல் கரையில் படகுக்காக நின்றோம். வெள்ளிக் கிழமை பிரார்த்தனையிலிருந்து மக்கள் கூட்டம் இறங்கி வெளியே ஓடி வந்தது. ஒரு கூட்டம் காத்திருந்த பேருந்தில் ஏறியது. ஒரு கூட்டம் படகில். படகு நிறைந்து விட்டதால் நாங்கள் 'அடுத்த படகு' என்று சொல்லி நிறுத்தப்பட்டோம். நண்பர் எதிரில் இருந்த கள்ளு ஷாப்பைத் தாகத்துடன் பார்த்தார். அடுத்த நிமிடம் காணாமல் போனார். நான் திடீரென்று தனியாக நின்றேன்.

ஒரு பேருந்து வட்டமிட்டு வந்து பெருமூச்சுடன் நின்றது. நான் அதில் ஏறலாமா என்பதுபோல நின்றேன். நடத்துனரும் ஓட்டுனரும்

வேகமாய் இறங்கி எங்கோ மறைந்தார்கள். இப்போது காயல் விம்மும் ஒலி மட்டும். அப்போது மீண்டும் அந்தக் குரல் கேட்டது. 'பாவி பாவி நான்.' நான் திடுக்கிட்டுத் திரும்பிப் பார்த்தேன். ஒரு தம்பதியினர். பெண் தோளில் சுமார் ஒரு வயதுக் குழந்தை. அது கையைச் சூப்பிக்கொண்டிருந்தது. அந்தப் பெண்தான் அழுது கொண்டிருந்தாள். கணவன் காயலையே வெறித்துக்கொண்டிருந் தான். நீண்ட பயணம் செய்து வந்ததுபோல அழுக்கு உடைகள். எண்ணெய் அற்ற தலை. அவன் அவளை ஆறுதல்படுத்தும் முயற்சியைக்கூடச் செய்யவில்லை. நடுநடுவே 'ப்ச்' என்றான். அவ்வளவுதான்.

தமிழர்கள் என்று இப்போது நிச்சயமாகத் தெரிந்தது. அநேகமாகக் குமரித் தமிழர்கள். அந்தத் தூக்கிய முக எலும்பு... ஆனால் இச் சூழலில் எப்படிப் பேசுவது என்று நான் யோசித்துக்கொண்டிருக்கும் போதே அந்தப் பெண் திடுக்கிடும் ஒரு காரியத்தைச் செய்தாள். தோளில் இருந்த குழந்தையைச் சட்டென்று கீழே எறிந்தாள்! அது ஒரு கணம் திடுக்கிட்டு, கண்களை விரித்து வீறிட்டது. கொஞ்ச நேரம் எல்லாமே குழப்பமான வேகம். கள்ளுக் கடையிலிருந்து வெளியே வந்த யாரோ அதைப் பாய்ந்து போய்த் தூக்கினார்கள். செம்மண் தரை, ஆதலால் அடியில்லை. ஒருவர் அந்தப் பெண்ணை அடிக்கப் போனார். இப்போது அந்தக் கணவன் கலைந்து, 'அடிக்காண்டாம் சேட்டா. அறியாம செஞ்சது' என்றான். குழந்தையை வாங்கிக் கொண்டான். பிறகு அவர்கள் இருவரும் சேர்ந்து எங்கோ மெதுவாக நடந்துபோனார்கள்.

இப்போது நின்றுகொண்டிருந்த பேருந்தின் நடத்துனர் எங்கிருந்தோ வந்துசேர்ந்தான். சென்று மறையும் அவர்கள் முதுகுகளைப் பார்த்த படி, 'ஆளு பிடியில்லையா சுகர்த்தே?' என்றான் யாரிடமோ. 'அந்த வள்ள அவகடம். அதில மரிச்ச குட்டியில ஒண்ணோட அம்மையும் அச்சனும்.' அந்த யாரோ, 'அது திவசம் இன்னலல்லே? ஒரு பெரிய கூட்டமும் கோஷமும் கண்டதே?' நடத்துனர், 'அது செரி' என்றார். 'இவன்மார் இப்போ பாண்டிக்குப் போயி. வரான் கழிஞ்சிருக்காது' என்றார். பிறகு புளிச்சென்று துப்பியபடி, 'அல்லது மறந்து காணும்.' எனக்குச் சட்டென்று அந்தப் பெண் தனது குழந்தையை ஏன் கீழே எறிந்தாள் என்று விளங்குவதுபோலத் தோன்றியது. ஒரு கணம் அந்தக் குழந்தையின் திடுக்கிடலும் பின்னர் அதன் வீறிடலும்.

நண்பர் ரொட்டி வாசனையுடன் வந்து, 'நல்ல ஒண்ணாம் தரக் கள்ளு' என்றார். 'பூலோகத்துல எந்தத் துக்கமானாலும் மறக்கும்.'

□

மடம்

8

பழைய படங்களைப் பார்க்கிறவர்கள் கவனித்திருக்கக்கூடும். அதன் கதாநாயகிகளுக்கு குந்தாணி மாதிரி இருப்பதைத்தவிர இன்னொரு முக்கியமான தகுதியும் தேவையாக இருந்தது. அதுதான் காதலன் கிட்டே வந்ததும் வலிப்பு வந்ததுபோல முகவாயை ஆட்டுவது. எதையோ சூப்பி இழுப்பதைப்போல உதடுகளை விரித்து சுருக்கத் தெரிந்தால் கூடுதல் தகுதி எனக் கொள்ளப்படும். சாவித்திரி, தேவிகா, விஜயகுமாரி, பத்மினி போன்றவர்கள் இதில் மாஸ்டர்கள். அது ஒரு பரதநாட்டிய பாவம் என்று நான் வெகுநாட்கள் நினைத்துக் கொண்டிருந்தேன். ஆசான், 'ஒரு மயிரும் கிடையாது. அது பேரு சுண்டுவாதம்' என்றார். 'ஆம்பிளைங்க கிட்டே வந்தா, இப்படி வெட்டி வெட்டி இழுக்கும்.' சுண்டு என்றால் உதடு. நான், 'அப்படியா? அதுக்கு மருந்தென்ன?' என்றேன் அப்பாவியாக. அதற்கு அவர் சொன்ன மருந்தை இங்கே சொல்ல முடியாது. பொறுத்தருள்க.

'ஆண் அருகில் வந்ததுமே பெண்களுக்கு உடலில் பல மாறுதல்கள் ஏற்படுகின்றன. உடல் பலவீனமாகிக் கீழே விழுவதுபோல ஆகிவிடு வார்கள். அவர்கள் எதன்மீதாவது சாய்ந்து நிற்கவேண்டும். அல்லது யாராவது அவர்களைத் தாங்கிப் பிடிக்கவேண்டும். அவர்களுக்கு ரோமாஞ்சனம் ஏற்படும். உடலெல்லாம் நடுங்கும். வியர்க்கும். இந்தப் பாடுகள் பற்றியெல்லாம் வள்ளுவரே சொல்லி இருக்கிறார். இதன் பெயர் மடம் எனப்படும்' என்றார் ஆசானின் நண்பர்.

ஆனால் நாதன் என்ற சிவகாமி நாதனுக்கு வள்ளுவர் எல்லாம் தெரியாது. அவனுக்கு வடக்குத் தெரு வள்ளியம்மையைத் தெரியும்.

மாதா கோவில் தெரு மார்க்கரட் டீச்சரைத் தெரியும். அவர்கள் யாரும் இவன் கிட்டே போனால் இப்படி மூஞ்சியை எருமை மாடு மாதிரி தூக்கி ஆட்டுவதில்லை. அவன் இந்த வருத்தத்தை ஒருநாள் பாப்புலர் தியேட்டரில் படம் பார்க்கையில், 'என்ன இழவுலே இது. ஆட்ட வேண்டியதை விட்டுட்டு, வேறு என்ன என்னத்தையோ ஆட்டுதா?' என்று சத்தம் போட்டே வெளிப்படுத்திவிட்டான். மறுபக்கம் பெண்கள் பகுதியிலிருந்து எல்லோரும் அதைக் கேட்டார்கள். சிலர் களுக்கென்று சிரிக்கவும் செய்தார்கள். அவன் பெருமையுடன் என்னை 'பார்த்தியா?' என்பதுபோலப் பார்த்தான். மறுநாள் அவனைப் பார்க்கையில் அவன் முகம் வீங்கி இருந்தது. 'நேத்திக்கி சினிமாவுக்கு எங்கம்மாவும் வந்திருக்காடே' என்றான் பரிதாபமாக.

என்னுடைய உளவியல் நண்பர் ஒருவர், 'அது ஒரு குறியீடு' என்று விளக்கினார். 'பெண்ணுக்கு எப்போதும் ஒரு தயக்கம் இருக்கிறது. தடுமாற்றம் இருக்கிறது. இது இன்பமா துன்பமா என்று. உண்மையில் இது அவர்களுக்கு இரண்டும்தானே. அதனால்தான் அவள் மணிப்பர்சைத் திறந்து மூடுவதுபோல உதடுகளை அப்படிச் செய்கிறாள்' என்றார்.

ஆனால் இன்றைய கதாநாயகிகள் யாரும் இப்படி ஆட்டுவதில்லை என்று நான் சுட்டிக் காட்டினேன். அவர், 'இன்றைய பெண்களுக்கு அந்தத் தடுமாற்றம் இல்லை' என்றார் உறுதியாக.

நான் ஒப்புக்கொண்டேன், இதே சிவகாமி நாதனைப் பற்றிய ஒரு சம்பவத்தை நினைத்துக்கொண்டு.

நாதனுக்கு மாதா கோவில் மார்க்கரெட் டீச்சரின்மீது ஒரு மையல் இருந்தது. அவளுக்கும் அவனுக்கும் ஒரே வயதுதான். ஒரே பள்ளியில் படித்தவர்கள். அவள் பாசாகி டீச்சராகி விட்டாள். இவன் கோட்டாகி, நடிகர் முரளி போல நிரந்தர மாணவனாகிவிட்டான். முன்பெல்லாம் அவளுக்கு அவனிடம் கொடுக்க ஒரு சிரிப்பு இருந்தது. இப்போது கொஞ்ச காலமாக அவளுக்கு 'கித்தாப்பு' வந்துவிட்டதாக நாதன் நினைத்தான்.

'எல்லாம் அவள் அந்த வாத்திச்சி வேலைக்குப் போனபின்னால்தான்' என்று நாதன் பொறுமினான். 'அவ திமிரை அடக்கணும்லே' என்றேன் நான். ஆனால் பெண்களின் திமிரை அடக்குவது எப்படி? நாங்கள் இந்த விஷயங்களில் நிபுணத்துவம் கொண்ட தெக்குபஜார் சீனியைத் தேடிப் போனோம். அவன் பெரிய எம்ஜியார் ரசிகன். எம்ஜியார் படங்களில் நாம் கற்றுக் கொள்ள இது போல பல விஷயங்கள் உள்ளன என்பது அவன் கொள்கை. அவன் ஓர் உபாயம்

சொன்னான். அதன்படி நாங்கள் எல்லோரும் கலந்துகொள்ளும் ஒரு கல்யாணத்தில் வைத்து காரியத்தை முடித்துவிடலாம் என்று அவன் சொன்னான்.

கல்யாணம் சேர்மாதேவி ரோட்டில் உள்ள ஒரு மண்டபத்தில் வைத்து நடந்தது. மார்க்கரெட் அன்றைக்கு மயில் நீலச் சேலையில் ரொம்ப அழகாக இருந்தாள். அதற்கு எடுப்பாய்ப் பட்டுப்பூச்சி சிகப்பில் ஒரு ப்ளவுஸ். நாங்கள் அவளைப் பார்த்துக்கொண்டே இருந்தோம். அவள் எங்களைப் பார்க்கவே இல்லை. ‘பார்லே. அவ பவிசை’ என்று நாதன் பல்லைக் கடித்தான். நாங்கள் ‘பொறுலே பொறுலே’ என்று அவனைத் தட்டிக் கொடுத்துக்கொண்டிருந்தோம். சந்தர்ப்பத்திற் காகக் காத்திருந்தோம். அந்த சந்தர்ப்பமும் வந்தது. பூட்டியிருந்த ஓர் அறைக்குள் தனியாக அவள் ஒரு பாத்திரத்துடன் எதையோ எடுக்க உள்ளே நுழைந்தாள். ‘ஏலே போலே போலே’ என்று நாங்கள் நாதனைத் தள்ளினோம். சட்டென்று ஓடி அந்த அறைக்குள் அவனும் புகுந்துகொண்டான். சற்று நேரம் நிசப்தம். சுற்றிலும் கல்யாணக் கூச்சல், நாதசுரம், மேளம் எல்லாம் தாண்டி எங்கள் இருதயம் எங்களுக்கே கேட்டது. கொஞ்ச நேரம் கழித்து உள்ளே பெரிதாய் ஏதோ பாத்திரம் உருளும் சப்தம் கேட்டது. பிறகு மறுபடி நிசப்தம். சற்று நேரத்தில் சட்டென்று மார்க்கரெட் புயல்போலக் கதவைத் திறந்துகொண்டு வெளியே வந்தாள். நாதனைக் காணவில்லை. நாங்கள் உள்ளே ஓடினோம்.

உள்ளே நாதன் நெல்மூட்டைகளின்மீது அலங்கோலமாகக் கிடந்தான். அவனது உதடுகள் புதிதாய்ச் சுட்ட அதிரசம் போலப் பம்மென்று வீங்கியிருந்தன. அவன் அரை மயக்கமாய் இருந்தது போலத் தோன்றியது. எங்களைப் பார்த்ததும் எழ முயன்று தலை சுற்றிக் கீழே விழப் போனான். ‘ஏலே, என்னைப் பிடிங்கலெ, ஒரு மாதிரி வருது’ என்று கத்தினான். ஒருவன் சோடா வாங்க ஓடிப் போனான். நான் சீனுவைக் கேள்வியாய்ப் பார்த்தேன். அவன் நாதனை நெருங்கி உற்றுப் பார்த்துவிட்டு ஆழ்ந்த வருத்தம் தொனிக்கும் குரலில், ‘குதிரை முதல்ல ஊதிடுச்சு போலிருக்கு’ என்றான்.

□

பண்டிகை

9

பண்டிகை நாட்கள் கொண்டாட்டங்களை கொண்டுவருவது போலவே தனித்திருப்பவர்களுக்கு மிகுந்த துயரத்தையும் கொண்டு வருகின்றன. அவை அவர்களது மூடிய புண்களை மீண்டும் கூரிய முனை கொண்டு திறந்து, துடிக்க வைக்கின்றன.

நான் இந்த இடத்துக்கு வந்த புதிதில் பேச்சிலர் வாழ்க்கையில் பழனி பக்கமிருந்து வந்த நண்பர் ஒருவர். பக்கத்து முறியில் தங்கி இருந்தவர். சிறு செலவுக்கு வட்டிக்குப் பணம் கொடுத்து ஜீவிப்பவர் கள் இங்கு ஒரு கூட்டம் உண்டு. எல்லோருமே ஒட்டன்சத்திரம் திண்டுக்கல் பகுதியைச் சார்ந்தவர்கள். இவர் அவர்களில் ஒருவர். இரண்டு வருடங்கள் நானும் அவரும் அருகருகே தங்கி இருந்தோம். இரவுணவு, காலைச் சாயா பெரும்பாலும் ஒன்றாக. பிறகு எனக்குத் திருமணமாகியது. பாதைகள் பிரிந்துவிட்டன. சில வருடங்கள் பார்க்கவே இல்லை.

பின்னர் ஒருநாள் எப்படியோ தேடிப் பிடித்து என்னைப் பார்க்க வந்தார், கல்யாணப் பத்திரிகையோடு. மலையாளப் பெண். காதல். கல்யாணத்துக்குப் போக முடியவில்லை. இன்னும் இரண்டு வருடங் கள் கழித்து முன்சிறையில் வைத்துப் பார்த்தேன். ஆள் பெருத்து இருந்தார். பெண் குழந்தை பிறந்திருப்பதாகவும் ஆற்றுப் பக்கம் ஒரு வீடு வாங்கி இருப்பதாகவும் சொன்னார். என்னை வற்புறுத்தி வீட்டுக்கு அழைத்துப் போனார். நல்ல அழகி அவரது மனைவி. சிறிய சிணுங்கும் புஷ்பக் குழந்தை. ஓட்டு வீடு. ஆனாலும் நல்ல சூழலில், நதி முனகுவது கேட்கும் தூரத்தில், அற்புதமான வீடு. பைக்கில் வைத்து என்னைக் கொண்டுவிடுகையில், 'சந்தோஷமா இருக்கேன்

சார். ஒன்னு சொல்லவா... உங்களை எல்லாம் பார்த்து ஏங்கியிருக்கேன் சார். நமக்கு இவரைப்போல ஒரு வேலையும் இல்லை. படிப்பும் இல்லை. நாம எப்படி வாழறதுன்னு. கோயிலுக்குப் போய் கரைஞ்சு அழுவேன்... அதுக்கெல்லாம் சேர்த்து இப்போ நல்லாருக்கேன் சார்'என்றார்.

சந்தோஷமாக இருந்தது.

அதன்பிறகு மீண்டும் ஒரு சில வருடங்கள் கழித்து ஒரு ஓணம் அன்று படந்தாலுமூடு தியேட்டரின் முன் அவர் டீ குடித்துக் கொண்டிருப்பதைப் பார்த்தேன். கை அசைத்தேன். அவர் என்னைக் கவனிக்கவில்லை. அதன்பிறகு தீபாவளி அன்று இரவு குழித்துறை லக்ஷ்மி தியேட்டரின் முன்பு முதல் ஷோ முடிந்து வெளியே வந்துகொண்டிருந்தார். நான் எதோ பொறி தட்டி அவரை நிறுத்தி, 'ஹலோ பாஸ்... தீபாவாளி எல்லாம் கொண்டாடாம இங்கே என்ன பண்றீங்க?'

அவர் என்னை தூங்கி விழித்ததுபோலப் பார்த்து, 'சார்' என்றார். குரல் கம்மியது. 'யாருக்கு சார் தீபாவளி?' என்றார். நான் புரியாமல், 'என்ன?'

'சாருக்குத் தெரியாதா... பேப்பர்லகூட வந்துச்சே...'

'என்ன சொல்லுங்க...'

போன ஓணத்துக்கு சில நாட்கள் முன்பு அவரது மனைவியும் குழந்தையும் கோட்டயம் பக்கம் உறவினர் வீட்டுக்குப் போயிருக்கிறார்கள். கேரளத்தில் டெங்கு பேயாட்டம் ஆடிக் கொண்டிருந்த சமயம். போன இரண்டாம் நாளே குழந்தைக்கு டெங்கு வந்திருக்கிறது. மறுநாள் மனைவிக்கு. மூன்றாம் நாள் குழந்தை இறக்க, அடுத்து இரண்டு நாட்கள் கழித்து மனைவி இறந்திருக்கிறார்.

'அவ நல்லா பொழைச்சி வந்தா சார். குழந்தை இறந்தது அவளுக்கு எப்படியோ தெரிஞ்சிபோச்சு. தாங்காம செத்துப் போயிட்டா.'

நான் ஸ்தம்பித்து நின்றிருக்க, 'நான் அப்பவே நினைச்சேன் சார். எனக்கெல்லாம் இது அதிகம். தகுதி இல்லை. என்ன சார்? மத்த நாள் கூடப் பரவாயில்லை. பண்டிகை நாட்கள்தான் ரொம்பக் கஷ்டமா இருக்கு. எனக்குக் குடிக்கவும் முடியலை. தனியா அந்த வீட்டுல கிடக்கவும் முடியலை. அதான் இப்படி சினிமாவுக்கு கிளம்பி வந்துடுறது. மறக்கத்தான் நினைக்கறது. ஆனாலும் முடியலை. சிரிப்புப் படம் போலிருக்கு இந்தச் சினிமா. ஒட்டவே முடியலை.

சார். வரட்டா? அப்படியே ஆனந்த்ல ரெண்டாம் ஆட்டம் பார்த்துட்டுப் போயிடுவேன். அது ஏதோ அரசியல் படம்னு சொன்னாங்க.'

நேற்று மீண்டும் தீபாவளி. லக்ஷ்மி தியேட்டரில் 'கத்தி'. மாலைகள். ப்ளக்ஸ் போர்டுகள். அதிர் வேட்டுகள். வழக்கமாய் நின்று சற்று வேடிக்கை பார்ப்பேன்

இம்முறை நான் அந்த இடத்தை அவசரமாகக் கடந்தேன்.

□

வேஷ்டி

10

அன்று இதேபோல ஒரு மழை நாளில் அவரைச் சந்தித்தேன். எழுபது வயது இருக்கலாம். எனது அலுவலக அறைக்கு வெளியே இருந்த திண்டில் அமர்ந்திருந்தார். நிர்வாணமாக. நான் போய் ஆஸ்பத்திரி பணியாளைக் கூட்டிவந்தேன். அவன் வந்து உற்றுப் பார்த்து, 'அய்யே... சகாவே இது என்ன?' என்றான். அவர் நிமிர்ந்து பார்த்து 'என்ன?' என்றார். 'முண்டு. முண்டு எங்கே?' அவர் குனிந்துபார்த்து, 'எங்கே?' என்றார். பிறகு பெருமூச்சுடன், 'இதையும் பிடுங்கிட்டானா முதலாளி?' என்றார். அவன் சற்று எரிச்சலுடன், 'எந்த முதலாளி? ஓபி சமயம் இப்படி இருந்தா என்ன அர்த்தம்?'

நான், 'மெண்டலா ஜார்ஜ்?' என்றேன்.

அவன் 'அப்படின்னு சொல்ல முடியாது சார். இவரு பழைய சகாவு. எஸ்டேட் தொழிலாளர்களுக்காக நிறையப் போராடி இருக்காரு. இவர் உடம்பிலே உடையாத எலும்பே இல்லைன்னு சொல்வாங்க. அப்போ உள்ளவங்களுக்குத் தெரியும். நல்ல தரவாட்டுக்காரர். பார்யா, பையங்க எல்லாம் உண்டு. மூத்தவன் திருவந்திரம் செக்றேடேரியட்ல முக்கியமான பதவில இருக்கான். இப்போ அவங்களுக்கு இவரு வேணாம்.'

நான் யோசித்து, 'கட்சில இவருக்கு சப்போர்ட் இல்லையா?'

'அவங்க என்ன முதியோர் இல்லமா நடத்தறாங்க. இப்போ உள்ளவங்களுக்கு இவர் பத்தி அதிகம் தெரியாது. தவிர இவருக்கு வாய் ஜாஸ்தி. ஏதாவது கேள்வி கேட்டு அவங்களை சங்கடத்துல மாட்டி விட்டுருவாரு.'

சுற்றிலும் பார்த்தேன். மேலே வார்டிலிருந்து நிறையப் பெண்கள் எட்டிப் பார்த்துக்கொண்டிருந்தார்கள். ஏனோ அவர்களிடமிருந்து ஒரு சொல்லை, ஒரு செய்கையை எதிர்பார்த்தேன். அவர்கள் வெறுமனே பார்த்துக்கொண்டிருந்தார்கள்.

நான் பணியாளிடம் ஒரு நூறு ரூபாயைக் கொடுத்து வேஷ்டி வாங்கி வரச் சொன்னேன். அவர் அதை வாங்கிப் பார்த்துவிட்டு புன்னகைத்தார் 'நல்ல காவி!' என்றார். பிறகு உடுத்திக்கொண்டு போய்விட்டார்.

ஒருவாரம் கழித்து சப்பாத்து பாலம் வழியாக நடந்துகொண்டிருந்த போது அவரை அங்கு பார்த்தேன். பாலத்தில் அமர்ந்து தண்ணீரில் காலை அளைந்துகொண்டிருந்தார். நான் அவரைப் பார்த்ததும் நின்று, 'நல்லாருக்கீங்களா?'

அவர் கண்கள் ஒருமுறை சுருங்கி விரிந்தன.

'ஓ! நீங்கள் அன்றைக்கு எனக்கு வேஷ்டி தந்தீர்கள்' என்றார். பிறகு, 'நான் புடைவை கொடுத்தவள் பிடுங்கிக்கொண்ட வேஷ்டி' என்றார். 'நான் என் ஆத்மாவைக் கொடுத்த பார்ட்டி பிடுங்கிக்கொண்ட வேஷ்டி.' அவர் முகம் தீவிரமடைந்தது. 'நான் எனது சோரத்தை (ரத்தம்) சொரிந்து கொடுத்த இந்த சனங்கள் பிடுங்கிக்கொண்ட வேஷ்டி.'

நான் பேசாது நின்றிருந்தேன். 'உங்களுக்கு வேறு ஏதாவது வேணுமா?' என்றேன்.

அவர் அவசரமாக, 'வேணாம்! வேணாம்' என்று தலையாட்டினார். 'முடிந்தால் எனது பேத்தியின் முகத்தைப் பார்க்கணும். அத்தர தன்னே' என்றார். 'அவளுக்கு ரத்தப் புற்று நோய் என்று கிம்ஸில் சேர்த்திருக்கிறார்கள் என்று சொன்னார்கள். பாவிகள். என்னை உள்ளேயே விடவில்லை எனது பார்யாளும் எனது பீஜத்திலிருந்து முளைத்தவனும்.' பிறகு, 'உங்களுக்கு தெய்வ விசுவாசம் உண்டா?' என்றார்.

நான், 'கோவிலுக்குப் போவேன்' என்றேன்.

'போனால், இந்த குழித்துறை மகாதேவனிடம், அவன் அங்கிருந்தால், சொல்லணும், எனக்கும் அவனுக்கும் சில பழைய கணக்கு உண்டு, ஆனால் அதை எல்லாம் என்னிடம் தீர்த்துக் கொள்ளவேண்டும். எனது பேத்தியிடம் இல்லை, என்று.'

நான் 'சரி' என்றேன். 'வேறு ஏதாவது வேணுமா?'

'நீதான் அந்த குழித்துறை மகாதேவன்போல் இருக்கிறதே! ஏதாவது கொடுத்துக்கொண்டே இருக்க விரும்புகிறாயே!' என்றவர், 'ம்ம்ம்... நாளை ஓணம் அல்லவா? உன் வீட்டுக்கு வந்தால் சாப்பாடு போடுவாயா?' என்று கேட்டார். 'ஓணம் அன்றாவது ஒரு வீட்டில் அமர்ந்து சாப்பிட வேண்டும் என்று ரொம்ப நாள் நினைத்ததுண்டு. முன்பெல்லாம் என் வீட்டில் ஓணம் என்றால் பத்து நாள் கல்யாணம். பத்து நாளும் கல்யாணச் சாப்பாடு.'

நான், 'நான் தமிழ். எங்கள் வீட்டில் ஓணம் இல்லை.'

அவர், 'சாரமில்லை. உன் மனைவிக்கு ஒரு அடைப் பிரதமன் வைக்கத் தெரியாதா? நான் சொல்லிக்கொடுக்கிறேன்.'

எனது மனம் வேகமாக சுருங்கிப் பின்வாங்குவதை நானே வியப்புடன் பார்த்தேன். இவரை வீட்டுக்கு அழைத்துப்போவதா? மனைவி என்ன சொல்லுவாளோ? அதைவிட அருகில் உள்ளவர்கள்... ஒரு தடவை அழைத்துச் சென்றால் அவர் திரும்பத் திரும்ப வீட்டுக்கு வந்து தொந்திரவு செய்துவிட்டால்?

நான் தடுமாறி, 'நான் அன்றைக்கு ஊரில் இருக்க மாட்டேன் பெரியவரே' என்றேன். பையில் கைவிட்டு இன்னொரு நூறு ரூபாயை எடுத்து, 'இதை வைத்துக்கொண்டு ஓணம் அன்று சாப்பிடுங்கள்.'

அவர் அதை வாங்கவில்லை. என்னை ஒருமுறை உற்றுக் கண்ணில் பார்த்தார். பிறகு ஓ ஓவென்று சிரிக்க ஆரம்பித்துவிட்டார். பிறகு தொடை தட்டி, 'ஏமான்களின் கம்யூனிசம் பெட்டென்னு ஒரு அத்தத்துக்கு வந்தே.. வந்தே!' என்று பாடினார்.

நான் முகம் சிவக்க அங்கேயே நின்றுகொண்டிருக்க, பக்கத்தில் நின்ற ஒருவர், 'இதான் சார். இவன்மாருங்ககூட பேச்சு வச்சுக்கக் கூடாதுன்னு சொல்றது.'

அவர் சட்டென்று பாட்டை நிறுத்தி தனது வேஷ்டியை உரிந்து என்னிடம் கொடுத்துவிட்டு, 'போ. உன் வேஷ்டி உன் கணக்கில் வானகத்தில் வரவு வைக்கப்பட்டது' என்றார்.

□

கோபுரம் 1

11

அப்பா இறந்தபிறகு ஊரில் அம்மாவும் தம்பியும் மட்டுமே ஊரில் தனித்திருந்தார்கள். நான் அவர்களுடன் பூசலிட்டு நெடுங்காலம் அங்கே செல்லவே இல்லை. பிறகு என் வெறுப்பு தளர்ந்து, சென்றபோது அதிர்ந்துபோனேன். வீட்டைச் சுற்றிலும் காடுபோலக் கிடந்தது. வீடே சருகுகள் நடுவே ஒரு பெரிய சருகுபோலக் கிடந்தது. அப்பா நிறைய மரங்களை வைத்துவிட்டுப் போயிருந்தார். அவை எல்லாம் ஆங்காரம் வந்ததுபோல உயிர்பெற்று வீட்டை விழுங்க முயன்றுகொண்டிருந்தன. நடுப்பகலிலும் உறங்கிக்கொண்டிருந்த தம்பியை எழுப்பி, 'ஏலே, இந்த மரத்தையெல்லாம் கொஞ்சம் கழிச்சுப் போட்டா என்ன?' என்றேன்.

அம்மா, 'சொல்லிட்டே இருக்கேன். இரண்டு தடவை வீட்டுக்குள்ளே பாம்பு வந்துடுச்சு. என்னாலே எந்திக்கவெ முடியலை. இவனைப் பண்ணச் சொன்னா எனக்கு இதெல்லாம் என்ன தெரியும்னு சொல்றான்.'

அம்மாவுக்கு ஆரோக்கியம் இல்லை. தம்பிக்கு இவற்றை நாம் செய்வதா என்ற மேட்டிமை உணர்ச்சி.

நான், 'தென்னை கழிக்க வருவானே அவன்கிட்டே சொல்லிருக்கலாமே.'

தம்பி, 'அவன் ரொம்பக் காசு கேக்கறான். நீ என்ன பணம் அனுப்புறியா?'

நான் பக்கத்தில் இருந்த சித்தப்பாவைப் போய் அழைத்து வந்தேன். அவர் மிகுந்த பிகுவுக்குப் பிறகு வந்தார். முன்பே அவரைக் கூப்பிட்டிருக்கலாம். ஆனால் அவரிடமும் சண்டை.

அவர் அரசுப்பணியில் அடிப்படை ஊழியராக இருந்து ஓய்வு பெற்றவர். ஆகவே அவரைச் சற்று மாற்று குறைவாகவே வைத்திருந்தார்கள். அந்தக் கசப்பு அவரிடம் எப்போதும் உண்டு. இப்போது அவரது முறை. அவர் மரத்தை வெட்டிக்கொண்டே அறிவுரைகள் சொல்ல ஆரம்பித்தார். 'உன் தம்பிக்கு இன்னமும் தான் ஒரு பண்ணையார்னு நினைப்பு. உங்க அம்மைகிட்டையும் சொல்லிவை. எல்லாம் உங்கப்பாவோடவே முடிஞ்சு போச்சு.'

உண்மையில் அப்பாவுக்கு முன்பாகவே முடிந்துபோயிற்று. அஞ்சுகிராமம் பக்கத்திலிருந்து ஏமாற்றப்பட்டு நிலபுலன்களை எல்லாம் இழந்து மூன்று சிறுவர்களுடன் விதவையாய் ஆச்சி நெல்லைக்குக் கிளம்பிவரும்போதே எல்லாம் முடிந்து போயிருந்தது.

ஆனால் அந்தச் செய்தி அவர்களுக்குக் கடைசிவரை போய்ச் சேர வில்லை என்பதுதான் சோகம். அவர்கள் இன்னமும் அதைக் கசப்புடனும் துயரத்துடனும்தான் எதிர்கொள்கிறார்கள். அப்பாவுக்கு அரசு வேலை கிடைத்தவுடன் அவர்கள் மீண்டும் கொஞ்ச நாள் தங்களது நிலப்பிரபுத்துவ அடையாளங்களை, பாவனைகளை மீட்டுக்கொள்ள முயன்றார்கள். அப்பாவின் வீழ்ச்சிக்குப் பிறகு நிலைமை மறுபடியும் ரொம்ப மோசமாகிவிட்டது.

அப்பாவுக்கு மனச் சிதைவு ஏற்பட்டு இந்த டாக்டர், அந்தக் கோவில் என்று அலைந்த நாட்களில் எனது உறவினர் ஒருவர் சொன்னார், 'உங்க அப்பாவுக்கு ஒரு பிரச்சினையும் இல்லைங்க. இப்போ கையில இரண்டு லட்சம் ரூபா பணம் இருந்தா சட்டுன்னு குணமாகிடுவார்.'

அப்போது நாங்கள் மிகுந்த பண நெருக்கடியில் இருந்தோம். அப்பாவின் வாகன விபத்து, திடீர் ஹார்ட் அட்டாக், பைபாஸ் சர்ஜரி, மிகுந்த செலவு பண்ணிப் படிக்க வைத்தபிறகு தம்பிக்குச் சரியான வேலை கிடைக்காது சென்னையில் இருந்தது என்று எல்லா முனைகளிலும் அழுத்தம். இந்த நெருக்கடிகள் வந்தபிறகுதான் தங்கை திருமணத்திற்கும் தம்பி படிப்பிற்கும் அப்பா நிறையக் கடன் வாங்கியிருக்கிறார் என்பதே எங்களுக்குத் தெரிந்தது. ரிட்டயர்ட் ஆனதும் அவர்கள் நெருக்க ஆரம்பித்தார்கள். திடீரென்று அவர்களது குரலில் ஒரு மரியாதை இழப்பையும் கடுமையையும் அவர் உணர்ந்தார். அவர் கடன் வாங்கின இடங்களிலிருந்து தொடர்ச்சியாக நினைவூட்டல் கடிதங்கள் அவருக்கு வந்துகொண்டே இருந்தன. அவற்றையெல்லாம் அவர் மறைத்துவைத்திருந்ததை அவர் இறந்த பிறகு கண்டுபிடித்தோம். நண்பர்கள் அவரைத் தவிர்த்தார்கள். இவர் உதவிய பலர்கூட தெருக்களில் காணாதவர்கள்போலப் போனார்கள்.

அவரால் யாரிடமும் உதவி கேட்க முடியாது. என்னிடமும்கூட. அது அவருக்கு மிகப்பெரிய அவமானம் என்று நினைக்கக்கூடியவர். இதனோடு அவருக்கு பைபாஸ் செய்ய வேண்டியிருந்தது. அதற்காக என் மனைவியின் நகைகளை அடகு வைக்க நேர்ந்ததை அவர் மிகப்பெரிய அவமானமாகக் கருதினார். 'எனக்கு பகுதி க்ளைம் உண்டு. உன் நகையை எப்படியாவது திருப்பித் தந்துடறேன்' என்று அவளைக் காணும்போதெல்லாம் சொல்லிக்கொண்டிருந்தார். ஆனால் நாங்கள் அறுவை சிகிச்சை செய்த மருத்துவமனை பட்டியலில் இல்லை என்று க்ளைம் மறுக்கப்பட்டது. இவ்வளவுக் கும் அந்த மருத்துவமனயிடம் திரும்பத் திரும்ப விசாரித்தபிறகே அங்கு சேர்த்திருந்தோம். பின்னர் போய் விசாரித்தபோது, 'எங்களது சென்னை கிளைக்கு உண்டு. மதுரைக்குக் கிடையாது. நீங்கள் அரசிடம் பேசிக்கொள்ளுங்கள்' என்று அலட்சியமாகச் சொன்னார் கள். அப்பா கேஸ் போட்டார். கேஸ் இழுத்தது. அப்பா உடைந்து போனார். என் மனைவியைப் பார்ப்பதையே தவிர்த்தார்.

ஒருமுறை எனது மகனின் பிறந்த நாளுக்கு அழைத்தபோது வரவில்லை. நான் மிகுந்த கோபமுற்று அவரிடம் போனில் கத்தினேன். அவர், 'அவனுக்குக் கையில கொடுக்க ஏதாவது நான் கொண்டுவரவேண்டாமா? உன் மாமனார் பெரிய பொட்டலத்தோட வந்து நிக்கும்போது, நான் அங்கே எப்படி வந்து சும்மா நிப்பேன்? அவன் என்னைப் பார்த்து, 'தாத்தா நீ என்ன வாங்கிட்டு வந்தே?'ன்னு கேட்டா என்ன செய்வேன்?' என்றார். நான் குரோதமாக, 'என்னிடம் கேட்டிருக்கலாமே?' என்றேன். அவர், 'ச்சீ. உன் பொண்டாட்டி கிட்டே ஏற்கெனவே நான் தலை குனிஞ்சி நிக்கிறேனே, போதாதா? நான் வருவேன். இந்த கேஸ் ஜெயிச்சி அவளோட நகைகளோடை யும் கீர்த்திக்கு பெரிய பெரிய பொம்மைகளோடவும் உன் வீட்டுக்கு ஒருநாள் வருவேன்' என்றார்.

அந்த கேஸ் அவர் உயிரோடிருக்கிறவரைக்கும் நகரக்கூட இல்லை. அவர் என் வீட்டுக்கு வரவும் இல்லை.

ஆனால் இவற்றோடும்தாம் அவர் வாழ்ந்துகொண்டிருந்தார். உண்மையில் அவரை உடைமுனைக்கு தள்ளிய சம்பவம் இதுதான்.

ஒருநாள் மதியம் சிலர் ஏதோ கோவில் கும்பாபிஷேக நிதி என்ற பெயரில் நன்கொடை கேட்டு வந்திருக்கிறார்கள். உடன் அந்தப் பகுதி பெரிய மனிதர்களும் உண்டு. அவர் இருபது ரூபாய் கொடுத்திருக்கிறார். அவர்கள் குறைந்தது ஐம்பது ரூபாய்தான் என்பதுபோல நிர்ப்பந்தித்திருக்கிறார்கள் அவர் மறுத்தபோது, அவர்களில் ஒருவர் சற்று கேலியாகப் பேசியிருக்கிறார். 'உங்கள்

தம்பியே நூறு ரூபாய் கொடுத்தார்'என்று சொல்லியிருக்கிறார். இறுதியில் அந்த இருபது ரூபாயைத் திருப்பிக் கொடுத்துவிட்டுப் போயிருக்கிறார்கள். அவர்கள் போனபிறகு அப்பா இரண்டு நாட்கள் சாப்பிடவும் தூங்கவும் இல்லாமல் இருந்திருக்கிறார். மூன்றாம் நாள் அதிகாலையிலேயே திடீரென்று எழுந்து வக்கீலைப் போய்ப் பார்த்திருக்கிறார். சோர்வுடன் அன்று மதியம் திரும்பியிருக்கிறார். பேசாமல் அறைக்குள்ளேயே அங்குமிங்கும் நடந்துகொண்டிருந் திருக்கிறார்.

அன்றைய இரவுக்குள் அவர் முற்றிலும் மனச் சிதைவுக்குள் விழுந்துவிட்டார்.

பின்னர் அவரது பிரமைகள் விலகின. ஓர் அபூர்வ நாளில் அவர் அன்றைய சம்பவத்தை நினைவுகூர்ந்து கண்ணில் நீர் ததும்ப இவ்விதம் சொன்னார், ஒரு மன்னிப்புக் கோரல் போல ஏங்கிய குரலுடன், 'அப்போது என் கையில் மொத்தமாகவே இருபது ரூபாய்தான் இருந்தது.'

□

கோபுரம் 2

12

நான் அந்த நண்பனது கிராமத்து வீட்டுக்கு இரண்டு முறை போயிருக்கிறேன். தங்கியிருக்கிறேன். புழுக்கிய நெல் வாசனை எப்போதும் இருக்கும், நடுவில் முற்றம் வைத்த ஒரு வீடு. நெல்மணி உண்ண இறங்கும் பறவைகளை விரட்டியபடி கையில் ஒரு குச்சியுடன் எப்போதும் உட்கார்ந்திருக்கும் அவனது தங்கப் பாம்பட ஆச்சி. தேங்காய்த் திரட்டு என்ற பண்டத்தை அந்த வீட்டில்தான் முதன்முதலில் சாப்பிட்டேன். நிறைய தேங்காய், நிறைய சர்க்கரை, நிறைய நெய் என்று சேர்த்துச் சற்று பணக்காரப் பலகாரம். ஆகவே அவனைப் பத்து வருடங்கள் கழித்து நெல்லையின் பிரபல துணிக் கடையில் துணி கிழிக்கிறவனாகப் பார்க்கும்போது சற்று அதிர்ச்சி யாகவே இருந்தது. அவன்தானா என்று சந்தேகமும் வந்தது. ஏனெனில் அவன் என்னை அறியாதவன்போலக் கடந்துபோனான். என் மனைவி, 'தெரிஞ்சவர்னு சொன்னீங்க?' என்றாள்.

ஆனால் அடுத்த நாளே புட்டாரத்தி அம்மன் கோவிலில் மீண்டும் ஒருமுறை அவனைச் சந்தித்துவிட்டேன். இம்முறை அவன் விலகி ஓடவில்லை.

'அன்னிக்கி சூப்பெர்வைசர் கூதியான் அங்கேயே நின்னுட்டிருந்தான். அதான்' என்றான்.

'இன்னிக்குக் கடை இல்லையா?'

'இல்லே, இன்னிக்கி செவ்வால்லா?'

'அது சரி, நீ என்ன இப்படி?'

அவன் முகம் இறுகியது. ‘எல்லாம் போச்சு....... ப்பயலுவ எல்லாம் மேலே வந்துட்டாய்ங்க. எல்லாத்தியும் அடிமாட்டு விலைக்கு வித்துட்டு இங்கே வந்துட்டோம். அந்த ஊர்ல நம்மாளுவ இனி இருக்க முடியாது. நம்ம உயிருக்கு, உடைமைக்கு, பெண்டுகளுக்கு, எதுக்குமே பாதுகாப்பில்லை’ என்றான். ‘உனக்குக் கல்யாணம் ஆச்சா?’

‘ஆச்சு. உனக்கு?’

‘அந்தக் கருமாந்திரமும் ஆச்சு. பகல் முழுக்கக் கடையில எழவுன்னா ராத்திரி முழுக்க அவளோட ஒப்பாரி. வாழ்க்கையே வெறுத்துடுச்சுடா.’

‘ஏன்? என்ன பிரச்சினை?’

‘பிரச்சினை?’ அவன் ஏளனமாகச் சிரித்தான். ‘பிச்சை எடுக்கத் தெரியலை. அது பிரச்சினை. துட்டு இருக்கிறவனுக்குக் குண்டி கழுவிவிடத் தெரியலை. அது பிரச்சினை. காலாட்டி, காலாட்டிச் சாப்பிட்ட பழசை எல்லாம் மறக்கத் தெரியலை. அது பிரச்சினை.’

நான் மெதுவாய், ‘நீ வேணா வெளியூர் போயிப் பார்க்கலாமே?’

‘அப்படியும் போனேன். சென்னைக்கு. ஒரு பத்துக்குப் பத்து ரூம்ல பத்து பேரு. எல்லா எழவுப் பயலும் அதுக்குள்ளே. ஒருத்தன் குசுவை இன்னொருத்தன் குடிச்சிக்கிட்டுக் கிடக்கணும்.’ அவன் குரல் இன்னமும் இறங்கியது. ‘எல்லாம்... ஏறிப் பசங்க. ஒருத்தனும் சரியாக் குளிக்கறதில்லை. குளிக்கிறதுக்கு அங்கே தண்ணியும் இல்லே’ என்றான். ‘அதாவது பரவால்ல... ஒரு நா ஒரு நா... ஒரு கருவாயன் சூப்பரவைசரு என்னைச் சாக்கடையை இறங்கிக் குத்திவிடுன்னு சொன்னான். தாங்கவே முடியலை. போடா மயிருன்னு வந்துட்டேன்.’

நான், ‘நம்ம வூட்டுச் சாக்கடை அடைச்சா நாம பண்ண மாட்டோமா?’

‘வீட்டுச் சாக்கடை இல்லை. ஊர்ச் சாக்கடையை. எவனோ பேளுவான். அதை நான் அள்ளணுமா?’

‘அப்படிப் பண்ணுறவங்களும் இருக்காங்களே?அவங்க நிலைமையை எண்ணிப் பாரு.’

அவன் சட்டென்று, ‘நான் அந்தப் பொறப்பில்லை.’

நான், ‘யாருமே அந்தப் பொறப்பில்லை மக்கா’ என்றேன். ‘உலகம் மாறிடுச்சி. எல்லாரும் எல்லாம் பண்ணலாம். எல்லாரும் எல்லாமும் பண்ணனும். நாம கொஞ்சம் விசாலமாகிக்கணும்.’

அவன், 'போடா பிடுங்கி' என்றான். 'உனக்கொரு உத்தியோகம் கிடச்ச கொழுப்பில தத்துவம் பேசறியா?' என்றான். பிறகு உரத்த குரலில் 'வீரவநல்லூர் மாணிக்கம் பிள்ளை மவனை ஒருத்தன் இங்கே பீச் சாக்கடையைக் குத்திவிடச் சொல்றான்!' என்று கத்தினான்.

கோவிலில் சிலர் திரும்பிப் பாக்க இன்னும் உரத்து கருவறையைப் பார்த்து, 'இந்தா நிக்காளே முண்டை, இவளுக்கு எவ்வளவு பண்ணிருப்பாரு எங்கப்பாரு மாணிக்கம் பிள்ளை. நிக்கா பாரு வெக்கங்கெட்டு. இவளுக்கென்ன எந்த.....ப்பய என்னத்தக் கொடுத் தாலும் இளிச்சிட்டு வாங்கி உடுத்திட்டு நிப்பா. கல்லத்திமுடுக்குக் காரிகள் பரவால்ல இவளுக்கு.'

நான் அதிர்ந்து, 'வாடா, வெளியே போயிடலாம்.'

'நீ போடா, நான் இவளை சிறுமைப்படுத்தாம வர மாட்டேன். துரோகி. முண்டை.'

அதற்குள் சிலர் எங்களை நோக்கி வந்து, 'தம்பி, பிரச்சினை பண்ணாதீங்க, போங்க.'

அவன், 'போவ மாட்டேன்வே. உம்மால முடிஞ்சதைப் பண்ணிக்குடும்' என்று திமிர்ந்து நிற்க, நான் ஏறக்குறைய அவனை வெளியே தள்ளிக்கொண்டு வந்தேன். 'சாரிடா, சாரிடா 'என்று சொல்லிக்கொண்டே இருந்தேன். அவன் ஒரு கட்டத்தில் தளர்ந்து, 'எனக்கு ஒரு பீர் வாங்கிக் கொடுடா' என்றான்.

நான் அப்போது குடிப்பதை நிறுத்தியிருந்தேன். எனினும் அவனுக்காகப் போனேன். 'லீவுன்னு வீட்டிலையும் இருக்க முடியலை அங்கேயும் ஒரு தேவடியா முண்டை இருக்கா. பணம் பணம்னு பிச்சுப் பிடுங்குதா. இல்லைன்னா... ' என்று தயங்கி, பிறகு 'இல்லைன்னா அவளுக்கு எப்பவும் சும்மா அவ ஓட்டைல புழுத்திகிட்டே இருக்கணும். தேவடியா முண்டை' என்றான் ஆங்காரமாக. 'முடியலைடா. எல்லா இடத்திலயும் என்னைக் காயடிச்சிட்டாங்க. பிறகு எப்படி நான் ஆம்பளையா இருக்கறது?' என்றவன் 'என்னத்தச் சொல்றது? என் புள்ளையே என்னதில்லைடா. சும்மா நாய் ஜீவிதம் வாழ்ந்துட்டிருக்கேன்.'

ஒருகணம் அந்த பார் முழுவதுமே அமைதியாகிவிட்டது. நான் விக்கித்துப்போயிருந்தேன். யாரோ ஒருத்தர் அதன் மறு மூலையிலிருந்து, 'ஒக்காளி, இந்தக் கடவுள் தாயளி மட்டும் என் கையில கிடைக்கட்டும்' என்று கத்தினார்.

நான் அங்கிருந்து ஏறக்குறைய ஓடிவந்தேன். அன்றிரவு முழுவதும் படுக்கையில் குளிர்காய்ச்சல் வந்தவன்போலச் சுருண்டுகொண்டு,

கோழிக் குஞ்சுபோல நடுங்கிக்கொண்டிருந்தேன். நள்ளிரவில் அம்மா விளக்கு ஏற்றி, 'எலெய், என்னா உடம்பு சரியில்லையா?' என்றாள். நான் எனது பல் எல்லாம் கிடுகிடுக்க, ஆமாம் என்பதுபோலத் தலையசைத்தேன். அவள் மாடத்திலிருந்து துழாவி திருநீறை எடுத்து என் மேல் வீசி நெற்றியில் இட்டாள்.

அப்பா உள்ளிருந்து, 'என்னட்டி?' என்று கேட்டார்.

'ஒண்ணுமில்லை. எதையோ பார்த்து பயந்திருக்கான். நாளைக்கு புட்டாரத்தி அம்மன் கோவில்ல கொண்டுபோய் ஓதணும்' என்றாள்.

•

இந்த நண்பரின் கதையை ஒருமுறை எனது தமிழ் மார்க்சிய நண்பரிடம் சொன்னேன். அவர் சொன்னார், 'ஒரு அமைப்பு சரிகிற போது எப்போதும் ஒரு கப்பல் மூழ்குவதுபோலவே மூழ்குகிறது. மூழ்குகிற அந்தக் கப்பலிலேயே வெவ்வேறு தளங்கள் இருக்கும். மேல் தளத்தில் நிற்பவர்களுக்கு கப்பல் மூழ்கப் போகிறது என்று முதலிலேயே தெரியும். எதனால் அது சரிகிறது என்றும் தெரியும். அவர்கள் தப்பித்துக்கொள்வார்கள். மாட்டிக்கொள்கிறவர்கள் கீழ்த் தளத்தில் நிற்பவர்களே. அவர்களுக்கு, மேல்தளத்தில் நிற்பவர்களின் முன் உணர்வோ சரிவின் பின்புலமோ தெரியாது. அதைமீறி மேல்வரும் உத்திகளும் தெரியாது. அவர்கள் அந்த அமைப்பின் பாதுகாப்பினால் மட்டுமே நின்றவர்கள் அவர்கள் எலிகள்போலக் கப்பலோடே மூழ்குவார்கள். மேல் சாதிகளைத் தாங்கி நின்ற அமைப்பு சரிந்தபோது இங்கே அந்தக் கப்பலின் மேல்தளத்தில் இருந்த பலர் தங்களை நுட்பமாக மாற்றிக்கொண்டு தங்கள் அமைப்பு களைச் சரித்த எதிர் அமைப்புக்களுக்குள்ளேயே புகுந்துகொண்டு தப்பித்தார்கள். கேரளத்தில் கம்யூனிஸ்ட் கட்சி முழுக்க பிராமணர் களும் நாயர்களும் ஏறி அதன் தலைமையைக் கைப்பற்றிக்கொண்டார் கள். அவர்கள் இன்றும் அங்கே நிலப்பிரபுக்களாகவே நீடிக்கிறார் கள். பால் சக்காரியா இதை ஒரு விநோதம் என்று சொல்கிறார். நான் இதை விநோதமாகக் கருதவில்லை. அது இயல்பான ஒன்றே. தமிழகத்திலும் ஓரளவு இந்த ஊடுருவல் நிகழ்ந்தது.

'இந்த வீழ்ச்சியை நுட்பமாக முன் உணர்ந்த ஒருவர் காந்தி. அவர் முடிந்த அளவு இந்த வீழ்ச்சியை ஆதிக்க சாதியினருக்கு மென்மைப் படுத்தவும் அது ஏன் நிகழ்கிறது என்று கற்பிக்கவும் முயன்றார். மலம் அள்ளுதல் போன்ற குறியீட்டுச் செயல்கள் இதை நோக்கமாகக் கொண்டவையே. அது ஓரளவுக்கே வெற்றி பெற்றது. டால்ஸ்டாயின் புத்துயிர்ப்பின் கதா நாயகன்போல மேல்சாதியினர்

தாங்களாகவே தங்கள் பாவங்களை, தாங்கள் சார்ந்த அமைப்பின் அநீதியை எண்ணி மனம் திருந்திப் புனிதர்கள் ஆவார்கள் என்றும் யாரும் பொறுமையுடன் காத்திருக்கவில்லை. டி.ஆர்.நாகராஜ் சொல்வதுபோல காந்திஜியின் ஹரிஜன் நாடகத்தில் தலித்துகளுக்கும் பிற்படுத்தப்பட்டோருக்கும் பாத்திரமே இல்லை. அது முழுக்க முழுக்க கனவான்களின் கண்ணியத்தை நம்பியே இருந்தது. கனவான்களின் கண்ணியமோ பரலோக ராஜ்ஜியம் போல நிச்சய மில்லாதது. அது எப்போதும் வந்துகொண்டே இருக்கிறதே தவிர ஒருபோதும் வருவதில்லை.'

நான், 'புரட்சியில் கனவான்களின் பங்கு எப்போதுமே சந்தேகிக்கப் படுகிறது' என்றேன். 'நீங்கள் ஒரு ரீபின்.'

அவர் சிரித்துக்கொண்டே, 'மாக்சிம் கார்க்கியை என்மேல் எறிந்தால் என்ன செய்வது?' என்றார்.

'நீங்கள் டால்ஸ்டாயை என்மீது எறியவில்லையா?' என்றேன். 'ஆனால், வீழ்ச்சி எங்கு நிகழ்ந்தாலும் அது வலி தருவதாகவே இருக்கிறது.'

'நீங்கள் உங்கள் நண்பரின் வீழ்ச்சியுடன் உங்களது சுய வீழ்ச்சியைத் தொடர்புபடுத்திக்கொண்டீர்கள். அவ்வளவுதான். வீழ்ச்சி பற்றி உங்களுக்கு ஒன்றுமே தெரியாது என்றே கூறுவேன். வீழ்ச்சியின் எல்லையை நீங்கள் அடைந்துவிட்டதாகக் கருதுகிறீர்களா? வீழ்ச்சியின் எல்லை மரணம்தான். பரிபூரண நிக்கிரகம்.'

நான் அதிர்ந்துபோய் அமர்ந்திருந்தேன். அவர் மிகுந்த அறிவு பூர்வமாக இதை அணுகுவதாக எனக்குப் பட்டது. மூளைதான் எல்லா வற்றையும் இயக்குகிறது. ஆனால் அது நேரடியாக எதையும் செய்ய முடியாது என்பதை அவர் அறிய மாட்டாரா? என் நண்பனுக்கு இந்த சமூக விசைகள் பற்றி எதுவும் தெரியாது. தெரிந்திருந்தாலும் அது அவன் வாழ்க்கையை எவ்விதம் மாற்றி இருக்கும்?

ஒருவகையில் அவர் சொன்னது உண்மை. வீழ்ச்சிக்கு எல்லை இல்லை. அதன் எல்லை மரணம்கூட இல்லை என்றே சொல்வேன். மரணத்திற்குப் பிறகும் ஒருவர் வீழக்கூடும்.

●

நண்பனை ஒரு வருடம் கழித்து மீண்டும் பார்த்தேன். துணிக் கடையில் அவன் இல்லை. 'அவர் நின்னுட்டாருங்க' என்றான் இன்னொரு பையன். 'இப்போ சூரத்ல இருந்து சொந்தமா துணி எடுத்து வீடு வீடாக் கொடுக்காரு.'

அவனை எங்கே பார்க்கலாம் என்று கேட்டேன். அவன் வீடு தெரியாது.

'ஊர்ல இருந்தா இந்நேரம் சந்திப் பிள்ளையார் முக்கில நிப்பாரு.'

அவன் சரியாகச் சந்திப் பிள்ளையார் முக்கில் பருத்திப் பால் குடித்துக்கொண்டிருந்தான் 'ஏ வா' என்றான் என்னைக் கண்டதும். 'பருத்திப் பால் குடிக்கியா?'

நான் 'கடைக்குப் போனேன்' என்றேன்.

'நின்னுட்டேன்' என்றான். 'இப்போ சொந்தமா துணி எடுக்கேன்.'

'அது எப்படிப் போகுது?'

அவன், 'வழக்கம் போலத்தான். சீதபேதி' என்றான். 'வேற ஒன்னும் பண்ணதுக்கில்லை. அதான் பண்ணிட்டு இருக்கேன். அப்புறம் நீ எப்படி இருக்கே? உன் வீட்டுக்காரி நம்ம வகை மாதிரியே இல்லையே. சவுராஷ்டிராக்காரி மாரில்லா இருக்கா?'

நான் சிரித்தேன். அவன், 'என் பொண்டாட்டியைப் பார்த்திருக்கியா? அவளும் சிகப்புத்தான். ஆனா வேற மாதிரி நம்மூரு சிகப்பு' என்றவன் முகம் திடீரென்று மாற்றமடைந்தது, 'அதான் அந்த முண்டைக்குத் தலைக்கேறிப்போச்சு' என்றான். பருத்திப் பால் காய்ச்சுகிறவர், 'ஆரம்பிச்சாச்சா?' என்றார். அவன், 'போரும்வே. ஊரே நாறுது. இவனுக்குத் தெரிஞ்சா என்ன? நேத்து சாயங்காலம்கூட அந்தக் கூதி மவன்கூட நடைல பேசிட்டு நிக்கா. சட்டுன்னு வீட்டுக்குள்ளே கூட்டிப் போயி கையை வச்சிப் பார்த்தேன். அருவி மாதிரி ஊறிக் கொட்டுது' என்றான் அடிக்குரலில். 'என்னைக் கேனையன்னு நினைக்கிறீங்களா எல்லாரும்?'

நான் சட்டென்று, 'என் பஸ் வந்துடுச்சுடா, நான் கிளம்பறேன்.'

அவன் கண்கள் சுருங்கின. 'ஹைகிரவுண்டுக்கு நிறைய பஸ் இருக்குடே' என்றான்.

நான் பதற்றமாய், 'இல்லே, சீக்கிரமா வரச் சொன்னா வீட்டில.' அவன் சிரித்து, 'போ போ' என்றான். 'ஒன்னு மட்டும் தெரிஞ்சுக்கோ. இவளுங்க ஓட்டையை நம்ம ரத்தத்தைக் கோரிக் கோரி ஊத்தினாலும் அடைக்க முடியாது' என்று அவன் சொன்னது பின்னால் கேட்டது.

அதன் பிறகு சில வருடங்கள் அவனைச் சிந்திக்கவே இல்லை. சிந்திக்கப் பயந்தேன் என்றே சொல்லவேண்டும். பிறகு அவன் ஒரு செய்தித்தாள் செய்தியாக என்னை வந்து அடையும்வரை நான்

அவனை மறந்துவிட்டேன். செய்தித்தாளை விசிறிவிட்டு துணிக் கடைக்கு ஓடினேன். ஆச்சர்யகரமாக முந்தி நான் சந்தித்த பையன் அங்கேயே இருந்தான். இப்போது கேஷ் கவுண்டரில். என் மனம் சட்டென்று இரங்கியது. ஒழுங்காக அவன் இங்கேயே இருந்திருக்க லாம். கொஞ்சம் கூட்டமாக இருந்தது. நான் காத்திருந்தேன். அவன் பிறகு யாரிடமோ சொல்லிவிட்டு வெளியே வந்தான். 'ஆமா சார்' என்றான். 'நேத்துத்தான் காரியம் முடிஞ்சுது. ரொம்பக் கஷ்டமாயிடுச்சி' என்றான்.

'சூரத் போகிற வழில கூடப் போன கோஷ்டியோட ரயிலேலேயே குடிச்சிருக்கார். நடுவழில ரயில் எங்கேயோ ரொம்ப நேரமா நின்னிருக்கு. உள்ளே உக்கார்ந்திருக்கிறது வெக்கையா இருக்குன்னு இறங்கி ஸ்டேஷனுக்கு வெளியே இருந்த மரத்துக்குக் கீழே போயிப் படுத்திருக்காங்க. திடீர்னு ரயில் கிளம்பிடிச்சின்னு ஓடி வந்து ஏறியிருக்காங்க. கொஞ்ச தூரம் போனபிறகுதான் இவரைக் காணோம்னு தெரிஞ்சிருக்கு. வந்துருவாருன்னு நினைச்சி இருந்திருக் காங்க. இவர் வரவே இல்லை. நாலு நாள் கழிச்சி, அங்கி இங்கயும் அலைஞ்சு ஸ்டேசனை ஒட்டி இருந்த கிணத்துல பாடியைக் கண்டு பிடிச்சிருக்காங்க. அந்த கிணறு ரொம்பத் தாழ்வா வேலியை ஒட்டி இருந்திருக்கு. இவரு அதில எப்படியோ குதிச்சிருக்கார்.'

நான் சற்று நேரம் பேசாதிருந்தேன்.

'பாவம் சார். அவரது பொண்ணுதான் அப்பா அப்பான்னு ரொம்ப அழுதுச்சி. இவ்ளோக்கும் இவருக்கு அது தம் பொண்ணான்னு சந்தேகம்.'

நான் தளர்ந்து அவனுக்கு நன்றி சொல்லிவிட்டு நடந்தேன். மாலை வெயில் கண் கூசிற்று. எங்கேயாவது இருட்டான பகுதிக்குப் போய் விடவேண்டும்போலத் தோன்றியது. நெல்லையப்பர் கோவிலில் தாமிர சபை அருகே சென்று அமர்ந்துகொண்டேன்.

இடுப்பில் கயிறு வைத்துக் கிழிந்த பாவாடை கட்டிய பெண் ஒருத்தி வந்து, 'சுண்டல் வேணுமாண்ணே?' என்று கேட்டாள். நான் நடுங்கி, வேணாம் என்று கண்களைப் பொத்திக்கொண்டேன். ஐயர் ஒருவர், 'ஏ பொண்ணே, பிரகாரத்துல இதெல்லாம் விக்கப்படாதுன்னு சொன்னேனோல்லியோ?' என்றபடி விரைவாக வந்தார். அந்தப் பெண் ஓடிப் போனது.

எனக்குச் சட்டென்று இந்தக் கவிதை நினைவு வந்தது. எமிலி டிக்கின்சனின் கவிதை.

மூழ்குதல் அத்தனை துயரமானதில்லை
மூழ்காமல் இருக்க நாம் செய்கிற முயற்சிகள் போல
மூழ்கும் மனிதன் மூழ்கும் முன்பு
மூன்றுமுறை மேலெழும்பி
வானத்தைப் பார்க்க வருவான் என்று சொல்லப்படுகிறது
பிறகு அவன் ஒரேடியாக அமிழ்ந்துபோய்விடுகிறான்
அந்த அந்தகாரத்தில்
நம்பிக்கையும் அவனும் கடைசியாகப் பிரிகிற ஒரு கணத்தில்.

நான் பலத்த சப்தத்துடன் வெடித்து அழ ஆரம்பித்தேன்.

ஒண்ணாம் நம்பர் கலா ரசிகன்
13

ஜெயராம் சார் வந்து கூப்பிட்டபோது நான் பெரிதாக யோசிக்க வில்லை. அவர் ஒருவகையில் என்னுடைய ஞான குரு. அப்போது மதுரையில் தங்கிப் படித்துக்கொண்டிருந்த இடத்திலும் எனது ஆசிரியர். ஜோதிடம் போன்ற கலைகளில் எனது ஆசான். வேதங் களை உபநிஷதங்களை நேரடியாக வடமொழியிலேயே படிக்கக் கூடியவர். அப்போது எனக்கு சமஸ்கிருதம்மீது பெரிய மயக்கம் இருந்தது. பண்டைய ரிஷிகள் சமஸ்கிருதத்தில் பேசினார்கள். ஆகவே சமஸ்கிருதத்தில் பேசுகிறவர்கள் எல்லோரும் எனக்கு ரிஷிகள். (இந்தப் பிரமை சங்கர சாஸ்திரி என்ற தோழர் மூலம் பின்னர் உடைந்தது. அவர் சமஸ்கிருதத்திலேயே வைவார். எல்லாமே நயம் கெட்ட வார்த்தைகள். எல்லாமே உனது அம்மாவின் கர்ப்பப் பாத்திரத்தில் எனது வம்சம் வளர்வதாக என்பது போன்ற கருத்துடைய கெட்ட வார்த்தைகள். நான் அதிர்ச்சியுற்று 'சமஸ்கிருதத்தில் கெட்ட வார்த்தைகள் உண்டா?' என்றேன். அவர் 'பின்ன? சமஸ்கிருதத்தில் இருக்கிறதெல்லாம் கெட்ட வார்த்தைகள்தான்' என்றார்.)

ஆனால் வடமொழி தென்மொழி எல்லாவற்றையும்விட முக்கியமாக ஜெயராம் சார் மாதக் கடைசியில் உதவக்கூடியவர். நான் என்னுடைய அப்பா கொடுக்கும் பணத்தையும் அரசாங்க உபகாரச் சம்பளத்தையும் முதல் பத்து தேதிகளுக்குள்ளேயே புத்தகம் வாங்கிக் காலி பண்ணிவிடுவதால் அவரது நல்லெண்ணம் எனக்கு மிக முக்கியம்.

ஐந்தரைக்கு மதுரை மீனாக்ஷி அம்மன் கோவில் ஆயிரங்கால் மண்டபத்தில் இலவசக் கச்சேரி. 'இடம் கிடைக்கிறது கஷ்டம். சீக்கிரமே போகணும்' என்றார் ஜெயராம் சார். நாங்கள் மதிய உணவு

முடித்து சண்முகா மெஸ்ஸிலிருந்தே கிளம்பிவிட்டோம். போகிற வழியெங்கும் அந்த இசைக் கலைஞரைப் பற்றி அவர் சிலாகித்துக் கொண்டே வந்தார். நான் அவரது இசையை ஒலிநாடாக்களில் கேட்டிருக்கிறேன். உண்மையிலேயே மயக்கும் இசை. ஆனால் கலைஞரைப் பற்றி ஒன்றும் தெரியாது. தவிர, முதன் முதலாக ஒரு இசைக் கச்சேரியை நேரில் பார்க்கப்போகிறேன் என்ற கிளர்ச்சி வேறு என்னிடம் இருந்தது. பரபரவென்று இருந்தேன்.

உண்மையில் சற்று சீக்கிரமாகவே போய்விட்டோம். 'என்ன சார், ஒருத்தரையும் காணோம்.' ஜெயராம் சார், 'வருவாங்க பாருங்க' என்றார். அவர் சொன்னதுபோலவே கூட்டம் சட்டென்று சாடி வந்து நிறைந்துவிட்டது. நாங்கள்தான் முதல் வரிசை. பின்னால் அசையக் கூட முடியாதபடிக்கு ஒரு கூட்டம். கழுத்தில் படரும் வெப்ப மூச்சுக் காற்றுகள். உண்மையில் அவர்கள் எங்களை இசைக் கலைஞர்கள் உட்கார ஒதுக்கியிருந்த பகுதிக்குள் தள்ளிவிடுவார்கள்போல இருந்தது. இசைக் கலைஞர்களுக்கு மேடை என்று எதுவும் இல்லை. ஜமுக்காளம் விரித்து சில தலையணைத் திண்டுகள் போடப் பட்டிருந்தன. ஒரு சொம்பு தண்ணீர் கொண்டுவந்து வைக்கப் பட்டிருந்தது. நன்கு பளபளவென்று ஒரு பித்தளைச் சொம்பு. அதில் என் முகத்தைக்கூடப் பார்க்க முடிந்தது. ஒருவர் வந்து மைக்கை நிறுவிச் சரி பார்த்துவிட்டுப் போனார். என் இடது பக்கத்தில் ஒரு சாமியார் கனத்த கொட்டை, பட்டை, பெருத்த தொப்பை சகிதம் மலைபோல அமர்ந்திருந்தார். அவர் ஏதோ ஒரு முக்கியமான மடத்தின் சாமியார்போல. அவர் என்னைப் பார்த்துப் புன்னகைத்தார். பிறகு 'நமசிவாய' என்றார். நானும் பதில் நமசிவாய சொல்ல வேண்டும் என்று எனது மூளைக்குத் தோன்றும்முன்பு இசைக் கலைஞர் வந்துவிட்டார். பின்னாலேயே பக்க வாத்தியங்கள்.

அவர் வந்ததும் சபை அடங்கியது. வந்தவர் எனக்கு நேர் எதிராக அமர்ந்தார். பெரிய திருநீற்றுப் பூச்சு. இரண்டு சென்னிகளுக்கும் ஒரு பாலம் போட்டது போல இருந்தது. நடுவில் அப்பியதுபோலக் குங்குமம். நான் அவரையே திகைப்புடன் பார்த்துக்கொண்டிருந் தேன். மிக அடர்த்தியான நெற்றி. நடுவில் சந்தித்துக்கொள்ளும் புருவங்கள். அந்தப் புருவங்களுக்குக்கீழிருந்து புதருக்குள்ளிருந்து பார்க்கும் இரண்டு கருப்பு முயல்கள் போல அவரது கண்கள்.

அவர் அந்தச் சாமியாரைப் பார்த்து வணக்கம் சொன்னார். பின்னர் என்னைப் பார்த்துச் சிரித்தார். ஒருவேளை சாமியாருடன் வந்தவராய் என்னை நினைத்துக்கொண்டாரோ? நான் அதை யோசிப்பதற்குள் அவர் தனது வாத்தியத்தை எடுத்து வாசிக்க ஆரம்பித்துவிட்டார்.

நகுமோமு... நல்ல சாகித்தியம்தான். ஆனால் அடுத்து நிகழ்ந்ததை நான் எதிர்பார்க்கவே இல்லை. அற்புதமான இசை. ஆனால் அதை வாசிக்கும்போது அவர் முகம் ஏன் இப்படிப் போகிறது? வாய் என்ற உறுப்பை காதுவரை நீட்ட முடியும் என்று நான் அப்போதுதான் கண்டேன். ஏறக்குறைய பேட்மேன் கதைகளில் வரும் ஜோக்கரின் சிரிப்பு. இசை உயர உயர அவரது முகம் பல்வேறு கோணல் களாகிக்கொண்டே இருந்தது. சிலநேரம் வானை நோக்கி முத்த மிடுவதுபோல அவர் எழுந்தே விட்டார். சில நேரம் புருவங்களின் அடியில் இருந்து கொண்டு 'எப்படி?' என்பதுபோல என்னையும் சாமியாரையும் பார்த்துக் கேட்பார். சாமியாரோ தனது தொப்பையைத் தூக்கித் தூக்கி உட்கார்ந்தவாறே எம்பி எம்பிக் குதித்துக்கொண்டிருந்தார். எல்லாம் என் முகத்துக்கு நேரே மிக எதிரில். மிக அருகில்.

என்னால் இசையில் கவனம் செலுத்தவே முடியவில்லை. உடம்பு அதிர்ந்துகொண்டே இருந்தது. சிரிப்பு ஒரு பெரிய ஊற்றுபோல நாபிக் கமலத்திலிருந்து கிளம்பி என் மொத்த சரீரத்தையும் உலுக்கியது. நான் அடக்கிக்கொண்டு பயந்துபோய், 'ஜெயராம் சார், எனக்க ஒருமாதிரி வருது, போயிடலாம்' என்றேன். அவர், 'ச்சே, இப்போதான் ஆரம்பிச்சிருக்கு. இப்போ எந்திரிச்சா அவமரியாதை பண்ண மாதிரி இருக்கும்' என்று கிசுகிசுத்தார். 'தவிர, பின்னால் பார்! நீ எந்திரிக்கவே முடியாது.' உண்மைதான். பின்னால் அப்படி ஒரு கூட்டம்.

என் நிலைமையோ மிக மோசமாக இருந்தது. சிரிப்பு, அடக்க முடியாத ஒரு புயல்போலக் கிளம்பி என்னை ஆட்டிக் கொண்டிருந்தது. சிரிக்காவிட்டால் நான் செத்துவிடுவேன் என்பது போன்று உணர்ந்தேன். அதை அடக்கும் முயற்சியில் நான் கண்ணில் நீர் வழிய அப்படியே விம்மினேன். சாமியார் ஒரு கணம் இப்படியும் ஒரு ரசிகனா என்று வியந்து என்னைத் தட்டிக் கொடுத்தார். கலைஞரும் இதைப் பார்த்துவிட்டு இன்னமும் உற்சாகமாக முகத்தை வலித்துக்கொள்ள, மன்னிக்க, வாசிக்க ஆரம்பித்தார். இப்போது அவர், 'மாடு மேய்க்கும் கண்ணே, போகவேண்டாம் சொன்னேன்' வாசித்தார். ஏறக்குறைய யசோதையாகவே அவர் அந்த இடத்தில் மாற முயன்றார் என்றே எனக்குப் பட்டது. நான் அடிக்குரலில் 'ஜெயராம் சார்!' என்று அலறினேன். சாமியாரோ, 'ஆஹா! ஆஹா!' என்று சொல்லிக்கொண்டிருந்தார்.

ஒரு படத்தில் ரங்காராவ், 'தர்ம சங்கடம், பிராண சங்கடம்' என்று அடிக்கடி சொல்வார். அப்படித்தான் என் நிலைமை அன்று இருந்தது.

சிரிப்பு எவ்வளவு பெரிய துன்பியல் அனுபவமாக மாற முடியும் என்பதை நான் உணர்ந்துகொண்டிருந்தேன். எனக்கு மாரடைப்பது போல் இருந்தது. கண்கள் இருட்டிக்கொண்டு வந்தன. வயிற்றுக்குள் விநோத சப்தங்கள் கேட்டன. நான் கண்களை மூடிக்கொண்டு என்னைக் கட்டுப்படுத்திக் கொள்ள முயன்றேன். 'எவ்வளவு பெரிய மனிதர்! அவர் முன்பு கொஞ்சம் நல்லபடியாக நடந்துகொள்ளப்பா! இதென்ன சல்லித்தனம்!' என்று எனக்கே சொல்லிக்கொண்டேன். ஆனால் எனக்குள் இருந்த விடலைப்பயல், 'ஐயோ சாமி, என்னால் முடியாது!' என்று கதறிக்கொண்டிருந்தான்.

கொஞ்சம் கட்டுப்பாடு வந்தாற்போலத் தோன்றிக் கண்ணைத் திறந்தால், அவர் 'அலைபாயுதே கண்ணா'வில் ராதையாகவே மாறி அந்த புதர்ப் புருவங்களுக்குக் கீழிருந்து என்னை ஓரக் கண்ணால் நாணத்துடன், விரகத்துடன், சோகத்துடன், இன்னும் எப்படி எப்படியோ பார்த்தார். ஐயோ! நான் பதறி மறுபடி விம்மியபடி கண்களை மூடிக்கொண்டேன்.

ஏறக்குறைய ஒன்றரை மணி நேரம் நான் எப்படி அந்த இடுக்கண்ணைக் கடந்தேன் என்பது இப்போதும் வியப்பாகவே இருக்கிறது.

கச்சேரி முடிந்ததும் துள்ளி எழுந்தவனை அதைவிட வேகமாகத் துள்ளி எழுந்த அவர் கட்டிப் பிடித்துக்கொண்டு கண்ணோடு கண் பார்த்து, 'மகா ரசிகன்!' என்றார். பிறகு சாமியாரிடம் திரும்பி, 'தஞ்சாவூருக்கு அடுத்து மதுரையில்தான் ஒண்ணாம் நம்பர் கலா ரசிகர்கள் இருக்கிறார்கள்' என்றார். ஜெயராம் சார் புளகாங்கிதத்துடன் 'ஆசீர்வாதம் வாங்கிக்கோ வாங்கிக்கோ' என்று என்னை உந்தித் தள்ளினார். நான் தடாலென்று அவர் காலடியில் விழுந்து விம்மினேன். சாமியார் 'ஆஹா! ஆஹா!' என்றது என் தலைக்குமேல் கேட்டது.

நான் தப்பித்தோம் பிழைத்தோம் என்று ஓடி வெளியே வந்தேன்.

அன்றிரவு கடுமையான வயிற்றுவலி ஏற்பட்டு ஒரு நாள் முழுக்க ஆஸ்பத்திரியில் இருந்தேன்.

□

அமரன்

14

கொஞ்ச நாட்களுக்கு முன்பு ருகேண்டாஸ் என்ற மத்திய கால ஓவியர் பற்றி ஒரு புத்தகம் படித்துக்கொண்டிருந்தேன். அவர் ஓர் ஆவண ஓவியர். அதாவது இன்றைய புகைப்படக்காரரின் வேலை. ஐரோப்பாவிலிருந்து அமெரிக்கக் கண்டத்துக்கு, அதன் மக்களை, நிலப்பரப்பை, விலங்குகளை, பறவைகளை ஆவணப்படுத்தச் செல்கிறார். போன இடத்தில் ஒரு மலை உச்சியில், புயலில் மாட்டிக் கொள்கிறார். இரண்டு முறை மின்னலால் தாக்கப்படுகிறார். மயங்கி விட்டவரை அவரது குதிரை பல கிலோமீட்டர்கள் இழுத்துக் கொண்டு வருகிறது. உயிருக்கு ஆபத்தில்லை. பிரச்சினை என்னவெனில் அவரது ஒற்றைக் கால் மட்டும், சேணத்தில் மாட்டிக் கொண்டுவிட்டதால் அவரது முகம் முழுக்கத் தரையில் தேய்க்கப் பட்டு, ரத்தக் களறியாக வந்து சேர்கிறார்.

அவரை ஒரு மடாலயத்தில் சேர்த்து அப்போதிருந்த மருத்துவ சிகிச்சைகளைச் செய்கிறார்கள். இரண்டு மாதத்தில் காயம் குணமாகிறது. மிக அகோரமான முகம் ஒன்றை விட்டுவிட்டு. ஆனால் அதுகூடப் பிரச்சினை இல்லை. குணமாகும்போது அவரது முகநரம்புகள் யாவும் தாறுமாறாகச் சேர்ந்துகொண்டுவிட்டன. விளைவு கடுமையான முக வலி. கொடூரமான தலை வலி. அவரது முகம் எப்போதும் மிக விகாரமாகத் துடித்துக்கொண்டே இருக்கும். வெளிச்சத்தைப் பார்க்கவே முடியாது. கடும் தலைவலியில் துடித்துவிடுவார். எப்போதும் ஒரு கறுப்புச் சீலைத் துணியை நிகாப்போல முகத்தின்மீது அணிந்துகொண்டிருந்தார். தூங்கும் போதும்கூட. மார்பின் மட்டுமே அவரை ஓரளவு சமனப்படுத்தியது. ஆனால் மார்பின் கிடைப்பது அவ்வளவு எளிதாக இல்லை. அது

கிடைக்காத நாட்களில், இரவெல்லாம் வலியில் ஓநாய் போல ஊளையிட்டுக்கொண்டே இருப்பார். எப்போதாவது அவரது வலித்திரை விலகும். அப்போதெல்லாம் அவர் வரைய ஆரம்பித்துவிடுவார். அது பிறகு அவருக்குக் கடும் வேதனையைக் கொண்டுவந்தால்கூட.

அவரை அவரது நண்பர் வெளிச்சம் கொஞ்சமும் வராத ஓர் அறையில் வைத்திருந்தார். ஒருநாள் குடியிருப்பில் ஒரே கூச்சல். பதற்றத்துடன் அறைக்குள் வந்த நண்பர், 'செவ்விந்தியர்கள் தாக்கிவிட்டார்கள்!' என்றார். 'நீ இங்கேயே பத்திரமாக இரு.'

ருகேண்டாஸ் சிரமத்துடன் எழுந்து உட்கார்கிறார். 'செவ்விந்தியர்களா?' அவர் குரலில் ஆர்வம் தெரிகிறது. செவ்விந்தியர்களை வரையவேண்டும் என்பது அவரது நீண்ட நாள் ஆசை.

'ருகேண்டாஸ், பைத்தியமா உனக்கு? அவர்கள் நம்மைக் கொன்று விடுவார்கள்!' என்கிறார் நண்பர். 'நமது பெண்களைத் தூக்கிச் சென்றுவிடுவார்கள். ஊர் முழுவதும் போருக்குச் செல்கிறது. நானும் செல்கிறேன்.' அவர் ருகேண்டாஸின் அருகில் வந்து அவர் தலையில் முத்தமிட்டு, 'மாலையில் பிழைத்திருந்தால் வந்து சந்திக்கிறேன் நண்பா' என்று சொல்லிவிட்டுச் செல்கிறார்.

பெரிய சண்டை நடக்கிறது. இருபக்கமும் சம இழப்பு. செவ்விந்தியர்கள் தற்காலிகமாக விலகி சில காத தூரம் தாண்டித் தங்குகிறார்கள். இங்கிருந்து பார்க்க, அவர்கள் மூட்டிய நெருப்பு வெளிச்சம் தெரிகிறது.

நண்பர் சொன்னபடித் திரும்பி வருகிறார். ஆனால் ருகேண்டாஸ் படுக்கையில் இல்லை. முகாம் எங்குமே அவர் இல்லை. 'அவர்கள் அவரை அடிமையாகப் பிடித்துச் சென்றுவிட்டார்கள்!' என்கிறார் ஒருவர். 'ஆனால் இவரால் அவர்களுக்கு என்ன பயந்திருக்க முடியும்?'

ருகேண்டாசின் நண்பருக்கு ஏதோ புரிவதுபோல் இருக்கிறது. ஆனால் தான் நம்புவது சரிதானா என்று தன்னைத்தானே கேட்டுக் கொள்கிறார். ஆழ்ந்த சிந்தனையுடன் தூரத்தில் செவ்விந்தியர்களின் படை முகாமிலிருந்து வரும் சிவந்த வெளிச்சத்தைப் பார்க்கிறார்.

நள்ளிரவு. செவ்விந்தியர்களின் படைத்தங்கல்.

பெரும்பாலான செவ்விந்தியர்கள் தூங்கிவிட்டார்கள். வெள்ளையர் குடியிருப்பிலிருந்து பிடித்துவரப்பட்ட சில பெண்களின் அழுகைச் சப்தம்மட்டும் கேட்டுக்கொண்டிருக்கிறது. குளிருக்காக அவர்கள்

மூட்டிய நெருப்பு வெடிக்கும் சப்தமும். காவலுக்காக சிலர் மட்டுமே விழித்திருக்கிறார்கள். சற்று மது அருந்தியிருக்கிறார்கள். கொஞ்சம் கொஞ்சமாக அவர்களும் தங்களுக்குள் பேசுவதை நிறுத்திவிட்டு மௌனத்துக்குள் ஆழ்ந்துவிடுகிறார்கள்.

பிறகுதான் அவர்கள் பிரமையோ என்று சந்தேகித்த அந்த காட்சியை அவர்கள் காண்கிறார்கள்.

ஒரு மோசமான குதிரையில் அமர்ந்தபடி பெண்கள்போல முகத்திரை அணிந்த ஓர் உருவம் அவர்களது முகாமுக்குள் நுழைகிறது. முகாமின் வெளிச்சமான பகுதியில் குதிரையை நிறுத்திவிட்டு கீழே இறங்குகிறது. இறங்கியதும் தனது முகத்திரையை விலக்குகிறது. ஐயோ என்ன கோரம்! இப்படியோர் உருவத்தை அவர்கள் பார்த்ததே இல்லை. அதன் முகம் வேறெங்கோ போக விரும்புவதுபோல எல்லாத் திசைகளிலும் அலைந்துகொண்டிருக்கிறது.

இறங்கிய அந்த உருவம் அவர்களை ஒரு முறை கூர்ந்து பார்த்து விட்டு, அடுத்து அவர்கள் நம்பவே முடியாத, அதுவரை பார்த்தேயிராத அந்தச் செயலைச் செய்கிறது.

அது குதிரையின் முதுகில் இருந்த மூட்டையைப் பிரித்து ஒரு சட்டத்தை நிறுத்தி அதன் மேல் ஒரு கான்வாசைப் பொருத்தி நிதானமாக வரைய ஆரம்பிக்கிறது.

ருகேண்டாஸ்.

மொழிவாரி மாகாணம் – சில பிரச்சினைகள்

15

இங்கே முடி திருத்தும் நிலையங்கள் சில சமயங்களில் அளிக்கும் அனுபவங்கள் அபாரமானவை. பொதுவாக இங்கே அரசியல் பேசக்கூடாது என்று எச்சரிக்கும் சவப்பெட்டி ஷாப்புகளுக்கு நான் போவதே இல்லை. நெல்லையில் அவை வெட்டு குத்துரீதிக்குப் போய்விடுவதால் அந்த எச்சரிக்கை தேவையாக இருக்கலாம். இங்கு அத்தனை தூரத்துக்குப் போய்விடுவதில்லை என்பதால் அரசியல், சமூகம் பற்றி அநாயாசமான விமர்சனங்கள், ஆண் பெண் உறவு பற்றிய புதிய புதிய குறுக்குவெட்டுத் தோற்றங்கள் போன்றவை கிடைக்கும். கெட்ட வார்த்தைகள் சும்மா பொங்கி வரும். மதம் பற்றி, சாதி பற்றிய நையாண்டிகள் தெறித்துவிழும்.

நான் ஒரே ஒரு தடவை நட்சத்திர ஓட்டல்களில் இருக்கும் அழகுநிலையம் ஒன்றிற்குள் நுழைந்து பார்த்துத் திரும்பிவிட்டேன். அங்கே தங்கியிருந்த எனது நண்பர் ஒருவர் என்னையும் எனது பரட்டைத் தலையையும் பார்த்துவிட்டு கூட்டிப் போனார். 'யோவ். சிந்தனையாளன்னா பளிச்சின்னு இருக்கவேணாமா? இப்படி மரநாய் குடைஞ்சி தின்ன பனம்பழம் மாதிரி இருக்கே தலை?'

நான், 'இல்லியே, சிந்தனையாளன்னா அழுக்கா இருக்கறதுதான் மரபு. அவன் தினம் குளிக்கறதுகூட சாஸ்திர விரோதம்.'

அவரு, 'அந்த சாஸ்திரம் எல்லாத்தியும் கோபி மாத்திட்டாருல்லா?'

நான், 'எந்த கோபி? கோபி கிருஷ்ணன்?'

அவர், 'உம்மையெல்லாம் இன்குபேட்டர்ல வக்கணும்யா.'

முழுக்கக் குளிரூட்டிய அந்த இடத்துக்குப் போனவுடன் மெனு கார்டு மாதிரி ஒன்றைக் கொடுத்துவிட்டார்கள். நான் அதைத் திறக்காமலேயே, 'எனக்குப் பசியில்லே' என்றேன். நண்பர், 'அதில்லே மசிரே, உனக்கு எந்த மாடல் கட்டிங் வேணும்ன்னு பார்த்துச் சொல்லு. நான் அதை மகாபாரதம் மறு ஆக்கம்போல ஒன்றும் புரியாமல் திருப்பித் திருப்பிப் பார்த்துக்கொண்டிருந்தேன். உள்ளே மிக அழகான நீலக் கண்களும் வெள்ளைத் தோலும் கொண்ட யுவர்கள் விதம் விதமான சிகை அலங்காரங்களுடன் இருந்தார்கள். உண்மையில் அவர்களுக்குப் பழனியில் மொட்டை அடித்திருந்தால் கூட நன்றாகத்தான் இருந்திருக்கும். ஆனால் அந்த மெனு கார்டில் என்னை உண்மையில் கவர்ந்தது அந்த சேவைகளின் விலைதான். 'ஆ!' என்று துள்ளிக் குதித்தேன். 'என்ன சாமி இது? முடி வெட்டிக்க இவ்வளவு விலையா? எங்க ஊர்ல மூளை ஆப்பறேசனே இதைவிடக் கம்மிதான்.'

நண்பர் முறைத்துப் பார்த்து, 'இப்போ பண்ணிக்கறியா இல்லியா? உனக்காக இல்லே. எனக்காக. உம்மைச் சில இடங்களுக்கு நான் கூட்டிப் போக வேணாமா?'

ஒருமாதிரி முனகலுடன் ஒப்புக்கொண்டேன். ஆனால் அடுத்து நிகழ்ந்ததைத்தான் என்னால் ஒப்புக்கொள்ளவே முடியவில்லை. பல் டாக்டர் சேர் மாதிரி ஒரு நாற்காலியில் என்னை அமரவைத்ததும் சட்டென்று எங்கிருந்தோ அந்த மிக அழகிய, வாசனை மிக்க பெண் வந்து, 'வணக்கம்' என்றாள். நான் வணக்கம் சொல்லி முடிப்பதற்குள் அவளது கோட்டிலிருந்து ஒரு சாதனத்தை எடுத்து, 'தொடங்கலாமா?'

நான் துள்ளிக்குதித்து எழுந்துவிட்டேன்.

நண்பர், 'இப்போ என்னய்யா?'

'இந்தப் பொண்ணா வெட்டப் போகுது?'

'ஆமா. அதுக்கென்ன?'

'இல்லை.'

'ஏன்?'

'அதுவந்து, நான் பொண்ணுங்ககிட்டே என் தலையைக் கொடுக்கற தில்லை.'

அவர், 'யூ ப்யூடலிஸ்ட்!' என்று கத்தினார். 'நீ சொல்றதோட சமூக அர்த்தம் உனக்கு விளங்குதா? பொண்ணுங்க இப்போ எல்லாம் பண்றாங்க.'

நான், 'அதெல்லாம் எனக்குத் தெரியாது. ஆனா எந்தப் பெண்ணும் என் தலைல கை வைக்கக்கூடாது.'

அவர் தலை தலையாய் அடித்துக்கொண்டார் என்று இங்கே சொல்வது பொருத்தமாக இருக்கும்.

ஆனால் இந்தக் கடை அப்படியில்லை. இங்கே பெண்களே வர மாட்டார்கள். நிம்மதியான சேவல் பண்ணை.

நேற்று போனபோது பெரிய கூட்டமில்லை. முடிதிருத்துகிறவரின் நண்பர்கள் இருவர் மட்டுமே அமர்ந்து கதையடித்துக் கொண்டிருந்தார்கள். போகும்போதே சூடான அரசியல் ஓடிக் கொண்டிருந்தது.

‘வே, உம்ம ஆளுக்கு நாளைக்கு சிட்சை கிட்டுமா?’ என்றார் ஒருவர்.

மற்றவர், ‘குன்னையைக் கிட்டும்’ என்றார்.

‘வே சீத்த வார்த்தை பேசாதிரும்.’

‘உண்மையை நல்ல வார்த்தைல சொல்ல முடியாதுவே’ என்றவர், ‘அதில்லை, இந்தியாவில எந்த ராஷ்ட்ரியக்காரனுக்கு சிட்சை கிடைச்சிருக்கு?’

‘சார், உட்காருங்க. கட்டிங்கா சேவிங்கா?’

நான் அமர்ந்தேன்.

இப்போது முடிவெட்டிக் கொண்டிருந்தவர், ‘என்ன மயிரு சிட்சை? மத்தவன் பண்ணாத ஊழலா?’

இதைக்கேட்டதும் முதலாமவர் கோபமடைந்து எழுந்து, ‘சும்மா கீறிப்போடுவேன். எதாவது பேசணும்னு பேசப்படாது. இவனைப் பத்திப் பேசினா இவனைப் பத்தி மட்டும் பேசு. ஏன் அவன் செய்யலியா? இவன் புழுத்தலையான்னு கேட்கப்படாது. இதாண்டெ உங்க பிரச்னம். ஆவிக்குரிய கூட்டம்னு சொல்லி அடுத்த மதத்துக்காரனைப் பத்திப் பேசி ஆவியை வாங்கறது. சமய மாநாடுன்னு சொல்லி மாநாடுக்கு வராதவனை எல்லாம் பாகிஸ்தானுக்குப் போங்கலேன்னு விரட்டுறது. ஒன்னு பேசும்போது அதைப் பத்தி மட்டும் பேசுங்கடே. ஏன் கச்சேரில போய்ச் சொல்ல வேண்டியதுதானே? என்னை மட்டும் ஏன் சாடுதீக. அங்கே அவன் பண்ணலையா, இவன் பண்ணலையான்னு?’ என்று கத்தினார்.

இதற்கு மற்றவர், ‘அண்ணா சமானப்படு. இன்னிக்கு நாளு இன்னும் மிச்சமிருக்குல்லா’ என்று பிடித்து உட்கார வைத்தார்.

அவர் உட்கார்ந்து, ‘ஒரு மயிரும் தெரியாது. ஆனா பேச வந்துடராய்ங்க...’

இதற்கு மற்றவர், 'அவனுக்கு ஒரு மயிரும் தெரியாதுன்னு நீர் எப்படிச் சொல்லலாம்?'

'செரி செரி, அவனுக்கு எல்லா மயிரும் தெரியும்' என்றவர் சற்று நேரம் அமைதியானார்.

'ஆனாலும் சிட்சை கிடைக்காதுன்னு எப்படி உறுதியாயிட்டுச் சொல்றே? வடக்கேஎல்லாம் கிடைச்சிருக்கே?'

'அவன் மாடு மேய்க்கறவன்லா? அதான் கிடைச்சுது. மணியாட்டுறவனுக்கு இந்தியால எங்கே கிடைச்சிருக்கு?' என்றவர், 'ஆனா ஏசு நாதர் செரியாச் சொல்லிருக்காரு. அவன் மாட்டுன விவகாரத்தை பார்த்தீகளா? மாடு பிடிக்கறவன் மாடால் பிடிபடுவான்.'

இப்போது புதிதாய் வந்தவர் ஒருவர், 'மாடு திங்கறவன்?' என்றார். இவர் அவரை ஏறிட்டுப் பார்த்தார். 'ஓ வாங்க ஜி. நீங்கதானா? நேத்து உங்களை முபாரக்ல குடும்பத்தோட பார்த்தேனே?அப்ப உம்ம மவ சாப்பிட்டுட்டு இருந்தது என்ன மான் இறைச்சியா?'

அதற்கு அவர் நெளிந்து, 'சவம். பழகிட்டா. என்ன பண்றது?'

'அது போட்டு. உங்க அண்ணர் சவுக்கியமா?'

வந்தவர் கண்ணாடியில் தனது சந்தனக் கீற்றை சரி செய்துகொண்டு 'சவுக்கியம். கன்யாரிக்கு ப்ளேன் வரப்போகுது, குளச்சல் கடலுக்கு கப்பல் வரப்போகுது' என்றார் சன்னதம்போல.

'முதல்ல நம்மூருக்கு பஸ் வரட்டும். பஸ் போறாப்ல ஒரு ரோடு போடச் சொல்லுங்க. அதுல போகும்போதே கப்பல்ல போனாப்லாதான் இருக்குது' என்றார் இவர்.

அவர் திரும்பி, 'கம்யூனிஸ்டுகளுக்கு என்ன அடிபட்டும் புத்தி வரலியே?'

மற்றவர், 'அந்தக் கடையை மூடி நாளாச்சே. இது வேற கடை. துடைப்பக் கடை.'

'ஆனா ஒன்னு சம்மதிக்கணும் சாரே. உங்க ஜி சொன்னாப்ல கன்யாரியை கேரளத்தோட சேர்த்துடலாம். இந்தத் தமிழ் நாட்டுல கட்டிக்கிட்டு நான் படற பாடு.'

இதைக் கேட்டதும் எல்லாரும் பகபகவென்று சிரித்தார்கள்.

நான் விழிக்க, 'வே பார்த்துப் பேசும். சாரும் அந்தப் பக்கம்தான்' என்றார் முடிவெட்டிக் கொண்டிருந்தவர்.

'எந்தப் பக்கம்னா என்ன? நான் தள்ளையன்னு விளிச்சா அவ என்ன சொல்லுதியங்கிறா. குன்னையன்னா என்னையங்கிறா! பத்து வருசமாச்சி. ஒன்னும் புரிபடலை. ஆனா எல்லோரும் ஒரே ஸ்டேட்லதான் இருக்கோம்னு பேரு. இந்த மொழிவாரி மாகாணம் ஒரு தப்பு கான்செப்ட், கேட்டீகளா?'

இப்போது அவர்கள் இன்னும் வெடித்துச் சிரித்தார்கள்.

'அதுக்காக மகளுக்குப் பதிலா மாமியா கையைப் பிடிச்சி இழுத்தா சும்மா விடுவாகளா?'

'யோவ். இது இந்தத் தள்ளையை ஒளி கரண்ட்காரனால வந்ததுய்யா. இல்லேட்டா அந்தக் கிழவி கையைப் பிடிச்சி நான் ஏன் இழுக்கென்?' என்றார் அவர் பரிதாபமாக. 'அதுகூடப் பரவால்லே. பிந்தைய நாள் எங்க அம்மை சொன்னதுதான் அவங்களுக்கு ரொம்ப தேஷ்யம் வந்துட்டு. கத்திட்டு போயிட்டாங்க. உண்மைல எங்க அம்மை என்ன தப்பா சொல்லிட்டான்னு மனசிலாகவே இல்லை.'

இப்போது சிரிப்பில் கடையே குலுங்கியது.

நான் ஆர்வமாய், 'அப்படி என்ன சொன்னாங்க அவங்க?' என்றேன்.

'அம்மை சொல்லிருக்கா... போட்டு போட்டு. வேறாருமா தொட்டிழுத்தா? மருமான்தானே'ன்னு. இதுக்கு போயி, 'ச்சே, இது ஒரு குடும்பமா?'ன்னு, அது இதுன்னு பேசி ஆடு ஆடுன்னு ஆடி, போதாதுன்னு என் வீட்டுக்காரியையும் கூட்டிட்டுப் போயிட்டா சவத்தெளவு.. இதுல என்ன தப்பிருக்குன்னு எனக்கு இன்னும் புரியவே இல்லை. ஜி சொன்னதுதான் சரி. கன்யாரியை கேரளத்தொடதான் சேர்க்கணும். இவங்க தமிழ் நாட்டோட சேர்த்து அனாவசியமா நம்ம வாழ்க்கைல விளாடுறாங்க.'

□

ஓரே ஒரு பெண்

16

மழைக் காலத்தில் பூக்கும் மலர் என்ற பொருள் தரக் கூடிய பெயர் அவளுக்கு. உண்மையில் அவ்விதமான பெண்தான். இறந்தவனை யும் கிளர்த்தும் புன்னகை. மழைவெள்ளம் தாவிய நதிபோல அவளைச் சுற்றி எப்போதும் எப்போதும் ஒரு பரபரப்பும் கிளர்ச்சியும்.

அவளை நிறையப் பேர் காதலித்தார்கள். அவளும் நிறையப் பேரைக் காதலித்தாள் என்று சொன்னார்கள். அவளது நடத்தைபற்றி எப்போதுமே ஒரு கிசுகிசுப்பு உண்டு. ஒரு நாள் அவளே அது உண்மைதான் என்று என்னிடம் சொன்னாள். 'என்னால் என் கால்களுக்குக்கீழே ஓர் ஆண் இல்லாமல் தூங்க முடிவதில்லை' என்றாள். நான், 'கீழேயா, நடுவேயா?' என்றேன். அவள் மூக்கைச் சுருக்கிச் சிரித்து, 'கீழே. நடுவே. மேலே' என்றாள். 'ஆனால் ஆண்கள் ஆண்களாக இருக்கவேண்டும். ஆனால் ஆண்கள்! அவர்கள் எங்கிருக்கிறார்கள் என்று உனக்குத் தெரியுமா?'

நான், 'ஆண்களுக்கா பஞ்சம்?' என்றேன். அவள், 'பாப்பூ (அவள் இவ்விதம்தான் என்னை அழைப்பாள்), என்ன இப்படிக் கேட்டுவிட்டாய்? ஆண்களுக்கு எப்போதுமே பஞ்சம்தான்!'

நான் பேசவில்லை. எனக்கும் அவள்மேல் ஓர் ஈர்ப்பு உண்டு. ஆனால் அவளிடம் அதைச் சொல்லவே முடியாது.

பிறகு கொஞ்ச நாள் அவள் இன்னொரு மலையாளப் பையனுடன் நெருக்கமாக இருப்பதாய்ச் சொன்னார்கள். போன வாரம் அவர்களை நெய்யாறு டாமில் மக்கள் பார்த்திருக்கிறார்கள். எனக்கு அவனைத் தெரியும். நல்ல ஜோடிதான்.

ஆகவே ஒரு பின் மதியம் அலுவலகத்தில் ஏதோ எழுதிக் கொண்டிருந்தபோது அவள் திடீரென்று பின்னால் வந்து கட்டிக் கொண்டபோது எனக்குத் திகைப்பாய் இருந்தது.

'பொண்ணே இது என்ன?' என்றேன். 'அவனுக்கும் உனக்கும்?'

அவள் என் முகத்தை ஆராய்ந்து இங்குமங்கும் பார்த்துவிட்டு சிரிப்புடன், 'அவனுக்கும் எனக்கும்?'

'உனக்கு அவனைப் பிடிக்கவில்லையா?' என் குரலில் தெரிந்த தவிப்பு எனக்கே வியப்பாய் இருந்தது.

'யார் சொன்னது? பிடிக்குமே? அதற்கென்ன?' என்றாள். 'எனக்கு உன்னையும் பிடிக்கும்.'

நான் தளர்ந்து, 'விடு என்னை' என்றேன். 'நீ ஒரு வேசி!'

அவள் என்னை விட்டுவிட்டாள். பிறகு சற்று தீவிரமான குரலில், 'இதில் என்ன தவறு இருக்கிறது என்று எனக்குப் புரியவே இல்லை' என்றாள். 'நிறையப் படிக்கிற உனக்கு இது புரியவில்லை என்பது என்னை மேலும் வருத்துகிறது.'

நான் சினந்து, 'அப்படியானால் நீ ரெண்டு பேருடனும் படுத்துக் கொள்வாயா?'

அவள், 'ஆமாம்'என்றாள். 'இரண்டு பேரையும் பிடித்திருந்தால் நான் இரண்டு பேருடனும் படுத்துக்கொள்வேன்.'

'ஒரே நேரத்தில்?'

அவள் சிரித்து, 'ஒரே நேரத்தில்' என்றாள். 'என் பெரியப்பாவுக்கு இரண்டு மனைவிகள். அவர்கள் இரண்டு பேருடனும் ஒரே அறைக்குள் சென்று கதவைச் சார்த்திக்கொள்வார்.'

நான், 'அது வேறு' என்றேன். 'ஆண்கள் விஷயம் வேறு.'

அவள் என் முகவாயைத் தாங்கி, 'ஏன் வேறு?'

நான் பதில் சொல்லவில்லை. அவள் என்னைப் பகடி செய்கிறாள் என்று பட்டது. உண்மையில் அந்தக் கேள்விக்கு எனக்குப் பதிலும் தெரியவில்லை.

அதன்பிறகு சில நாட்கள் நான் அவளுடன் பேசவில்லை. அவளது இன்னொரு காதலனுடனும்தான்.

வழக்கமாக நான் அவனை களியக்காவிளையிலிருந்து வண்டியில் ஏற்றிக்கொண்டு வருவேன். அந்த நாட்களில் அவனைக் காணாததுபோலக் கடந்து போய்விட்டேன்.

அடுத்தவாரம் நான், அவன், அவள் மூன்று பேரும் காணிப்பகுதியில் ஒரு முகாமுக்குச் செல்லவேண்டியிருந்தது. மதிய உணவு இடை வேளையில் நான் அவர்களைத் தவிர்த்தேன். அங்கே அவர்கள் அருகருகே அமர்ந்து இழைந்துகொண்டு சாப்பிட்டதைக் கவனித்தேன். தனிமையில் எனக்கு சட்டென்று கண்ணீர் முட்டுவதை நானே வியப்புடன் கவனித்தேன்.

மாலையில் சமவெளிக்குத் திரும்புகையில் அந்தப் பழைய பேருந்து, ஒரு தேரி ஏறும்போது, கால்கள் உடைந்து நின்றுவிட்டது. என்னென்னமோ செய்து பார்த்துவிட்டு ட்ரைவர், 'அடுத்த பஸ் வர ஒரு மணியாவும். விருப்பம் உள்ளவங்க களியல் வரைக்கும் நடந்து போனா வேற பஸ் கிடைக்கும்' என்றார்.

நான் அங்கே உட்கார்ந்திருக்கப் பிடிக்காமல் கீழே இறங்கி நடக்க ஆரம்பித்தேன். லேசாக மழை பெய்ய ஆரம்பித்திருந்தது. அதே சமயம் பொன் வெயிலும் ஒரு தங்கக் கொடிபோலப் படபடத்தது. இரண்டு பக்கமும் உயர்ந்திருந்த மரங்களிலிருந்து முகம் தெரியாத பறவைகள் கூவிக்கொண்டே இருந்தன.

ஒரு பலாமரத்தின் மேலிருந்து இரண்டு குரங்குகள் சரசரவென்று இறங்கி என்னைப் பார்த்துக்கொண்டே சாலையைக் கடந்தன. சாலையின் மையத்தில் ஒரு நீண்ட சாரைப் பாம்பு வெயில் காய்வதைப் பார்த்தேன். அதன் முதுகு பளபளத்தது. சிறிய சிறிய வெள்ளை நிறப் பட்டாம்பூச்சிகள் என் முன்னால் ஒரு அறிவித்தல் போலத் தாவித் தாவிப் போய்க்கொண்டிருந்தன. வானத்திலிருந்து தட்டான்கள் எய்யப்பட்டதுபோல இறங்கி வந்துகொண்டே இருந்தன. பின்னால் மலைகளின்மேல் முகில்கள் அவசரம் அவசரமாக பள்ளிக்கு ஓடிவரும் குழந்தைகள்போல வந்து சேர்ந்து கொண்டிருந்தன.

என்னை யாரோ கூப்பிடுவதுபோல இருந்து, திரும்பிப் பார்த்தேன்.

அவள்தான், 'பாப்பூ 'என்று கூவியபடி ஓடி வந்துகொண்டிருந்தாள். பின்னால் அவன். நான் நிற்பதா வேண்டாமா என்று தீர்மானிப்பதற் குள் அவள் ஓடிவந்து என்னைக் கட்டிப் பிடித்துவிட்டாள். கட்டிக் கொண்டு என் முகம் முழுவதும் முத்தமாய்ப் பொழிந்தாள். என் முகம் முழுக்க அவளது எச்சில். 'கோபமா பாப்பூ? கோபமா?'

நான் துடைத்துக்கொண்டு அவனைத் திரும்பிப் பார்த்தேன். அவன் சிரித்தபடியே வந்துகொண்டிருந்தான். என்னருகே வந்து கையைப் பிடித்துக்கொண்டு, 'என்ன அவசரம்? சேர்ந்து போகலாம்.'

நான் சற்றுத் தயங்கி அங்கேயே, நம்ப முடியாததுபோல நின்றேன். அவர்கள் காத்திருந்தார்கள். பின்னர் இலகுவாகி அவர்களுடன் சேர்ந்து மெல்ல நடந்தேன்.

ஏறக்குறைய இரண்டு கிலோமீட்டர்கள். நாங்கள் மூவரும் எதையெதையோ பேசியபடி, சிரித்தபடி அந்த மலைச் சாலையில் மெதுவாக இறங்கினோம்.

மெய்யாகவே ஒரு தங்க மாலை. இன்றும் ரொம்பத் துக்கமாய் இருக்கையில், ரொம்பத் தளைப்பட்டதுபோல உணர்கையில், விஷ முறிவுபோல நான் நினைத்துக்கொள்கிற ஒரு மாலை.

அதன்பிறகு என்னென்னவோ நிகழ்ந்துவிட்டது. அவள் வேலையை விட்டுவிட்டு ஒரு நல்ல ஒண்ணாம் தரம் நாயரைக் கல்யாணம் செய்துகொண்டு மத்தியக் கிழக்கு நாடொன்றுக்குப் போய்விட்டாள். அவளுடைய காதலனுக்குக் கேரளத்தில் வேலை கிடைத்துப் போய்விட்டான்.

ஒரு பத்து வருடச் செய்தியின்மைக்குப் பிறகு போன மாதம் மார்த்தாண்டத்தில் யாரோ ஒருவர் என்னைத் தடுத்தி நிறுத்தினார். அவன்தான். ‘உங்களை எங்கெல்லாம் தேடுவது?’ அவன் அப்போது மலப்புரம் மாவட்டத்தில் இருப்பதாய்ச் சொன்னான். நான் அவனை அழைத்துப்போய் காபி வாங்கிக் கொடுத்தேன். அவனுக்கு கல்யாணமாகி ஒரு பெண் குழந்தை இருக்கிறதாம். பிறகு நான் அவளைப் பற்றி விசாரித்தேன். அவனும் அவளைப் பார்த்து நாளாயிற்றாம். அவளது கணவன் பெரிய பணக்காரன் என்று மட்டும் தெரியுமாம். பிறகு அவன் பெருமூச்செறிந்து, ‘அற்புதமான பெண். இல்லையா?’ என்றான். ‘என்னால் அவளை மறக்கவே முடியவில்லை.’

அவன் கண்கள் கசிந்துகொண்டிருந்தன. அவன் இதைச் சொல்வதற் காகவே என்னைத் தேடி இத்தனை வருடங்களுக்குப்பிறகு இங்கு வந்திருக்கிறான் என்பது புரிந்தது. சரிதான். என்னை விட்டால் வேறு யார் அதைப் புரிந்துகொள்வார்கள்?

நான், ‘ஆம்’ என்றேன். ‘என்னாலும்தான். அற்புதமான பெண்.’

நாங்கள் சற்றுநேரம் மௌனமாக இருந்தோம்.

பிறகு நான் அவளது பழைய உரையாடல் ஒன்றை ஓர்த்து, ‘உண்மையில் நான் பார்த்த ஒரே ஒரு பெண்’ என்றேன்.

□

இனியொரு கோபாலன்

17

நேற்று மாலை குழித்துறை கோபாலன் இறந்துவிட்டான். கோபாலன் இந்தவிடத்துப் பிரசித்தி பெற்ற கோவில் யானை. நிறைய குழந்தைகளின் ஹீரோ. நிறைய பெரியவர்களின் குழந்தை. எதிர்பார்த்த மரணம்தான். கொஞ்ச நாளாகவே அவனுக்கு உடல் நலமில்லை. வயிற்றுப் புண், சர்க்கரை வியாதி என்று என்னென்னவோ சொன்னார்கள்.

'தேரி ஏறும்போது மூச்சிரைக்குது. இருமறான்' என்றார்கள். 'இங்கேயானா எல்லா இடமும் தேரி.' இன்னும் சிலர், 'அதெல்லாம் இல்லை சார். அவனுக்குச் சரியா சாப்பாடில்லை. அவ்ளோதான். ஆனைன்னா அதுக்குள்ள சாப்பாடு தரணும். ஆனையை ஆனையா வச்சிருக்குறது அதோட சாப்பாடுதானே? இவங்க போடற பிச்சை அதோட தும்பிக்கைக்குப் போதாது.'

இதில் ஓரளவு உண்மை உண்டு. இடையில் இது சம்பந்தமாக போராட்டம் எல்லாம் நடத்தப்பட்டு அவனுக்குக் கூடுதலாய் சாப்பாடு வாங்க நிதி ஒதுக்கீடு பெறப்பட்டது. இன்னும் கொஞ்சம் தென்னம் மட்டைகளும் மரப்பட்டைகளும். ஆனால் எல்லாம் ரொம்பத் தாமதமாக வந்து சேர்ந்தது.

இன்று காலை அடக்கம் என்று சொன்னார்கள். அலுவலில் இருந்து அவசரமாக விடுவித்துக்கொண்டு அவனைப் பார்க்க ஓடினேன். வழியில் அவனுக்கு அஞ்சலி செலுத்திப் பெரிய பெரிய போஸ்டர்கள் இருந்தன. நல்ல கூட்டம். கோவில் யானை என்றாலும் கம்யூனிஸ்டு களும் ஒரு செவ்வணக்கம் செய்திருந்தார்கள். அவர்களது குழந்தைப் பருவத்திலும் அவன் உண்டு அல்லவா?

ஆனால் நான் போயிருந்திருக்கக் கூடாது. அங்கே நான் போன பொழுது கோபாலன் இல்லை. அவனது உடல்தான் முழுக்க அக்கக்காய்ப்ப் பிரிக்கப்பட்டு, தனித்தனியாக திசைக்கொன்றாக ரத்த விளாரியாகக் கிடந்தது. நான்கு கால்களும் ஒரு இடி விழுந்த கட்டிடத்தின் நான்கு தூண்கள்போலச் சிதறிக் கிடந்தன. மூன்று பேர், வெறும் முண்டு மட்டும் உடுத்திக்கொண்டு வியர்வை வழிய அவனது வயிற்றிலிருந்து ஈரலைக் கயிறு கொண்டு இழுத்து உரிக்க முயன்று கொண்டிருந்தார்கள்.

நான் அதிர்ச்சியடைந்து, ‘என்ன இது?’ என்றேன்.

ஒருவர், ‘போஸ்ட் மார்ட்டம்’ என்றார்.

‘எதற்கு? கோபாலனை யாராவது கொன்றுவிட்டார்களா?அல்லது அது தற்கொலை செய்துகொண்டுவிட்டதா?’

அவர் என் முகத்தை ஏறிட்டுப் பார்த்து, ‘வயதான யானைகள் பல விஷமிட்டுக் கொல்லப்படுவதுண்டுதான்’ என்றார். பிறகு சிந்தனையுடன், ‘நாட்டில் பழக்கப்படுத்தப்பட்டு உலவும் யானைகள் தற்கொலைதான் செய்துகொள்கின்றன என்பது எனது சந்தேகம்.’

கோபாலன் பல நாட்களாகச் சரியாக உணவெடுக்கவில்லை. அதைத் தற்கொலை என்று சொல்ல முடியுமா என்று தெரியவில்லை.

அந்த நபர் கசப்புடன் சிரித்து, ‘இவையெல்லாம் அரசியல்சரியாகச் சொல்லப்படும் காரணங்கள். உண்மையான காரணம் அதோ’ என்று காட்டினார்.

அங்கே எப்போதும் ஒரு நடன அசைவுபோல ஆட்டி ஆட்டி நடக்கும் கோபாலனின் தலை தனியாக கிடந்தது. ஒரு வலுத்த ஆள் வியர்வை சொட்ட அதன் தலையைக் கோடாலியால் பிளந்துகொண்டிருந்தான். அவன் ஒவ்வொரு தடவை கோடாரியை அடிக்கும்போதும் ஓர் உலோகச் சத்தம் கேட்டது. ஒவ்வொரு தடவை கோடாரியை அடிக்கும்போதும் அந்த அதிர்ச்சியைத் தாங்க மாட்டாற்போல கோபாலனின் மூடியிருந்த கண்கள் திறந்து திறந்து மூடின.

ரமேஷ் பேடி எழுதிய ‘யானை: காடுகளின் அரசன்’ நூலில் (நேஷனல் புக் ட்ரஸ்ட்) யானைகள் சாவதற்கு, வனத்தில் தனிமையை நாடிப் போய்விடுகின்றன என்கிறார். பொதுவாகவே கூட்டமாய்த் திரியும் குணமுடைய யானை, தான் ஒரு சுமையாகிவிட்டோம் என்று தோன்றுகையில் எல்லாரையும் விட்டுவிட்டு நீர் நிலைகளையோ சதுப்பு நிலங்களையோ நாடிப் போய் விடுகிறது என்கிறார். ஒரு தடவை வேட்டைக்காரார்களால் சுடப்பட்டுத் தப்பிய யானையை

நான்கு மாதங்கள் கழித்து ஒரு நதியின் அடியில் கண்டுபிடிக்கிறார். பெரிய எலும்புக்கூடாக. அது ஆற்றில் அமிழ்ந்துகொண்டு உணவு ஒரு பிடிகூட உண்ணாமல் கொஞ்சம் கொஞ்சமாக இறந்திருக்கிறது. யானை தான் இறப்பதை மற்றவர்கள் பார்ப்பதை விரும்புவதில்லை என்கிறார் அவர்.

நான்என்னைச் சுற்றியுள்ள கூட்டம் பெருகுவதைக் கவனித்தேன்.

'டாக்டர் காலைல ஊசி போட வந்தார். அதால நிக்க முடியலை. கிரேன் வச்சித் தூக்க ட்ரை பண்ணோம். அதுவும் நடக்கலை. பிறகு கோபாலன் தும்பிக்கையால் மூன்று தடவை தரையில் அடித்தான். பிறகு செத்துப்போனான்' என்று விளக்கிக்கொண்டிருந்த பெரிய மனிதரின் பெரிய காதுகளையே நான் பார்த்துக்கொண்டு கொஞ்ச நேரம் நின்றிருந்தேன்.

இப்போது காற்றில் மெலிதாக ஒரு வீச்சம் பரவத் தொடங்கியிருந்தது.

'தந்தங்கள்!' என்றார் அந்த முதல் நபர். 'அதற்காகத்தான் இத்தனை நாடகமும்.'

நான் மிகுந்த தளர்ச்சியாய் உணர்ந்தேன். கோபாலனின் இளமைக் காலத்தைப் பற்றி எண்ணிப் பார்க்க முயன்றேன். அங்கம் அங்கமாக ஒரு விபத்து நடந்ததுபோல இங்கே சிதறிக் கிடக்கும் அவன் எங்கே பிறந்தான்? அவன் எப்போது பிடிக்கப்பட்டான்? இறக்கையில் என்ன நினைத்துக்கொண்டான்?

என் பக்கத்தில் இப்போது இன்னொரு வயதான நபர் தள்ளாடிய வாறே வந்து நின்றார். குடித்திருக்கிறார் என்று தெரிந்தது.

'என்ன கெம்பீரமான யானை! கஜ ராஜன் அல்லவா கோபாலன்' என்றார்.

நான், 'அதெல்லாம் இல்லை. அவனொரு அடிமை. அவனது கால் சங்கிலிகளை நீங்கள் பார்த்ததில்லையா' என்று மனத்துக்குள் சொல்லிக்கொண்டேன்.

அவர், 'இனியொரு கோபாலன் இனி எங்கு காணாம் பத்தும்?' என்று கண்களைத் துடைத்துக்கொண்டார்.

'இனியொரு கோபாலனை நாம் எங்கும் காணண்டாம் பெரியவரே' என்றேன் நான்.

இரண்டு டாக்டர்கள் – 1

18

ஒருநாள் எனது நெருங்கிய நண்பர் ஒருவர் அவரது தம்பியுடன் தனது டிவிஎஸ் ஐம்பதில் வந்து இறங்கினார்.

'உங்க ஏரியாவுல இந்த டாக்டரை பார்க்க வந்தேன்' என்று சொன்னார். 'தம்பிக்குக் கொஞ்சம் பிரச்சினை.'

நான் 'அவரா?' என்று இழுத்தேன். 'என்ன பிரச்சினை?'

நான் தயங்குவதற்குச் சற்று காரணம் இருந்தது. நண்பர் தேடிவந்த டாக்டர் நல்லவர்தான். ஆனால் சிறியவை கொஞ்சமும் சிந்திக்காத 'பெரிய' டாக்டர்.

ஒரு தடவை எங்களது ஆச்சிக்கு தொண்டையில் உணவு விழுங்க முடியாதபடிக்கு ஒரு பிரச்சினை. வழக்கமாய் டாக்டர் பக்கமே வராத கிழவி, சாப்பிட முடியவில்லை என்றதும் வந்துவிட்டது.

டாக்டர், ஆச்சியை நிறுத்தியும் இருத்தியும் கிடத்தியும் நன்றாகப் பரிசோதித்தார். தொண்டைக்குள்ளேயே போய்ப் பார்த்தார். பின்னர் என்னையும் சித்தப்பாவையும் மட்டும் தனியே அழைத்தார். பெருமூச்சு விட்டுக்கொண்டு 'திடமா இருந்துக்கோங்க' என்றார். சித்தப்பா நாற்காலியைக் கெட்டியாகப் பிடித்துக்கொண்டார். 'கொஞ்சம் பெரிய வியாதியாவுல்ல தெரியுது...'

சித்தப்பா, 'எதுவா இருந்தாலும் சொல்லுங்க' என்றார்.

'புத்து மாதிரி தெரியுது' என்றார் டாக்டர்.

அங்கே சட்டென்று ஒரு பெரிய அமைதி விழுந்தது.

சித்தப்பா, 'நாங்க என்ன பண்ணனும்?'

'திருவனந்தபுரத்தில கொண்டு வச்சி சிகிச்சை பண்லாம். ஆனா இந்த வயசான காலத்துல அவங்களை எதுக்கு துன்புறுத்தறதுன்னு பாக்கேன். பேசாம வீட்டுக்குக் கூப்பிட்டுப் போயி இருக்கற வரைக்கும் சந்தோசமா வச்சுக்கோங்க. பிரார்த்தனை பண்ணுங்க. பேரப் பிள்ளைங்க எல்லாத்தியும் கூப்பிட்டுக் காமிங்க. பிடிச்சதை வாங்கிக் கொடுங்க' என்றார். பிறகு, 'யார் சிகிச்சை அளித்தாலும் குணப்படுத்துவது நாமல்ல, அவன்' என்று மேலே காண்பித்தார். மேலே ஒரு சாய்பாபா படம் புஸ்புஸ் தலையுடன் சிரிக்கச் சிரிக்க இருந்தது. அவர் அதே படத்தை சிறிய அளவில் சித்தப்பாவிடம் கொடுத்து, 'பிரார்த்தனையைவிடக் கூட்டுப் பிரார்த்தனை நல்லது. வியாழக் கிழமை இரவுகளில் எங்க வீட்டுல சாய் பஜன் உண்டு, முடிஞ்சா கலந்துக்கோங்க.'

நாங்கள் ஆச்சியை வீட்டுக்குக் கொண்டுவந்தோம். அவருக்கு யாரைப் பார்க்கவேண்டும், என்ன வேண்டும் என்று கேட்டோம். 'எனக்கு ஒரு பயலையும் பாக்கவேண்டாம்... எனக்கு கேரட் அல்வா சாப்பிடனும்' என்றார் அவர்.

சங்கம் வைத்து அல்வா வளர்த்த நெல்லையில் கேரட் அல்வா எங்கும் கிடைக்காததால் சித்தப்பாவே கேரட் அல்வா கிண்டத் துணிந்தார். ஆனால் அவர் கிண்டியதில் திருப்தி இல்லாமல் கட்டிலிலிருந்து இறங்கி வந்து ஆச்சியே சரியான பதத்தில் கிண்டினாள். தொண்டை வலியையும் மீறிக் கிண்டியதில் பாதியை அவளே தின்றாள்.

நாங்கள் அன்றிரவு காத்திருந்தோம். சித்தப்பா எங்களுடன் பிணக்கில் இருந்த இன்னொரு சித்தப்பாவுக்குத் தகவல் சொல்லவே கூடாது என்று இரவெல்லாம் கொந்தளித்துக்கொண்டிருந்தார். மறுநாள் காலை எழுந்ததும், 'ஏலே, இன்னிக்கு வியாழக் கிழமையா?' என்று கேட்டார். நான், ஆச்சியின்மீது எவ்வளவு பிரியம் இருந்தாலும் பஜனுக்கு எல்லாம் வர முடியாது என்று சொல்லிவிட்டேன். அவர் அதை ஒரு பெரிய துரோகம் என்பதுபோல எல்லோரிடமும் குறை கூறிக்கொண்டிருந்தார். 'இந்தப் பயலை எப்படியெல்லாம் வளர்த்தா அவ? அவங்க அம்மையைவிட இவ மடியிலதான் அதிகம் கிடந்தான் இந்தப் பய... இப்போவானா...'

மறுநாள் காலையில் எழுந்ததும் ஆச்சி சினை இட்லி கேட்டாள். மறுநாள் திரட்டுப் பால். அடுத்த நாள் முந்திரிக் கொத்து. அடுத்த நாள், 'இந்த திருபாகம்னு ஒரு அய்யங்கார் பண்டம் இருக்கு பாத்துக்கோ...'

ஆச்சி அதன்பிறகும் ஏறக்குறைய பத்து வருடங்கள் இருந்து நாகர்கோவில் சுருள் மிட்டாய், கோவில்பட்டி கடலை மிட்டாய், சாத்தூர் காரச்சேவு எல்லாம் சாப்பிட்டுவிட்டுத்தான் செத்துப் போனாள்.

ஆனால் நண்பர் இவை எதையும் கேட்க மறுத்தார். 'சும்மாருடே, உனக்குத் தெரியலை. இவருதான் பெஸ்ட்டுன்னு ஊர்ல சொல்லிக்கறாங்க. தவிர இவரு எங்க ஆளு வேறயாம்லா.'

திருநெல்வேலியில் இந்தத் தர்க்கத்துக்கு மறுப்பே சொல்ல முடியாது. எல்லா சமூக உறவுகளும் இந்த வடிகட்டியின் மூலமாகவே இயங்குவதால் வேறு வழியின்றி நானும் அவர்களோடு போனேன். 'நீ ஏன் இவர்கிட்டே வர மாட்டேங்குறே? காசு நிறையப் பிடுங்குவாரா?'

நான் 'ச்சேச்சே' என்று சொன்னேன். அந்த வகையில் அவர் தங்கமானவர். சில நேரங்களில் பீஸ்கூட வாங்க மாட்டார். அப்போது இதுமாதிரி லேபுகள், மால்கள் போன்ற ராட்சத பாலிகிளினிக்குகளும் கூடக் கிடையாது... ஆனால்...

டாக்டர் என்னைப் பார்த்ததுமே கண்டுகொண்டு புன்னகைத்தார். 'ஆச்சியோட வந்தீங்க இல்லே? அப்புறம் வரலை' என்றார். பிறகு பெருமூச்சுடன் எதையோ புரிந்துகொண்டதுபோல, 'எல்லாம் இறை விருப்பம்...'

நான் ஆச்சி நன்றாகத்தான் இருக்கிறார் என்பதைச் சொல்ல அஞ்சி மௌனமாய் இருந்தேன்.

வழக்கம்போல டாக்டர், நண்பரின் தம்பியை சட்டையோடு, சட்டை இல்லாமல், உட்காரவைத்து, நிற்கவைத்து, பிதுக்கி, பிறாண்டி பரிசோதித்தார். 'அடிக்கடி கீழே விழுவீங்களா' என்று கேட்டார்.

'இல்லியே...'

'நல்லா யோசிச்சி, நிதானமா, பதட்டப்படாம சொல்லுங்க.'

அவன் நன்றாக யோசித்து, 'போன மாதம் ஒரு தடவை விழுந்தேன்' என்றான்.

ஒரு கல் நதிக்குள் விழுந்து செட்டில் ஆவதுபோல, ஒரு புதிர் தனது முடிச்சை இழந்து இலகு ஆவதுபோல, அவர் முகம் அமைதியாவதைப் பார்த்தேன்.

பிறகு, நான் எதிர்பார்த்தது போலவே, தம்பியை வெளியே அனுப்பிவிட்டு, எங்கள் இருவரை மட்டும் அவர் தனியே

அழைத்தார். எனது நண்பரை ஆழமாய்ப் பார்த்து 'கொஞ்சம் திடமா இருக்கணும்' என்றார்.

நண்பர் மேசையில் முன் நகர்ந்து, 'எதா இருந்தாலும் சொல்லுங்க டாக்டர்...'

நான் அவனது கன்னம் துடிப்பதைப் பார்த்தேன். அவனுக்கு வேறு சற்று பெரிய தூலமான கன்னம்.

டாக்டர் பெருமூச்சுடன், 'மஸ்குலர் டிஸ்ட்ரோபி' என்றார். 'தசைச் சிதைவு.'

நண்பருக்குப் புரியவில்லை. 'சரி' என்றார்.

'சரியில்லை. கடினமான வியாதி. மருத்துவமே இல்லை.'

நான் குறுக்கே புகுந்து, 'இதுக்கு எதுவும் டெஸ்ட் இருக்கா டாக்டர்?'

'இருக்கு. மதுரைக்குப் போனும். ஆனா இது அதான். வெறுமனே அங்கே இங்கே அலைக்கழிச்சி நோயாளியை ஏன் சிரமப் படுத்தணும்?'

நண்பர் இப்போது ஏறக்குறைய உருகி மெழுகாகிவிட்டார். 'அப்போ என்ன செய்கிறது டாக்டர்? அவன் எனக்கு ஒரே தம்பி.' அவர் கண்களில் நீர்.

'பிரார்த்தனை!' என்று முழங்கினார் டாக்டர். 'பிரார்த்தனை பண்ணு வோம். அதைவிட வலுவான மருந்து எது? மருந்தல்ல. ஆண்டவரே குணப்படுத்துகிறார்' என்று மேலே காண்பித்தார். நான் சலிப்புடன் மேலே பார்த்தேன். பார்த்த திரைப்படத்தையே திரும்பப் பார்ப்பது போல இருந்தது. ஆனால் இதென்ன? ஐயோ, சாய்பாபாவுக்கு என்ன ஆயிற்று? முடியெல்லாம் கொட்டி, மெலிந்து, தாடிகூட வளர்ந்திருக்கிறதே?

நான் நம்ப முடியாமல் அவரைப் பார்த்தேன். அவர் புன்னகைத்து, கண்கள் ஒளிர, 'நீங்கள் கொஞ்ச நாள் இங்கே வரலை, இல்லையா? அந்தக் காலத்தில் ஒரு அற்புதம் நிகழ்ந்தது' என்றார் மர்மமாக. பின்னர் ஒரு நாடகத்தனமான இடைவெளிக்குப் பிறகு 'மெய்யான தேவன் என்னை ஆட்கொண்டார்' என்றார்.

பிறகு நடந்தவை வழக்கம்போலத்தான். அந்த இயேசு படத்தின் சிறிய பிரதியை எனது நண்பரிடம் கொடுத்து, 'தனிப் பிரார்த்தனையைவிடக் கூட்டுப் பிரார்த்தனை நல்லது. ஒவ்வொரு ஞாயிறு மாலையும் என் வீட்டில் வியாதியஸ்தர்களுக்காக ஜெபிக்கிறோம். தீராத வியாதிகள் குணமாகின்றன. கட்டாயம் வாருங்கள்' என்றார்.

பின்னர், சோர்ந்திருந்த நண்பரின் கையைத் தூக்கி, 'பயப்படாதீர்கள். ஜெபம் நம்மைக் காப்பாற்றும். புரிகிறதா? ஜெபமே பலம்! எங்கே சொல்லுங்கள்... ஜெபமே?'

நண்பர் ரொம்பவே பலவீனமாக என்னை, 'நீ அப்பவே சொன்னதான்' என்பதுபோலப் பார்த்துக்கொண்டு 'பலம்' என்றார்.

□

சந்திரப் பிரபை

19

தமிழக கேரள எல்லைப்பகுதியில் உள்ள ஒரு கடற்கரை கிராமத்தில் ஒரு நிகழ்ச்சிக்குப் பேசப் போயிருந்தேன். முடியும்போது இரவாகி விட்டது. மார்த்தாண்டத்துக்குப் போகும் கடைசி பஸ் மங்காடு பக்கம் கால் பரப்பிப் படுத்துவிட்டது என்றார்கள். நிகழ்ச்சியை நடத்தியது சர்ச் என்பதால் பாதிரியார் இங்கேயே மடத்திலேயே தங்கிக்கலாம் என்றார். நான் தயங்கினேன். அவர் வற்புறுத்தினார். 'பேசிட்டிருக்க லாம். இலக்கியம் அறிந்த ஒரு ஆள் இங்கே அத்தனை எளிதாக கிடைப்பதில்லை.'

நண்டும், கோழியும், கொழுத்த மீன்களும் உலவிய இரவுணவு. கன்னியாஸ்திரிகள் பரிமாறினார்கள். கொஞ்ச நேரம் பேசிக் கொண்டிருந்தோம். விக்டர் ஹ்யூகோ அவருக்குப் பிடித்த எழுத்தாளர் என்று தெரிந்தது. 'டால்ஸ்டாயிடம், காந்தியைப்போல எப்போதும் ஒரு தன்னுணர்வு இருக்கிறது. அதுதான் அவரை முற்றிலும் கரைந்துவிடாமல் தடுத்தது' என்றார். 'தன்னுணர்வை விடும்போது உயிர்கள் மரித்துவிடுகின்றன' என்றேன். அவர், 'உண்மை உங்கள் மரணத்தையே வேண்டுகிறது. கிறித்து அதனால்தான் மரித்தார். அதனால்தான் சர்ச் அவர் மரணிக்கவில்லை என்ற கருத்தை அவ்வளவு கடுமையாக எதிர்க்கிறது' என்றார். எனக்கு அதில் உடன்பாடு இல்லை என்பதால் மௌனமாக இருந்தேன். அவர் அதை உணர்ந்து, 'உங்களுக்குத் தூக்கம் வருதா' என்றார். நான் 'இல்லை' என்றேன். 'அப்படின்னா கொஞ்சம் வெளியே போவோமா? கவனிச்சீங்களா? இன்னிக்குப் பௌர்ணமி.' நான் அப்போதுதான் கவனித்தேன். வெளியே நிலவொளி கடற்கரை முழுக்கப்

பரந்துகிடந்தது. அவர் தனது பைக்கில் என்னை அழைத்துப் போனார், 'இங்கே ஒரு காயல் இருக்கு.'

காயல் நிசப்தமாக இருந்தது. சிறிய அலைகள் மட்டும் தளும்பிக் கொண்டிருந்தன. நதி தன்னை அசை போட்டுக்கொள்கிறது என்றொரு வரி அதைக் கண்டதும் எனக்குத் தோன்றிற்று. நான் பாதிரியிடம் அதைச் சொன்னேன். அவர் 'ஹா!' என்றார். கரையோரத்தில் சிறிய மர வள்ளங்கள் கட்டிப்போடப்பட்டிருந்தன. அவை ஒரு நடனம்போல அசைந்துகொண்டிருந்தன. பாதிரி அவற்றில் ஒன்றை அவிழ்த்தார். 'ஓ....வ் யாரது?' என்று மணலிலிருந்து ஒரு குரல் கேட்டது. பிறகு அதுவே, 'சாமியாரா... போட்டு போட்டு' என்று சமாதானம் ஆகிக்கொண்டது.

பாதிரிக்கு வள்ளம் வலிக்கத் தெரிந்திருந்தது. 'நான் இந்தச் சமூகத்தைச் சேர்ந்தவன்தான்' என்றார் அவர். 'மனிதர்களைப் பிடிக்கும் முன்பு நான் மீன்களைத்தான் பிடித்துக்கொண்டிருந்தேன்' என்று சிரித்தார்.

வள்ளம் அமைதியான நீர்ப்பரப்பில் ஒரு கோடுபோலக் கிழித்துக்கொண்டு விரைந்தது. துடுப்பு போடும் சப்தம் மட்டும். பாதிரி காயலின் மையத்தில் கொண்டுபோய் வள்ளத்தை நிறுத்தி விட்டார். மௌனம். கரையில் இருந்த புதர்களிலிருந்து ஒரு இரவுப் பறவை மட்டும் ஹுக்கும் என்று ஒருதரம் செருமி அமைதியாகி விட்டது. ஒரு நீர்க் காகம் மௌனப்படம்போல எங்களை நீந்திக் கடந்துசென்றதைப் பார்த்தேன். நிலா இப்போது மேலெழும்பிப் பிரகாசித்தது. எங்கும் நீலம். அப்படியொரு அடர் நீலத்தை நான் ஓவியங்களில் மட்டுமே பார்த்திருக்கிறேன். எனக்கு 'மூன் ரிவர்' என்ற ஆண்டி வில்லியம்ஸ் பாட்டு ஒன்று நினைவுக்கு வந்தது. அவரிடம் சொன்னேன்.

'மலையாளத்தில் நிலவு பற்றி நிறைய நல்ல பாடல்கள் உள்ளன' என்றார். கொஞ்சம் தயங்கிவிட்டு, மலையாளத்தில் நக்ஷ்தங்கள் என்ற படத்திலிருந்து 'நீராடுவான் நிலையில் நீராடுவான்' என்ற பாடலை எனக்குப் பாடிக் காண்பித்தார். ஓரளவு நல்ல குரல்தான். 'பேசும்போது உங்கள் குரல் வேறு மாதிரி இருக்கிறது' என்றேன். 'பேசும்போது நான் வேறு ஆள் அல்லவா?' என்றார். 'இந்தச் சூழலுக்கு மிகப் பொருத்தமாக இருக்கிறது' என்றேன். 'இதைத் தமிழ்ப் படங்கள்போல் இல்லாமல் மிகச் சரியாகப் படமாக்கவும் செய்திருப்பார்கள்' என்றார். கொஞ்ச நேரம் மௌனமாக இருந்தார். 'என்னைவிட இந்த நிலாவைப் பற்றியும் காயல் பற்றியும் அறிந்தவர் ஒருவர் உண்டு. உங்களுக்கு அதிர்ஷ்டம் இருந்தால்...' என்று

காயலில் எதையோ தேடுபவர்போல இருந்தார். அவர் எதைத் தேடுகிறார் என்று சற்று நேரத்தில் புரிந்தது. எங்களைப் போலவே ஒரு சிறிய வள்ளம் சற்று நேரத்தில் எங்களை நோக்கி ஒரு சித்திரம்போல நகர்ந்துவந்தது. ‘உங்களுக்கு அதிர்ஷ்டம் இருக்கிறது’ என்றார் பாதிரி.

வள்ளம் நெருங்கி வந்து எங்கள் அருகில் மௌனமாக நின்றது. பாதிரி ‘வந்தாச்சா?’ என்றார். படகில் இருந்தவர் பேசவில்லை. ‘நாளைக்கு அதிகாலையில உனது தள்ளை வந்து பள்ளியில கரைச்சல் பண்ணிட்டு நிப்பாளே. உனக்குப் பிடிச்ச பிசாசை விரட்டணும்னு’ என்று சிரித்தார். பிறகு ‘டயானா’ என்றார் என்னிடம். ‘சிசிலியோட கடைசி மவ... பள்ளிக்கூடத்துக்கும் போகறதில்லை. பள்ளிக்கும் போறதில்லை. பசங்க பின்னாலையும் போறதில்லை. ஆனா நிலா இப்படிக் கண் கூசறாப்ல காயறப்போ கரக்டா இங்கே வந்துடுவா. தனியா. சரியான சாத்தானுக்க சந்ததி’ என்றார். ‘நம்மை மாதிரி.’

வள்ளத்தில் இருந்தவர் இப்போதும் பேசாது இருந்தார். இப்போது கூர்ந்து கவனித்ததில் அது இளம் பிராயத்தில் உள்ள ஒரு பெண் என்று தெரிந்தது. சட்டையும் முண்டும் அணிந்த ஒரு பெண். அவ்வப்போது கை மாற்றும்போது வளையல்கள் கிணுங்குவதுபோல ஒரு சத்தம் மட்டும் கேட்டது.

நாங்கள் மூவரும் நிலா அந்தக் காயலின்மீது ஒரு பெரிய மார்புபோல எழுந்து முற்றிலும் சுரந்து தீரும்வரை நிசப்தமாகத் தளும்பித் தளும்பி அப்படியே, அங்கேயே இருந்தோம்.

ஏறக்குறைய பின் யாமத்தில் கரை திரும்பினோம். பாதிரியார் ஏதோ ஆழ்ந்த சிந்தனையில் இருந்தார். பின்பு பெருமூச்சுடன், ‘சில சமயம் அவ பாடுவா. இன்னிக்கு ஏனோ மௌனமா இருந்துட்டா.’

எனக்கு அதில் புகார் ஒன்றும் இல்லை.

அந்த நிலா, காயல், பாட்டு இவற்றையெல்லாம் உணர்ந்த பெண்ணின் அருகாமை, குளிர்ந்த அமைதி, இவையே ஓர் ஆழ்ந்த தியானம்போலப் போதுமானதாக இருந்தது.

ஒருமுறை டயானாவைப் பகலில் பார்க்கவேண்டும் என்று மட்டும் ஒரு கணம் தோன்றியது.

பின்னர் வேண்டாமென்றும்.

□

பொருள் காட்சி

20

ஒரு திருவிழா அல்லது பொருள்காட்சி தொடங்கும் முன்னாலும் முடிந்த பின்னாலும் அது நிகழ்ந்த களத்தினைக் காண முயல்வது என்னுடைய விநோதப் பழக்கங்களில் ஒன்று. இரும்புச் சட்டங்களும் மரச் சட்டங்களும் பிரிக்கப்படும், மடக்கப்படும், பொருத்தப்படும். வயர்கள் நீளும், சுருங்கும். படுதாக்கள் சுருட்டப்படும், விரிக்கப் படும். உயரமான கழிகள் நிலத்தில் ஊன்றப்படும், பிடுங்கப்படும். உங்களுக்கு விவிலியப் பரிச்சயம் இருந்தால், அவை பாபேல் கோபுரத்தினை நினைவுபடுத்தக்கூடும்.

மனிதர்களும் அவ்விதமே. கூடுகை தொடங்கும் முன்பே வந்து தங்கி இடத்தை சிநேகப்படுத்திக்கொள்கிறவர் உண்டு. அவர்கள் தற்காலிக மாக அமைத்த பாலிதீன் சுவர்களின் பின்னால் சமையல் செய்யும் புகை வாசனை உங்களுக்கு தூர தேசங்களையும் அவற்றின் ருசியையும் நினைவுபடுத்தும். அவசரம் அவசரமாக அன்று காலை வந்து சேர்பவர் உண்டு. அவர்கள் கண்களில் அவர்கள் விட்டுவந்த தேசங்கள் இன்னும் மிச்சமிருக்கும். விட்டுவந்த பிரச்சினைகள். உறவுகள் சந்தோஷங்கள்.

இன்று காலை நடைக்குச் செல்கையில் வழக்கத்தைவிட ஊர் சீக்கிரம் விழித்துக்கொண்டிருப்பது போல தோன்றிற்று. ஊரல்ல என்று பின்பு கண்டுகொண்டேன். நகராட்சி ஊழியர்கள் மட்டும் முன்பே வந்து எரிச்சலான முகத்துடன் முந்தைய தினக் குப்பைகளை விலக்கிக் கொண்டிருந்தார்கள். பிளாஸ்டிக் குப்பைகள் மலைபோலக் குவிந்திருந்தன. பட்சணக் கடைகளில் பட்சணங்கள் வெள்ளித் தாள் சுற்றப்பட்டு அமைதியாக இருந்தன. முந்தின நாள் என்னிடம், 'தம்பி,

சூடு மிட்டாய், சும்மா ஒரு பீஸ் சாப்பிட்டுப் பாருங்க' என்று சிலேபி போன்ற பலகாரத்தை நீட்டிய மனிதன், பெரிய இரும்புக் கடாயின்கீழே வாய் பிளந்து இன்னும் தூங்கிக்கொண்டிருந்தான். மூடிய கோழிக்கோடன் குலுக்கி சர்பத் கடை அருகே இருந்த படுதாவுக்குள்ளிருந்து ஒரு சேவல் கூவிக்கொண்டே இருந்தது. யாரோ அதை, 'சும்மா கிட சவமே' என்று திட்டிக்கொண்டிருந்தார்கள். மண்சட்டிகள் விற்கிற பெண் தரையில் உட்கார்ந்துகொண்டு பேப்பர் படித்துக்கொண்டிருந்தாள். அது ஒரு தெலுங்கு பேப்பர் என்று கவனித்தேன். அவளது குழந்தை தவழ்ந்து தவழ்ந்துபோய் ஒரு தெருநாயின் முகவாயைப் பிடித்து அதை ஆராய்ந்துகொண்டிருந்தது.

சப்பாத்துப் பாலத்தருகே புதிய முகங்கள் குளித்துக்கொண்டிருந்தன. அதில் சினம் கொண்டதுபோலப் பறவைகள் கலைந்து கூச்சலிட்டபடி நதியின்மீது அங்குமிங்கும் பறந்துகொண்டிருந்தன.

என் மகன் சட்டென்று நின்று, 'அப்பா பாம்பு' என்று கத்தினான். நான் நின்று 'எங்கே?' என்றேன். அவன் கரையில் நின்றபடி குச்சியால் பல் விளக்கிக்கொண்டிருந்த ஒரு பெண்ணைக் காண்பித்து 'சர்ப்ப ஸ்திரீ. நேத்து இவங்களைப் பொருட்காட்சில பார்த்தேன். இடுப்புக்குக் கீழே பெரிய பாம்பு இருந்திச்சி.'

அந்தப் பெண் அதைக் கேட்டுத் திரும்பி, 'மோனே, பாம்பு செத்துப் போயி' என்று சிரித்தாள். அப்போது அவள் கழுத்தில் கிடந்த தங்கச் சிலுவை ஒருகணம் காலை வெயிலில் மின்னி அடங்கியது. மகன் 'ஆனோ?' என்றான். அவள் தலையாட்டி 'ஊஹும். பாம்பை அத்தனை சீக்கிரம் கொல்லாம்பாடில்லா. கர்த்தராலயே முடியலியே. அதுவும் சேர யல்லா நல்ல விஷமுள்ள கொம்பேறிப் பாம்பாக்கும்' என்றாள். 'அதோ அங்கே நிக்குது' என்று ஆற்றின் நடுவில் நின்று கொண்டிருந்த ஒரு மனிதனைக் காண்பித்தாள். அவன் கருப்பாய் உடம்பில் முடியே இல்லாது நெடுநெடுவென்று, ஏறக்குறைய ஒரு பாம்பு போலதான் இருந்தான். எனக்கு சிவகாமியின் சபதத்தில் வரும் நாகநந்தி என்ற பாத்திரம் நினைவுக்கு வந்தது. அவன் அங்கிருந்து, 'எடி, அங்க என்ன குன்னைமசிரைப் பிடுங்குதே. சீக்கிரம் குளிச்சு ரெடியாவு' என்று கத்தினான். அவள் என்னைப் பார்த்து 'பர்த்தா.... வு' என்று சிரித்தாள். சொன்னபடி நதிக்குள் இறங்கிப்போனாள். போகும்போது என் மகனைத் தட்டி, 'உன் இடுப்புக்குத் தாழயும் ஒரு பாம்பு உண்டு மகனே. அதால எல்லாரையும் கீறிப்போடு என்னா?'

மதுரையில் படிக்கையில் கொஞ்சநாள் பக்கச் செலவுக்காக சித்திரைப் பொருட்காட்சியில் நானும் என் நண்பனும் ஜிமிக்கி, வளையல் போன்ற பேன்சி அயிட்டங்கள் விற்கும் கடையில் மாலைகளில்

வேலை பார்த்தோம். கொஞ்சம் காசும் நிறைய பெண்களின் முக தரிசனமும் கிடைக்கும் அற்புதமான வேலை. பொருட்காட்சி முடிகிற நேரத்தில் பெரிய திரை கட்டி ஏதாவது படம் போடுவார்கள். மணலில் படுத்தவாறு அதையும் பார்த்துவிட்டு கோரிப்பாளையத்தில் இருந்த மேன்சனுக்குத் திரும்புவது வழக்கம். ஒருநாள் இப்படி, 'நான் உன்னை வாழவைப்பேன்' பார்த்துக்கொண்டிருந்தபோது நண்பன் எங்கிருந்தோ வந்து, 'டேய் வா, உனக்கு ஒன்னு காட்டுறேன்' என்றான்.

பொருட்காட்சியின் ஓரத்தில் அதன் பிரகாசமான விளக்குகளுக்குத் தப்பி இருளில் ஒரு கூடாரம். அதன் வெளியே ஐந்தாறு பேர் நின்று ஒரு சிறிய கிழிசலின் வழி உள்ளே எட்டி எட்டிப் பார்த்துக் கொண்டிருந்தார்கள். நானும் பார்த்தேன்.

உள்ளே ஒரு குள்ளன். மூன்றடி. நிர்வாணமாக ஒரு பெண் மீது புரண்டுகொண்டிருந்தான். பெண்ணின் கண்கள் மூடியிருந்தன. அவள் கண்களில் இருந்து கண்ணீர் கரகரவென்று வழிந்து கொண்டிருந்தது. ஓரளவு சுமாரான அழகுடைய பெண்தான். ஆனால், கைகள் இல்லாத பெண். கால்கள் மூலமாகவே அவள் தினக்காரியங் கள் எல்லாம் செய்யும் ஒரு காட்சி அரங்குப் பொருட்காட்சியில் இருந்தது.

என் நண்பன், 'அவ ஏம்லே அழுதா?' என்று என் காதில் கிசுகிசுத்தான். ஆனால் அவர்கள் விரும்பித்தான் கூடுவதுபோல இருந்தது. கூட்டம் மூச்சை அடக்கிக்கொண்டு அவர்களது கூடுகையைக் கவனித்துக்கொண்டிருந்தது. ஒரே நேரத்தில் ஆர்வத்துடனும் குற்ற உணர்ச்சியுடனும்.

அப்போது புதிதாக வந்த யாரோ ஒரு குடிகாரன் சட்டென்று அந்தத் துளை மூலமாக அவர்கள்மீது ஒரு கல்லை எறிந்துவிட்டான். அவர்கள் பதறிக் கலைந்தார்கள். குள்ளன் தனது குறி ஒரு சிறிய பாம்புக்குட்டிபோலத் தொங்க எழுந்து நின்று, 'நாயிங்களா' என்று குரல் நடுங்கக் கத்தினான். மறுபடியும் குரல் கம்ம, 'நாயிங்களா' என்றான்.

பிறகு அழ ஆரம்பித்தான்.

□

ஞான குரு

21

ரொம்ப நாள் கழித்து தியானம் செய்யப் புகுந்தேன். தியானத்துக்கும் எனக்கும் உள்ள பழைய வழக்காறுகள்தான் காரணம். தியானம் செய்வது எப்போதுமே என்னை ஏதாவது ஒரு முட்டுச் சந்தில் தவறாது தள்ளியிருக்கிறது. ஒரு காலத்தில் அது ஒரு போதையாகவும் விடுதலையாகவும் இருந்தது. ஒரு சமயம் இவ்விதம் என்னை இந்த உலகின் அனைத்துச் சாக்கடைகளிலுமிருந்தும் சிறிய விஷயங்களிலு மிருந்தும் விலக்கி அழைத்துச் செல்லும் ஒரு ஞான குருவுக்காக ஏங்கி பிரம்ம முகூர்த்தத்தில் எழுந்து ஒரு மாத காலம் தொடர்ச்சியாகத் தியானம் செய்துகொண்டிருந்தேன்.

ஒரு ஞாயிற்றுக் கிழமை மாலை திடீரென்று தோன்றி, நெல்லையப்பர் கோவிலுக்குப் போனேன். கூடவே எனது ஐந்து வயது மகன். அவனை முதன்முறையாக என் மனைவி துணை இல்லாமல் தனியாக வெளியே அழைத்துப்போகிறேன் என்பதால் சற்றுப் பதட்டமாக இருந்தேன். மனைவிக்கு என்மேல் நம்பிக்கையே இல்லை. நான் கட்டாயம் அவனைத் தொலைத்துவிட்டு வரப்போகிறேன் என்று உறுதியாக நம்பினார். நெல்லையப்பர் கோவிலில் தாமிர சபை அருகே வலம் வந்துகொண்டிருந்தபோது அங்கு எப்போதும் தேங்கிக்கிடக்கும் இருளிலிருந்து ஒருவர் திடீரென்று வெளிப்பட்டு 'தம்பி நில்லு' என்றார். நான் நின்றேன். காவி வேட்டி. வெள்ளைச் சட்டை. பொன்னிறத் தாடி. இடுங்கிய கண்கள். ஆனால் கொஞ்சம்கூடச் சுருக்கமே இல்லாத சருமம். குட்டையாக, தடிமனாக, கொஞ்சம் மாறு கண்ணாக, வெத்திலைப் பல்லாக இருந்தார். நான் 'என்ன?' என்றேன். அவர் நெருங்கிவந்து 'போவோம்' என்றார். நான், 'எங்கே?' அவர், 'மலைக்கு' என்றார்.

நான் புரியாமல், 'என்னங்க?' அவர் அழுத்தமாக, 'மலைக்கு. ஞானத்தைத் தேடி மலைக்குப் போ என்று சொல்லியிருக்கிறதே.'

எனக்குச் சட்டென்று எல்லாம் புரிந்து, உறைந்து நின்றேன். 'ம்ம். வா சீக்கிரம். ஏற்கெனவே நிறைய பிறவிகளை நீ வீணாக்கி விட்டாய்.'

நான் ஏறக்குறைய தழுதழுக்கும் குரலில், 'இது என் மகன்' என்று என் மகனைக் காண்பித்தேன். அவர் அவனது கையை என் கையிலிருந்து பிரித்து, 'இல்லை' என்றார். 'ஆத்மா பிளவு படாதது. அதற்குப் புறம்பே ஒன்றுமில்லை. தாயோ காதலியோ மகனோ அதற்கு இல்லை.'

நான் இப்போது எனக்கே வியப்பு அளிக்கும் பதட்டம் நிறைந்த குரலில், 'இவனைத் தனியாக விட முடியாது' என்றேன். அவர் கடகடவென்று சிரித்து, 'அடம் பண்ணாதே, வா' என்று என் கையைப் பிடித்து இழுத்தார். ஆரம்பத்தில் அமைதியாக இருந்த என் மகன் அழ ஆரம்பித்தான்.

அந்த நேரத்தில் சரியாக அவர் வந்தார். நெல்லையப்பர் கோவிலில் உள்ள எண்ணற்ற பிரகாரத் தெய்வங்களில் ஒன்றிற்குப் பூசை செய்யும் ஐயர். விறுவிறுவென்று நடந்து வந்தவர் என் அருகில் வந்து, 'ஒரு பத்து ரூபா இருந்தாக் கொடு' என்றார். நான் எடுத்துக் கொடுத்தேன். அவர் அதை வாங்கி அந்தச் சாமியாரிடம் கொடுத்தார். 'சாமி போகணும். இனி இவாளைத் தொந்திரவு செய்யக்கூடாது' என்றார். பின்னர், திகைத்து நின்ற என்னிடம் கண் சிமிட்டி, 'சாமியாருக்கு உண்டானதை சாமியாருக்குக் கொடு' என்று சிரித்தார்.

சாமியார் அந்த நோட்டை வாங்கி, புரட்டிப் புரட்டிப் பார்த்துவிட்டு, 'இது கிழிஞ்சிருக்கு. வேற நோட்டு கொடு' என்றார்.

☐

ஜனசக்தி

22

கேரளத்திலும் குமரியிலும் அரசாங்க ஊழியராய் இருப்பது ஒரு 'பிராண சங்கடம் தர்ம சங்கடம்'. பொதுமக்களில் சிலர் அதீத மரியாதையோடு இருப்பார்கள். அந்த மரியாதையை அவர்கள் காட்டும் இடம்தான் விசித்திரமாக இருக்கும். எங்காவது பாரில் இருக்கையில் அல்லது 'கலைப்படங்'களுக்காக நிற்கும் க்யூவில் கடந்துபோகையில் கண்டுகொண்டு 'ஹா... சார் எந்தா இங்கே?' என்பார்கள். எதிர்த்தரப்பு வழிந்தால், 'என்னை மறந்தோ? இன்னலே தாலுக் ஆபிசில்?' எதிராளி மறுப்பதற்குள், 'சார் இங்கே கலக்டறேட்ல ஆப்பிசர்' என்று சுற்றுப்புறம் முழுவதற்கும் அறிவித்துவிடுவார்கள். கலக்டரெட் ஆபிசர் ஷகிலா படம் பார்க்க வரிசையில் நிற்கிறார் என்ற செய்தியின் விளைவுகளைப் பற்றி அவர்கள் துளியும் கவலைப்படுவ தில்லை.

இன்னொரு க்ரூப் இருக்கிறது. அவர்களுக்கு அரசாங்க ஊழியர்கள் எல்லோரும் தெண்டிகள், நம் ரத்தத்தை உறிஞ்சும் மலேரியாக் கொசுக்கள் என்று அசைக்க முடியாத நம்பிக்கை உண்டு. அதை அவ்வப்போது வெளிப்படுத்தவும் தயங்கமாட்டார்கள். அன்றைய நாள் தொடுவட்டியில் இவ்விதம் மேற்படி 'சர்க்கார் கச்சேரி'யில் பணி புரியும் ஒரு தெண்டி நண்பரை பஸ் ஏற்ற நின்றுகொண்டிருந்தேன். பக்கத்திலேயே ஒரு தெருமுனைக் கூட்டம் நடைபெற்றுக் கொண்டிருந்தது. வழக்கம்போல விலைவாசியை எதிர்த்து மத்திய அரசு, மாநில அரசு, சர்வதேச அரசு எல்லோரையும் கண்டித்து ஒரு கூட்டம். மேடையில் இருந்த கூட்டத்தில் பாதிப் பேர்கூட எதிரில் இல்லை. ஆனால் பேருந்து நிறுத்தத்தில் நல்ல கூட்டம். அவர்கள் எல்லோருமே நம்ம சகாக்களே என்ற பாணியில் பேசிக்கொண்டிருந் தார்கள். வசுதைவ குடுமபகம்தானே. உப்புச் சப்பென்று

போய்க்கொண்டிருந்த கூட்டத்தில் திடீர்த் திருப்பம். மேடையில் பேசிக் கொண்டிருந்த, ஒல்லியாய் மலையாள நடிகர் கோபிபோல இருந்த ஒரு நபர் எங்களைக் கூர்ந்து பார்த்தார். அவர் கண்கள் என் நண்பரின்மீது கழுகின் கால்கள்போலப் பாய்ந்து பற்றுவதை நான் ஸ்லோமோஷனில் கண்டேன். நண்பரும் அவரைக் கண்டு 'அட இவனா?' என்பதற்குள் கோபி தாக்க ஆரம்பித்துவிட்டார்.

'அரசாங்கம் கிடக்கட்டும், அரசாங்க ஊழியர்கள் சரியாய் இருக்காங்களா? பத்திர ஆபிசுக்குப் போனா நம்மை நாய் மாதிரி அலைக்கழிக்கிறாங்க. (நண்பர் பத்திர ஆபிசில் வேலை புரிகிறார்.) வாறதே பத்தரைக்கு. வந்தபிறகு ஒரு சாயா குடி. பின்ன பக்கத்து சீட்டுப் பொம்பளையோட கன்னத்தைக் கடி. (கரகோஷம்) அப்புறம் ஒருவழியா சீட்டுக்கு வந்து நம் மனுவைப் பார்த்தா அவங்களுக்கு மூஞ்சில ஒரு கோணல் வருது பாருங்க' என்று முகத்தைச் சுழித்துக் காண்பித்தார். கூட்டத்தில் இருந்த பெண்கள், குழந்தைகள்கூட இப்போது சிரித்தார்கள். இதற்குள் அவரது பார்வை போகிற இடத்தை என்னைத் தவிர வேறு சிலரும் கண்டுகொண்டு நண்பரைப் பார்க்க ஆரம்பித்துவிட்டார்கள். இனி நடந்தெல்லாம் ஒரு டென்னிஸ் மாட்ச்.

'நான் கேட்கிறேன். நீங்கள் யார்? அரசாங்க ஊழியர்கள். ஊழியர்கள் என்றால் என்ன?' ஒரு இடைவெளி. கூட்டம் சஸ்பென்சுடன் காத்திருந்தது. எங்களை உங்களுக்குத் தெரியுமா என்பது போல பார்த்தது. 'ஊழியர்கள் என்றால் வேலைக்காரார்கள். வேலைக் காரர்கள்!' இந்த இடத்தில் அவர் அந்த வார்த்தையைப் பலதடவை திருப்பித் திருப்பிச் சொன்னார். 'ஆனால் அவர்கள் வேலைக்காரர்கள் மாதிரியா நடந்துக்கறாங்க? அவங்க டிரஸ் பாத்திருக்கீங்களா? கமலகாசன் தோத்தான், கண்ணாடியும் ஜீன்சும். (நண்பர் அப்போது மெட்ராஸ் ஐக்கான கண்ணாடியும் ஜீன்சும் அணிந்திருந்தார்.)

இப்போது சிலர் சற்றே முன் நகர்ந்து நண்பர் ஜீன்ஸ் அணிந்திருக் கிறாரா என்று எட்டிப் பார்த்தார்கள். 'அதைவிடுங்க. இப்போ மணி என்ன?' எல்லோரும் மணி பார்த்தார்கள். 'மூணரை. ஆபிஸ் நேரம். ஆனா இப்பவும் பசார்ல சுத்திட்டு இருக்கற அரசாங்க ஊழியர்கள் இங்கே இருக்கிறார்கள்' என்றபோது கூட்டம் கொதித்தது. ஆனால் அன்றைக்கு ஞாயிற்றுக் கிழமை என்று எங்களுக்கேகூட அப்போது நினைவுக்கு வரவில்லை.

'நான் எச்சரிக்கிறேன். உங்கள் காலம் கடந்துவிட்டது! இது ஜனசக்தியின் காலம்.' (கரகோஷம் மறுபடியும்) பார்த்து நடந்து கொள்ளுங்கள். இல்லையேல்?' என்று முஷ்டியை இறுக்கி வான் நோக்கி உயர்த்தினார். கூட்டத்தில் ஒரே கரவடி, கெக்கலி என்று தூள்

பறந்தது. போலீஸ்காரர்கள்கூட, வழக்கமாய் நம்மைத்தானே எச்சரிப் பார்கள் என்று சுவராஸ்யமாய் நண்பரைப் பார்த்துச் சிரிக்க ஆரம்பித்தனர்.

நண்பர் இதற்குள் வியர்த்து விறுவிறுத்திருந்தார். 'வாடே போகலாம்' என்றார். 'தலை வலிக்கி. ஒரு காப்பி சாப்பிடலாம். சனியம் பிடிச்ச பஸ் வேறு வரதா இல்லை.' இப்போது நாங்கள் நகர்வது பார்த்து ஒரு குடிமகன் அவரை ஏறக்குறைய வழிமறிப்பதுபோல நெருங்கி வந்து 'எங்கே போறீங்க?' என்றார். பிறகு கையால் கழுத்தை வெட்டுவது போலச் செய்தபோது நல்லவேளையாக அவரது கைலி கீழே விழுந்துவிட்டது. அந்த இடைவெளியில் நாங்கள் உயிர் தப்பினோம்.

காப்பிக் குடித்துக்கொண்டிருக்கும்போது நான், 'யாரு இந்த ஆள்?' என்றேன். 'லோக்கலா ஒரு ட்ரபுள் மேக்கர். இங்கே திருவாங்கூர் ஸ்டேட்ல இருந்து லேட்டாப் பிரிஞ்சதால நிறைய பத்திரங்கள் மலையாளத்தில இருக்கும். நிறைய தெளிவில்லாம எழுதப் பட்டிருக்கும் இவர் வேலையே இப்படித் தெளிவில்லாத பத்திரங்களாத் தூக்கிட்டு வந்து இவருக்குச் சார்பா எழுதுங்க, அவருக்குச் சார்பா எழுதுங்கன்னு பஞ்சாயத்து பேசிக் காசு பார்க்கறதுதான். நான் அதுக்குச் சரிக்கு நிக்க மாட்டேன்னு கோபம். ச்சே!' என்றார். 'மானம் கெடுத்தானே!'

நான், 'டோன்ட் வொர்ரி. உன் பக்கம் தப்பில்லைன்னா எதுக்கு வருத்தப்படணும்' என்று சொல்லிக்கொண்டிருக்கும்போதே, 'அட இது யாரு இங்கன காண்றது' என்றொரு குரல் தலைக்கு மேலே இடைமறித்தது.

நண்பர் சிரித்து, 'சும்மா காப்பி குடிக்க வந்தேன்.'

'அப்படியா, நானும் இங்கே ஒரு மீட்டிங் வந்தேன்' என்றது அது. 'காப்பி குடிச்சா? யாருப்பா இங்கே சார் நம்ம ஆளு. ஆபிசர். நல்லாக் கவனிக்கணும், என்ன? சார் பில் கொடுக்கறது. ஞான் தராம்.'

நண்பர், 'இல்லையில்லை' என்று வேகமாக மறுத்தார்.

'அது சரி. நீங்க நம்ம கையில கஞ்சி சாப்பிட மாட்டீங்க. போட்டே. அப்புறம் அந்த காப்பிக்காடு பத்திரம்... சார் கொஞ்சம் கவனிக்கணும்.'

நண்பர், 'எல்லாம் நியமப்படி' என்று எழுந்தார். நானும் எழுந்தேன். அந்தக் குரலுக்குடையவரை அப்போதுதான் பார்த்தேன்.

எல்லாம் அந்த 'ஜனசக்தி கோபிதான்'.

கழிப்பறை மனோபாவம்

23

கொடைக்கானலின் அடிவாரத்தில் இருந்த அந்தக் கிராமத்தில் ஆறுமாதம் பயிற்சிக்கு எனத் தங்கவேண்டும் என்றபோது முதலில் சந்தோஷமாகவே இருந்தது. ஒரு பாரதிராஜா வகைக் கிராமத்தில் ஆறு மாதங்கள். 'மஞ்சத் தண்ணில்லாம் ஊத்துவாங்களா?' என்று கேட்டுக்கொண்டேன். கையில் ஒரு பெரிய வில்லியம் வேட்ஸ்வொர்த் கவிதைத் தொகுப்பு இருந்தது. தனிமையில் கதிர் அறுக்கும் பெண்கள் என் மனத்தின் குறுக்கே நடந்துபோயினர். நான் அவர்களைப் பின்தொடர்ந்துபோய் 'இந்த உலகம் நம்மோடு ரொம்ப இருக்கிறது' என்று சொல்லிக் காதலித்தேன். கொஞ்சம் இளையராஜா கேசட்டுகள் வேறு. சிறுபொன்மணி அசையும் அது தெறிக்கும் புது இசையும்...

முதல் பிரச்சினை சாப்பாடு. நான் உட்பட அங்கு இருக்கவேண்டிய நான்கு பேருக்குமே சமைக்கத் தெரியாது. எனக்கோ சாப்பிடவே தெரியாது. கடைசியில் ஒரு பாட்டியைக் கண்டுபிடித்தோம். எனக்கு சோறு மட்டும்தான் பொங்கத் தெரியும் என்றார் அவர். நான் 'தோசை?' என்றேன். அவர், 'அது பண்டிகைக்குப் பண்றதுல்லா? தினம் தினம் தின்னா உடம்பு என்னாவும்? உணங்கிப் போயிடாதா?' என்றார். தோசை அதிகம் தின்று தின்றுதான் என் உடம்பு உணங்கிப் போய்விட்டது என்பதை அன்றுதான் கண்டுபிடித்தேன்.

அடுத்தது வீடு. பக்கத்தில் இருக்கும் சின்னாளப்பட்டியிலிருந்துதான் அங்கு பணிபுரியும் எல்லோரும் வந்துகொண்டிருந்தார்கள். எங்களது குழுவின் மன்மோகன் சிங், 'அது நேர மற்றும் காசு விரயம்' என்று கண்டுபிடித்துச் சொன்னதால் நாங்கள் வீடு பார்க்க ஆரம்பித்தோம்.

ஆனால் அங்கே இருந்தவை பெரும்பாலும் கூரை வீடுகள் அல்லது ஓட்டு வீடுகள். கடைசியில் ஒரு காரை வீட்டை பாபு என்பவர் கண்டுபிடித்துத் தந்தார். அந்த வீட்டில் எல்லாம் இருந்தது. இது சாப்பிடற இடம், இது படுக்கற இடம் என்று சொன்னவரிடம் நான் நாகரிகமாக, 'குளிக்கிற இடம்?' என்றேன். அவர், 'நம்ம தோட்டத்துக்கு வந்துடுங்க. பம்புசெட் தண்ணி அப்படியே பளிங்கு அருவி மாதிரிக் கொட்டும்.' நான், 'அதில்லைங்க, இது வேற' என்றேன். அவர், 'ஓ அதுவா?' என்று புழக்கடைக் கதவைத் திறந்து காண்பித்தார். பின்னால் ஓர் ஓடை, அடர்ந்த முட்புதர்கள் நடுவே ஓடிக்கொண்டிருந்தது. 'இங்கேதான்' என்றார். 'என்ன, வெளிச்சத்தில போக முடியாது.'

பாரதிராஜா கிராமங்களில் கக்கூஸ் கிடையாது என்ற உண்மை எனக்குச் சற்று ஏமாற்றமாகவே இருந்தது எனினும் இயற்கையோடு இயைந்து 'போவதில்' உள்ள சுகம் அதை மறக்கடித்தது. 'ஒரு காலை நேரப் பயிற்சி' என்ற வேட்ஸ்வொர்த் கவிதை நினைவுக்கு வந்தது.

அதனாலோ என்னவோ அல்லது முந்தின நாள் கொடைரோட்டில் நாங்கள் சாப்பிட்ட பரோட்டா காரணமோ, காலையிலேயே என்னை இயற்கை அழைத்தது. நான் பக்கத்தில் கிடந்த என்னைப் போலவே உணங்கிய ஒரு நாமக்கல் பையனை எழுப்பினேன். அவன் எரிச்சலுடன் 'ஒரு நாள் ஒழியென்றால் ஒழியாய்' என்று பிலாக்கணம் பாடிக்கொண்டே எழுந்தான். இறுதியில், ஒரு சிகரெட் கையூட்டு தருவதாகச் சொன்னதும் உடன் வர ஒப்புக்கொண்டான்.

நாங்கள் மிக உற்சாகமாகக் காலை இருளினூடே நடந்து ஓடைக் கரைக்குப் போனோம். நல்ல பனி மூட்டம். ஓடைக் கரை முழுவதும் முட்புதர்கள் கூம்பிக் கவிழ்ந்து சிறிய வீடுகள்போல நின்றன. ஓடையில் நீரோடும் சப்தம் கோலிகளை உருட்டிவிட்டதுபோலச் சிணுங்கிக் கொண்டே இருந்தது. நாங்கள் குத்தவைத்து அமர்ந்தோம். இருள் இன்னும் விலகவில்லை. கூதற் காற்றும் குதிரைப் புல்லும் பின்னால் கிச்சு கிச்சு மூட்டின. நான் ஒரு சிகரெட் எடுத்து நண்பனுக்கு கொடுத்தேன். மிக உற்சாகமாக உணர்ந்தேன். என்னையும் அறியாமல் சில நாட்கள் முன்பு பார்த்த படத்தின் பாடல் என் வாயிலிருந்து புறப்பட்டது. 'இள நெஞ்சே வா. தென்றல் தேரினில் எங்கும் போய் வரலாம். அதோ அங்கே பார் மஞ்சள் வான் முகில் அங்கே போய் வரலாம்.'

என்னுடைய பாட்டு அந்த வெளியில் காலையின் முதல் பறவை என எழுந்து பறப்பதைக் கண்ட நண்பனும் உற்சாகமுற்று அதே படத்திலிருந்து இன்னொரு பாடலை உரக்கப் பாடினான்.

'ஜிஞ்சினாக்கடி ஜின்ஜாலங்கடி ஜிஞ்சினாக்கடி ஜின்ஜாலங்கடி ஜிலிமிலி ஜிலிமிலி ஜிலிமிலி...'

அதன்பிறகு எல்லாம் வேகமாக நடந்தன. இவ்வளவு நேரம் சோர்ந்து தூங்கிக்கொண்டிருந்த முள் வீடுகள் எல்லாம் உயிர்பெற்று எழுந்தன. அதிலிருந்து யார் யாரோ முக்காடுடன் எழுந்து ஓடினார்கள். அவர்கள் ஓடின திசையிலிருந்து சீக்கிரமே வேறு சிலர் ஓடிவந்தார்கள்.

அவர்கள் எங்களை நோக்கித்தான் ஓடிவந்தார்கள் என்பதை நாங்கள் புரிந்துகொள்வதற்குள் அவர்கள் எங்களைப் பிடித்துக் கொண்டு போய் ஒரு பெரிய ஆலமரத்தின் அடியில் உட்காரவைத்து விட்டார்கள். அங்கேயோ கேகே என்று ஒரே கூட்டம். எல்லோர் கையிலும் ஒரு தடியும் முகத்தில் ஆத்திரமும் இருந்தது. அங்கிருந்து தப்பித்துவருவதற்குள் எங்களுக்கு அண்டி கலங்கிவிட்டது என்பதை மட்டும் சுருக்கமாக இங்கே சொல்லிக்கொள்ளலாம்.

ஆனால் கடைசியில் முகமெல்லாம் மீசை வைத்த ஒரு பெரியவர் சொன்னதுதான் இன்றைக்கும் நினைவிருக்கிறது. 'பெண்டுகள் படித்துறை(?)க்குப் போனதுகூடப் பரவாயில்லை. அங்கே போய்ப் பாட்டுப் படிச்சிருக்கீங்களே. அதுவும் அசிங்கமான பாட்டு. இது பெரிய குத்தம் தம்பிங்களா. முதல் தடவைன்னால விடுறோம் போங்க.'

நான் எனது நண்பனை முறைத்தேன்.

அவன் அடிக்குரலில் வேறெங்கோ பார்த்துக்கொண்டு, 'நான் என்ன பண்றது? எனக்கு அந்தப் பாட்டுதான் பிடிச்சிருந்தது' என்றான்.

□

ஆன்லைன் ஷாப்பிங்

24

முன்பெல்லாம் ராணி மாதிரி குடும்பப் பத்திரிகைகளில் ஒரு விளம்பரம் தொடர்ச்சியாக வரும். பெரும்பாலும் டெல்லி விலாசம் ஒன்றிலிருந்து வரும் விளம்பரங்களாக அவை இருக்கும்.

'நேசனல் பானசோனிக் டேப் ரிக்கார்டர்! நம்ப முடியாத விலையில். மிக அழகாகப் பாடக்கூடிய ஸ்டீரியோ நேசனல் பானசோனிக் டேப் ரெக்கார்டர்கள் மிகக் குறைந்த விலையில் எங்களிடம் கிடைக்கும். இரண்டு பாண்டு ரேடியோவும் உண்டு. விலை 75 ரூபாய்தான். மணி ஆர்டர் செய்யுங்கள். வீடு தேடிவரும். உத்திரவாதம். இறைவன்மீது ஆணை!' பக்கத்தில் அந்த டேப் ரிக்கார்டரின் படமும் போட்டிருக்கும்.

மிகச் சிறிய விளம்பரம்தான். ஆனால் இவற்றையெல்லாம் யார் படித்து ஏமாறப்போகிறார்கள் என்று நினைத்தால் நீங்கள்தான் ஏமாந்துபோவீர்கள். இதுபோன்ற விளம்பரங்களைத் தேடிக் கண்டுபிடித்து ஏமாறுவதற்கு என்றே இந்தியா முழுவதும் 'தேர்ந் தெடுக்கப்பட்ட சிலர்' இருந்தார்கள்.

விக்கிரமசிங்கபுரம் மதுரா கோட்சில் வேலை பார்த்த எனது மாமா அப்படிப்பட்டவர்களில் ஒருவர். அன்றைக்கு ஒரு சுமாரான டேப் ரிக்கார்டரின் விலை சந்தைமதிப்பில் குறைந்தது ஐநூறு ரூபாயாவது இருந்தது. ஆகவே இதுபோன்ற ஒரு 'டீலை' காற்றில் போக விட்டுவிட அவர் தயாராக இல்லை. உண்மையில் அவருக்குச் சந்தேகமே வரவில்லை. 'பொய் சொல்றவன் பொஸ்தகத்தில வந்து சொல்வானாடே?' புத்தகம் என்பது சரஸ்வதி. அதில் வரும் எதுவும்

உண்மை அற்றதாகவோ தீமையானதாகவோ இருக்க முடியாது என்று அசைக்க முடியாத ஒரு நம்பிக்கை அவரிடம் இருந்தது.

இரவு ஷிப்ட் போய்க் கண்விழித்து சம்பாதித்த காசை எல்லாம் உடனே மணியார்டர் பண்ணி, இருப்பு தீர்ந்துபோகும் முன்பே ஒரு நேசனல் பானசோனிக் ரிக்கார்டரை வாங்கிவிடவேண்டும் என்று அவர் பரபரத்தார். வாங்கி, காலை எழுந்தவுடன் 'முத்தைத்திரு பத்தித்திரு' என்று டிஎம்எஸ் பாட்டை அலறவிட்டு பக்கத்து வீட்டுக்காரரையும் அவர் பெண்ணையும் எழுப்பவேண்டும் என்று அவருக்குள் ஓடிக்கொண்டிருந்த கனவு, கடவுச்சொல் உடைக்கப் பட்ட ஈமெயில் அக்கவுண்ட்போல எல்லோருக்கும் தெரிந்தது. அதேபோல் இரவு வேலைக்குப் போகும்முன்பு, 'யார் அந்த நிலவு? ஏனிந்த கனவு?' பாட்டைப் போட்டுவிட்டு சிவாஜி கணேசன் மாதிரி இடுப்பை ஆட்டி ஆட்டிப் போனால் சுப்புலட்சுமி என்கிற சுப்பு மயங்கிப் போய்விட மாட்டாளா? மயங்கிப் போன மறுநாள், 'நான் என்ன சொல்லிவிட்டேன்? நீ ஏன் மயங்குகிறாய்? உன் சம்மதம் கேட்டேன். ஏன் தலைகுனிந்தாயோ?'

ஆகவே என்னுடைய சந்தேகங்களையும் மீறி நான் அவருக்கு உதவி செய்யவேண்டியிருந்தது. மணியார்டர் செய்வது போன்ற நுணுக்க மான வேலைகளில் அவருக்குப் பற்றில்லாமல் இருந்ததும் அவர் வீட்டில் முதுகைப் பிளந்துவிடுவார்கள் என்பதால் எனது பெயரும் விலாசமும்தான் கொடுக்கவேண்டியிருந்ததும் ஒரு காரணம்.

நான் அதை நம்பவே இல்லை. இதை அவரிடம் கடைசிவரை சொல்லிக்கொண்டிருந்தேன். அவரோ, 'நம்பிக்கை வேணும்டே. மனுஷன்னா வாழ்க்கைல எதையாவது நம்பனும். இல்லாட்டி வாழ்க்கை நரகமாயிடும்' என்று எனக்கு நன்னெறி புகட்டிக் கொண்டிருந்தார்.

ஆனால் அனுப்பி ஒரு மாதம் கழிந்தது. அங்கிருந்து ஒரு அணக்கமும் இல்லை. அவருக்கே லேசாகச் சந்தேகம் வந்துவிட்டது. முதலில், 'டெல்லி எங்கே இருக்கு?அங்கிருந்து வர வேனாமாடே? இங்கிருக்கிற சாட்டப்பத்துக்கு தாத்தா விசேசத்துக்கு நான் போட்ட கார்டு, அந்த வீட்டுத் தாத்தா செத்த வீட்டில என் கையிலேயே கிடைச்சுது' என்றவர், 'நீ செரியா விலாசம் எழுதினியா?' என்று கேட்க ஆரம்பித்துவிட்டார். 'பின்கோடு? அதுல ஒரு நம்பர் மாறினாக்கூட கன்யாகுமரி வருவது காஷ்மீர் போயிடுமாமே?'

நான், 'அதெல்லாம் சரியாத்தான் எழுதினேன்' என்றேன். 'இவ்வளவு விவரம் உள்ளவன், நீயே எழுதிருக்கலாம்லே?'

அவர், 'நீ படிச்சவன்னு உன்கிட்டே கொடுத்தேன்!' என்றார் குரோதமாக. 'ஒருவேளை போஸ்ட்மேன் எதுவும் நடுவில லவுட்டிட்டானா? பழைய கன்னையான்னா கைத்தூசி படாம எந்தப் பொருளையும் நம்மகிட்டே கொண்டு சேர்த்துடுவாறு. இவன் ஆளும் முழியும் சரியே இல்லை.'

இதன் நடுவில் அவர் வீட்டில் வேறு நெருக்கடி கொடுக்க ஆரம்பித்து விட்டார்கள். 'எலேய் குமாரு, போன மாசச் சம்பளத்துல 75 ரூபாய் குறையுது. ஏன்னு கேட்டா பதிலும் சொல்ல மாட்டேங்கே. என்னடே முதுகுத் தோலி ஊறுதா?' என்று அன்போடு விசாரிக்க ஆரம்பித்துவிட்டார்கள். அந்த விசாரிப்பை அவர் கண்களில் கண்டு கொண்ட நான், 'வேணும்னா ஒரு லெட்டர் எழுதிக் கேக்கலாம் மாமா' என்றேன் ஆறுதலாய். அவர் யோசனையாய், 'ஆமா, கேட்டுட வேண்டியதுதான்' என்றார். பிறகு திடீர் உறுதியுடன், 'அதான் பண்ணனும். என்ன நினைச்சிட்டிருக்கான்? என்னைப் பத்தி அவனுக்குத் தெரியலை' என்று உறுமினார். இப்போது டெல்லிக்கு மீனவர்களை விடுவிக்கச் சொல்லி முதல்வர்கள் தொடர்ச்சியாகக் கடிதம் எழுதும்போது காட்டும் அதே உறுதி, அதே நம்பிக்கை அவரிடம் அப்போதே இருந்தது.

ஆனால் அவர் மேலும் உறும வேண்டியிராமல் மறுநாளே பார்சல் வந்துவிட்டது. வரும்போது நானும் அவரும்தான் தர்சாலில் அமர்ந்து கேரம் ஆடிக்கொண்டிருந்தோம். பெரிய பார்சல். போஸ்ட் மேன் எங்களை நம்பாமலே நான்தான் குறிப்பிடப்பட்ட சங்கரனா என்று பத்து தடவை கேட்டுக்கொண்டு அதைக் கொடுத்தான்.

அது நன்றாகக் கட்டப்பட்ட ஒரு பார்சல். மூன்று அடுக்குகள் கொண்ட பார்சல். முதல் அடுக்கில் டேப் ரிக்கார்டர் வாங்கியவரை வாழ்த்தியும் அவருக்குச் சேவை செய்ய வாய்ப்பு அளித்ததற்கு நன்றி சொல்லியும் ஒரு கடிதம் இருந்தது. இரண்டாவது அடுக்கில் அந்தக் கருவியை எப்படிப் பயன்படுத்தவேண்டுமென்று ஒரு மானுவல். நல்ல ஆங்கிலத்தில். 'மூன்று பெரிய அளவு பேட்டரிகளைப் பயன்படுத்தவும். எப்போதும் பயன்படுத்தாதபோது பாட்டரிக் கட்டைகளைக் கழற்றிவிடவும்' என்பது மட்டும் புரிந்தது.

மூன்றாவது அடுக்கில் அழகான ஒரு செங்கல் இருந்தது.

•

பலவருடங்களுக்குப் பிறகு மாமாவைப் போனமாதம் பாபநாசம் போனபோது பார்த்தேன். வழுக்கை, தொப்பை எல்லாம் விழுந்து

நெல்மூட்டை மாதிரி இருந்தார். திடீரென்று நினைத்துக்கொண்டு, 'சுப்பு ஊருக்கு வந்திருக்கா. தெரியுமா. அவளுக்கு நிறைய பல்லு விழுந்து போச்சி.'

நான் சும்மா இருந்தேன்.

'ஆனா சங்கரா, எனக்கு ஒன்னே ஒண்ணுதான் இன்னமும் புரியலை. அவன் எதையும் அனுப்பாமலே இருந்திருக்கலாம். அவ்வளவு கஷ்டப்பட்டு ஏன் ஒரு செங்கலைப் பொதிஞ்சு அனுப்பினான்?'

நான் ஓடும் தாமிரபரணியை வெறித்துப் பார்த்தபடியே நின்றிருந்தேன். பின்னால் யாரோ ஆன்லைன் ஷாப்பிங்க்ல கிரைண்டர் வாங்கலாமா என்று யாரையோ விசாரித்துக் கொண்டிருந்தார்கள்.

◻

அழுகாச்சி

25

கொஞ்ச நாட்களுக்கு முன்பு ஒரு இளங்கவியைச் சந்தித்தேன். வணக்கம், பதில் வணக்கம் சொல்லிய அடுத்த நிமிடம் அழ ஆரம்பித்துவிட்டார். ஆறென ஓடிய அவர் கண்ணீரில் நெல்லை, மழையில் நனைந்த பூனைபோலப் பொதுமிப் போனது. அரைமணி நேரம் அழுதபிறகு, தான் எதற்கு அழ ஆரம்பித்தோம் என்று அவருக்கு மறந்துபோனதுதான் பெரிய சோகம். Abstract art மாதிரி abstract misery. அன்றிரவு யோசித்தேன். ஏன் நமது கவிஞர்கள் எல்லாரும் இப்படி ஒப்பாரித் திலகங்களாக இருக்கிறார்கள்? முறுக்கு மீசையுடன் பாரதி போன்ற பிம்பங்களை அசை போட்டுக்கொள்ளும் மனத்திற்கு இப்படிச் சட்சட்டென்று கண்ணீர் மல்கும் ராஜேந்தர்த் தனமான கவிஞர்களைச் சந்திக்கச் சங்கடமாக இருக்கிறது. கவிதை இவர்களை பலவீனப்படுத்திவிட்டதா அல்லது கவிதை எழுதுவது இவர்கள் பலவீனமா தெரியவில்லை.

நிறைய பேருக்கு நகைச்சுவை உணர்வே இல்லை. தன்னைச் சுற்றிலும் துயரமும் துரோகமும் நிறைந்திருக்கும் கவிஞனால் எப்படிச் சிரிக்க முடியும் என்றொருவர் கண்ணீர் மல்கக் கேட்டார். அவர் தற்கொலையைத் தவிர, பூமிமீது வேறு எந்த விசயத்தைப் பற்றியும் எழுதுவதில்லை. கவிதையில் அவர் செய்த விதம் விதமான தற்கொலைகளைப் படித்துப் படித்து எனக்கே தற்கொலைமீது ஓர் இச்சை பிறந்துவிட்டது. எப்படிச் சிரிப்பது என்று கேட்ட அவரிடம் நான் ஊசிகோபுரத்துக்கு முன்னால் அமர்ந்திருந்த ஒரு தொழு நோயாளி சிரிப்பதைக் காண்பித்து 'அப்படித்தான்' என்றேன். அதன்பிறகு அவர் என் உறவை முறித்துக்கொண்டுவிட்டார் என்பதைச் சொல்ல வேண்டியதில்லை.

இது ஏதோ தொற்றுவியாதியோ அல்லது குழுக் குணமோ தெரியவில்லை. நான் இதைப் பற்றிப் பேசிக் கொண்டிருந்தபோது ஒரு கவிதாயினி தனது பரந்துவிரிந்த தோளைச் சுட்டிக்காட்டி, 'இந்த தோளின்மீது தமிழகத்தின் அனைத்துக் கவிஞர்களும் புரண்டு புரண்டு அழுதிருக்கிறார்கள்' என்றார். எனக்கு ரொம்பப் பாவமாய் இருந்தது. அவர் நீண்டகாலமாக அவதிப்பட்டுக்கொண்டிருந்த தோள் வலிக்கு இப்படியொரு காரணம் இருக்கும் என்று எதிர்பார்த்திருக்கவில்லை.

ஆனால் சிலர் அழுவதே பரவாயில்லை என்று சிலநேரம் தோன்றி விடுகிறது. அழுத கண்ணைத் துடைத்து முடிந்ததும் நேராக உலகை அழிக்கக் கொடுங்கவிதைகளுடன் புறப்பட்டுவிடுகிறார்கள். எல்லாம், 'காலா இங்கே வாடா, சற்றே உன்னை உதைக்கிறேன்' வகைக் கவிதைகள்தான். அதைப் படித்ததும் எதையாவது தீ வைத்துக் கொளுத்தவேண்டும் என்று நமக்குப் பரபரவென்று ஏற்படுகிற உணர்ச்சி, அதன்பிறகு அவர்கள் பாடப் போகிற முகாரியை நினைத்துத்தான் அடங்குகிறது.

கல்லூரி நாட்களில் எங்களுடன் சுற்றித் திரிந்தவர் சின்னக் கவிராயர் என்று மற்றவர்கள் கூப்பிட்ட அண்ணாச்சி ஒருவர். நிஜப் பெயர் தெரியாது. ஆனால் அவர் மனைவியிடம் அவரது பெயர், 'அந்தக் கொள்ளைல போறவன்'தான். கொள்ளையா கொல்லையா என்பது ஆய்வுக்குரியது. அவர் வேலை என்று எதுவும் செய்யவில்லை. நமக்குத் தொழில் கவிதை என்றிருந்தார். 'சவத்தெளவு. இதை முன்னாலேயே சொல்லிருந்தான்னா மணமேடைல இருந்து துள்ளிக் குதிச்சுப் போயிருக்க மாட்டேனா?' என்பார் அவர் சம்சாரம். அவருக்குக் கொஞ்சம் பாட்டு கட்டத் தெரிந்திருந்தது. ஏதாவது அரசியல் கூட்டங்களுக்கு ஆள் சொல்லிவிட்டால் அந்தக் கூட்டத்துக்கு தக்கவாறு எதையாவது பாடிவிட்டு வருவார். மற்றபடி என்னை மாதிரி பசங்களுடன் கிரிக்கட் விளையாடுவதும் கலைவாணி தியேட்டரில் காலைக் காட்சி ரதிநிர்வேதம் பார்ப்பதிலும் கழிந்தது. மீதி நேரங்களில் சலூனில் ஓசி பேப்பர் படித்துவிட்டு அன்றைக்கு பூமியில் நடந்திருக்கும் சமூக அநீதிகள் பற்றிக் குமுறிக் கொண்டிருப்பார்.

'ஏய் சங்கரா, இதைக் கேட்டியா, ஆந்திராவுல வெள்ளமாம். நாப்பது பேரு செத்துப் போயிட்டான்' என்று சொல்லும்போதே அவர் கண்கள் மங்கி கண்ணீர் ததும்பும். குலுங்கிக் குலுங்கி அழ ஆரம்பித்து விடுவார். அந்தப் பெரிய உருவம் குலுங்கி அழும்போது ஒரு கூட்ஸ் வண்டி குலுங்குவதுபோலவே இருக்கும். பிறகு அதற்குத் தக்கன ஒரு பாட்டு புறப்பட்டுவரும். 'ச்சே, என்ன இளகிய மனது' என்று உங்களுக்குத் தோன்றலாம். ஆனால் அவர் கலைவாணி தியேட்டரை

ஆபாசப்படம் போடுகிறார்கள் என்று திடீரென்று தடை செய்த போதும் இதேமாதிரி அழுதார் என்பதை நீங்கள் நினைவில் வைத்துக்கொள்ளவேண்டும்.

அது ஒரு மழைநாள் மாலை. கையில் கிடைத்த காசையெல்லாம் சேர்த்து இப்போது பொதிகை நகர் என்று சொல்லப்படும் இடத்தில் பாதி முடிந்த கட்டடம் ஒன்றில் அமர்ந்து நண்பர்கள் பீரடித்துக் கொண்டிருந்தோம். இவர் எப்படியோ எங்களை மோப்பம் பிடித்து வந்துவிட்டார். 'மக்களே, அண்ணாச்சியை மறந்துட்டீங்களே!' என்றார். நாங்கள் வேண்டா வெறுப்பாய் அவருக்கும் ஒரு கிளாஸ் கொடுத்தோம். அவர் அதைக் குடித்துவிட்டு, 'சங்கரா திங்க எதுவும் கிடையாதா?' என்றார். நண்பன் என்னை முறைத்துக்கொண்டே அதையும் எடுத்துக் கொடுத்தான். அவர் அதைக் கடித்துக்கொண்டே, 'சங்கரா. ரொம்ப சோகமா இருக்குப்பா' என்றார். அவர் இடதுகண் கலங்கித் துடித்தது. நண்பன், 'ஏன் அண்ணாச்சி?'

அவர் தொண்டையை செருமிக் கொண்டு, 'நாட்டிலே கொலை கொள்ளை களவு கூடிடுச்சுப்பா' என்றார். 'நம்ம மெக்கானிக் ஆறுமுகம் வைப்பாட்டி இல்லே. அவ வீட்டில இருந்துகூட நேத்துத் திருடு போயிடுச்சி' என்றார். 'பாவம், அவளே வாயைக் கட்டி வயத்தைக் காட்டி சம்பாதிக்கிறா. அதைப் போயி யாரோ திருடியிருக் காங்க' என்றார். இப்போது அவர் அழவே ஆரம்பித்துவிட்டார்.

நண்பன் சாக்கிரதையாய், 'அப்படியா? என்ன திருடு போச்சி?' என்றான். அவர் கண்ணைத் துடைத்துக்கொண்டு, 'கோழி. அவ வளர்த்த கோழி திருடு போச்சி. அவ கூப்பாடு போடுதா. என்னால கேக்க முடியலை. அதான் அப்படியே கிளம்பி வந்துட்டேன்.'

நாங்கள் அனைவரும் உறைந்துபோய் நின்றோம். அவர்கூட சூழலில் ஒரு மாற்றத்தை உணர்ந்து அழுவதை நிறுத்திவிட்டு, 'என்னா?' என்றார்.

நாங்கள் மெதுவாய் தைரியத்தைச் சேர்த்துக்கொண்டு, 'மன்னிச்சுக்கோங்க அண்ணாச்சி. எங்களுக்கு முன்னமே தெரியலை. ஆனா நீங்க கொஞ்ச நேரத்துக்கு முன்னால சாப்பிட்டது அந்தக் கோழிதான்.'

சற்று நேரம் அந்த இடத்தில் ஒரு பெரிய அமைதி நிலவியது.

பிறகு அவர் சட்டென்று பீறிட்டு அழுதார். 'இப்படி சைட் டிஷுக்குக்கூட திருடித் தின்கிற அளவுக்கு இந்தச் சமூகம் நம்மை வச்சுட்டுதே!' என்றவர் அலறியதில் பூமியே நடுங்கியது.

□

The Conjuring
26

'**தி**ருவந்திரம் கொண்டுபோங்க. முத்திப் போச்சு' என்று சொல்லிவிட்டார்கள் ஆச்சியை. ஆனால் ஆச்சி சம்மதிக்கவில்லை. சம்மதித்தாலும் கொண்டுபோயிருப்பார்களா தெரியாது. ஓடுகையில் தடுக்கிக் கீழே விழுந்தால் அப்படியே விட்டுவிட்டுப் போய்விடுகிற ஒரு பரம்பரை. 'எனக்கு நோயில்லட்டி இசக்கியம்மை. எல்லாம் அந்த தேவடிச்சி காரியம். இத்தனை வருஷம் கழிச்சி இப்பல்லா வந்து நிக்கா' என்றாள் ஆச்சி. அவள் தொண்டையில் பெரிய புற்றுநோய்த் துளை இருந்தது. ரொம்பப் பேசுகையில் அதிலிருந்து சீழ் பச்சை நிறத்தில் பொங்கி மார்பில் வழிந்தது. சித்தி அதைத் துணியால் துடைத்துவிட்டு, 'அம்மா, செத்த சும்மாரும்மா' என்றாள் கண்ணீருடன். அம்மா, 'திருவந்திரம் போன்னு சொல்றதுக்கா இவன் டாக்டருக்குப் படிச்சான்?' என்றாள் கோபத்துடன்.

மேட்டுத் தெருவில் இருந்த அந்த வீடு முழுவதும் சீழ்வாசனை மிதந்து குமட்டியது. முன்பு அங்கு எப்போதும் ஒரு வைக்கோல் வாசனை இருக்கும். ஆச்சியை உள்ளறையில் உள்ள மரக்கட்டிலில் தூக்கி வைத்து, பக்கத்தில் புகையும் ஒரு சாம்பிராணிக் கலயத்தையும் வைத்தார்கள். அம்மா, 'நான் போயி புட்டாரத்தி அம்மன் கோவில்ல சொல்லி ஓதி, தண்ணி வாங்கிட்டு வரேன். நீ சேட்டை பண்ணாம இரு, என்ன?' என்றாள். நான், 'இங்கே எனக்குப் போரடிக்கி. ஒரு புஸ்தகம்கூட இல்லை' என்றேன். அவள் சித்தியிடம் திரும்பி, 'ஏட்டி காந்தி, இவனுக்கு எங்கியாவது இருந்து ரெண்டு கதைப் புஸ்தகம் இருந்தா வாங்கிக் கொடுடி' என்று சொல்லிவிட்டு அவசரமாக ஏறக்குறைய ஓடிப்போனாள். 'பாப்புலர் டாக்கிஸ்ல படம் மாத்திருக்கான். அதுக்காக்கும் ஓடுதா உங்கம்மை' என்று சித்தி

சிரித்தாள். பிறகு, ‘எனக்குக் கொஞ்சம் அடுக்காளைல வேலை இருக்கு. நீ இங்கேயே இரு ஆச்சி கூட. அவ எதுவும் கூப்பிட்டா சத்தம் கொடு, என்னா?’

நான் கொஞ்சநேரம் அங்கேயே அமர்ந்து அங்கிருந்த ஒரே புத்தகமான குடும்பப் பத்திரிக்கை ராணியை இருபதாவது தடவையாகப் படித்தேன். உள்ளே ஆச்சி வலியில் ஒரு மிருகம்போல உறுமிக்கொண்டிருந்தாள். இடையில் ஏதேதோ சொன்னாள். அவை சதுப்பு நிலத்தில் குமிழிகள் வெடிக்கும் சப்தம்போல எழும்பி மறைந்தன. இடையில் ஒருதடவை, ‘போட்டி இங்கிருந்து’ என்றது மட்டும் தெளிவாகக் கேட்டது.

நன் சலித்து முன்னறைக்கு வந்தேன். பிறகு தோன்றினாற்போல மரப்படிகள் ஏறி குச்சுக்குப் போனேன். ரொம்ப நாளாகவே குச்சு புழக்கமில்லாமல் கிடந்தது. இருட்டாக இருந்தது. ஓடுகள் சிதறி வெயில் ஊசிகள் மட்டுமே அந்த இருட்டை அம்புகளைப்போலத் துளைத்து நின்றன. எங்கும் தூசி பறந்துகொண்டிருந்தது. தளமெங்கும் பழைய மரப்பெட்டிகள். கிழிந்த வயர் கூடைகள். உடைந்த நாற்காலிகள். ஒரு கால் சரிந்து நின்ற நொண்டி பீரோ. நான் ஒரு மரப்பெட்டியைத் திறந்து பார்த்தேன். அது முழுவதும் திருநெல்வேலி வாக்கியப் பஞ்சாங்கம். ஒவ்வொரு வருடப் புத்தகமும் இருந்தது. இன்னொரு பெட்டி முழுவதும் கடைந்த மர விளையாட்டுச் சாமான்கள் கிடந்தன. ஒரு மர ரயில் வண்டிகூட இருந்தது. இன்னொரு பெட்டி நிறைய சில பழைய பிரேமிடப்பட்ட புகைப்படங்கள் இருந்தன. ஒரு படத்தில் அம்மையின் சின்ன வயதுப் பிரதிபோல ஆச்சி தாத்தாவுடன் இருந்தாள்.

அந்தப் புகைப்படத்தின் இன்னொரு பிரதி எங்கள் வீட்டில் தொங்குவதால் நான் தாத்தாவை அறிவேன். தாத்தா இன்னொரு படத்தில் சீருடை அணிந்துகொண்டு கம்பீரமாக நின்றிருந்தார். கீழே ‘வசந்தம் ஸ்டுடியோ, திருநெல்வேலி டவுண்’ என்றிருந்தது. தாத்தா கொஞ்சநாள் டிவிஎஸ் பேருந்தில் டிரைவராக இருந்தார் என்று பின் அம்மா சொன்னாள். இன்னொரு படத்தில் அவர் யாரோ ஒரு மனிதருக்கு சால்வை போட்டுக்கொண்டிருந்தார். கீழே 12-5-52 என்று மங்கிய மசியில் எழுதியிருந்தது. இன்னொரு புகைப்படம்தான் சுவராஸ்யமாக இருந்தது. அதில் தாத்தா, மூக்குத்தி அணிந்த ஒரு பெண்ணுடன் இருந்தார். அந்தப் பெண் நாற்காலியில் அமர்ந்திருக்க, தாத்தா பின்னால் முறுக்கு மீசையுடன் நின்றிருந்தார்.. அந்தப் பெண் மிக அழகாக இருந்தார். நான் தூசியைத் துடைத்து அந்தப் படத்தை உற்றுப் பார்க்க முயன்றேன். அது ஆச்சி இல்லை. வேறு யார்?

அப்போதுதான் அந்த குரலைக் கேட்டேன். ‘மக்கா, இங்கே வா.’ நான் திரும்பிப் பார்த்தேன். அங்கு அவ்வளவு நேரம் காலியாகக் கிடந்த சாய்வு நாற்காலியில் ஒரு பெண் அமர்ந்திருந்தார். போட்டோவில் இருந்ததுபோலவே மூக்குத்தி அணிந்த ஒரு பெண். ஆனால் அந்தப் பெண்தானா எனச் சொல்ல முடியவில்லை. போட்டோவில் இருந்த பெண்ணிடம் ஒரு ஒடுக்கம், பயம் தெரிந்தது. இவரிடம் அது இல்லை. மேலும் அப்போதுதான் குளித்ததுபோல அவர் முகம் அவ்வளவு ஒளியுடன் இருந்தது. அவர் நான் பின்வாங்குவதைப் பார்த்துப் புன்னகைத்து, ‘பயப்படாதே மக்கா, நானும் ஆச்சிதான் வா’ என்றார்.

நான் செலுத்தப்பட்டவன்போலக் கையில் அந்தப் புகைப்படத்துடன் முன் நகர்ந்தபோது சரியாகச் சட்டென்று யாரோ என் கையைப் பிடித்து இழுத்தார்கள். சித்தி. ‘ஏலே, இங்கே என்ன பண்றே?’ என்று கத்தினாள். நான் தடுமாறி, ‘அது இங்கே... ஒரு ஆச்சி...’ ‘முதல்ல கீழே வா. உன்னை யாரு இங்கே எல்லாம் வரச் சொன்னா? கீழே உன் ஆச்சி கூப்பாடு போடுதா’ என்று தரதரவென்று இழுத்துப் போனாள்.

ஆம். கீழே ஆச்சி உச்சக் குரலில் அலறிக்கொண்டிருந்தாள். ‘ஏய் இசக்கியம்மை, புள்ளையைக் கவனிக்காம எங்கேடி போயிட்ட முண்டை. உன் சினிமாப் பைத்தியத்தால புள்ளையை வாரிக் கொடுத்துட்டு நிக்கப் போறடி சவமே.’

சித்தி அவளருகில் வேகமாய்ப் போய், ‘இங்க பாரு. ஒன்னும் ஆவலை. இந்தாருக்கான் உன் பேரன். கொஞ்சம் சத்தம் போடாம இரு.’ ஆச்சி சத்தம் போடுவதை நிறுத்திவிட்டு ஒரு கணம் என்னைக் கண்ணிறக்கிப் பார்த்தாள். அவள் முகம் தளர்ந்தது. பிறகு சோர்வுடன் கண் மூடிக்கொண்டாள். அவள் மார்பு முழுவதும் சீழ் வழிந்துகிடந்தது.

அன்றிரவு ஆச்சி இறந்துபோனாள்.

□

குருப் பெயர்ச்சி

27

அவர் பணியிடத்தில் என்னுடைய மூத்தவர். தொழில் கற்றுக் கொடுத்தவரும் கொஞ்சமே கொஞ்சம் சம்ஸ்கிருத வாசனை காட்டியவரும் ஆவார். ஈழவர். நாராயண குரு யோகத்தில் கற்றுக் கொண்ட சமஸ்கிருதம். ஜோதிட ஞானம் உண்டு. எனக்கு அப்போது அந்தப் பித்தும் இருந்ததால் எங்களிடையே இயல்பான ஓர் ஒட்டு உண்டு. நாங்கள் பணிநேரம் முடிந்ததும் நிறைய ஜாதகங்களை எடுத்துக்கொண்டு அலசுவோம். விசாலம் காப்பி குடிப்போம். பிறகு மறுபடி ஜாதக சோதனை. மறுபடி காப்பி. என்னுடைய வாக்குப் பலிதத்தில் அவருக்கு வியப்பு உண்டு.

மதுரை தல்லா குளத்தில் அவரது குரு ஓர் ஐயர் இருந்தார். அவரிடம் என்னை அழைத்துப் போனார். அவருடனும் ஜோதிட விசாரம். என்னுடைய வாக்குப் பலிதம் பற்றி அவருக்கும் வியப்பு உண்டு. சொல்லப் போனால் எனக்கே ஒரு வியப்பு உண்டு. ஒரு விஷயம் நான் சொன்னால் ஏன் நடக்கிறது என்று எனக்கும் தெரியவில்லை. 'ஏனிப்படிச் சொல்கிறாய்? ஜாதகரத்னாகரத்தில் இப்படிச் சொல்லியிருக்கிறதே? பிருகத் சம்ஹிதையிலோ வேறு மாதிரி சொல்லியிருக்கிறது' என்று குடைவார்கள். நான் சுகப் பிரம்ம ரிஷி மாதிரி முகத்தைக் கூர்மையாக வைத்துக்கொண்டு, 'எனக்கு அப்படித் தோன்றுகிறது!' என்று ஒரு மகாவாக்கியத்தைச் சொல்லிவிட்டு அமைதியாகிவிடுவேன். அப்போது அயன் ராண்டுமீது பெரிய மதிப்பில்லை. இருந்திருந்தால், 'நானொரு தேர்ந்தெடுக்கப் பட்டவன். எனக்குப் பிறப்பிலேயே ஒரு புலன் கூடுதலாக இருக்கிறது' என்று சொல்லியிருப்பேன்.

அது ஒரு காலம். அதன்பிறகு நான் பல்வேறு சித்தாந்த அரைவை இயந்திரங்களில் சிக்கி ஒரு மாதிரி அவியல் ஆகிவிட்டேன். ஜோதிடம், ஆவிகளுடன் பேசுவது, கக்கூசில் அமர்ந்துகொண்டு குதிரை மாதிரி கத்தி குண்டலினியை எழுப்புவது போன்ற பழக்கங்களை எல்லாம் விட்டுவிட்டேன். நண்பரும் ரிட்டயர்ட் ஆகி அவரது சொந்த ஊர் மார்த்தாண்டம் வந்துவிட்டார். பத்து வருடங்கள் தொடர்பில்லை. பிறகு நானும் அதே ஊருக்கு வந்ததும் பழக்கம் தொடர்ந்தது.

இப்போது அவரது மகன்கள் கல்யாணம் எல்லாம் நடந்து செட்டிலாகியிருந்தார். ஒரு தடவை பழைய நினைவில் அவர் மூத்த மகன் ஜாதகத்தை என்னிடம் காண்பித்தார். 'மூணு வருசமாச்சு. இவனுக்குக் குழந்தை இல்லை' என்றார். நான், 'குருப் பெயர்ச்சிக்கு அப்புறமா ஆயிடும்' என்று வாயில் வந்ததைச் சொல்லிவைத்தேன். குரு எப்படியும் வருடத்துக்கு ஒருமுறை பெயர்வான் என்பதால் எல்லா ஜோசியரும் சொல்வதுதான். ஆனால் அதே மாதிரி அவனுக்கு குருப் பெயர்ச்சிக்குப் பிறகு ஒரு குழந்தை பிறந்துவிட்டது. நண்பர் சந்தோஷம் மிகவாகி ஓணத்துக்கு என்னையும் எனது மனைவியையும் அழைத்து ஓலன், கோலன். அடிப் பிரதமன் எல்லாவற்றோடும் நல்ல சாப்பாடொன்று போட்டார். வீட்டுக்காரார்களிடம், 'இவர் நாக்குல சரஸ்வதி இருக்கா' என்றார் பெருமையாக. அப்புறம் கொஞ்ச நாள் மறுபடி தொடர்பு துண்டித்தது.

இரண்டு வருடங்கள் முன்பு ஒரு நாள் காலை நடையில் என்னை ஒருவர் நிறுத்தி, 'சார், எப்படியிருக்கீங்க?' என்றார். எனக்கு அவரைத் தெரியவில்லை. 'நான்தான் சார். அவரோட மகன்.'

'அப்படியா? எனக்கு அடையாளம் தெரியல்லை. வழுக்கை விழுந்து மீசையெல்லாம் எடுத்து, பாதிரி மாதிரி ஆயிட்டியே?'

அவன் வெட்கமாய், 'மீசை நரைச்சிடுச்சி. அதான்.'

அதன்பிறகு அவனையும் பார்க்கவில்லை. இன்று காலை எனது நண்பரைப் பார்த்தேன். நாட்டுக் காரியங்கள் பேசியபிறகு (மோடி மேலே வந்துட்டாரே?), 'பையன் எப்படி இருக்கான் சார்?'

அவர் கண்களை விலக்கி, 'என்னத்தச் சொல்றது? இருக்கான். நீங்க அவன் ஜாதகத்தைப் பார்த்தீங்கல்லா? அதுல இப்படி எதுவும் சூசகம் காட்டுச்சா?' நான் புரியாமல், 'எப்படி?' அவர், 'தெரியாதா? இதோ இங்கே பாருங்க' என்று ஒரு போஸ்டரைக் காட்டினார்.

'சகோ.......... அழைக்கும் மாபெரும் மீட்சிக் கூட்டம்.

பிசாசுகளிடமிருந்தும் டாக்டர்களிடமிருந்தும் விடுதலை!' என்ற வாசகங்களின்மீது வானத்தைப் பார்த்துக் கை உயர்த்திக் கொண்டிருந்த நபர் சந்தேகமில்லை நண்பரின் மகன்தான்.

'என்னமோ தெரியலை, ஒருநாள் காலைல வாக்கிங் போனவன் திரும்ப வந்து, அப்பா பைபிள் இருக்கான்னு கேட்டான். நான் விஷயம் புரியாமக் கொடுத்துட்டேன். அங்கிருந்து நிக்கவே இல்லை. ஒரே சாட்டம். இப்போ இப்படி. வீட்டுல இதுனால பெரும் குழப்பம்' என்றார் சோகமாக.

நான் சற்றுநேரம் நெடுஞ்சாலைக் கல் மாதிரி அங்கேயே நின்றிருந்தேன். பிறகு எனக்கு ஒரு மீட்டிங் இருப்பது அவசரமாக நினைவுக்கு வந்து, 'வரேன் சார். எல்லாம் குருப்பெயர்ச்சிக்குப் பிறகு சரியாயிடும்.'

□

குடித்தனம்

28

சனிக்கிழமை இரவு முழுவதும் கூப்பாடு போட்டுத் தூய ஆவியை எழுப்பிய சாது பால்துரையைக் காலை பூமணி ப்ராய்லர்சில் சந்தித்தேன். 'நெஞ்செல்லாம் ஒரே காறல். சளி தொண்டையைப் பிடிக்குது. கத்த முடியலை' என்றார். 'அதுக்கு நாட்டுக் கோழியில்லா வேணும்?' என்றேன் நான். 'அதுக்குச் சக்கரம் ஏது? இதுக்கே பொண்டாட்டி அறுத்துக் கிழிக்கா. நேத்திக்கிக் கிடைச்ச வாளி காசுல இது கிடைச்சதே கோளுதான்' என்றவர் என் நெற்றியிலிருந்த குங்குமத்தைப் பார்த்துவிட்டு 'சாத்தானுக்க பிடி இன்னும் பலமா இருக்கு போலேயே?'

நான் சிரித்து, 'சொர்க்கத்துல எல்லோரும் ஒரே முட்டாப் போய் அடைஞ்சிட்டா நெரிசலா இருக்காதா?'

இருவரும் நடந்தோம். 'அது கிடக்கு, ஊழியமெல்லாம் எப்படிப் போகுது?'

'போகப் போக கீழானிக்கப் போகுது' என்றார் சலிப்பாக. 'இதுலயும் போட்டி அதிகமாயிடுச்சி. முந்தி மாதிரி என்னால கத்த முடியலை. ரொம்பச் சின்னப்பசங்க கோட்டு, சூட்டு, ம்யூசிக் ட்ரூப்பு, இங்கிலீசுன்னு வந்துட்டாங்க. போனவாரம் பாளையங்கோட்டைல ஒரு கூட்டத்துக்குப் போயிருந்தேன். சிக்குன்னு ஒரு குட்டி. அவ சுண்டு வெள்ளைப் பன்னி சூத்து மாதிரி அத்தனை சிகப்பா இருக்கு. ஆண்டவரு அந்த சுண்டில அப்படியே பூந்து வறாரு.'

சாது பால்துரையை எனக்கு அவர் ஜோதிடர் பாலகிருஷ்ணனாக இருந்தபோதிலிருந்தே தெரியும். ஒரு நாள் நள்ளிரவில் வீட்டுக்கு

வெளியே ஒன்றுக்குப் போகவந்தவர் புதருக்கு மறுபுறம் நின்று கொண்டிருந்த உருவத்தைப் பார்த்து பயந்து, 'யாருவே அது?' உருவம், 'பயப்படாதே. நான்தான் மெய்யான தேவன் வந்திருக்கிறேன்' என்றது. அன்றிலிருந்து அவர் சாது பால்துரை ஆகிவிட்டார். உண்மையான காரணம் அவருக்கும் அவர் மனைவிக்கும் இருந்த பிரச்சினைகள்தான் என்றொரு ஆர்எஸ்எஸ் காரர் வந்து என்னிடம் விளக்கினார். 'அவரு சம்சாரம் கேரக்டர் சரியில்லை. ஒருநா அவ பக்கத்து வீட்டுக்காரனோட இருக்கறதை அவரு பார்த்துட்டாரு.'

எனக்கு எதை நம்புவது என்று தெரியவில்லை. அதன்பிறகும் அவர் சம்சாரம் அவருடன்தான் இருந்தார் என்பதை எப்படி விளக்குவது?

நாங்கள் போய்க்கொண்டிருக்கையிலேயே ஒரு பெரிய வீட்டின் இரும்புக் கிராதி கிறீச்சிட்டுத் திறந்து ஒருவர் நைலக்ஸ் கைலியுடன் வந்து, 'போதகரே தூரமா? ஒரு ஜபம் பண்ணி ஆசீர்வாதம் பண்ணனுமே?'

ஆப்பிரிக்காவிலிருந்து இறக்குமதி ஆகியிருந்த ஒரு சாப்பாட்டு மேஜைதான் போதகர் அன்று ஆசீர்வாதம் பண்ணவேண்டியது. ஒரு மேசையை எப்படி ஆசீர்வாதம் செய்யப்போகிறார் என்று நான் யோசித்துக்கொண்டிருக்கையிலே அவர் சாலமோன் ராணி ஷீபா என்று பழைய ஏற்பாட்டில் ஆரம்பித்து ஏசுவின் கடைசி விருந்துவரை தாவி ஒரு நீண்ட ஜபத்தைச் செய்து முடித்துவிட்டார். நான் நெற்றியில் கல்பாலத்தடி அம்மன் குங்குமத்துடன் சோபாவில் நெளிந்து கொண்டிருக்க எனக்கு ஸ்படிகக் கண்ணாடித் தம்ளரில் சிலோன் சாயாவும் பொறித்த பீப் துண்டும் தந்தார்கள். (இல்லீங்க. நான் குளிக்காம இறச்சி சாப்பிடறதில்லை என்று உளறினேன்.)

போதகரிடம் சிலுவை தடவிக்கொண்டு இருநூறு ரூபாய் தந்தார்கள். அவர் படி இறங்கியதும், 'பண்ணைப் பய. ஒரு லட்சம் ரூபாய்க்கு மேசை வாங்கிட்டு நமக்கு எவ்ளோ தரான் பார்த்தீங்களா? ஆண்டவருன்னா அத்தனை சீப்பாப் போச்சி. ரேசன் அரிசி மாதிரி நினைச்சுப் போட்டான். நாளைக்குப் பயலுக்கு பள்ளிப் பீசு கட்டணும், ஒரு ஐநூறா கொடுன்னு ஒரு நிமிஷம் கேட்டுப் போட்டேன். '

மீனவர் தெரு வரும்போது ஓடு சாய்த்த வீடு ஒன்றிலிருந்து இன்னுமொரு குரல் 'போதகரே' என்று விளித்தது.

வெளியே ஒரு நீல பிளாஸ்டிக் சேரில் ஒரு ஐம்பது மதிக்கத்தக்க ஆள் சட்டை இல்லாமல் அமர்ந்திருந்தார். அவருக்கு ஒரு கால் முட்டியில்

துண்டிக்கப்பட்டிருந்தது. பக்கத்தில் அவர் மனைவி கிண்ணத்தில் பச்சையாய் வைத்திருந்த தைலத்தை எடுத்து எடுத்து அதைத் தேய்த்துத் தடவிக்கொண்டிருந்தார். 'என்ன சார்லஸ், எப்படி இருக்கிறீங்க?'

'சாவ மாட்டாம இருக்கேன். உம்ம தேவன் என்னை உசிரோட கொத்தித் திங்கான்.'

'விசுவாசத்தை விடக்கூடாது சார்லஸ். யோபுவின் கதை உமக்குத் தெரியுமில்லையா? தேவன் அவனை அவனது கடைசி அணுவரை சோதித்தார். ஆனால் அதன்பிறகு அவனுக்கு யாருக்கும் கிடைக்காத நித்திய வாழ்வும் தேவனின் பிரியமும் கிடைத்ததே?'

அவன் மனம் கசந்து, 'உம்ம தேவனுக்க பிரியமும் நீரும். வேலைக்குப் போக முடியலை. எவனும் எடுக்க மாட்டேங்கான். உம்ம சொல்லைக் கேட்டு பழைய சபையை விட்டும் வெளியே வந்தேன். இல்லேன்னா அங்கேயாவது போய் நிப்பேன். பாதிரி என்னத்தயாவது காமிப்பாரு.'

பால்துரை பேசாது ஒருகணம் திகைத்து நின்றார். பின்னர் வீட்டின்மீது காற்றில் சிலுவை வரைந்துவிட்டு நடந்தார். அவர் கண்கள் இடுங்கி இருந்தன. 'இந்தத் தாயோளி ஏனிப்படி சனங்களைப் படுத்தறான்னே தெரியலியே' என்றபோது குரல் செருமியது. 'கடவுளோட சீவிதம் பண்றது ரொம்பக் கஷ்டம் கேட்டீரா. தேவடியாளோடக் குடித்தனம் பண்றமாதிரி' என்றவர் சட்டென்று யாரோ செவிட்டில் அறைந்தாற்போல நின்றார். பிறகு 'சவத்தெளவு' என்று சபித்தபடியே திரும்ப அந்த வீட்டுக்குப் போனார். உள்ளே போய்விட்டவர்களை விளித்து, 'சார்லசு... கைல இதான் இருக்கு' என்றபடி பையிலிருந்து மேசையை ஆசீர்வாதம் பண்ணிக் கிடைத்த பணத்தை எடுத்துக் கொடுப்பதைப் பார்த்தேன்.

பின்னர், 'விசுவாசத்தை விட்டுடாதடே' என்றதும் தேய்வாகக் கேட்டது.

□

ஓட்டம்

29

திருநெல்வேலியிலேயே திருபாகம் செய்யத் தெரிந்த ஒரே மாஸ்டரான கிருஷ்ணன் சபரிமலைக்குப் போய்விட்டு வீடு திரும்பும் போது அவர் மனைவி பக்கத்துவீட்டுக் கிறித்துவப் பையனோடு ஓடிப்போயிருந்தாள். மாலையைக் கழற்ற, சடங்குகள் செய்ய ஆள் இல்லை. பக்கத்துவீட்டு ரஞ்சிதம் அக்கா, ஐயோ என்று ஓடிவந்து காலில் நீர் ஊற்றினாள். அவர் மொத்தப் பிரசாதத்தையும் அரவணையையும் அவளுக்கே கொடுத்துவிட்டார்.

நல்ல மழை பெய்து வராண்டாவில் கிடக்கும் மேசை நனைந்து பொதுமிக்கொண்டிருந்தது. அதன் வாசனை, விட்டுவந்த கேரளத்தை நினைவுபடுத்தியது. பின்னிரவுகளில் தெருப்பையன்கள் அதைத் தெருமத்தியில் இழுத்துக் கொண்டுவித்து கேரம் விளையாடுவ துண்டு. ராதாமணியுடன் ஓடிப்போன ஜார்ஜை சிகரெட் பிடித்தபடி அந்தக் கும்பலில் பார்த்திருக்கிறார். வீடு திறக்கையில் பூசண வாடை அடித்தது. பீரோ திறந்துகிடந்தது. அவளது மயில்நிற குட்டிக் குட்டி நகைப்பெட்டிகளைக் காணோம். கட்டிலின்மேலே ஏறிக் களைப்பாகப் படுத்தார்.

கொடியிலிருந்து தொங்கிய அவளது சேலைகள் அவர் முகத்தை உரசின. கீழே கழற்றிப் போடப்பட்டிருந்த அவளது பாவாடைக் குவியலிலிருந்து ஒரு பூனை எழுந்து ஓடியது. ஜன்னலின் கைப்பிடியில் ஒரு சிகரெட் துண்டு இருந்தது. சுவரில் நேரெதிரே ராதிகாவின் போட்டோ கிடந்தது. மூளைக் காய்ச்சலில் இறப்பதற்கு நான்கு நாட்கள் முன் எடுத்த போட்டோ. மரணத்தின் பிரகாசத்துடன் மையிட்ட கண்கள் விரிந்து பறக்க அழகாக இருந்தாள். ராதாமணி

அந்தப் படத்தை எடுத்துச் செல்லவில்லை என்பது ஆறுதலாக இருந்தது. பிறகு அதுவே பாரமாகவும் மாறி அழுகை வருவதுபோலத் தோன்றின வேளையில் கதவு தட்டி கடைப்பையன் வந்தான். 'சாயங்காலம் சரக்குப் போட கடைக்கு வரலாமான்னு முதலாளி கேட்கச் சொன்னாரு.'

கிருஷ்ணன் மாஸ்டர், 'வரலாம்னு சொல்லு' என்றார்.

□

உறவு
30

ஒரு தாய்க்கும் பிள்ளைக்கும் உள்ள உறவு எப்போது, எதில் தொடங்குகிறது? எப்போது எதில் முடிகிறது?

இரண்டு சம்பவங்கள். முதலாவது.

என் தோழிக்கு ரொம்ப நாட்களாய் குழந்தை இல்லை. ஏறக்குறைய பதினேழு வருடங்கள். சாமி, ஆசாமி, டாக்டர், மருத்துவர், கம்பவுண்டர், ஜோசியர், தர்கா, சர்ச், இருக்கன்குடி மாரியம்மன் எல்லாம் ஒரு சுற்று போய் சலித்தபின்பு ஒருமாதிரி தனித்த வாழ்க்கைக்கும் வயிற்றுக்கும் சமாதானப்பட்டுவிட்டபின்பு, ஒரு கார்த்திகை நாளன்று என்னைப் பார்க்க வந்தாள். நாங்கள் இருவரும் ஊர் முழுக்க ஜொலிக்கும் தீப வரிசையைப் பார்த்தபடி மொட்டை மாடியில் நின்றோம். ஒரு பெரிய ஜ்வலிக்கும் மலைப்பாம்பு. அவள், 'சங்கர் எனக்குக் குழந்தை பிறக்கும்' என்றாள்.

நான் பேசவில்லை. 'பெண் குழந்தை. அதன் நெற்றியில் துருப்பிடித்தது போல ஒரு பெரிய தேமல் இருக்கிறது.' நான் அவள் கைகளை எடுத்துக்கொண்டு சமனப்படுத்த முனைந்தேன். 'இல்லை. பிரமை இல்லை. நான் உணர்கிறேன். இரண்டு வாரங்களாக அந்தக் குழந்தை என்னைச் சுற்றிச் சுற்றி வருகிறது.'

நான் அவள் கணவனை அழைத்து, 'கொஞ்சம் disturbed-ஆ இருக்கா. கூட்டிப் போய்த் தூங்க வை' என்றேன்.

ஏறக்குறைய ஒரு வருடம் கழித்து எல்லோரும் வியக்கும்படியாக அவளுக்கு ஒரு குழந்தை பிறந்தது. பெண் குழந்தை. அதன் நெற்றியில் பெரிய தேமல் இருந்தது.

இரண்டாவது.

என் சித்தி பிரசவத்தில் இறந்துபோனார். பச்சிளங் குழந்தைக்காக சித்தப்பா அவசரமாக இரண்டாம் கல்யாணம் பண்ணிக்கொண்டார். அடுத்த வீடுதான். பகலெல்லாம் தனியார் மருத்துவமனை ஒன்றில் பணிபுரிந்துவிட்டு நான் இரவு ஏழுமணி போலத்தான் வீடு வந்து சேருவேன். ஒரு குளியல். சாப்பாடு. முடித்துவிட்டு பத்து மணிக்கு வராண்டாவுக்குப் புத்தகங்களோடு வந்தால் அதிகாலை முதல் பால்காரன் வரும்வரை வாசித்துக்கொண்டிருப்பேன்.

அது ஒரு மார்கழி இரவு. நல்ல குளிர். ஒரு போர்வையைச் சுற்றிக்கொண்டு படித்துக்கொண்டிருந்தேன். பனி தரையில் மோதும் ஒலி கேட்கும் அளவுக்குப் புற நகரின் அமைதி. அன்று படித்துக் கொண்டிருந்த புத்தகம் ஸ்டீபன் கிங்கின் IT.

அன்றிரவு ஏனோ அடுத்தவீட்டுப் புதிய குழந்தை அழுதுகொண்டே இருந்தது. வழக்கமானதுதான் எனினும் அன்று சற்று அதிகம். நடுநடுவே சித்தப்பாவும் அவரது புதிய மனைவியும் குழந்தையை ஆற்றும் சப்தமும் கேட்டது. சித்தப்பா ஒரு தடவை குழந்தையைத் தூக்கிக்கொண்டு வெளியே காற்று காட்டவும் வந்தார்.

‘என்னடே படிக்கே?’ நான், ‘டிபார்ட்மென்ட் எக்ஸாம் சித்தப்பா’ என்று சொன்னதும் அமைதியாகி உள்ளே போய்விட்டார்.

கொஞ்ச நேரம் நிசப்தம். பிறகு மீண்டும் குழந்தை வீரிட ஆரம்பித்தது ஆனால் ஆற்றும் குரல்கள் இல்லை. சோர்ந்து தூங்கிவிட்டார்கள் போல் இருக்கிறது. நான் ஸ்டீபன் கிங்கில் ஆழ்ந்துவிட்டேன். எதனால் கவரப்பட்டேன் என்று தெரியவில்லை. மணி ஒன்று இருக்கலாம். தலைதூக்கிப் பார்த்தபோது காம்பவுண்ட் சுவரருகே இருந்த செடி மறைவில் யாரோ நின்றிருந்தார்கள். நான் சித்தப்பா என்று நினைத்து, ‘என்ன சித்தப்பா?’ என்றேன்.

அந்த யாரோ இன்னும் நிழலுக்குள் புதைந்துகொண்டு, ‘பிள்ளை இப்படி கத்துது’ என்றார்கள். ‘அதைக் கவனிக்காம இப்படி எருமை மாடு மாதிரி தூங்கறாளே ஒருத்தி.’

மையமாகத் தலையாட்டிவிட்டு புத்தகத்தில் மீண்டும் ஆழ்ந்து விட்டேன். பத்து பக்கங்கள் போனபிறகுதான் போதத்திற்குள்ளிருந்து ஒரு கை போல எழுந்து அந்தக் கேள்வி வந்தது. செடி மறைவில் நின்றது யார்? அந்தக் குரல் செத்துப்போன சித்தியின் குரல் அல்லவா?

□

ஓர் இலக்கியக் கூட்டம்

31

நான் இலக்கியக் கூட்டங்களுக்குப் பெரும்பாலும் போவதில்லை. மிக அருகில் நடந்தால்கூட. ஏனெனில் முன்பெல்லாம் அது உயிராபத்தான காரியம். தவிர பெண்கள் மருந்துக்குக்கூட வரவே மாட்டார்கள்.

கடைசியாகப் போன ஒரு கூட்டம் சிந்து பூந்துறையில் நடந்தது. நான் அப்போதுதான் வாசிக்கத் தொடங்கியிருந்தேன். நண்பர் ஒருவர், வாசித்தால் மட்டும் போதாது; இலக்கியக் கூட்டங்களில் கலந்து கொண்டால்தான் 'அறிவு' பெருகும் என்று சொல்லி அழைத்துப் போனார். மூட்டா ஆசிரியர் கழகக் கட்டடம் அது. எப்போதும் மூத்திர வாசனையுடன் இருக்கும் ஒரு கட்டடம். பத்துமணிக்குக் கூட்டம் என்றார்கள். ஆனால் கட்டடம் பூட்டப்பட்டிருந்தது. பதினோரு மணி வரைக்கும் யாரும் வரவில்லை. எதிரே டீக்கடையில் புகைத்தபடிக் காத்திருந்தோம். பதினோரு மணிக்கு நான்கைந்து பேர் வந்தார்கள். ஒருவரைத் தவிர எல்லோருமே போதையில் இருந்தார்கள். ஒருவரைத் தவிர எல்லோருமே ஜிப்பா, தோள் பையுடன் இருந்தார்கள். அதில் தாடிவைத்த ஒருவரை நண்பர் அணுகி 'அண்ணே' என்றார். அண்ணே திரும்பி அவரைப் பார்த்தார் 'யாரு நீ?'

'அண்ணே, என்னைத் தெரியலையா? கோவில்பட்டில பார்த்தோமே?'

அவர், 'அப்படியா' என்று தாடியைத் தடவியவாறே யோசித்தார். 'உன்கூட கண்ணாடி போட்டுட்டு ஒரு பொண்ணு வந்துதா?'

நண்பர், 'இல்லியே. அது வேற அண்ணே' என்றார்.

தாடி ஏமாற்றமடைந்து, 'அப்போ அந்தப் பொண்ணு யாருடே? அங்கே வந்ததுங்களிலேயே அதுதான் பார்க்கறாப்ல இருந்துச்சி' என்று எங்களை மறந்து அந்தப் பொண்ணை யோசிக்க ஆரம்பித்தார். இதற்குள் அருகிலிருந்த அவரது நண்பர் 'இந்தப் பையன் யாரு? இவனை நீ வச்சிருக்கியா?' என்று நண்பரிடம் கேட்டுவிட்டு பெரிதாகச் சிரிக்க ஆரம்பித்தார். நாங்கள் அதை ரசிக்கவில்லை என்று அவர் உணரக் கொஞ்சம் நேரமாகியது. பிறகு தாடி என்னிடம் திரும்பி, 'என்ன எழுதியிருக்கே?' என்றார். நான், 'ஒன்னும் எழுதலை. படிக்கறேன்.'

'என்ன படிக்கறே?'

நான் உற்சாகமாக 'பாலகுமாரன்...' என்று ஆரம்பித்தேன். அவர் முகத்தைத் திருப்பிக்கொண்டு 'இழவெடுத்தவங்க. கதவை யாராவது திறங்கடே. எத்தினி நேரம் இங்கயே நிக்கறது?'

யாரோ ஒருவர் போய்த் தேடிப்பிடித்து வாட்ச்மேனைக் கூட்டிவந்தார்கள். அவன் கடுப்புடன் தாடியிடம் வந்து, 'சத்தம் போடாமப் பேசணும். போனதடவை ரொம்பக் கம்ப்ளைன்ட் ஆயிடுச்சு.'

'சத்தம் போடாம எப்படிடே பேசறது? இதென்ன ஊமைப் பள்ளிக்கூடமா?'

அவன் முணுமுணுத்துக்கொண்டே, 'இந்த நக்கலுக்கு ஒன்னும் குறைச்சல் இல்லை. ஒரு மணிக்கு என் கைக்கு சாவி வந்தாகணும்' என்று கதவைத் திறந்தான்.

இதற்குள் ஒரு பத்துப் பேர் தேறியிருந்தோம். உள்ளே இரும்புச் சேர்கள் கலைந்துகிடந்தன. அவரவர் மனம் போன இடத்தில் அமர்ந்துகொண்டார்கள். இருவர் மேஜையின் முன்னர் அமர்ந்தார்கள். நானும் உட்காரப் போனபோது, 'புதுசா வந்த தம்பி, எல்லோருக்கும் டீ வாங்கிட்டு வா...'

நான், 'நானா?' என்பதுபோலப் பார்த்தேன். நண்பன் கண்காட்ட 'காசு?' தாடி, 'காசில்லாம இலக்கியம் படைக்கத் துடிக்கும் இன்னொரு தரித்திரவாசி! எங்கே இருந்துடே இவங்க கிளம்பி வராய்ங்க?'

நான் வெளியே வந்து டீக்கடையில், 'பத்து டீ' என்றேன். கடைக்காரன், 'இன்னிக்கு நீயா?' என்றான்.

டீயுடன் உள்ளே போகும்போது பேச ஆரம்பித்திருந்தர்கள். எல்லோருக்கும் டீ போனதும் அதை நிறுத்திவிட்டார்கள்.

அன்றைக்குப் பேசவிருந்த விஷயம் நவீனக் கவிதைகள் பற்றியதுதான். டீ குடித்ததும் மேஜையின் முன்னர் இருந்தவர் மறுபடியும் அதை ஆரம்பித்தார். 'கவிதை என்றால் என்ன?'

'கவிதை என்றால் மயிரு.'

நான் திடுக்கிட்டுப் பார்த்தேன். தாடிதான். அவர் இப்போது என்னைப் பார்த்துப் புன்னகைத்தார். 'தீப்பெட்டி இருக்காடே?'

'நவ கவிதை உண்மையில் எங்கிருந்து தொடங்குகிறது? பாரதியிலிருந்தா? பிச்சமூர்த்தியிடமிருந்தா?'

'எல்லாக் கவிதையும் பொம்பிளங்க சாமானிடமிருந்துதான் தொடங்குகிறது!'

இப்போது மேஜைமுன் இருந்தவர், 'மிஸ்டர்........ உங்க கருத்து எதுவா இருந்தாலும் உரைக்குப் பின்னால உள்ள விவாதத்துல பேசலாம். இப்போ நாம நவகவிதையின் இலக்கணம்,போக்கு பத்திப் பேசிட்டிருக்கோம்.'

தாடி பதில் பேசவில்லை. மும்முரமாகக் கூரையை வெறித்த வண்ணமே புகைக்க ஆரம்பித்தார்.

'பாரதியின் வசன கவிதையிலிருந்து நாம் பேச ஆரம்பிக்கலாம். அவருடைய இரு கயிறுகள் பேசிக்...'

'தம்பி, இதுவரை ஏதாவது சாமான் போட்டிருக்கிறியாடா?''

நான் திகைத்து, 'என்ன?' என்றேன். பிறகு அவர் ஒரு பதில் எதிர்பார்க்கிறார் என்று தெரிந்து, 'இல்லை' என்றேன்.

அவர் 'ப்ச்ச்' என்று உதட்டைப் பிதுக்கி, 'ஐயோ அந்த ஏக்கத்துலேயே இனி நீ பெரிய எழுத்தாளர் ஆயிடுவியே? யாரு கண்டா, திஜா மாதிரி ஆனாக்கூட ஆச்சர்யம் இல்லை. பாலகுமாரன் வேற வாசிக்கறேன்னு சொல்றே?'

'மிஸ்டர்...... தயவு செய்து பின்னால் பேசாதீர்கள். தம்பி, நீங்களும்தான். புதியவர். கற்றுக்கொள்ள வந்திருக்கிறீர்கள் எனில் ஒரு ஒழுக்கத்தைக் கடைப்பிடிப்பது நல்லது.'

தாடி, 'ஒழுக்கம்! நேத்து இவன் பரணி லாட்ஜிலே யார் பொண்டாட்டிகூட இருந்தான்னு கேளு.'

'பிச்சமூர்த்தியின் காட்டுவாத்து ஒரு முக்கியமான கவிதைத் தொடக்கம். அதில்...'

'பிச்சமூர்த்தி பிடுங்கினான்! கதை எழுதுவதுக்கும் கவிதை எழுதுவதுக்கும் வித்தியாசம் தெரியாத சாமியார்ப் பய.'

தலைவர் கவனிக்காமல், 'இதில் பிரமிளைக் கண்டிப்பாகக் குறிப்பிட்டே ஆகவேண்டும். அவரது கவிதைகளில் தென்படும் மீ இயற்கைக் கூறுகள்...'

'மண்ணாங்கட்டி! பிரமிள் ஒரு பம்மாத்து!'

இம்முறை தலைவர் மெய்யாகவே கோபமடைந்து, 'பிரமிள் மிக முக்கியமான ஒரு கவிஞர்!'

'யாரு சொன்னா? பிரமிள் ஒரு வார்த்தைப் பொறுக்கி!'

இம்முறை கூட்டத்திலே பெரிய சலசலப்பு ஏற்பட்டது. கூட்டத்தின் மறுமுனையில் ஒருவர் சட்டென்று சேரிலிருந்து எழுந்து நின்றார். எனது நண்பர், 'ஐயோ! இவர் வந்திருக்கிறாரா?' என்று பதறினார்.

நான் புரியாமல், 'ஏன்?'

'இவர் பிரமிளின் பக்தர்.'

இதற்குள் பிரமிளின் பக்தர் நிதானமாக நடந்துவந்து தாடியின் அருகில் நின்றார். பிறகு அவர் கண்களைப் பார்த்து, 'என்ன சொன்னே?'

தாடி இமைக்காமல், 'பிரமிள் ஒரு பொறுக்கி!'

பக்தர் தாடியின் முகத்தில் ஓங்கிக் குத்து விட்டார். அவர் மூக்கு உடைந்து ரத்தம் பீறிட்டு என் சட்டைமீது தெறித்தது. தாடி அவர் கன்னத்தில் பதிலுக்கு அறைய, இருவரும் கட்டிப்பிடித்து உருண்டார்கள். சிலர் விலக்க முயன்றும் நடக்கவில்லை. அப்போது டபார் என்று பெரிய சத்தம் ஒன்று கேட்டது. தலைவர் எழுப்பிய சப்தம்தான் அது. இரும்புச் சேர் ஒன்றை எடுத்து மேஜையின் மேலே அடித்துக் கொண்டிருந்தார். அடுத்தகணம் அந்தச் சேரை எடுத்துக்கொண்டு எங்களை நோக்கி ஓடிவந்தார்.

நானும் நண்பரும் தெறித்து வெளியே ஓடிவந்தோம்.

எதிரே வாட்ச்மேன், 'நான் அப்பவே சொன்னேன். அப்பவே சொன்னேன்' என்று புலம்பியபடி ஓடிவந்துகொண்டிருந்தான்.

□

உபாசனை

32

இன்று நெல்லை டவுனில் கிருஷ்ணன்பிள்ளை மற்றும் மகன்கள் வாசனைத் திரவியக் கடையில் நின்றிருந்தேன். தூபங்களின் மீதான எனது பிரியம் எனக்கே விளங்காதது. டவுனில் அந்தக் கடையில் நல்ல தூபங்கள் கிடைக்கும்.

அப்போது ஒரு வயதான மனிதர் வந்தார். துவைத்துத் துவைத்துப் பழுப்பேறிய வேட்டி. கதர்ச் சட்டை. கக்கத்தில் கிழிசல். ஒரு விபூதிப் பொட்டலம் வாங்கினார். பிறகு சற்று தயங்கி, 'சவ்வாது எவ்வளவு?' என்றார். கடை நபர் முப்பது ரூபாய் சொன்னார். அவர் 'குறையாதா?' என்றார். கடை பேசாதிருந்தது. அவர் பையிலிருந்து ஒரு பழைய குறிப்புப் புத்தகத்தை எடுத்துப் புரட்டிப் புரட்டிப் பார்த்தார். அதில் நுணுக்கி நுணுக்கி நிறைய கணக்குகள். விடுபட்டு, பெருமூச்சுடன் கொஞ்ச தூரம் போனார். போகும்போதே யாரோடோ கையாட்டி விவாதிப்பதுபோலப் பேசிக்கொண்டே போனார்.

சந்திப் பிள்ளையார் முக்கு வரை போய்விட்டு வேகமாகத் திரும்பிவந்தார். எண்ணி முப்பது ரூபாய் கொடுத்தார். ஜவ்வாது வாங்கிக்கொண்டார்.

நினைத்தாற்போல் என்னைப் பார்த்துத் திரும்பிச் சிரித்தார். 'இன்னிக்கு நான் பட்டினி. அதனால் என்ன? அவ மணத்தால் போதும்' என்றார்.

கடைக்காரர், 'சார் உங்களுக்கு என்ன வேணும்?'

நான், 'அவர் வாங்கினது' என்றேன்.

'சவ்வாதா?'

நான், 'அவர் வாங்கினது' என்றேன்.

□

ஒரு விநோத வருகை

33

இன்று நாகர்கோவிலில் நல்ல மழை. பகலெல்லாம், 'இதோ இந்த முட்டையை இப்போது இடப்போகிறேன், எல்லாரும் தள்ளிப் போயிடுங்க' என்று மூக்கை உற்று நோக்கும் கோழிபோல ஒரு கட்டுரை எழுதவேண்டிக் கணினியைப் பார்த்தவாறே கழித்தபிறகு ஒன்றும் தேறாமல், அபானன் மேலேறித் தலைவலியாகி பையனையும் கிளப்பிக்கொண்டு, குடைகொண்டு வீடிறங்கி பிராமணாள் கபேயில் - நிச்சயமாக கும்பகோணம் பில்டர் காபி! - என்று சொல்லப்பட்ட காப்பியைக் குடிக்கப்போனேன்.

வழக்கம்போலவே சாமி, 'கேசரி இருக்கு சார், வேணுமா?' என்று கேட்டார். நெய் என்ற வார்த்தையை ரவை பக்கமே அண்டவிடாமல் பண்ணப்படுகிற அந்தக் கேசரியை நான் ஏற்கெனவே எதிர்கொண்டவனாதலால், 'நன்றி, வேண்டாம்' என்று சொன்னேன். ஆனால் அறியாப் பையன் அதற்குள் தெரியாமல் தலையாட்டிவிட்டான். சரி, கேசரி யோகம் யாரை விட்டது என்ற stoic மன நிலையோடு அவன் கேசரியை விழுங்கப் போராடுவதைப் பார்த்தவண்ணமே இருக்கையில் – ஏறக்குறைய ஒரு கிளாடியேட்டர் சிங்கத்தோடு போராடுவது போலத்தான் அது இருந்தது – அவர் எதிரே வந்து அமர்ந்தார். நன்றாக நனைந்திருந்தார். என்னைப் பார்த்துப் புன்னகைத்தார். 'வணக்கம்' என்றார். பிறகு மகனுடன் கை குலுக்க முயன்றார். 'உங்கள் பையன். இல்லையா?'

எனக்குக் கொஞ்சமும் பிடி கிட்டாமல், 'ஹலோ' என்றேன். இவர் யார்? என்னால் பார்வை பாதிக்கப்பட்ட எண்ணற்ற மனிதர்களில் ஒருவரா? நினைவுக்கு வரவில்லையே?

நான் மகனிடம் சற்று அவசரமாக, 'சீக்கிரம் தின்னுடா' என்றேன். அவன், 'முடியலை' என்றான் பரிதாபமாக.

அவர் மீண்டும் ஒருமுறை புன்னகைத்து, 'இந்த வருஷம் உங்க கவிதைப் புத்தகம் எதுவும் இல்லையா?' என்றார்.

எனக்கு லேசாகப் புரிய ஆரம்பித்து, 'ஓ' என்றேன். 'நான் எழுதினதைப் படிச்சிருக்கீங்களா?'

எழ முயன்ற மகனிடம், 'பரவால்ல, மெதுவாவே சாப்பிடு' என்றவன், அவன் முகத்தைப் பார்த்துவிட்டு, 'இல்லே, வேணாம்னா விட்டுடு' என்றேன்.

அவர், 'எல்லாத்தியும்' என்றார்.

நான், 'சரி' என்றேன். 'எங்கே இந்தப் பக்கம்? வீடு பக்கமா?'

அவர், 'உங்களைப் பார்க்க வந்தேன். அற்புதமா எழுதுறீங்க' என்றார். 'வீடு பெல்காம்' என்றார்.

நான், 'எங்கே?' என்றேன். 'பெல்காம். கர்நாடகா மகாராஷ்டிரா பார்டரில இருக்கு' என்றான் மகன். அவனுக்குச் சமீப காலமாக கூகிள் மேப்பை நோண்டுவது ஒரு பழக்கமாகியிருந்தது.

'கர்நாடகாவா? ஏதாவது வேலையா நாகர்கோவில் வந்தீங்களா?'

'இல்லை. உங்களைப் பார்க்கத்தான் வந்தேன்' என்றார் அவர். 'அதோ பாருங்க, லக்கேஜ். ரயில்ல இருந்து நேரா இங்கே வரேன்.'

நான் எட்டிப் பார்த்தேன். அங்கே பெட்டி, படுக்கைகள் இருந்தன. உண்மைதான். சாமி அங்கிருந்தே, 'பத்திரமா இருக்கு' என்று கைதூக்கிக் காண்பித்தார்.

நான் சற்று பதட்டமாகி - இது எதுவும் ஜோக்கா? - 'கேசரி சாப்பிடுறீங்களா?' என்றேன். பிறகு தலையைச் சொறிந்துகொண்டு, 'என்னோடது எதைப் படிச்சீங்க?'

அவர் கேசரியை வாயில் போட்டுக்கொண்டே, 'எல்லாத்தியும்' என்றார். 'நேத்து எழுதின பீப் கட்டுரை வரை. உலகின் முதல் அழகிய மலர்.'

நான், 'சரி' என்றேன். பிறகு சற்றுத் தயக்கமாக, 'நான் இங்கே இருப்பேன்னு எப்படித் தெரியும்?'

'அதான் பார்வதிபுரம்னு எழுதி இருந்தீங்களே?'

நான் 'ஓ' என்றேன். ஓட்டைக்கை என்று பின் மண்டையில் ஒரு குரல் கேட்டது. பிறகு 'இன்னொரு கேசரி சாப்பிடுறீங்களா. இங்கே கேசரி நல்லாருக்கும். சாமி, இன்னொரு கேசரி.'

இன்னொரு கேசரியா? சாமி திடுக்கிடுவது எனக்கு இங்கிருந்தே தெரிந்தது.

பிறகு மெதுவாக, 'பார்வதிபுரம் சரி. இங்கே இந்நேரம் காபி குடிக்க வருவேன்னு எப்படித் தெரியும்?'

அவர், 'தெரியும்' என்றார். எனக்கு லேசாக வயிறு கலக்குவதுபோல இருந்தது.

'தெரியும்னா?'

அவர் இதென்ன பிரமாதம் என்பதுபோல என்னைப் பார்த்தார். மகனும்கூட, 'நீயேம்பா இப்படி முழிக்கறே?' என்பதுபோலப் பார்த்தான்.

எனக்கு அடுத்து என்ன செய்வதென்று ஒரே குழப்பமாக இருக்க, 'நான் இப்பல்லாம் கதைதான் எழுதுறேன்' என்றேன் பலவீனமாக.

அவர் இரண்டாவது கேசரியையும் முடித்துவிட்டு ஒரு காபியும் வாங்கிக் குடித்தார். பிறகு ஒரு ஏப்பத்துடன் எழுந்து கைகழுவிக் கொண்டு வந்து என் கையைப் பற்றிக்கொண்டார். 'அப்படிச் சொல்லாதீங்க. கவிதையும் எழுதுங்க. உங்களை எங்கெங்கே படிக்கறாங்கன்னு உங்களுக்கே தெரியலை' என்றார்.

நான், 'சரி' என்றேன். அவர் எழுந்து, 'அப்போ நான் வரட்டுமா?' என்றார். தனது பயணப் பையைத் திறந்து ஒரு சாக்கலேட் பெட்டியை எடுத்துப் பையனிடம்கொடுத்தார். பிறகு 'ரயில்வே ஸ்டேசனுக்கு நான் வந்த அதே சர்க்குலர் பஸ்ல போயிடலாமா' என்று வழி கேட்டு மழையில் நனைந்தபடியே போய்விட்டார்.

மகன், 'யாருப்பா இவரு' என்று கேட்டான்.

எனக்கு அப்போதுதான் அவர் பெயரைக் கேட்கவில்லை என்று உணர்ந்து 'தெரியலியே' என்றேன். ஒருகணம் அந்த சாக்கலேட் பெட்டியை வாங்கிச் சந்தேகமாகப் பார்த்தேன். மழை வலுத்துப் பெய்ய ஆரம்பித்தது. எனது தலைவலி இன்னும் பெரிதாகி இருப்பது போலத் தோன்ற ஒரு பெரிய மின்னல் கடைக்குள் வெட்டியது.

எனக்குச் சட்டென்று பாப்லோ நெருடாவின் 'நினைவுகளில்' இருந்து ஒரு சம்பவம் நினைவுக்கு வந்தது.

ரோஜஸ் கிமேன்ஸ் என்ற ஒரு கவிஞரைப் பற்றி நெருடா இவ்விதம் சொல்கிறார். ஒருமுறை ஒரு பாரில் அவர் பேசிக்கொண்டிருப்பதைப் பார்த்துவிட்டு ஒரு மனிதர் அவரிடம் வந்து, 'சார், எனக்கு உங்களை ரொம்பப் பிடித்திருக்கிறது. நான் உங்களை ஒருமுறை தாண்டிக்

குதித்துக்கொள்ளட்டுமா? இது என்னுடைய பழக்கம். எனக்குப் பிடித்தவர்களைத் தாண்டுவது.'

கவிஞர் திகைத்து, 'உங்களால் முடியுமா?' என்கிறார்.

'இப்போதில்லை. நீங்கள் இறந்தபிறகு உங்கள் சவப்பெட்டியில் கிடக்கும்போது.'

ரோஜசுக்கு அவரது விநோதமான வேண்டுகோள் பிடித்திருக்கிறது. 'சரி' என்கிறார்.

பல வருடங்கள் கழித்து சிலேயின் மிக கடினமான பெருமழைக் காலம் ஒன்றில் ரோஜஸ் திடீரென்று நிமோனியாவில் இறந்து போகிறார். திடீரென்று இறந்துபோனதாலும் அது நாட்டின் ஒரு மூலை என்பதாலும் நிறைய நண்பர்களுக்கு அவர் இறப்பு நீண்டகாலத்துக்குத் தெரியவில்லை. மிகச் சிலரே அவர் சவ அடக்கத்தில் கலந்துகொண்டார்கள்.

ஆனால் அவருடன் இருந்த அந்த சில நண்பர்கள் அப்போது நிகழ்ந்த ஒரு விநோதச் சம்பவம் பற்றிப் பின்னர் தெரிவித்தார்கள்.

மழை மிகக் கடுமையாகக் கூரைகளின்மீது இரைச்சலுடன் பெய்து கொண்டிருக்க பலத்த காற்று மரங்களைச் சாய்த்துக்கொண்டிருந்தது. மின்னலும் இடியும் மாறி மாறி பூமியின்மீது வீழ்ந்துகொண்டிருந்த போது சட்டென்று முன் கதவு திறந்தது.

ஓர் அந்நியர் கருத்த கோட்டில் முழுக்க நனைந்திருக்க உள்ளே நுழைந்தார். நுழைந்தவர் ஒருமுறை சுற்றுமுற்றும் பார்த்தார். யாருக்கும் அவரைத் தெரியவில்லை. அவர் அவர்களைக் கவனிக்காமல் மெழுகுவர்த்தி வெளிச்சத்தில் கூடத்தின் நடுவில் சவப் பெட்டியில் கிடத்தப்பட்டிருந்த கவிஞரின் உடலை மெதுவாக நெருங்கி ஒருமுறை உற்றுப்பார்த்தார். அவர் அடுத்து செய்த காரியம் மிக விநோதமானது.

அவர் சற்று பின்வாங்கி வந்து, பிறகு ஓடிப் போய் ரோஜசின் உடலைத் தாண்டினார்! பின்னர் அங்கிருந்து இந்தப்பக்கம் மீண்டுமொரு முறை.

பிறகு கதவு திறந்து இருளுக்குள் போய்விட்டார்!

கடைசிவரை அவர் யாரென்று கண்டுபிடிக்க முடியவேயில்லை.

□

ஆங்காரம் அல்லது
The Road Rage

34

Rage என்பதைத் தமிழில் ஆங்காரம் என்று சொல்லலாமா? கட்டுப்படுத்த முடியாத கோபம். 'Rage is usually a sign of impotence' என்பார் என் நண்பர். போர்க் கலைகளில் சொல்லும் முதல் பாடமும் அதுவே.

கோபம் வேறு, வீரம் வேறு.

ஆனால் ஆண்களை விடவும் தொடர்ச்சியாகக் கோபத்தின் நுனியில் இருக்கிற பெண்கள் சிலரைப் பார்த்திருக்கிறேன். அப்படியொரு பெண்ணை ஒரு தடவை நாகர்கோவில்-மதுரை பேருந்தில் சந்தித்தேன். அன்று அதிகாலையிலேயே எழுந்து நாங்கள் அலுவலக விடயமாக மதுரை போய்க்கொண்டிருந்தோம். உடன் எல்லோருக்கும் பிரியப்பட்ட சில ஸ்திரீமார்களும் உண்டு.

ஆரல்வாய்மொழி வரை அமைதியாகப் போன பேருந்து அதன்பிறகு ஒரே போர்க்களமாக மாறிவிட்டது. டிரைவர் ராஜாவின் ரசிகர்போல் இருக்கிறது. அந்த அதிகாலையிலேயே ராஜாவின் பாடல்களாகப் போட்டுக்கொண்டு வந்தார். நானும் ராஜாவின் ரசிகர்தான் எனினும் பிரம்ம முகூர்த்தத்தில், 'மாசி மாசம் ஆளான பொண்ணு' கேட்கிற அளவு இல்லை. கூடவே அவர் செவிடும்போல இருக்கிறது. மாசி மாசத்தில் சடங்கான அந்தப் பொண்ணு மாமன் அவருக்குத்தானா என்ற சந்தேகத்தை மிகச் சத்தமாக வேறு கேட்டுக்கொண்டிருந்தார்.

பிரயாணிகள் எல்லோருமே தூங்க முயன்றுகொண்டிருந்தோம். நான் பாரதியார் மாதிரி முண்டாசு கட்டிக்கொண்டால் சத்தம் அதிகம்

கேட்கவில்லை என்று கண்டுபிடித்தேன். ஆனால் பக்கத்து சீட்டுக்காரர், 'ஹலோ, மூஞ்சில இடிக்குது...'

என்னைப் போலவே தூங்க முடியாத எனது பிரியப்பட்ட ஸ்திரீ என்னிடம், 'ஐயோ' என்றார். நான் கொதித்தெழுந்து நடத்துனரிடம் போய், 'சார், கொஞ்சம் சவுண்டு குறைக்கக் கூடாதா?' என்றேன்.

அவர், 'நீங்களே போய்ச் சொல்லுங்க' என்றார். நான் முன்னே போய்ச் சொன்னேன். ஓட்டுனர் எந்தச் சலனமும் இல்லாமல் என்னைப் பார்த்தார். நான் சீட்டுக்குத் திரும்பும்போது சத்தம் இன்னும் உயர்ந்திருந்தது. நான் எனது பிரியமானவரிடம் வந்து 'கொஞ்சம் குறைஞ்சிருக்குல்லே?' என்றேன். அவர் 'க்கும்' என்றார்.

•

பிறகு நான், 'காதென்பது உன் மனம்தான். உன் மனத்தை மூடிக்கொண்டால் காதையும் மூடிவிடலாம்' என்ற எனது பழைய குருவின் stoic உபதேசத்தை மனத்தினுள் இருக்கும் காதுக்குக் கொண்டுவர முயன்றுகொண்டிருக்கையில் பளீர் என்று ஒரு சத்தம்.

பேருந்து குலுங்கி நின்றது.

முன்னே ஒரே கூட்டம். அதன் நடுவில் நடத்துனர் கன்னத்தைப் பிடித்தவண்ணம் நின்றுகொண்டிருக்க, டிரைவர், 'ஏய் யாருகிட்டே நீ கை.. ' என்று எழுந்து வர அவருக்கும் ஒரு அறை.

அவ்வளவுதான். ஒரே கூச்சல்.

'அடிச்சது ஒரு பொம்பிளை' என்று குரல்கள்.

நான் போய்ப் பார்த்தபோது அங்கே அந்தப் பெண் சத்தமாய்ப் பேசிக்கொண்டிருந்தார். 'நான் அப்போல் தொட்டு பறகியானு. சவுண்டு குறை. சவுண்டு குறைன்னு. இங்கே நாளை ஜோலிக்கப் போவார் உண்டு. ஹார்ட் பேஷன்ட் உண்டு. ஞான் நிங்களை எல்லாம் பிடிச்சி அகத்தாக்கும் ஞான்... ' என்று கத்த அதை ஒட்டியும் வெட்டியும் பல குரல்கள். பக்கத்தில் இருந்த அருவா மீசையில் எலுமிச்சை மற்றும் பட்டையுடன் கொட்டைப் பெரியவர், 'வாஸ்தவமான பேச்சு. நானும் சொல்லனும்னே நினைச்சேன். ஒரு சாமிப்பாட்டுன்னாலும் சேரி. எவ்ளோ நல்ல பாட்டு இருக்கு. மருதமலை மாமணியே... முருகையா...'

இதற்குள் சிலர் வண்டியை போலீஸ் ஸ்டேசன் விடச் சொல்ல, சிலர் திருநெல்வேலி பஸ் ஸ்டேண்ட் போயிடுவோம் என்றார்கள்.

அங்கே இன்னும் பெரிய கூட்டம் கிளம்பிவந்தது. ஒரு பெண் நடத்துனரையும் ஓட்டுநரையும் அடித்துவிட்டாள் என்று தெரிந்த அவர்களது சகோதரர்கள், சகலபாடிகள் எல்லாரும் வண்டிகளை நிப்பாட்டிவிட்டு போரில் குதித்து அவளைச் சூழ்ந்துவிட்டார்கள். போலீஸ் வந்து எந்தப் பக்கம் அதிகம் சப்போர்ட் இருக்கிறது என்று ஆராய்ந்து அந்தப் பெண்ணை அதட்ட முயல அவள் ஆங்கிலத்தில், 'I will sue you all. நான் இதை நேரடியாக உங்கள் முதலமைச்சரிடமும் கொண்டுசெல்வேன். பத்திரிகைகளில் எழுதுவேன்' என்று நீளமாகப் பேச அவர்கள் சுதாரித்துக்கொண்டு, 'மேடம் அடிச்சது தப்பில்லை. எங்ககிட்டே சொல்லிட்டு அறைஞ்சிருக்கலாம்' என்று உளறிக்கொண்டிருந்தார்கள்.

இதற்குநடுவில் எங்களது பிரிய ஸ்திரீமார்கள், 'ஒரு பொண்ணு எப்படி நிக்குது பாருங்க. நீங்களும் ஆம்பளைங்கதானே?' என்றதில் சுஸ்தாகி நானும் 'என்னைப் போன்ற பலசாலி' இன்னொருவரும் கூட்டத்துக்கு நடுவில் போய், 'சார், நாங்களும் அந்த பஸ்லதான் வந்தோம். நான்கூடச் சொன்னேன். சவுண்டைக் குறைங்கன்னு.'

இப்போது அருவா மீசை எலுமிச்சம் பழம் நடுவில் புகுந்து, 'ஆமா சார், நல்ல சாமி பாட்டுன்னாக்கூடப் பரவாயில்லை. எவ்ளோ நல்ல பாட்டு இருக்கு. கல்லானாலும் திருச்செந்தூரில் கல்லாவேன்...'

இப்போது நிலைமை தலைகீழாக மாறிவிட, சிலர் ஓட்டுனரை அடிக்கப் பாய்ந்தார்கள். பேருந்து நிறுவனத்தின் அதிகாரிகள் வந்து, 'ஏய் சுப்பையா, சி ஆர்ல இருக்கும்போதே இத்தனை ஆட்டமா? காலைல ஜியெம்மைப் பார்க்காம நீ போகக்கூடாது. ஏய் மணிநாதன், நீ வண்டில ஏறுய்யா. நீ சாவியைக் கொடு. சாரி மேடம். புது ஆள். பெர்மனன்ட் வொர்க்கர்கூட இல்லை.'

இப்போது எதிர்பாராத திருப்பம் ஒன்று நிகழ்ந்தது. ஓட்டுனர் கண்ணில் கண்ணீரோடு சாவியைக் கொண்டுவந்தார். டைம் கீப்பரிடம், 'அதானேய்யா நானும் கேட்டேன். இரண்டு நாளா ஓய்வே இல்லாம டூட்டி போட்டா? தூங்காம இருக்கத்தானே பாட்டு போட்டது?'

அவர், 'அதெல்லாம் பேசாதே. இன்னியோட உன் கதை முடிஞ்சது.'

இப்போது எதிர்பாராத திருப்பம் எண் இரண்டு நிகழ்ந்தது.

அந்த வீரப் பெண் என்னிடம், 'எந்தா?ஆயாள் என்ன பறைஞ்சது?'

நான், 'He says...' என்று விளக்கினேன்.

எதிர்பாராத திருப்பம் மூன்று.

பேருந்து நிறுவன அதிகாரியிடம் புயலெனத் திரும்பிய பெண், 'How dare you?' என்றார்.

அவர் புரியாமல், 'அதெல்லாம் தேவையில்லைம்மா. நீங்க ஒரு புகார்க் கடிதம் மட்டும் கொடுத்திட்டுப் போங்க. இவனைத் தொலைச்சிடறேன்.'

பெண், 'புகார்க்கடிதம் உங்கள் மேல் கொடுப்பேன். இப்படியா இரண்டு நாட்கள் தூங்காத ஒரு ட்ரைவரிடம் எங்களை ஒப்படைப்பது? இதில் அவரைக் குற்றம் சொல்ல என்ன இருக்கிறது. இப்படியா மனிதர்களை எக்ஸ்ப்ளாய்ட் செய்வது? சேட்டா, ஷமிக்கணு சேட்டா. நீங்க எடுங்க வண்டியை. உங்களால் முடியுமா?' அவர் பச்சைப் பிள்ளை போல தலையாட்ட, 'பாட்டு வேணா போட்டுக்கொள்ளு. நான் மதராசுக்குப் போனதும் இது குறிச்சு பத்திரத்தில் எழுதாம்' என்றார்.

மேலும் இதற்குள் வண்டியில் ஏறிவிட்டிருந்த மணி நாதனை, 'சேட்டா இறங்கு. நாணமில்லே நிங்கள்க்கு? உங்க கூட்டுக்காரனை ஒரு அதிகாரி பீஷணப்படுத்துன்னு.'

மணி நாதன் அப்போதுதான் அந்த 'அநியாயத்தை' உணர்ந்து, 'அதானே?' என்று கண் சிவந்தார்.

இப்போது டிரைவர்கள், நடத்துனர்கள் எல்லோரும் சேர்ந்து டைம்கீப்பர்களை அடிக்கப் போக, போலீஸ் இப்போது வேறுபக்கம் நியாயம் அதிகமாவதைக் கண்டு டைம்கீப்பரை 'நீங்க போலீஸ் ஸ்டேசனுக்கு வரவேண்டியிருக்கும்' என்றார்கள்.

நான் குழம்பி என் பிரிய ஸ்திரீயிடம், 'இப்போ ஒரு ஆம்பிள்ளை என்ன செய்யணும்?' என்றேன்.

அவர், 'ஒன்னும் செய்யவேண்டாம். வந்து வண்டில ஏறுங்க' என்றார்.

சற்று நேரத்தில் அதே வண்டியில் அதே ஓட்டுனர் ஓட்ட அதே நாங்கள் அனைவரும் போய்க்கொண்டிருந்தோம்.

அதே பெண் முன்னே அமர்ந்துகொண்டு அதே ஓட்டுனரோடு கலகலப்பாகப் பேசிக்கொண்டே வந்தார். அதே நடத்துனர் மட்டும் அவ்வப்போது அதே கன்னத்தைத் தடவிக்கொண்டார்.

பாட்டும் திரும்ப ஆரம்பித்துவிட்டது.

'பாவாடை கட்டயில பார்த்தேனே மச்சம்...'

நான் திரும்பி அருவா மீசையைப் பார்த்தேன்.

அவர், 'எவ்வளவோ நல்ல பாட்டு இருக்கு. குன்றத்திலே குமரனுக்குக்கொண்டாட்டம்...' என்றார்.

அசல் ராஜா
35

பேருந்தில் ஏறும்போதே அந்த வீச்சம் தாக்கிற்று.

என்னுடன் வேகமாக ஏறிய ஒரு குடும்பம் அதே வேகத்தில் கீழே இறங்கியது.

'குழந்தைகளை வச்சுகிட்டு எப்படி ஒன்றரை மணி நேரம் இதோடு இருக்கிறது' என்றார் ஒரு பெண்மணி. 'எனக்கு வாந்தி வருது' என்று புகார் சொன்னாள் ஓர் இளம்பெண்.

அப்போதுதான் கவனித்தேன். கண்டக்டர் சீட்டுக்கு முன்பாக அந்த வயதான முஸ்லிம் தம்பதியர் கணவரின் காலிலிருந்துதான் அந்தச் சகிக்க முடியாத நாற்றம் வந்துகொண்டிருந்தது.

மனைவி, 'பஸ் புறப்பட்டாச் சரியாயிடும் புள்ள' என்று எல்லோருக்கும் சமாதானம் சொல்லிக்கொண்டிருந்தாள். யாரும் அதைக் கேட்டுக்கொள்ளாமல் அவரது கால் புண்ணையே அருவருப்புடன் பார்த்துக்கொண்டிருந்தார்கள்.

கணவர், 'புண்டாமவளே அவங்ககிட்டே என்ன பேச்சு. நாமளும் பைசா கொடுத்துத்தான் வரோம். அவளுக்கு ஒரு நாள் குண்டில புண் வராதா என்ன?'

அதற்குள் கண்டக்டர் வந்து, 'நாகர்கோவில் மட்டும் போலாம் ரைட்' என்றார்.

எஞ்சினியரிங் காலேஜ் அருகே வந்ததும்தான் அவர் விஷயத்தை உணர்ந்து, 'ஐயோ, என்னங்க இது? மருந்து போட்டுட்டு வரக் கூடாதா?'

மனைவி, ‘மருந்து போட்டிருக்குங்க. சர்க்கரை வியாதிப் புண்’ என்றார். ‘கொஞ்சம் காத்து வந்தா வீசாது.’

என் பக்கத்திலிருந்தவர், ‘இந்த மொட்டை வெயில்ல எங்க காத்து வர?’ என்றார்.

கணவர் கண்டக்டரிடம், ‘ஏன் உனக்கு வராதா சக்கரை வியாதி?’ என்று கத்தினார்.

மனைவி, ‘சித்த சும்மா இருங்க’ என்றார். அவர் அவளது கையைத் தட்டிவிட்டார். ‘போடி கண்டாற ஓளி. எல்லார்கிட்டேயும் பிச்சை கேட்டுட்டு இருக்கா.’

இதற்குள் ஒரு வாலிபர், ‘அவரை இறக்கி விடுங்க’ என்றார். ‘மனுஷனால சுவாசிக்கவே முடியலை.’

இப்போது முன்னாலிருந்து, ‘இங்க பச்சைக் குழந்தைங்க இருக்காங்க. அவங்களை இறக்கிவிடுங்க’ என்றது ஒரு குரல். ‘இல்லேன்னா எங்க எல்லாத்தியும் திருப்பியும் பஸ் ஸ்டேண்ட்ல கொண்டு இறக்கிடுங்க.’

கண்டக்டர் விசிலடித்தார்.

‘பெரியவரே, இறங்கிடுங்க.’

வண்டி நிற்க, அந்த அம்மா கைகூப்பி மன்றாடினார். ‘ஐயா, இந்த வெயில்ல எங்கே போவோம்?’

‘அதுக்கு நான் என்னம்மா செய்ய? இப்படி நிலைல சொதசொதன்னு புண்ணை வச்சிக்கிட்டு வெளியே கூட்டிட்டு வரலாமா?’

‘ஐயா, போக இடமில்லாமத்தான் இப்படிப் பெருவெயில்ல அங்கேயும் இங்கேயும் நாய் மாதிரி அலையறோம். புள்ளைங்க முதக்கொண்டு எல்லோரும் துரத்தறாங்க.’

கண்டக்டர் லேசாகத் தயங்க, கணவர், ‘போடா நாயே, அப்படியெல்லாம் நீ என்னை இறக்கி விட முடியாது. ரூல்ஸ் இல்லை’ என்றார் நடுங்கியபடி.

கண்டக்டர் முற்றிலும் தயக்கம் நீங்கி, ‘இப்போ இறங்கப் போறீங்களா, இல்லையா?’

இதற்குள் சிலர் அவர்களை அச்சுறுத்துவதுபோல சூழ்ந்துகொள்ள, ‘வேண்டாமையா, நாங்க இறங்கிடறோம்’ என்று அந்த அம்மா அப்போதும் கெட்டவார்த்தைகளால் அர்ச்சித்துக்கொண்டிருந்த

கணவரை இழுத்துக்கொண்டு இறங்கினாள். இறங்கும்போது அவர் புண்ணிலிருந்து சீழ் ஒரு கோடுபோல உடன் இறங்கிக்கொண்டே போனது. இப்போது அவர் அந்த அம்மாவை 'தேவடியா முண்டை' என்று திட்டிக்கொண்டிருந்தார்.

எனக்கு அந்த அம்மாவின்மீது ஒரு பெரிய திகைப்பு ஏற்பட்டது. இவருடன் எப்படி இந்த அம்மா குடும்பம் நடத்துகிறார்? இவருடன் ஒரு மணி நேரம்கூட யாராவது இருக்க முடியுமா?

அவர்கள் இருவரும் தடுமாறியபடி இறங்கி அந்த ஆளற்ற பொட்டலில் அந்தக் கொடுவெயிலில் தனியாக நின்றார்கள்.

வண்டி புறப்படுவதற்கு ஒரு நிமிடம் முன்பு அந்த அம்மா சட்டென்று கண்ணீருடன் என் பக்கம் திரும்பி என் கேள்வியை அந்தரங்கத்தில் கேட்டுவிட்டவர்போல, 'ராஜாபோல இருந்தவர் தம்பி. ராஜா என்றால் அசல் ராஜா...' என்றார்.

□

ரசிகை அல்லது
கர்நாடக இசையும் தமிழ் மனமும்

36

'என் பேரு மீனாகுமாரி என் ஊரு கன்னியாகுமரி' பாட்டைக் கேட்க ஏன் நாதஸ்வரத்தைத் தேர்ந்தெடுக்கவேண்டும் என்று தெரிய வில்லை. குன்னக்குடி ஆரம்பித்தவைத்த கிரகச்சாரம் என்று நினைக்கிறேன்.

ஆனால் ஏறக்குறைய ஆளற்ற சிறிய கோவிலின் நடுவே தனியாக உட்கார்ந்து அவர் அதைத்தான் வாசித்துக்கொண்டிருந்தார். கொடையின் இரண்டாவது மூன்றாவது நாட்களாக இருக்க வேண்டும். அவர் முன்னால் இளமைக்கால சகிலாவின் முகமும் பிற்கால சாவித்திரியின் முகவாயும் கொண்ட ஒரு பெண் உட்கார்ந்து ரசித்துக் கேட்டுக்கொண்டிருந்தார்.

'நான் பட்டுபட்டுபட்டு சுந்தரி நீ தொட்டுத் தொட்டுத் தொட்டுப் புல்லரி' என்ற சாகித்தியத்தின் கடினமான வரிகளை நாதஸ்வரம் கடந்தபோது அவள் ஒருமுறை 'ஆஹா!' என்பது போலத் தலையசைத்தாள்.

வித்வான் வியர்வை பொங்க வாசிப்பை நிறுத்திவிட்டு, 'இப்போ ஒரு கீர்த்தனை வாசிக்கட்டுமா அம்மா?'

அவள், 'வாணாங்க, அதெல்லாம் கேட்டா எனக்குத் தலைவலிக்கும்' என்றாள். 'ஒரு பொய்யாவது சொல் கண்ணே' வாசிங்க.'

அவர், 'என்ன கொடுமை தோழர்!' என்பதுபோல என்னைப் பார்த்துவிட்டு 'பொரு பொப்பொப்பொவது பொப்பே' என்று வாசிக்க ஆரம்பித்தார்.

முடிந்ததும், 'இப்போ நான் ஒரு சாமிப்பாட்டு வாசிக்கறேன்.'

அவள், 'அதெல்லாம் பத்தாம் கொடைக்கு வாசிச்சுக்கோங்க. இப்ப 'கூடை மேலே கூடை வைச்சு கூடலூரு போற பொண்ணே' வாசிங்க.'

அவர், ''சிங்கார வேலனே' வாசிக்கவா? அதும் சினிமாப்பாட்டுதான்.'

அவள் முகம் சுண்டியது. 'எனக்கு நீங்க ஊதுறது ரொம்பப் பிடிக்கும்னு அப்பாகிட்டே சொன்னேன். அவர்தான், 'நம்ம கோவில்தானே, போய்க் கேட்டுட்டு வா'ன்னு அனுப்புனார்.'

வித்வான் தனது ஒரே ரசிகையையும் ஊர்ப்பெரியவரின் அபிமானத்தையும் இழக்க சம்மதியாமல், 'வாசிக்கறேன்மா வாசிக்கறேன்' என்றார் நாத்தழுதழுக்க. ஏறக்குறைய அழுகை.

அவர் மறுபடி சீவாளியைத் துடைத்துவிட்டு வாயில் வைத்து வாசிக்கும் முன்பு அவரைத் தடுத்தி நிறுத்தி, 'அது வேணாம். ரஜினி முருகன்ல இருந்து வாசிங்க.'

அவர், 'என்ன பாட்டும்மா?'

அவள், 'கன். கன். ரஜினி முருகன். கன். கன்' என்று பாடியே காண்பித்தாள்.

அவர் எடுத்த ஆயுதத்தை அப்படியே வைத்துவிட்டு, 'நான் ஒண்ணுக்குப் போயிட்டு வாரேன்' என்று பின்னால் போய் மறைந்தார்.

நான் சற்றுநேரம் பொறுத்திருந்து பார்த்தேன். ஐந்து நிமிடம். பத்து நிமிடம். அரைமணி நேரம்.

அப்போதுதான் பக்கத்திலேயே கிடத்திவைத்திருந்த இன்னொரு நாயனத்தைப் பார்த்துவிட்டு, 'ஒத்து உண்டா என்ன?' என்றேன் அந்தப் பெண்ணிடம். 'அவரை எங்கே?'

அவள் சரோஜாதேவி போலக் கண்களைக் கொட்டி, 'அவரும் அப்போதேயே ஒண்ணுக்குப் போனார். இன்னும் காணலை' என்றாள்.

□

பிரம்மசர்யம்

37

இருபது வருடங்களுக்கு முன்பு கோரிப்பாளையத்தில் ஒரு மேன்சனில் தங்கிப் படித்துக்கொண்டிருந்தேன். பக்கத்து ரூம்களில் நிறைய சக வயதுப் பையன்கள். ஆனால் நான் யாருடனும் பேச மாட்டேன். ஒரே படிப்புத்தான். படிப்பு என்றால் பாடப் படிப்பு அல்ல. அதை எல்லாம் சாதாரணர்கள் செய்வார்கள். நான் படித்தது தத்துவ இலக்கியப் படிப்பு. இங்கே நான் இப்போது பேசுகிற பல புத்தகங்கள் அப்போது படித்தவைதான். அந்தப் படிப்பை ஐயாவழிக்காரர்கள் செய்கிற உச்சிப் படிப்பு என்ற சடங்கின் தீவிரத்துடனும் வழிபாட்டுடனும் நான் செய்ததால் அங்கிருந்த என்னைவிடப் பெரியவர்கள்கூட என்னை 'சார்' என்றுதான் அழைப்பார்கள். எனக்கு அந்த மரியாதை பிடித்திருந்ததாலும் அந்தச் சாதாரணர்கள் மிகச் சாதாரணமாகச் செய்கிற காரியங்களை என்னால் கஷ்டப்பட்டால் கூடச் செய்ய முடியாததாலும் அதையே தொடர்ந்து செய்து வந்தேன்.

எப்பவாவது யாராவது மிக அரிதாகவே என்னுடன் பேச வருவார், ஒரு முனிவரின் தவத்தைக் கலைக்கும் அச்சத்துடனும் பவ்யத்துடனும். பெரும்பாலும் ஏதாவது அவர்களின் வாழ்க்கையில் உள்ள சிக்கல்கள் பற்றியதாகவே அவை இருக்கும். நானும் அப்போது படித்துக் கொண்டிருக்கும் புத்தகத்திலிருந்து எதையாவது தத்துவமாய் உதிர்ப்பேன். அவர்கள் அதை சிரமேற்கொண்டு வாங்கிக்கொண்டு போய்விடுவார்கள். இப்படிக் குறி கேட்க வந்தவர்களில் ஒருவர்தான் பாலு சார் என்கிற ஈபி பாலசுப்ரமணியம்.

அவருக்கு அப்போதே முப்பத்து ஐந்து ப்ளஸ். நரைக்க வேறு ஆரம்பித்திருந்தது. ஈபியில் வேலை. கல்யாணம் ஆகவில்லை.

அப்பா இல்லாமல் தனியாக மூன்று தங்கச்சிகளை அப்போதுதான் கட்டிக்கொடுத்து நுரை தள்ளி நின்றிருந்தார். கொஞ்சம் ஆன்மிக நாட்டம் வேறு இருந்தது (பின்னே? மூன்று தங்கச்சிகள் இருந்தால் இந்திரனுக்கும் சன்யாச யோசனை வருமே). அவருக்குக் கல்யாண யோசனைகள் வந்துகொண்டிருந்தன. ஆனால் அவர் ஒரு தத்தளிப்பில் இருந்தார். தான் கல்யாணம் செய்துகொள்வதா, வேண்டாமா? இந்த வயதில் கல்யாணம் செய்துகொண்டால் சரியாக வருமா? உண்மையில் கல்யாணம் என்பது மனிதரை மேம்படுத்து கிறதா? என்பன போன்ற கேள்விகள் அவரைக் குடைந்தெடுத்துக் கொண்டிருந்தன. அடுத்தடுத்து மூன்று பெண்களுக்குக் கல்யாணம் பண்ணி வைத்த களைப்பாக சலிப்பாக இருந்திருக்கலாம் அவருக்கு வருகிற பெண்கள் வேறு ரொம்ப முற்றலாகவோ ரொம்ப இளசாகவோ இருந்தனர்.

உண்மையில் அவர் போயிருக்கவேண்டியது மாத்ருபூதம் போன்ற ஒரு டாக்டரிடம். ஆனால் பக்கத்துக்கு அறையில் கண்ணாடி போட்டுக் கொண்டு சல்லிசாய் ஒரு குரு கிடைக்கிறார் என்றதும் சபலப்பட்டு உள்ளே நுழைந்துவிட்டார். அவர் கெட்ட நேரம், நான் அப்போது சுவாமி சிவானந்தா புத்தகம் ஒன்றைப் படித்துக்கொண்டிருந்தேன். அவர் உள்ளே நுழையும்போது பிரம்மசர்யம் பற்றிய அவரது வியாக்கியானத்தை ஆழ்ந்து படித்துக்கொண்டிருந்தேன் அவ்வளவு தான், அன்றிரவு முழுவதும் பிரம்மசர்யத்தின் மேன்மை பற்றிய என்னுடைய பொழிவுகளை, சிந்தனைத் தெறிப்புகளை பாலு சார் என்கிற ஈபி பாலசுப்ரமணியம் கண் கலங்கக் கேட்டுக் கொண்டிருந்தார். மறுநாள் அதிகாலையில்தான் அவரை விட்டேன். போகும்போது நின்று, ‘இப்போது என் மனம் தெளிந்துவிட்டது. இதோ இப்போதே ஊருக்குப் போய் என் முடிவைச் சொல்லி விடுகிறேன்’ என்று கிளம்பிப்போனார்.

அதன்பிறகு அவரைப் போனவருடம்தான் நெல்லை ரயில் நிலையத்தில் பார்த்தேன். எனக்கு அவரை அடையாளம் சுத்தமாகத் தெரியவில்லை. தலை எல்லாம் நரைத்து, கூன் விழுந்து, சுத்தமாக மாறி இருந்தார். ஆனால் அவருக்கு என்னை நன்றாகத் தெரிந்தது. ‘சார், நீங்க கோரிப்பாளையம் மேன்சன் சங்கர்தானே?’ என்று கட்டிப் பிடித்ததில் விழப் போனேன். ‘நீங்க?’ ‘என்னைத் தெரியலியா? ஈபி பாலு.’ எனக்கு இப்போதும் நினைவு வரவில்லை. எனினும் ஆச்சர்யமடைந்து, ‘கோரிப்பாளையம் மேன்சன். இருபது வருஷம் முன்னால இல்ல? இன்னும் நினைவு வச்சுகிட்டிருக்கீங்களே?’ அவர் கோபமடைவதுபோல் நடித்து, ‘பின்னே?அந்த ராத்திரி நீங்க பேசின ஒவ்வொரு சொல்லும் எனக்கு நினைவு இருக்கு. டயரில வேற எழுதி வச்சிருக்கேன்’ என்றார்.

எனக்கு ஒன்றுமே நினைவில்லை. எந்த ராத்திரி? என்ன உளறினேன்? அவர் கண்கள் பளபளக்கத் தொடர்ந்தார். ‘பிரம்மசர்யம் பத்தி நீங்க பேசின அந்த உரையைக் கேட்ட பிறகுதான் நான் கல்யாண எண்ணத்தையே விட்டேன்.’ எனக்கு இப்போதுதான் லேசாக நினைவு வந்து ‘ஓ’ என்றேன். பிறகு திடுக்கிட்டு, ‘அப்ப, நீங்க இதுவரை கல்யாணமே பண்ணிக்கலியா?’

‘இல்லே. நீங்க அவ்வளவு சொன்னப்புறம்?’

நான் சற்று அசௌகர்யமாய் உணர்ந்து, ‘கஷ்டமா இல்லே?’

அவர் சற்று சுரத்திழந்து, ‘முன்பு இல்லே. இப்போ அப்பப்ப உடம்பு சரியில்லாதப்ப லேசா கஷ்டமா இருக்கும். சுகர் வந்துடுச்சு’ என்றார். ‘ஆனா, அப்போ எல்லாம் நீங்க சொன்ன வைராக்ய சதகம் படிச்சுப்பேன். மனசு தெளிவாய்டும். ‘பிரம்மசர்யம் எல்லாருக்கு மானது அல்ல, அது தீரர்களுக்கு மட்டுமேயான வழி’ன்னு நீங்க சொல்லி இருக்கீங்களே?’

நான் தீனமாய் ‘அது ஏசு நாதர் சொன்னது’ என்றேன். ‘இருக்கட்டுமே. எனக்கு நீங்கதான் சொன்னீங்க. உங்களை அடிக்கடி நினைச்சுப்பேன். போன மாசம்கூட திருவண்ணாமலை போயிட்டு வந்தேன். ரமண மகரிஷி... சேஷாத்ரி சுவாமிகள்... பாலகுமாரனோட தங்கக் கை படிக்கும்போதுகூட உங்களை நினைச்சேன். எப்பேர்ப்பட்ட இக்கட்டில் இருந்து இவர் என்னைக் காப்பாத்தி இருக்கார்! அவர்கிட்டே ஒரு நன்றிகூடச் சொல்லாம போயிட்டோமேன்னு... யப்பா! அன்னிக்குப் பார்த்த மாதிரியே இருக்கீங்க! யோகா! இல்லையா?’ என்றார். பிறகு உரிமையுடன் என் கையிலிருந்து பையைப் பிடுங்கிக்கொண்டு, ‘வாங்க. என்கூட ஒரு காப்பியாவது சாப்பிடணும்’ என்றார்.

நான் தயங்கி, ‘இல்லே. என்கூட வேறு ஆட்கள் உண்டு.’

‘அதனால என்ன? அவங்களுக்கும் சந்தோசமா வாங்கித் தருவேன்’ என்று அவர்களைத் தேடினார். சற்றுத் தொலைவில் காவி அணிந்து கொண்டு யாரையோ தேடித் தேடி வந்துகொண்டிருந்த வட இந்தியக் குழாமைப் பார்த்து ‘அதோ அவர்களா?’ என்றார்.

நான் ‘இல்லை’ என்பதற்குள் அவர்களே வந்து, ‘போலாமா?’ என்றார்கள். அவர் ‘யார் இவர்கள்?’ என்பதுபோல என்னை ஏறிட்டுப் பார்த்தார்.

நான், ‘என்னுடைய மனைவியும் குழந்தைகளும்’ என்றேன்.

□

சில்மிஷம்

38

குஞ்சுக்கா என்றழைக்கப்படும் புனத்தில் குஞ்சப்துல்லா, மலையாளத்தில் பஷீருக்கு அடுத்தபடியாக என்னை வசீகரிக்கும் ஒரு நபர். வெறும் எழுத்துக்காரராக மட்டுமல்ல, அவ்வப்போது சமூகத்துக்கு அவர் அளிக்கும் அதிர்ச்சிகள் காரணமாக. ஒரு நேர்முகத்தில் அவர் தனக்குக் குறைந்தது எட்டு குழந்தைகள் கல்யாணத்துக்கு வெளியே இருப்பதாகச் சொல்கிறார். அவருக்கு இன்னமும் ஒரு குழந்தை வேண்டும் என்றும் விரும்புகிறார். அதுவும் ஒரு கிறித்துபோல. இதேபோல் நான் முன்பு பார்த்த ஒரு டிவி நேர்முகத்தில், தான் பேருந்தில் பயணிக்கும்போது முன்னால் அமர்ந்திருக்கும் பெண்களைத் தடவிப் பார்ப்பதுண்டு என்று சொன்னார். அதுவும் தொடக்கூடாத இடங்களில். அரங்கு முழுக்கப் பெண்கள்தான் இருந்தார்கள் என்பது குறிப்பிடத்தக்கது. கேட்டுக் கொண்டிருந்த நான் உட்கார்ந்திருந்த சேரிலிருந்து ஏறக்குறைய வெளியே விழுந்துவிட்டேன்.

போனதடவை அம்பாசமுத்திரம் ஆசிரமத்துக்குப் போகையில் பாபநாசம் பேருந்தின் முன் சீட்டில் ஒரு கல்லூரிப் பெண் தனியாக இருந்தாள். நடுவழியில் ஏறிய ஒரு அறுபது வயது ஆள், 'பாப்பா, இங்க உக்காந்துக்கலாமா?' என்றார். பாப்பா தலையாட்டியது. ஏறியவர் நல்ல கருப்பு. தலை சாயம் கரைந்து வெற்றிலைச் சிவப்புக்கு வந்து சிலோன் மனோகர்போல் இருந்தார். பத்தமடைக்குப் போகும்போது பாப்பா, ஓ என்று அலறியது. மனோகர் வேலையைக் காண்பித்துவிட்டார்போல...

'உனக்கு அக்கா தங்கச்சி இல்லே?' என்ற வழக்கமான வசனத்துடன் ஆரம்பித்து எல்லோரும் அர்ச்சிக்க ஆரம்பித்தனர். ஒரு

நடுத்தரவயதுப் பெண் பல்லைக் கடித்துக்கொண்டு, 'செருப்பால் அடிக்கணும் இவனை. கம்பில சூடு வைக்கணும்' என்று கொதித்துக் கொண்டிருந்தார். அவளது கணவன் அவளது ஆட்டத்துக்கு அஞ்சி பம்மிப்போய் வெளியே பார்த்துக்கொண்டிருந்தார். பாப்பா அழுவதா, இல்லையா என்று தடுமாறிக்கொண்டிருந்தது. இத்தனைக்கும் நடுவில் மனோகர் பேசாது, கல்லு போல அமர்ந்திருந்தார்.

போலீஸ் ஸ்டேசனுக்குப் போகச் சொன்னார்கள். கண்டக்டர், 'வேணாம், இரண்டு அடி கொடுத்து அனுப்பலாம்' என்றார். பின்னால் கடைசிச் சீட்டில், ஸ்டூலில் அமர்ந்திருக்கும் சர்க்கஸ் யானையைப்போல அசௌகர்யமாக நெளிந்துகொண்டிருந்த வெள்ளைக்காரர், 'வென் வில் வீ ரீச் பாபநாசம்?' என்று மையமாகக் கேட்டுக்கொண்டிருந்தார். பக்கத்தில் அமர்ந்திருந்த பையன் ஒரு கணம் காதுமாட்டியை எடுத்துவிட்டு மீண்டும் இசையைத் தொடர்ந்தான்.

இந்தக் கலவரத்தில் மனோகருக்கு போன் வந்தது. அவர் எடுத்துப் பேசினார். ஸ்பீக்கர் போன். காது வேறு அவுட் போல. யாரோ சிறு பெண் குழந்தையின் குரல்.

'தாத்தா'

'என்னம்மா?'

'எங்கே இருக்கே?'

'இதோ பஸ்ல.'

'எப்போ வருவே?'

'இப்போ வந்துடுவேன்.'

'சாப்டியா தாத்தா?'

'சாப்டேன் குட்டி. நீ சாப்டியா?'

'இல்லே. நீ வா, அப்போதான் சாப்பிடுவேன்.'

'இல்லம்மா, நீ சாப்பிடு.'

'ம்ஹூம். சீக்கிரம் வந்திடு. வரும்போ கிட்கட் வாங்கிட்டு வரியா?'

'சரிம்மா. போனை வச்சுடு.'

'இந்தா அம்மா பேசணுமா...' பெரிய பெண் குரல், 'அப்பா?'

'என்னம்மா?'

‘இப்பதான் வந்தோம் அப்பா. எங்க இருக்கீங்க? வரும்போ தோசை மாவு வாங்கி வாங்க... அப்படியே அம்மாவுக்கு சுகர் மருந்து. சரி. சீக்கிரம் வந்துடுங்க. வந்ததில இருந்து இவ ‘தாத்தா தாத்தா’ன்னு ஒரே ஆட்டம்.’

தாத்தா போனை வைத்துவிட்டு ‘இப்ப அடிங்கடா’ என்பதுபோல எங்களைப் பார்த்தார். நாங்கள் அவரைப் பார்த்தோம். பேருந்து முழுக்க பெரிய திரைபோல மௌனம். வெள்ளைக்காரன் மட்டும் ‘வாட் ஹப்பென்ட் நவ்?’ என்று கிசுகிசுப்பாய்க் கேட்டுக் கொண்டிருந்தார். அதற்குள் வீரவநல்லூர் வந்துவிட்டது. ‘யாரு வீரவநல்லூர்? என்று கண்டக்டர் கத்தினார்.

சிலோன் மனோகர் தாத்தா மெல்ல எழுந்து பையுடன் இறங்கிப் போனார்.

யாரும் அவரைத் தடுக்கவில்லை.

□

நல்ல வார்த்தை

39

'ஆரோக்கிய நிகேதன'த்தில் ஜீவன் மஷாய் என்று ஒரு வைத்தியர் வருகிறார். அவரிடம் ஒரு கெட்ட பழக்கம். நாடியைப் பார்த்து யார் எப்போது சாகப்போகிறார் என்று அறிவித்துவிடுவார். இது பல பிரச்சினைகளைக் கொண்டுவருகிறது. ஒரு வைத்தியன் நேர்மையாக நடந்துகொள்ளவேண்டுமா அல்லது கருணையோடா என்ற விவாதங்கள் நடக்கின்றன. சிலர் அவர்மேல் வழக்கு தொடுக்கும் அளவு போகிறார்கள்.

இளமையில் நான் கொஞ்சம் ஜோதிட வித்வானாகத் திரிந்தேன். நான் சொன்னதெல்லாம் எனக்கே அதிர்ச்சி அளிக்கும்விதத்தில் பலிக்க ஆரம்பித்தன. அந்த வித்துவத்தைக் கொண்டு என் ஜாதகத்தையே பார்க்க ஆரம்பித்தபிறகுதான், பதறி அதை விட்டேன். ஜீவன் மஷாய் போலவே எனக்கும் இந்தக் கெட்ட செய்தியை உடைத்துச் சொல்லும் வியாதி இருந்தது. நிறைய பேர் ஜாதகத்தில் கெட்ட செய்தியைத் தவிர வேறு ஒன்றுமே இருக்காது. நான் என்ன செய்ய முடியும்? மேலும் அதில் ஒரு குரூர மகிழ்ச்சி இருக்கிறதா என்ன?

பக்கத்து வீட்டில் ஒரு தனவந்தர் குடும்பம் இருந்தது. அவரது மகன்கள் எனது நண்பர்கள். தொழில் வியாபாரம். ஒருநாள் அவர்கள் வீட்டுக்குச் சென்றபோது, அவரது ஜாதகத்தை ஒரு புன்னகையுடன் என்னிடம் காண்பித்தார். ஒரு ஆவலில் மட்டுமே. அவர் பெரிய ஐயப்ப பக்தர். சீசனில் ஊரை அடைத்துப் பந்தலிட்டு சாப்பாடு போடுவார். அவருடன் தலைக் கட்டுகிறவர்கள் எல்லோருக்கும் செலவு அவருடையதே. ஒவ்வொரு வருடமும் மலைக்குப் போய்

விடுவார். அவருக்கு பெரிய ஜோசியர்களுடன் எல்லாம் பழக்கம் இருந்தது. அவர் புதிய தொழில் ஒன்றை ஆரம்பிக்க இருந்தார். அதுகுறித்த விசாரணைதான் ஜாதகத்தைத் தந்த நோக்கம். அவருக்கு உண்மையில் என்மீது நம்பிக்கை இல்லை. மகனின் நண்பன், மகன் மாதிரியே தத்தாரியாகத்தானே இருப்பான் என்ற தந்தைக்குரிய அசட்டை. தவிர மற்ற பெரியவர்கள் எல்லாரும் 'பேஷாப் பண்ணுங்கோ' என்று சொல்லி இருந்தார்கள்.

நான் முதலில் மறுத்தேன். பிறகு பார்த்தேன். உண்மையில் நிலைமை சரியில்லை. அவருக்கு அஷ்டமாதிபதி தசை தொடங்கி இருந்தது. கோசாரத்தில் வேறு குரு பத்தில் புகுந்துகொண்டிருந்தான். 'பத்தில் குரு பரதேசம் போகவைப்பான்' என்பார்கள். 'குரு பார்த்த இடம் சொர்க்கம் ஆகும். இருக்கும் இடம் நாசம் ஆகும். பத்து தொழில் இடம். ஆகவே புதிய தொழில் நல்லதல்ல. பழைய தொழிலையும் நாசம் பண்ணிவிடும். வெளியூர் போய்ப் பிழைக்கவேண்டியிருக்கும். அல்லது உள்ளூரிலேயே பரதேசிபோல அலைய வேண்டியிருக்கும்' என்று சொன்னேன். உண்மையோ பொய்யோ, ஜோதிட விதிகள் அவ்விதம்தான் சொல்கின்றன. ஒரு கணம் அவர் முகம் கருத்து மீண்டது. ஆனால் ஒன்றும் சொல்லவில்லை. சொல்லிவிட்டு நான் மறந்துவிட்டேன். படிக்க மதுரை வந்துவிட்டேன்.

ஒரு வருடம் கழித்து ஊருக்கு வந்தேன். அவர் வீடு வேறு யார் கையிலோ இருந்தது. வீட்டை விற்றுவிட்டு வேறெங்கோ போய் விட்டார். புதிய தொழில் ஆரம்பித்துக் கடனாகி பழைய தொழிலும் முற்றிலும் நசித்து சாப்பாட்டுக்கே கஷ்டம் என்றார்கள். பிறகு எங்கோ இட்லிக் கடை நடத்துகிறார் என்று கேள்விப்பட்டுப் போனேன். ஒரு பெரிய மாளிகையின் பின்னால் மோட்டார் வைக்கக் கட்டப்பட்ட அறையில் மொத்தக் குடும்பமும் இருந்தது. அவர் வெளியே ஒரு நாடாக் கட்டிலில் பகல் வேளையிலேயே படுத்துக் கிடந்தார். மேலே நின்றிருந்த முருங்கை மரத்தின் பழுத்த இலைகள் உதிர்ந்து அவர் உடல் முழுக்க ஒட்டிக் கிடந்தது. தலை வாராது, மழியாது ஒரு பைத்தியக்காரன் மாதிரிதான் இருந்தார். அவரின் மனைவிதான் இட்லிக் கடை நடத்திக் கொண்டிருந்தார். உள்ளிருந்து இட்லிப் பானையின் புகை வந்து கொண்டிருந்தது. மகன்கள் இருவரும் எங்கோ போட்டோ ஸ்டூடியோவில் எடுபிடி வேலை பார்ப்பதாகச் சொன்னார்கள்.

என்னைப் பார்த்ததும் நண்பனின் அம்மா அடையாளம் கண்டுகொண்டு, 'சங்கரு நல்லாருக்கியா? இட்லி சாப்பிடறியா?'

என்றார்கள். நான் திக்கித்துப் போய் நின்றிருந்தேன். சத்தம் கேட்டு அவர் எழுந்திருந்தார். அடையாளம் காண அதிக நேரம் ஆகவில்லை. என்னருகே வந்து என்னையே பார்த்தவண்ணம் நின்றிருந்தார். பிறகு சட்டென்று உள்ளே பாய்ந்து சென்று ஒரு புத்தகத்தை எடுத்துவந்தார். அவரது ஜாதகப் புத்தகம். 'இப்போ சொல்லு' என்றார். 'ஒரே ஒரு நல்ல வார்த்தை.'

☐

பார்வை

40

எல்லாவற்றையும் கச்சிதமாகச் செய்யும் ஒரு நபராக இருக்க வேண்டும் என்று நான் ஆசைப்பட்டிருக்கிறேன். இந்நாள் வரை முடிந்ததே இல்லை. எதையும் தாறுமாறாகச் செய்து, கந்தர கோளமாக மாற்றி, எப்படியாவது முடித்தால் போதும் என்று கடைசிக் கணத்தில் முடிப்பதே எனது பாணி. என்னைத் திருத்திக்கொள்ள ஒவ்வொரு நாளும் புதிய திட்டங்கள் போட்டு, மறுநாள் அவற்றை மறந்துவிட்டு அன்றிரவு அவற்றை நினைத்துத் திடுக்கிடுவதே ஒரு வழக்கமாய்ப் போய்விட்டது. 'அது உமக்க பிரகிருதியோட குணமாக்கும்' என்றார் இங்கொரு ஆயுர்வேத ஆசான். 'பிரக்ருதின்னா உடம்பு வாகு. வாதம், பித்தம், கபம். ஒவ்வொன்னுக்கும் ஒரு குணம் உண்டு. உம்ம பிரகிருதி வாதம். வாதம்னா காத்து. அது ஒரு இடத்தில நிக்குமாவே. விதின்னா என்னன்னு நினைக்கேரு? பிரக்ருதிதான் ஒருத்தனோட விதி. அதோட வாழப் பழகிக்கணும். சண்டை போடக்கூடாது.'

நான் கண்ணீருடன், 'விதியை மாத்த முடியாதா?'

அவர் என்னை ஒரு தத்துவார்த்த நோக்குடன் பார்த்து, 'மாத்தலாம். அதுக்கு வைராக்கியம் வேணும். ஆனா வாதாளுக்கு அது சுட்டுப்போட்டாலும் வராதே?'

நான் என்னுடைய பிரக்ருதியுடன் வாழப் பழகிக்கொண்டேனோ இல்லையோ, எனது வீட்டார் என்னுடன் வாழப் பழகிக்கொண்டார் கள். நான் எளிதில் பதற்றமடைகிறவன் என்பதால் பெரும்பாலும் வீட்டில் எந்தப் பொறுப்புக்களையும் என்னிடம் ஒப்படைக்க மாட்டார்கள். பல்பு மாட்டுவது போன்ற விஷயங்களைக்கூட என்

தங்கையே செய்வாள். 'ஏட்டி, அவனை மேல ஏறச் சொல்லாதட்டி. போனதடவை பண்ணமாதிரி ஹோல்டரோடு பொத்துட்டு கீழே விழுந்துறப் போறான்.' பிள்ளையார் சதுர்த்தி அன்றைக்கு சரியாகப் பிள்ளையாரைக் கழுவுகிறேன் என்று அவரைக் கீழே போட்டு உடைத்த காட்சிகள் எல்லாம் என்னிடம் சர்வ சாதாரணம். அது மட்டுமல்ல, நான் எங்கே போனாலும் தடுக்கி விழுந்துவிடுவேன். அதுவும் சொந்த வீட்டுக்குள்ளேயே. 'ஏலே, தரையைப் பார்த்து நடலே. கண்ணை என்ன புடதியிலையா வச்சிருக்கே' என்பார் அப்பா. 'அவன் எப்போதும் ஏதோ சிந்தனையாவே இருக்கம்லா' என்று ஆச்சி மட்டும் எனக்காகப் பரிந்து வருவாள். ஆகவே எப்போதும் நான் நடமாடுகிற இடங்களில் எல்லாம் கீழே எந்தப் பொருளும் இல்லாமலும் திடுக்கிடும்படியாகப் புதிய இடத்தில் இல்லாமலும் பார்த்துக்கொள்வார்கள். எனக்குக் கல்யாணம் ஆகி தனிக் குடித்தனம் போகும்போது எனது தங்கை எனது மனைவிக்குச் சொன்ன ஒரே அறிவுரை, 'அண்ணன் நடமாடற இடத்தில எந்தப் பொருளையும் வைக்காதீக. தடுக்கி விழுந்துடுவான்.'

ஆனால் இந்த எச்சரிக்கைகளையும் மீறி பெருத்த அவமானம் தருகிற ஒரு விஷயம் ஒருதடவை நிகழ்ந்தது. ஒரு நண்பரை வீட்டுக்குக் கூப்பிட்டுப் போயிருந்தேன். பாளையங்கோட்டை பார்வையற்றோர் பள்ளியில் அவருக்கு வேலை. அவருக்கும் பார்வை கிடையாது. மதியச் சாப்பாட்டுக்குப் பிறகு அவர் எழுந்து, 'கை கழுவற இடம் எங்கே சார்?' என, 'வாங்க கூட்டிட்டுப் போறேன்' என்று அவர் கையைப் பிடித்துப் பின்னால் அழைத்துப் போனேன். கை கழுவிக்கொண்டிருக்கும்போதே உள்ளே தொலைபேசி ஒலிக்க அவரை அங்கேயே சடுதியில் மறந்து விட்டுவிட்டு நான் சட்டென்று உள்ளே ஓடுகையில் பட்டாளையில் எதன்மீதோ தடுக்கி விழுந்தேன். நல்ல அடி. 'தேவி. ஏட்டி மூதி. நடுவீட்டில என்னத்தக் கொண்டு வச்சிர்க்கே. மனுஷன் நடமாடறதா வேணாமா?' என்று கத்தினேன். என் சகோதரி வந்து என்னைத் தூக்கிவிட்டாள். வந்தவுடன் நான் கடாசியிருந்த எனது தோள் பையின் மீதுதான் தடுக்கி விழுந்திருந்தேன் என்பது தெரியவந்தது. எழுந்தபிறகுதான் நண்பர் நினைவு வந்து 'ஐயோ' என்றேன். ஆனால் அதற்குள் நண்பரே நிதானமாக உள்ளே படியேறி வந்து என்னருகில் இருந்த சோபாவில் அமர்ந்துவிட்டார். எதன்மீதும் தடுக்கி விழாமல். பிறகு, 'என்ன தோழர், சத்தம்? எதுவும் கீழே விழுந்துடுச்சா?' என்று கேட்டார்.

□

அழைப்பு
41

வழக்கமாய் திருவனந்தபுரத்துக்கு ரயிலேறிப் படிக்கப் போகிற பையன் இன்று எமனழைக்க பல்சார் பைக்கில் போக முயன்று ஆயிரம் டயர்கள்கொண்ட பெரிய வாகனத்தில் எதோ ஒரு டயரில் மாட்டி ரத்தக்கூழாய் போஸ்ட்மார்ட்டத்துக்குக் காத்திருந்தான். அவர்தான் பையனின் அப்பா என்று ஒருவரைக் காண்பித்தார்கள். தனியாக, பதட்டமே இல்லாமல் இருந்தார். எனக்கு ஆச்சர்யமாக இருந்தது. அவர்மீது கடம்ப மலர்கள் உதிர்ந்துகொண்டே இருக்க யாருக்கோ போன் பேச முயன்றுகொண்டிருந்தார். பிறகு நான் கவனிப்பதை உணர்ந்து என்னருகே வந்து, 'இந்த போன் எனக்குப் புதுசு. சையது வாங்கித் தந்தது. அவனுக்குத்தான் இதை இயக்கத் தெரியும். சையது நம்பரை அழைத்துத் தாருங்களேன்' என்று கேட்டார்.

நான் போனை நோண்டி சையத்தை அழைத்தேன். திரும்பத் திரும்ப. அவன் எடுக்கவே இல்லை. அவர் சலனமே இல்லாமல், 'மறுபடியும் கூப்பிட்டுப் பாருங்களேன். ஏதாவது வேலையாய் இருப்பான். அவன் வந்தால் எல்லாம் சரியாகிவிடும்' என்றார். நான் மறுபடி மறுபடி கூப்பிட்டுச் சோர்ந்தேன். பிறகு சந்தேகம் தோன்றி, 'சையது யார்?' என்றேன். அவர், 'என் மகன்' என்றார். நான் தடதடவென்று எழுந்து ஓடி மார்ச்சுவரிப் பையனிடம் போய், 'இறந்த பையன் பெயர் என்ன?' என்று கேட்டேன். அவன் திரும்பி, 'சையது' என்றான்.

◻

தீவிரர்

42

எனக்கு ரொம்பப் பழக்கமான புத்தகக் கடை ஒன்றிருக்கிறது. கடை முதலாளி ஒரு விநோத குணச்சித்திரம். வயது அறுபதுக்குமேல் இருக்கும். பயங்கர சைவ சித்தாந்தி. பயங்கரம் என்றால் பயங்கரம். கோயிலுக்குப் போனால் அம்பிகையைக்கூடக் கும்பிட மாட்டார். காசிக்கு நினைத்தாற்போல கிளம்பி ப்ளேனில் போய் விஸ்வநாதனை மட்டும் கவனமாகக் கும்பிட்டுவிட்டு அன்னபூரணியை ஏறிட்டும் பார்க்காமல் டெல்லிக்கு வந்து அடுத்த ப்ளேனில் ஊருக்குத் திரும்பிவிடுவார். பக்கத்தில் தீப்பாச்சி அம்மன் கோவில் இருக்கிறது. வருடத்தில் பாதிநாள் அங்கு கொடை. கொடையின் எல்லா நாளும் ஜகத்தில் எல்லோரும் உய்யவேண்டும் என்ற நல்லெண்ணத்தில் சத்தமாகப் பாட்டுப் போடுவார்கள். இவர் சண்டை போட்டுப் பார்த்தார். இவர் சண்டை போடப் போட அவர்கள் ஸ்பீக்கரின் சத்தத்தை ஏற்ற ஆரம்பித்தார்கள். பலனில்லை என்று புரிந்துகொண்டு அப்போதெல்லாம் காதில் பஞ்சு வைத்துக்கொண்டு மாடி மீது ஒளிந்திருப்பார். 'சிவனிருக்கையில் சீவன் போனதுகள்பற்றி இத்தனை சத்தமா' என்பார்.

அடிப்படையில் அவர் ஒரு சீனி மண்டி வியாபாரி. சைவத்தின்மீதுள்ள காதலால் புத்தக வியாபாரத்துக்கும் வந்தார். வழக்கொழிந்த சித்தாந்தப் புத்தகங்கள் சிலவற்றைப் பதிப்பிக்கவும் செய்தார். எப்போது பார்த்தாலும் என்னை 'அண்ணே' என்றே அழைப்பார். வட இந்தியா முழுக்க ஆங்கிலமோ இந்தியோ தெரியாமல் சுற்றி இருக்கிறார். ஒவ்வொரு தடவை பார்க்கும்போதும், 'என்னண்ணே, இந்த தடவையாவது காசிக்குப் போனீங்களா இல்லையா?' என்பார். நான், 'எனக்கு உடம்பு சரியில்லை', 'வேலை ஜாஸ்தி',

‘பிள்ளைகளுக்கு ஸ்கூல் இருக்கு’, ‘ரயிலில் டிக்கெட் கிடைக்கலை’, ‘இப்போ அங்கே ரொம்ப சூடா இருக்குமாமே’ என்றெல்லாம் ஏதோ சொல்லுவேன். அக்டோபர் தாண்டிவிட்டால், ‘இப்போ அங்கே போனா குளிர்ல விறைச்சுச் செத்துருவோம்லா? டிவில காமிக்கறானே?’ என்பேன். கடையின் கீழ்த்தளம் முழுவதும் ஆன்மிகப் புத்தகங்கள். சைவம் தவிர வைஷ்ணவம், சாக்தம், அத்வைதம் என்று வேறு புத்தகங்களும் இருக்கும். ஆனால் அவற்றை எடுப்பவர்களைக் கண்டவுடன் ஒரு வேட்டை நாயின் ஆர்வத்துடன் வேகத்துடன் ஓடிவந்து, ‘இதெல்லாம் எதுக்கண்ணே? சிவத்தில எல்லாம் இருக்கு’ என்று இவரே அவர்களைத் தடுத்துவிடுவார்.

உண்மையில் அவர் மனைவிதான் கடையை நடத்திவந்தார் நல்ல ஒளி பொருந்திய முகம் அந்த அம்மாவுக்கு. திடீரென்று ஒரு விபத்தில் செத்துப்போனார். கிரைண்டர் போடப் போய் ஷாக் அடித்து இறந்துபோய்விட்டார். அதன்பிறகு ஒரே களேபரம். மகன்களுக்கும் அவருக்கும் பெரிய சண்டை. அவரது கடையில் வேலை பார்க்கிற பெண்ணை அவர் வைத்துக்கொண்டிருப்பதாக அவர்கள் சந்தேகப் பட்டார்கள். அப்படியிருக்க வாய்ப்பில்லை. அதுமாதிரியான மென் உணர்வுகள் எல்லாம் அவர் ஆளுமையில் சாத்தியமே இல்லை. எல்லாம் பண விஷயம். கடையைப் பிடுங்கிக்கொண்டு அவரைத் துரத்திவிட்டார்கள்.

இது நடந்து ஒரு வருடம் இருக்கும். போன வாரம்தான் மீண்டும் போனேன். கடையை கேஸ் போட்டுத் திரும்ப வாங்கியிருந்தார். என்னைப் பார்த்ததும், ‘வாங்க’ என்றார். பிறகு, ‘என்ன செய்றீங்க?’ என்றார். ‘ஏதோ கவிதைலாம் எழுதறீங்கன்னு உங்க பிரண்டு சொன்னாரு... மாடில போய்ப் பாருங்க, எல்லாம் கவிதைப் பொஸ்தகம்தான். ஒருபய வாங்க மாட்டேன்கிறான்? எதுக்குண்ணே இந்த வீண் வேலை?’ என்றார். நான் சமாளிப்பாய் அவரைத் திசைத் திருப்ப சைவ சித்தாந்தம் பற்றிப் பேச ஆரம்பித்தேன். கண்களில் ஒளியே இல்லாமல் கேட்டுக்கொண்டிருந்தார். பின்னர் திடீரென்று, ‘எல்லாம் பழைய ஏற்பாட்டுல இருக்குண்ணே. நம்ம சிவன்னு சொல்றதைத்தான் அவன் ஜெகோவான்னு சொல்றான். இதை நம்ம ஆட்கள் மறைச்சுட்டாங்க’ என்றார். பிறகு என்னிடம் ரகசியம் சொல்வதுபோல் குனிந்து, ‘அடுத்த மாசம் ஜெருசலேம் போறேன். வாரீங்களா?’

□

உறுதி
43

ரொம்ப நாளைக்கப்புறம் இன்று ஒரு தோழியைப் பார்த்தேன். கிறித்துவர். செவிலி. எல்லாவற்றையும்விட, மிக மிகப் பிரகாசமான பெண். எங்கள் இருவருக்கும் ஒரே வயது. எங்கள் உறவில் ஒரு காதலின் ஆரம்பங்கள் இருந்தன. அவை தொடரும் முன்பு அவருக்குக் கல்யாணம் ஆகிவிட்டது. மூன்று நான்கு வருடங்கள் சந்தோஷமாகப் போயிற்று. அதன்பிறகு குழந்தை என்கிற விஷயம் கொஞ்சம் கொஞ்சமாக அவர்கள்மீது ஒரு அழுத்தமாக, தாள முடியாத ஏக்கமாக ஏறியது. மாறி மாறி மருத்துவமனைகளுக்கு அலைந்தார்கள். நாட்டு மருத்துவரிடமிருந்து வெளிநாட்டு மருத்துவர் வரை. பிறகு சலித்து ஆவிக்குரிய நற்செய்திக் கூட்டங்களுக்குப் போக ஆரம்பித்தார்கள். உபவாசங்களும் நள்ளிரவுப் பிரார்த்தனைகளுமாய் அவரது கண்களில் ஒரு காய்ச்சல் ஒளி வந்தது. சிரிப்புச் சதைகள் கரைந்து முக எலும்புகளில் ஒரு கூர்மை ஏறியது. சில நேரங்களில் ஒரு அச்சுறுத்தும் பிரகாசம் அந்த முகத்தில் இருந்தது. ஆனால் மருத்துவமோ பிரார்த்தனையோ ஒரு குழந்தையை அவரது உதரத்துக்கு இழுத்துவந்தது. வாராது வந்த மாமணி. என்னுடைய மகன் பிறந்த அதே வாரம் அவரது மகனும் பிறந்தான். அவர்கள் அவனுக்கு கடவுள் அனுப்பிய மகன் என்ற அர்த்தம் தரும் ஒரு பெயர் வைத்தார்கள்.

நாங்கள் எங்கள் குழந்தைகளின் வளர்ப்பை, சிரிப்பை, அழுகையை, சேட்டைகளை, வளர்ச்சியை, எல்லாவற்றையும் பகிர்ந்து கொண்டோம். ஒப்பிட்டுப் பார்த்துக்கொண்டோம். ஆறு வருடங்கள். ஆறு உன்னத ஒளி பொருந்திய வருடங்கள். பிறகு இருள் இறங்கியது.

காட்சனுக்கு விடாது காய்ச்சல் வந்துகொண்டிருந்தது. இது அது என்று அலைந்து ஒருநாள் ரத்தப் புற்று நோய் என்று கண்டுபிடித்தார்கள்.

மறுபடியும் மருத்துவமனைகள், உபவாசங்கள், பிரார்த்தனைகள், கண்களில் மீண்டும் வீசத் தொடங்கிய விநோதக் காய்ச்சல் ஒளி. இம்முறை கடவுள் காதைத் திருப்பிக் கொண்டுவிட்டார். காட்சன் ஒரு மழைநாளில் தோழியின் மடியிலேயே இறந்துபோனான். தோழி ஏறக்குறைய பனிரெண்டு மணிநேரம் அவனை அப்படியே ஏந்திக்கொண்டு கர்த்தரின் படத்தின் முன்னர் அசையாது இருந்தார். பின்னர் நான் அவரைப் பார்க்கவில்லை. நீண்ட விடுமுறைக்கு அப்புறம் வேறு ஆஸ்பத்திரிக்குப் போய்விட்டார். இன்றுதான் பார்த்தேன்.

என் கண்களை முற்றிலும் வேறொரு ஆள் போல ஊடுருவிப் போனவரை நிறுத்திப் பேசினேன். முதலில் அவருக்கு என்னை அடையாளமே தெரியவில்லை. அவர் மிக அவசரமாகத் தனது கணவரைக் கூப்பிடப் போய்க்கொண்டிருப்பதாய்ச் சொன்னார். பிறகு தயங்கி, கூட வர முடியுமா என்று கேட்டார் அவரது கணவர் ராணுவத்தில் இருந்தார். ஒரே ஒரு தரம்தான் அவரை, அதுவும் அந்தத் துக்கச் சூழலில் பார்த்திருக்கிறேன். அன்று அந்த வீட்டில் அவர் மட்டுமே உறுதியாக, திடமாக இருந்தார். நாங்கள் இருவரும் சேர்ந்து அவரைத் தேடிப் போனோம். அவர் நின்றுகொண்டிருந்தது மார்த்தாண்டத்தில் புகழ்பெற்ற ஒரு பள்ளியின் வெளியே. அவர் மகன் கொஞ்ச நாள் படித்த பள்ளி அது. ஒவ்வொரு நாள் மாலையும் அவர்தான் அவனை அங்கிருந்து பைக்கில் அழைத்துவருவது வழக்கம். கடந்த ஆறு மாதங்களாக அவர் தவறாது பள்ளிவிடும் நேரத்துக்கு அங்கு போய்விடுகிறார். அவர் மகனை அழைத்து வருவதற்காக...

◻

தூய்மை

44

சிதறால் மலைக் கோயிலுக்குப் போயிருந்தேன். அன்றொரு பணி நாள். ஆகவே வழமையாய் இருக்கும் கொஞ்சக் கூட்டமும் இல்லை. வழக்கம்போல பார்சுவநாதரின் கோயில் பூட்டியிருந்தது. மண்டப இருட்டுக்குள் ஒரே ஒரு வௌவால் இருந்துகொண்டு, 'தனிமை மகா தனிமை' என்று கிறீச்சிட்டுக்கொண்டிருந்தது. லேசாக மழை பெய்துகொண்டிருந்தது. திடீர் திடீரென்று விழித்துக்கொண்டாற் போல வெயில் பிரகாசித்து எழுவதும் பின் மங்கிப் பின்வாங்குவது மாய் இருந்தது. நான் மண்டபத்தின் படிக்கட்டுகளில் அமர்ந்து கொண்டு அதன் விளையாட்டைப் பார்த்துக்கொண்டே இருந்தேன். தோரோ, ஜான் மூர், டால்ஸ்டாய் என்று திரிந்த நாட்கள். அவை, மனிதனது அத்தனை நோய்களுக்கும் தேவைப்படுவதெல்லாம் இயற்கையோடு ஒரு மிருக நெருக்கம்தான் என்று போதித்தன. முற்றிலும் எல்லா உடைகளும் களைந்த, புட்டத்தில் சூவைப் புல் உரசும் ஒரு தூய நிர்வாணம். எனக்கு அந்தக் கருத்தில் உடன்பாடு இருந்தது. இன்னமும் இருக்கிறது.

மலை உச்சிகளுக்கு என்றே ஒரு தனிமை இருக்கிறது. சமவெளிகளின் தனிமைபோல அல்ல அது. எனக்குத் திடீரென்று ஜெயகாந்தனின் 'ஒரு மனிதன் ஒரு வீடு ஒரு உலகம்' ஹென்றி நினைவுக்கு வந்தது. எதிரே பதின்மத்தின் பவித்ரம் மாறாத சிறு பெண் ஒருத்தியின் கண்கள்போலத் துலங்கும் ஒரு மழைநீர்க் குளம் இருந்தது. தேவதைகளின் பனிக் குட நீர். பூ நீர். அவ்வப்போது பின்னங்கழுத்தை வருடும் காதலனின் கை போல ஒரு காற்று வர, சிலிர்ப்பதேயன்றி அசைவற்று இருந்தது குளம். நான் சுற்றிலும் ஒரு முறை பார்த்துவிட்டு ஆடைகளைக் களைந்தேன். எல்லா ஆடைகளையும்.

முதலில் எனக்கே ஒரு பெரிய அதிர்ச்சியாக இருந்தது. அந்த இடத்தின் புனிதத்துக்கு ஒரு அவதூறுபோல அது எனக்குத் தோன்றியது. ஆனால் அங்கு தங்கியிருந்து நீண்ட நாட்கள் தவம் பண்ணிய சமணத் துறவிகள் எல்லோருமே வானமே ஆடையாகத் திரிந்த திகம்பரர்கள்தான் என்று நினைவு வந்தது. ஆனால் அவர்களிடம் காமம் இல்லை. என்னிடம் இருக்கிறதே... இந்த நிர்வாணம் அவர்களுடையதைப் போன்று பரிசுத்தமானதுதானா? எனக்குக் குழப்பமாக இருந்தது.

கடைசியாக நான் எப்போது வானத்துக்கு நேராக நிர்வாணமாக நின்றேன்? எனக்கு நினைவே இல்லை. அப்படியொரு சுதந்திரத்தை நான் அதுவரை பெற்றதே இல்லை. நான் சட்டென்று சிந்தனைகளை ஒதுக்கி வைத்துவிட்டு குளத்தில் இறங்கினேன். தத்துவ விசாரங் களைப் பின்னால் வைத்துக்கொள்ளலாம். இந்த வாய்ப்பு எப்போதும் கிடைக்காது. குளம் சில்லென்று இருந்தது. நான் இறங்கியதும் ஒரு கணம் அசைந்தது. ஒரு யோனிபோல என்று நான் நினைத்துக்கொண்டேன். எதிர்பார்த்ததற்கு மாறாகக் குளம் என்னுள் மிக வேகமாகக் காமத்தை உயிர்ப்பிப்பதை உணர்ந்தேன். என் வாழ்வில் நான் கூட நினைத்த பெண்கள் எல்லோரும் எனக்கு நினைவில் வந்தார்கள். இந்தக் குளம் அவர்கள்தாம். இது அவர்களது மகரந்தம், இது அவர்களது அந்தரங்கத்தில் நான் எப்போதும் அறிய முடியாத, யாரும் எப்போதும் அறிய முடியாத, சதா சுரந்துகொண்டே இருக்கும் காமத்தின் ரகசியப் பொய்கை. நான் அதில் இறங்குகிறேன். ஒரு கள்வனைப்போல அல்ல. ஒரு ஆராதகன்போல.

தொழுத கையோடு நான் எவ்வளவு நேரம் புனலாடினேன் என்று நினைவில்லை. ஏதோ அரவம் கேட்டதுபோல இருந்தது. அதுவும் ஒரு பெண் குரல். உடனே வெளியேறி அவசரம் அவசரமாக ஆடை களை ஈரம் சொட்ட அணிந்துகொண்டேன். பிறகு கீழேயிருந்து யாராவது புதிதாய் ஏறி வருகிறார்களா என்று பார்த்தேன். ஒருவரும் இல்லை. பின்னர் அந்தக் குரலை எங்கிருந்து நான் கேட்டேன். என்னுடைய பிரமையா அது? குளிரினாலோ அச்சத்தினாலோ எனது உடல் நடுங்கியது. காற்று பலமாக வீச ஆரம்பித்திருந்தது. சில நேரம் அது தொலைதூரத்துக் குரல்களையும் இங்கு கடத்தி வந்துவிடுவ துண்டு. பிறகு தேவையில்லை என்று விட்டுவிடுவதுமுண்டு. அப்படி மிதந்துவந்த குரலா அது என்று யோசித்துக் கொண்டிருக்கையிலேயே மீண்டும் அந்தக் குரலை நான் கேட்டேன். ஒரு சிரிப்பு. சிணுங்கல்.

இம்முறை எனக்குத் திசை பிடிபட்டுவிட்டது. கோயிலைச் சுற்றி அணைத்திருக்கும் பாறைச் சந்திலிருந்து வந்த குரல். ச்சே... நான் அதைக் கவனிக்காமல் விட்டுவிட்டேன். மறுபடியும் குரல் எழுந்தது.

குரல் அல்ல, குரல்கள். நன் மிகக் கவனமாகப் பூனையடி எடுத்து அங்கே சென்று எட்டிப் பார்த்தேன். அங்கே ஒரு கூடல் நடைபெற்றுக் கொண்டிருந்தது. கூடலில் அந்தப் பெண் எழுப்பிய குரல்கள்தாம் அவை. விசயம் அதுவல்ல. கூடலில் இருந்த பெண் எனக்குத் தெரிந்த பெண். நான் தினமும் செல்லக்கூடிய மருத்துவமனையில் பணிபுரிந்து கொண்டிருந்த பெண். அவளுடன் இருந்த பையனையும் நான் அறிவேன். நான் பின்வாங்குவதற்குள் அந்தப் பெண் என்னைப் பார்த்துவிட்டாள். அந்தக் கணத்தில் அந்தக் கண்களை நான் மறக்கவே மாட்டேன். உலகத்தின் மிகத் தூய கண்கள்.

நான் சட்டென்று பின்வாங்கிக் கீழே வந்துவிட்டேன் அதன்பிறகும் அவளை நான் அடிக்கடிப் பார்க்கும் சந்தர்ப்பங்கள் வாய்த்தன. பேசக்கூடிய சந்தர்ப்பங்களும். ஆனால் அதைப் பற்றி நாங்கள் பேசவே இல்லை. என்னுள் சில நாள் நிகழ்ந்த அறப் போராட்டங் களுக்குப்பிறகு, அது நாங்கள் பேச வேண்டிய விஷயம் அல்ல என்று விட்டுவிட்டேன். நாங்கள் மட்டுமல்ல. வேறு யாரும்.

ஒருவருடம் கழித்து, அவளது திருமணப் பத்திரிக்கை தரப்பட்டது. வாங்கிக்கொண்டு பிரித்துப் பார்த்தேன். வேறொரு பையன். ஒருகணம் எங்கள் கண்கள் சந்தித்து மீண்டன. நான் 'வாழ்த்துக்கள்' என்று சொன்னேன்.

இன்று காலை நடையில் வெட்டுமணி சாஸ்தான் கோயில் அருகே நடந்துகொண்டிருந்தபோது கோயிலிருந்து ஒரு பெண் கேரளத்துக்கே உரிய சந்தன நிறக் கசவுப் புடைவையுடன் நெற்றியில் சந்தனக் குறியுடன் நீர்ச்சொட்டும் கூந்தலுடன் மிகப் பிரகாசமான ஒரு குழந்தையுடன் ஓடி வந்தாள். 'சார், நல்லா இருக்கீங்களா?' எனக்கு முதலில் சுவடு தெரியவில்லை. பிறகு அவளது கண்களை அறிந்து மீண்டுகொண்டேன். அவள்தான். சற்றுப் பூசினாற்போல் ஆகியிருந்தாள். இன்னும் அழகாக ஆகியிருந்தாள். அவள் கண்கள் இன்னும் தூயதாக ஆயிருந்தன.

□

கருத்தியல்

45

கொஞ்ச நாட்களாகவே சித்தாந்தங்களுக்கும் மனிதனின் அடிப்படை ஒழுக்கங்களுக்கும் உள்ள இயைவையும் முரண்பாடு களையும் சிந்தித்துக்கொண்டிருந்தேன். இடதுசாரியாகத் தனது வாழ்வின் பெரும்பகுதியைக் கழித்த மி.ராஜு எழுதிய தன்வரலாற்று நூலாக 'உடைபடும் மௌனம்' என்ற புத்தகம் காவ்யா வெளியீடாக வந்துள்ளது. அதன் விமர்சனத்தை 'சிலேட்' சிற்றிதழில் நேற்று படித்தேன். விமர்சகர், புகழ்பெற்ற கேரள இடதுசாரி எம் என் கோவிந்த நாயர் பற்றி ஒரு வாழ்க்கைக் குறிப்பைத் தொட்டுச் செல்கிறார். நாயர் போலிஸ் காவலில் இருந்தபோது அவர்மீது கருத்தியல்ரீதியாக அனுதாபம் கொண்டிருந்த ஒரு காவலரை ஏமாற்றி விட்டுத் தப்பிச் செல்கிறார். காவலர் பணி நீக்கம் செய்யப்பட்டு வறுமையில் வாடி, குடும்பத்தோடு இறந்து போகிறார். கட்சியோ நாயரோ அவர்களுக்காக ஒரு நொடிகூட கவலைப்படவில்லை.

எனக்கு இது அதிசயமாகப்படவில்லை. சித்தாந்தங்கள் மனிதர்களை என்ன செய்கின்றன என்று நான் தினசரி பார்த்துக்கொண்டிருக் கிறேன். அவை முதலில் மனிதனை மூடியவனாகவும் பின்னர் கடினமானவனாகவும் மாற்றுகின்றன. தூரத்தில் தெரிகிற லட்சிய உலகம் மட்டுமே மெய் என நம்புகிறவனாகவும் அதற்காக அருகே உள்ளவர்களை மிதித்துப்போகவும் நசுக்கவும் தயங்காத மனிதனாக வும் மாற்றிவிடுகின்றன. அத்வானி பற்றி குஷ்வந்த் சிங் சொல்லிய தாக ஒரு நகை உண்டு. 'அவர் குடிப்பதில்லை. அவர் புகைப் பதில்லை. அவர் பெண்களைத் துரத்துவதில்லை. அவர் மிக அபாயகரமானவர்.'

நான் ப்ளஸ் டூ படிக்கும்போது அதிகாலையில் எழுந்து வ.உ.சி மைதானத்துக்கு எதிரே இருந்த பால்சாமி என்ற இயற்பியல் வாத்தியாரிடம் ட்யூசனுக்குப் போவேன். அங்கே போயும் தூங்கத்தான் செய்வேன். இருந்தாலும் அங்கே போய்த் தூங்கினால் செய்முறைத் தேர்வு மதிப்பெண்கள் முழுதாய்க் கிடைத்துவிடும் என்றொரு நம்பிக்கை இருந்தது. அதுபோல ஒரு டிசம்பர் காலையில் சைக்கிளை அழுத்திக்கொண்டு ஆளரவமற்ற காலனிச் சாலையில் மெதுவாகப் போய்க்கொண்டிருந்தபோது முன்னால் மூசு மூசு என்று வேகமாக ஒருவர் கையில் ஒரு பையுடன் போய்க்கொண்டிருந்தார். அவரை எனக்குத் தெரியும். அவரைவிட அந்த வீட்டு அத்தையை.

பள்ளிவிட்டு நான் வரும்போதெல்லாம் சரியாகத் தலை வாரிக் கொண்டிருப்பார். பெரிய கூந்தல் அவருக்கு. அப்போது எனக்கு ரோட்டு வழியேகூடப் புத்தகம் படித்துக்கொண்டே போகும் பழக்கம் இருந்தது. பெரும்பாலும் காமிக்ஸ்தான். அதைக் காணும் போதெல்லாம் புன்னகைத்து, 'ஸ்பைடர்மேன் வீட்டு வரைக்கும் கூடத் தாங்க மாட்டானா?' என்பார். ஒரு தடவை, 'எனக்கும் உன் புஸ்தகத்தைக் கொடு, படிச்சுப் பார்க்கேன் அதுல என்னதான் இருக்குன்னு' என்றார். நான் இரும்பு மனிதன் ஆர்ச்சியைக் கொடுத்தேன். அவர் அதைப் படித்துவிட்டு மறுநாள், 'இதிலே பொம்பிளப் புள்ளங்களையே காணோமே? இரும்பு மனிதன்கூட ஆம்பிளைதானா?' என்றார். நான் அதைத் திரும்பப் படித்துப் பார்த்தேன். அதில் உண்மையில் இரண்டு பெண்கள் வருகிறார்கள். அவர்களை ஆர்ச்சி காப்பாற்றுகிறது. பிறகு இவள் என்னத்தைப் படித்தாள்? அத்தையின் மாமாவைப் பெரும்பாலும் கோபால்சாமி கோயில் மைதானத்தில் நடக்கும் கட்சிக் கூட்டங்களில்தான் பார்த்திருக்கிறேன். அல்லது 'கற்பில் சிறந்தவள் கண்ணகியா, நளாயினியா?' என்பது போன்ற பட்டிமன்றங்களின் முன்னால் சுண்டல் சாப்பிட்டபடி அமர்ந்திருப்பார். பாதி நேரம் ஊரில் இருக்க மாட்டார். கட்சிக் கூட்டம் என்று வெளியூர் போய்விடுவார்.

சைக்கிள் சத்தம் கேட்டுத் திரும்பிப் பார்த்தார். 'என்ன மாப்ள, ட்யூசனா?' என்றார். 'ஆமா மாமா. நீங்க எங்கெ தூரமா?' அவர், 'இல்ல, இங்ஙனக்குள்ளதான்' என்றார். 'வாரீங்களா?' என்றேன். அவர் வந்தால் அவரே சைக்கிளை மிதிப்பார். அவர் யோசித்து, 'இல்ல, அது சரிப்படாது' என்றார். பிறகு, 'இந்தப் பையைக் கொஞ்சம் பிடி, வேட்டியைக் கட்டிக்கிறேன்' என்றார். நான் அப்போதுதான் அந்தப் பையைப் பார்த்தேன். துணிப்பையில் என்ன இருந்தது என்று தெரியவில்லை. கொஞ்சம் ஈரமாக இருந்தது அவர்

வேட்டியைக் கட்டிக்கொண்டு பையை வாங்கிக்கொண்டார். 'நீ போ மாப்ள' என்றார். பிறகு, 'தமிழனுக்கு மானம்தான் முக்கியம், என்ன சொல்லுதே' என்றார். எனக்கு ஒன்றும் புரியவில்லை. நேரமாகி விட்டது. போய்விட்டேன். திரும்பி அப்படியே பள்ளிக்குப் போய் விட்டு மாலை திரும்புகையில் அந்த அத்தை வீட்டில் ஒரே கூட்டமாக இருந்தது.

அன்று காலை மாமா அத்தையை வெட்டிக் கொன்றுவிட்டதாகச் சொன்னார்கள். அத்தைமேல் மாமாவுக்கு ஏதோ சந்தேகமாம். எனக்குக் கொஞ்சம் மெதுவாகவே புரிந்தது. அன்று காலை மாமா என்னிடம் கொடுத்த, கொஞ்சநேரம் என் கையில் இருந்த துணிப்பையில் இருந்தது ஒரு தலை. நீண்ட கூந்தல் உடைய அத்தையின் தலை. அத்தையைக் கொன்றது மாமா அல்ல, அவர் சார்ந்திருந்த கருத்தியல்தானோ என்று இப்போது அடிக்கடி தோன்றுகிறது.

◻

சமரம்
46

மணி என்கிற மணியண்ணன் கார் வாங்கினான். இரண்டாவது கை எனினும் நல்ல கார். 'அம்பாசடர் கார் யானை மாதிரிடா. ரொம்ப மெதுவாத்தான் வயசாகும்.' நானும் அவனும் அதில் முதல் பயணமாக குருவாயூர் புறப்பட்டோம். ஒரு தடவை ரிசர்வ் செய்யாமல் (அதை எப்படிச் செய்வது என்றே எங்களுக்கு அப்போது தெரியாது) இரண்டாம் வகுப்பில், மிகுந்த நெருக்கடியில், கக்கூஸ் வாசம் பிடித்துக்கொண்டு குருவாயூர் போனதிலிருந்து அது அவனது லட்சியமாக இருந்தது. அந்தப் பிரயாணத்தில் அவன் சிறுநீர் கழிக்கப் போய்விட்டு வருவதற்குள் அவன் இடத்தை ஒரு மலையாளி பிடித்துவிட்டிருந்தான். மணியண்ணன் திரும்பிவந்து, 'இது என் இடம்' என்றான். மலையாளி காது கேட்காததுபோல் இருந்தான். மணியண்ணன் வற்புறுத்தவே, 'அங்கன எவிட எழுதிட்டுண்டு?' என்று கேட்டான்.

ஒரு பெரிய கலகம் மூண்டுவிட்டது. ஏகப்பட்ட பேச்சு வார்த்தைகள், கட்டப் பஞ்சயத்துகளுக்குப் பிறகு போனால் போகிறது என்பதுபோல அவனும் உட்காரக் கொஞ்சம் இடம் கொடுத்தான். அந்த இடத்தில் ஒரு கொசுகூட உட்கார முடியாது. ஆனாலும் மணியண்ணன் முயற்சித்துப் பார்த்தான் என்றே சொல்லவேண்டும். ஒரு கட்டத்திற்குமேல் தாங்க முடியாது மீண்டும் புகார் செய்யவும் மலையாளி, 'ஏமானே, இது நிண்ட ப்ளைமவுத் காரல்லா. சர்க்கார் ட்ரெயின்' என்று சொல்லிவிட்டான். அதிலிருந்துதான் மணி அண்ணனுக்கு ஒரு கார் வாங்க வேண்டும் என்று லட்சியம் ஏற்பட்டுவிட்டிருந்தது.

ஒருவகையில் அந்தப் பெயரறியாத மலையாளியைத் தேடித்தான் அண்ணன் குருவாயூருக்கு காரில் போகிறான். மதியமே கிளம்பியிருந்தாலும் நாங்கள் தக்கலை போவதற்குள் இருட்டி விட்டிருந்தது. அவன் மிகச் சமீபத்தில்தான் கார் ஓட்டக் கற்றுக் கொண்டிருந்ததால், எதிரே, பின்னே வரும் சைக்கிள்கள், கால்நடைகளைக்கூட மிக மதித்து ஓட்டிக்கொண்டிருந்தது ஒரு காரணம் எனில் மற்றொரு காரணம் இசை. இன்னும் குறிப்பாக இளையராஜாவின் இசை. அதற்கு அவனொரு அடிமை என்றே சொல்லவேண்டும். மதுரையில் நான் படிக்கையில் என்னுடன் நாட்கணக்கில் தங்கி ராஜாவின் அதிகம் பிரபலமில்லாத பாடல்களைத் தேடி அலைந்திருக்கிறான். ''இந்த மனதில் என்ன நினைவுகளோ?'ன்னு ஒரு பாட்டு. அது எங்கேயும் கிடைக்க மாட்டேங்குதுடா. டவுன் ஹால் ரோட்டில ஒரு பய வச்சிருக்கான். ஆனா அதை மட்டும் பதிஞ்சுகொடுக்கப் பத்து ரூபா கேக்கிறான் வக்காளி.'

காரில் நல்ல ஒரு JVC சிஸ்டம் இருந்தது. அண்ணனின் இன்னொரு கனவு இது. இளையராஜாவின் பாட்டு கேட்டுக்கொண்டே அவனுக்குப் பிடித்த பெண்ணுடன் கார் பிரயாணம் செய்வது. காரை சம்பாதித்துவிட்டான். பெண்ணை இனிமேல்தான் சம்பாதிக்க வேண்டும். ஏற்கெனவே ஒரு காதல், அந்தப் பெண்ணின் அவசரக் கல்யாணத்தில் முடிந்துவிட்டிருந்தது. அந்தப் பெண்ணைக் கட்டியவன் வீட்டில் கார் இருந்தது என்பது வேறு புண்மீது மணலாய் அண்ணனைப் படுத்தியது. ஆகவே அவனைப் போலவே ஒரு ராஜா ரசிகனான என்னைக் கூப்பிட்டுக்கொண்டு கிளம்பிவிட்டான். நான் ஒரு மிகப்பெரிய கலாரசிகன் என்ற பிரமை அவனுக்கு என்மீது இருந்தது. ஏன் எனக்கே என்மீது இருந்தது. தக்கலையில் சாப்பிடும் போதே அங்கிருந்த பையன் ஒருவன் சொன்னான். 'கேரளாவா போறீங்க? அங்கே இன்னிக்கு சமரம்.' நாங்கள் அது ஏதோ சாப்பிடும் பொருள் என்று நினைத்துக்கொண்டுவிட்டோம்.

அன்று கடும் உஷ்ணமாக இருந்தது. ஆனால் ஜன்னலைத் திறக்க மணியண்ணன் தயங்கினான். பாட்டு காற்றில் போய்விடுகிறது என்று வருத்தப்பட்டான். நான் அவனை ஒருமாதிரி ஆற்றுப்படுத்தி பின் ஜன்னல்களை மட்டும் திறந்து வைத்துக்கொண்டேன். சரியாக களியக்காவிளையைத் தாண்டியதும் முதல் தூறல் விழுந்தது. நாங்கள் அதற்குள், 'தென்றலே என்னைத் தொடு', 'வைதேகி காத்திருந்தாள்', 'நல்லவனுக்கு ஒரு நல்லவன்', 'காக்கிச் சட்டை' எல்லாம் கேட்டு முடித்திருந்தோம். 'காத்திருந்து காத்திருந்து காலங்கள் போனதடி' பாட்டு வரும்போது அவன் கண் ததும்பிவிட்டான். காரை ஓரமாய்

நிறுத்திவிட்டு, 'ச்சே என்ன வாழ்க்கைடா' என்றான். திடீரென்று கண் சிவந்து பாடலுடன் சேர்ந்து, 'பாடாய்ப் படுத்தும் காடா கருப்பா' என்று கத்தினான். 'வந்துடு வந்துடு தானா வந்துடு' என்றபோது எனக்கே லேசாகப் பயமாக இருந்தது. 'அண்ணே, நல்ல மழை வருதுண்ணே' என்றதும் கண்ணைத் துடைத்துக்கொண்டு 'போவோம்டா...'

திருவனந்தபுரத்துக்குள்ளே நுழையும்போது கடும் மழை. மழையில் ஒன்றுமே தெரியவில்லை. வெளிச்சங்கள் கார்க் கண்ணாடியில் கோடு கோடாய் உருகி இறங்குவதை நான் பார்த்துக்கொண்டே இருந்தேன். கொஞ்சம் அங்குமிங்கும் சுற்றி அட்டிங்கல் என்ற ஊருக்கு வந்தபோது மணி பத்தரை. ரோடு வேறு சரியில்லை. இரவோடு இரவாக குருவாயூர் போய்விடுவது என்பது சரியான திட்டமல்ல என்று எங்களுக்கு மெதுவாகப் புரிந்தது. பசி வேறு பிடுங்கியது. காரில் ஒலிக்கும் பாடல்களோடு சேர்ந்து நீங்களும் கத்தும்போது வழக்கத்தைவிட வெகுவாகப் பசிக்கிறது. அப்போதுதான் கவனித்தோம், அட்டிங்கல் ஊரே மௌனமாக இருந்தது. 'என்னடா இது? எல்லோரும் ஊரைவிட்டு ஓடிட்டாங்களா?' ஒரு பெட்டிக் கடைகூடத் திறக்கவில்லை.

நாங்கள் அங்குமிங்கும் அலைந்து ஒரு விடுதியின் க்ரில் கதவைத் தட்டினோம். ரொம்பத் தயக்கத்துக்குப் பிறகு கதவு திறந்து ஓர் அறை கொடுத்தார்கள். ஜக்கில் நீர் ஊற்றிய பையனிடம், 'தம்பி சாப்பிட ஏதாவது கொண்டுவாடே.' அவன், 'அண்ணா ஒண்ணும் கிடைக்காது. இன்னிக்கு சமரம். இந்தத் தண்ணியைக் குடிச்சிட்டு தூங்குங்க.' எங்களுக்கு அப்போதுதான் சமரத்தின் அர்த்தம் புரிந்தது. கண்ணூரில் மார்க்சிஸ்ட்டுகளுக்கும் ஆர்எஸ்எஸ்காரர்களுக்கும் நடந்த பிரச்சினையில் கொஞ்ச பேர் காலியாம். அதைக் கண்டித்து இரண்டு நாட்கள் சமரம். நேற்று ஆர்எஸ்எஸ், இன்னிக்கு மார்க்சிஸ்ட் என்றான் அவன். நேற்றைய சமரத்தைவிட இன்றைய சமரம் தீவிரமாக இருக்கவேண்டும் என்று மார்க்சிஸ்ட் கட்சி விரும்புகிறது என்று அவன் மேலும் தெரிவித்தான். அட்டிங்கல் ஒரு மார்க்சிஸ்ட் பாசறை. பையன் ரொம்ப அழகாய் ஒரு கிரேக்கச் சிறுவன்போல் இருந்தான். அவனைப் போன்ற சிறுவர்களை ரதிநிர்வேதம் போன்ற மலையாளப் படங்களில் நாங்கள் பார்த்திருக்கிறோம். இன்னொரு வகையில் சிறுவயது ஏசு கிறித்து போலவும்.

ஆனால் எப்பேர்ப்பட்ட சமரத்தையும் உடைக்கும் ஆயுதம் அண்ணன் கையில் இருந்தது. 'டபுள் காசு தரேண்டே' என்றான். சற்று நேரத்தில் புரோட்டாவும் கோழி குருமாவும் வந்தது. அண்ணன் நினைப்பு

வந்தாற்போல, ‘ஒரு பீர் சாப்பிடுவோமாடா. உடல் ரொம்ப அலுப்பா இருக்கு.’ பையன் மறுபடியும், ‘இன்னிக்கு சமரம் அண்ணா’ என்று சொல்ல அண்ணன் மறுபடி ‘டபுள் ஜோக்கர்’ காண்பித்தான். இரண்டு கிங்பிஷர் வந்ததது. குளிரில்லை. குடித்துவிட்டுச் சாப்பிட்டோம். நான் சைவம். கோழியை நீக்கிவிட்டு குருமாவை மட்டும் சாப்பிட்டேன்.

பையன் தலையைச் சொறிந்து, ‘ஏதாவது கொடு சாரே. வீட்டுக்குப் போணும். அம்மையும் அனியத்தியும் முழிச்சிருக்கும்’ என்றவனை அண்ணன் கட்டிப் பிடித்துக்கொண்டு, ‘பொன்னுதம்பி எல்லாத்தயும் ஏற்பாடு பண்ணினே. எங்களுக்கு இதையும் பிடிச்சுக் கொடு. நல்ல கேரளா டிக்கெட் ஒண்ணு கூட்டிட்டு வாடே’ என்றான். பையன் மின்னல் தாக்கியதுபோலப் பின்வாங்கி நின்றான். எனக்கே சற்று அதிர்ச்சியாகத்தான் இருந்தது. எனினும் மது, மழை, இசை, காதல் தோல்வி எல்லாம் சேர்ந்து அண்ணனுக்குள் ஏற்படுத்திய விருப்பம் அது என்று புரிந்துகொண்டேன். ஆனால் சிறிய வயது ஏசு கிறித்துப் பையனுக்கு இது புரியுமா? அவன் ஏதோ வறுமையின் காரணமாக இந்த வேலைக்கு வந்திருக்கிறான். அவன் கொஞ்ச நேரம் எங்களை, ‘ச்சீ அற்பப் புழுக்களே’ என்பதுபோல மாற்றி மாற்றிப் பார்த்துக் கொண்டே அறை நடுவே நின்றிருந்தான். அந்தக் கணம் அவன் எனக்குக் கையில் சிலம்புடன் நிற்கும் கண்ணகியைப்போலத் தெரிந்தான். நான் அவனது கொடும்பார்வையில் நடுங்கினேன். காலம் ஒரு ஆமையைப் போல எங்களைக் கடந்துபோனது. மணியண்ணன்கூடப் பயந்துவிட்டான்போலத் தெரிந்தது.

பையன் அறை நடுவில் ஒரு எரிதழல்போல இன்னமும் நின்றுகொண்டிருந்தான். பிறகு எங்களை மிக இகழ்ச்சியுடன் பார்த்து, ஒரு நம்ப முடியாத தொனியில் ‘சார்! இன்னிக்கு சமரம்!’ என்றான்.

□

வாசம்
47

நான் முதல் தடவையாக தஞ்சாவூரில் கால்வைத்தபொழுது ஏறக்குறைய நடுநிசி. அலுப்பில் பேருந்து நிலையம் அருகிலேயே கிடைத்த ஒரு விடுதியில் தங்கினேன். படுக்கையில் விழுந்ததும் உறக்கம். அலுப்பு மட்டும் காரணம் அல்ல. ஒரு பெரிய அவமானத்துக்குப் பிறகான இரவு அது. நடுவில் ஏன் விழித்தேன் என்று தெரியவில்லை. ஏதோ வெளிச்சம். நான் பொதுவாக முழு இருட்டில் தூங்குகிறவன். தூக்கக் கலக்கத்துடன் அறையைச் சுற்றிப் பார்த்தேன். கட்டிலின் எதிரே ஒரு நாற்காலி. அதன்மீதுதான் அந்த வெளிச்சம் அமர்ந்திருந்தது. சற்றே அடர் நீலத்தில். விடிவிளக்கு போல என்று நான் நினைத்துக்கொண்டு உறங்கிவிட்டேன்.

மறுபடியும் விழிப்பு. இம்முறை ஏதோ சத்தம். யாரோ விசும்புவது போல. ஒரு பூனை அடிபட்டு முனகுவதுபோலவும். நான் படுக்கையில் இருந்தபடியே ச்-ச்சூ என்று பலவீனமாக விரட்டினேன். மீண்டும் உறக்கம். மீண்டும் விழிப்பு. இம்முறை மூச்சுத் திணறுவது போல உணர்ந்தேன். அறை முழுவதும் கடுமையான ஒரு நெடி. ஊதுவத்தி வாசனை. மட்டிப்பால் ஊதுவத்தி என்று எங்கள் ஊர்ப்பக்கம் சொல்வார்கள். இப்போது வருவதில்லை என்று நினைக்கிறேன். பெரும்பாலும் இழவு காரியச் சடங்குகளின்போது பயன்படுத்துவார்கள். நான் படுத்தபடியே ஜன்னலை லேசாகத் திறந்து வைத்தேன். காற்று உள்ளே வந்ததும் நெடி அகன்றது. எங்கோ ஒரு தனிப்பறவை கூவும் ஒலி கேட்டது. கொஞ்சநேரம் அன்று நான் பட்ட அவமானத்தைப்பற்றி நினைத்துக்கொண்டிருந்தேன். கண்ணீர் கன்னத்தில் வழிந்தது. மறுபடியும் உறங்கிவிட்டேன்.

இம்முறை விழித்தது என் முகத்தை யாரோ வருடுவதுபோல உணர்ந்து. கண் விழித்தபோது கொலுசும் பாதச் செங்குழம்பும் அணிந்த இரண்டு கால்கள் என்மீது நின்றுகொண்டிருந்தன. இல்லை. என்மீது தொங்கிக்கொண்டிருந்தன.

இருபது வருடங்களுக்குப் பிறகு நேற்று அதே விடுதியில், அந்த விடுதிதான் என்று அறியாமலே நான் மூன்று நாட்கள் தங்கியிருந்தேன். இரண்டாம் நாளன்று நான் நள்ளிரவில் ஏதோ ஒரு போதம் மயங்கிய கணத்தில் அந்த மட்டிப்பால் வாசனையை மீண்டும் ஒருமுறை நுகர்ந்தேனா என்றொரு சந்தேகம் இப்போது எழுகிறது.

□

சில காலம் பின்னே...
48

இன்று காலை குழித்துறை ஆற்றில் குளியல். அங்கு கருப்பாய் வடிவாய் ஒரு பெண் மட்டும் ஆனந்தமாகக் குளித்துக்கொண்டிருந்தாள். நெல்லையப்பர் கோயில் மோகினி சிலைபோல இருந்தாள். எவ்வளவு முயற்சித்தும் கண்களை அவளிடமிருந்து என்னால் அகற்ற முடியவே இல்லை. ஓரக்கண்ணால் பார்த்துக்கொண்டே இருந்தேன். ஆனந்தமாக மட்டுமல்ல, சுதந்திரமாகவும் இருந்தாள். சிகப்பு ஈரப் பாவாடையைத் தளர்த்திச் சுழற்றி உள் உடம்பைத் தேய்த்துக்கொண்டபோது கொஞ்ச பாவனையையும் விட்டுவிட்டு வாய் பிளந்து பார்த்துக்கொண்டிருந்தேன்.

அவள் சட்டென்று திரும்பி என் கண்களைச் சந்திக்க, நான் பதறி மேலே மின்சார வயரில் தொங்கும் குருவியைப் பார்ப்பதுபோல நடித்தேன். அவள் புன்னகைத்து எனக்கு மட்டும் கேட்கும் குரலில், 'குருவிகிட்ட என்ன இருக்கு?' என்றாள்.

□

குரூரம்

49

Christianity was wrong. Our original sin was and still is violence. ஆர்ட் ஸ்பீகல்மேனின் MAUS சித்திர நாவலைப் படிக்கையில் எனக்குத் தோன்றியது இதுதான். மனிதனுக்குள் எவ்வளவு வன்முறை ஒளிந்திருக்கிறது என்பதைத் திரும்பத் திரும்ப நினைவுபடுத்துகிற கதை. இரண்டாம் உலகப் போர் பற்றி, ஆஷ்விட்ச் பற்றி, யூதர்களின் மீது கட்டவிழ்த்துவிடப்பட்ட மிகப் பெரிய இனஒழிப்பு இயக்கம் பற்றி எல்லாம் நிறைய எழுதப்பட்டிருக்கின்றன. ஒவ்வொருமுறை படிக்கும்போதும் நடுங்கச் செய்கிற வன்முறை. குரூரம். யூதர்கள் இப்போது அந்த வன்முறையை உலகத்துக்கு திருப்பி அளிக்கிற வர்களாக இருப்பது பற்றி என்ன சொல்வது? யாரும் ஒருபோதும் வன்முறைக்கு அப்பாற்பட்டவர்கள் இல்லை என்பதைத்தவிர?

இந்தச் சித்திர நாவல் யூதர்களை எலிகளாகவும் நாசிகளை பூனைகளாகவும் ஒரு குறியீடாகச் சித்திரித்து ஐரோப்பாவில் இரண்டாம் உலகப் போரினூடே யூதர்களின் வாழ்வைப் பதிவு செய்த முக்கியமான ஒரு படைப்பு. ஆர்ட் ஸ்பீகல்மன் தன்னுடைய அப்பாவின் (யூதர்) போர்க்காலப் பாடுகளைப் படங்களாக இதில் பதிவு செய்கிறார். இந்த சித்திரக்கதைக்கு உள்ளே இன்னொரு சித்திரக் கதை வருகிறது. அதில் ஆர்ட்டின் அம்மா தற்கொலை செய்துகொள்கிற காட்சி ஒன்று வருகிறது. தொடர்ச்சியான மன அழுத்தம் காரணமாக அவருடைய அம்மா தற்கொலை செய்துகொள்கிறார். சரியாக அன்று காலைதான் ஆர்ட்டும் மனநோய் விடுதியிலிருந்து விடுவிக்கப்பட்டு வீட்டுக்கு வருகிறார். வீட்டின் முன் ஒரே கூட்டம். அவரது அம்மா இறந்துவிட்டார். ஒரு சிறிய தற்கொலைக் குறிப்புகூட எழுதி வைக்காமல்.

சிலர் ஆர்ட்டின் மனநோய்கூட அவரது அம்மா தற்கொலை செய்துகொள்ள ஒரு காரணம் என்பதுபோலச் சொல்கிறார்கள். அன்றிரவு தாய் சவப்பெட்டிக்குள் இன்னொரு அறையில் உறங்க, அவரும் அவரது தந்தையும் வேறு ஓர் அறையில், தரையில், நடுக்கத்துடன் ஒருவரை ஒருவர் தழுவியவாறு, அழுதபடி படுத்துக்கொண்டு விடியலை எதிர்நோக்கி விழித்திருக்கின்றனர். இறந்த வீட்டில் தரையில் படுத்துக்கொள்வது ஒரு யூத வழக்கம் என்று ஆர்ட் சொல்கிறார்.

எனது அலுவலக நண்பர் ஒருவர் இருந்தார். அவரது மனைவி மூன்று வயதுக் குழந்தையை விட்டுவிட்டுத் தற்கொலை செய்துகொண்டார். பிரச்சினை தீபாவளிக்கு நண்பரின் தங்கைக்கு மனைவியைவிட நல்ல புடைவை எடுத்தது என்று சொன்னார்கள். வேறு காரணங்கள் இருந்திருக்கலாம். ஆனால் இதுபோன்ற அற்பமெனக் கருதப்படும் காரணங்களுகாகத் தற்கொலை செய்தவர்களை நான் அறிவேன். அவர்களுக்கு அந்தக் கணத்தில் அது அற்பமில்லை என்பதுதான் பிரச்சினை. எனக்குச் சில நாட்கள் கழித்துத்தான் தகவல் தெரிந்தது. ஒரு ஞாயிறு அன்று காலை நானும் இன்னொரு நண்பரும் காலையிலேயே கிளம்பி வள்ளியூரில் இருந்த அவர் வீட்டுக்குத் துக்கம் விசாரிக்கப் போனோம்.

வள்ளியூரை விட்டுச் சற்று விலகி புதிய காலனி போன்ற இடத்தில் இருந்தது அவர் வீடு. புதிய வீடு கூட. சில மாதங்களுக்குமுன்னர் பால்காய்ச்சுக்குக்கூட நாங்கள் போயிருந்தோம். ஒரு ஜனவரி காலை அது. மணி ஒன்பது ஆகியிருந்தது. நாங்கள் போனபோது கதவு திறக்கப் படவில்லை. பக்கத்து வீட்டில் ‘ஆள் உண்டு’ என்று சொன்னார்கள். ‘நேத்து அவங்க தங்கச்சிகூட வந்துச்சே?’ அழைப்பு மணியை அடித்துக் கொண்டே இருந்தோம். பதிலே இல்லை. நாங்கள் பதற்றம் அடைந்துவிட்டோம்.

பக்கத்து வீட்டுக் காரரும் பதற்றம் அடைந்து ஓடிவந்தார். அவர் ஓடிப்போய் படுக்கை அறையின் ஜன்னல் வழியே உள்ளே பார்த்தார். கூப்பிட்டுப் பார்த்தார். பதில் இல்லை. அறையின் நடுவில் கிடந்த பெரிய கட்டிலிலும் ஆள் இல்லை. சிறிய கூட்டம் ஒன்று சேர்ந்து விட்டது. ஒருவர் முன்கதவை உடைக்கக் கடப்பாறையை எடுக்கப் போனார். ஒருவர் போலீசுக்கு போன் செய்யப்போனார். என்னுடன் வந்த நண்பர் சன்னலை மூடியிருந்த திரையைக் கஷ்டப்பட்டு விலக்கி உள்ளே மேலும் பார்க்க முயற்சித்துக்கொண்டிருந்தார். நான் பக்கத்துவீட்டுக்காரர் கடப்பாரையுடன் ஓடிவருவதை உடல் நடுங்கப்

பார்த்துகொண்டிருந்தேன். அவர் அதை ஓங்கும்போது 'வேணாம். இந்தாருக்காங்க' என்றொரு குரல் கேட்டது.

நான் ஓடிப்போய் எட்டிப்பார்த்தேன். நண்பர் படுக்கை அறையின் கீழே காட்டினார். அங்கே வெறும் தரையில் நண்பர் படுத்திருந்தார். அருகில் அவரது மூன்று வயதுப் பெண் குழந்தை. மறுபுறம் அவரது தங்கை. இருவரது கரங்களும் குழந்தையின் நெஞ்சின்மீது அணைத்திருந்தன. அவர்கள் மூவரும் ஆழ்ந்து உறங்கிக் கொண்டிருந்தார்கள்.

◻

கதை போலவும்...

50

இரண்டு சம்பவங்கள். சம்பவம் ஒன்று.

அச்சுக்குக் கொடுத்த புத்தகம் ஒன்றை வாங்க அச்சகத்துக்குப் போனோம். அச்சகர் புத்தகங்களை எடுக்க உள்ளே போனார். வெளியே, பிடித்த எழுத்தாளரின் புதிய புத்தகங்கள் பிரசவ மணத்துடன் கிடந்தன. 'ஒண்ணை எடுத்துப் பையில போடுய்யா' என்றார் நண்பர். நான் தயங்கி, 'பிறர் பொருள்' என்றேன். நண்பர் என்னைக் கூர்மையாகப் பார்த்தார். 'பிறர் பொருளைத் தொட்டதே இல்லையா நீர்?' என்ற கேள்வி அதில் இருந்தது. அச்சகர் எங்கள் புத்தகங்களோடு வெளியே வந்தார். கச்சோடம் எல்லாம் முடிந்ததும் கிளம்பிய என்னை அழைத்து, 'இந்த எழுத்தாளரை உங்களுக்குப் பிடிக்குமா?' என்று நான் திருடத் தயங்கிய அந்தப் புத்தகத்தைப் புன்னகையோடு சும்மா கொடுத்தார். வெளியே வந்ததும் நண்பர், 'ஜெயமோகன் கதை மாதிரி இருக்கேய்யா' என்றார்.

இன்னொரு சம்பவம்.

குமரிக்கு நண்பர்களுடன் சுற்றுலா. அங்கே இறங்கியதும் இறங்காததுமாக நண்பர்களுக்குச் சூரியன் மறைவதைப் பார்க்க வேண்டும் எனத் தோன்றிவிட்டது. அதைவிட, புகைப்படம் எடுக்க வேண்டும். லக்கேஜுகள்தான் சிரமமாக இருந்தன. வழியில் இருந்த எண்ணற்ற 'இருபது ரூபாய்க்கு இன்ப உலகம்'ரீதி பிளாஸ்டிக் சாமான்களை விற்கும் கடையில் அவற்றை நண்பர்கள் வைத்தது எனக்குப் பிடிக்கவில்லை. 'ஏதாவது ரூபா கொடுத்திடலாம்' என்றார் நண்பர். அன்றைக்கு சூரியன் சரியாக போஸ் கொடுக்கவில்லை.

இருந்தாலும் அந்தியில் கடல் மிக அழகாகவே இருந்தது. ஆனால் எனக்கோ விட்டுவிட்டு வந்த பொருட்கள் மீதே கவனம் இருந்தது. 'அவன் திடீர்னு காணாமப் போயிட்டான்னா என்ன பண்றது? இந்த ஊரைப் பத்தி உங்களுக்குத் தெரியாது' என்று நச்சரித்து அவர்களைக் கிளப்பிக்கொண்டு அந்தக் கடைக்கு வந்தேன்.

நல்லவேளையாகக் கடை இருந்தது. பொருட்களை எடுத்துக் கொண்டு நண்பர் அவர்களுக்கு முப்பது ரூபாய் தர முற்பட, அந்தப் பெண் வேண்டாம் என்றது. நாங்கள் கொஞ்சம் சந்தேகம் அடைந்து, இன்னும் பத்து ரூபாய் சேர்த்துக் கொடுக்க முற்பட, அது பணமே வேண்டாம் என்று பிடிவாதமாக மறுத்துவிட்டது. அவளுடைய ஊனமுற்ற கணவனிடம் ஏதோ சொல்ல, அவனும் புன்னகைத்தபடித் தலையாட்டி, வேண்டாம் என்றான். நான் இன்னும் சற்றே அதீத ஊக்கத்தோடு அவர்களுக்குப் பணம் கொடுக்க முயன்று, கடைசியில் என் குழந்தைக்கு ஏதோ ஒரு பிளாஸ்டிக் பொம்மை வாங்கி சமாதானம் அடைந்துகொண்டேன். அதுவும் இருபது ரூபாய்தான். நாங்கள் கொடுத்த தொகையைவிடக் குறைவு.

இந்தச் சம்பவம் யார் கதை மாதிரி இருக்கிறது என்று தெரியவில்லை.

□

அப்பா
51

பட்டாளையில் நீர் ஊற்றிக் கழுவிவிடப்பட்டிருந்தது. மின்விசிறிகள் உச்ச வேகத்தில் சுழன்றுகொண்டிருந்தன. நிறையப் பேர் போயிருந்தார்கள். இருந்தாலும் சிலர் இருந்தார்கள். முதலூர்ப் பெரியம்மை அப்போதுதான் வந்திருந்து. 'சங்கரா!' என்று கூவலுடன் என்னைக் கட்டிக்கொள்ள வந்தாள். யாரோ அவளை அதட்டிப் பின்னிழுத்தார்கள். 'முதல்ல அவாளுக்கு ஏதாவது குடிக்கக் கொடுளா.' பெரியப்பா தனது செருப்பைத் தேடிக்கொண்டிருந்தார். 'என்னோட செருப்பை எவனோ தூக்கிட்டுப் போயிட்டான்.' சித்தப்பா, கக்கத்தில் ஒடுங்கிய பையுடன் வந்து, 'நீ கொடுத்ததில மூவாயிரத்து நானூறு மிச்சமிருக்கு. கணக்கெல்லாம் இந்தச் சிட்டைல எழுதி வச்சிருக்கேன்.' கூடத்தில் மட்டிப்பால் ஊதுவர்த்திகள் ஆவேசம் வந்ததுபோலப் புகைந்துகொண்டிருந்தன. மீசை மாமா வந்து, 'டெத் சர்டிபிகேட் மறக்காம வாங்கிடணும் மருமானே...' வழக்கமாய் இதுபோன்ற வேலைகளையெல்லாம் அப்பாதான் செய்வார்.

சிவகாசி அத்தைப் பெண்ணும் அப்போதுதான் வந்திருக்கிறதுபோல. அவள் தனது வாய்பேசாத குழந்தையுடன் முன்வந்து, 'பெரியவக ஆயிட்டீகளா அத்தான்?' மேலும் பேசவிடாதபடிக்கு அது அவளை இடுப்பில் உதைத்து, 'ம்ம் ம்ம் ம்ம்' என்று அழுதது. அப்பாவுக்கு அவள்மேல் நிறையப் பிரியம் உண்டு. அவளே மருமகள் ஆகவேண்டும் என விரும்பினார். அம்மைக்கும் அத்தைக்கும் ஆகவே ஆகாது என்பதால் அது நடக்கவில்லை. அவள் புருஷன், குழந்தைக்கு வாய்பேச வராது என்றதும் விட்டுவிட்டு ஓடிவிட்டான். அப்பாதான் அதைச் சரி செய்ய முயற்சித்துக்கொண்டிருந்தார். அம்மா

அடுக்களையில் ஒடுங்கி, குத்த வைத்து அமர்ந்து சாப்பிட்டுக் கொண்டிருந்தாள். என்னை அவள் பார்க்கவில்லை.

யாரோ யாரிடமோ, 'நீங்கல்லாம் தட்டட்டியில் படுத்துக்கலாமே. இந்த வேனைக்கு நல்லா இருக்கும்' என்று சொல்லிக்கொண்டிருந்தார்கள். அப்பாவின் அறையில் அவரது கட்டிலைக் காணவில்லை. 'வெளியே தூக்கிப் போட்டிருக்கேன்' என்றாள் சித்தி. 'மெத்தை?' 'அதையும்தான்' என்ற சித்தியை தம்பி திடீரென்று அடிக்கப் போனான். எனக்குச் சோர்வாக இருந்தது. மச்சுக்கு ஏறினேன். தங்கை ஓடிவந்து, 'ஏலே சாப்பிட்டுட்டுப் போனா காரியம் முடிஞ்சிடும். எல்லோரும் டயர்டா இருக்கா.' நான் பதில் பேசாது மச்சுக்கு ஏறினேன்.

மேலே 'டிக் அண்ட் டிக்ளேர்' என்று சீட்டு விளையாடும் ஒலி கேட்டது. அறைக்குள் சென்று உடை மாற்றிவிட்டுப் படுத்தேன். கூரையை வெறிக்கும்போது, இந்தக் கூரையின்கீழ் இன்றொரு மூச்சு குறைகிறது என்று நினைத்துக்கொண்டேன். தம்பி வந்து டிவியைப் போட, பளீரென்று அறைந்த அதன் கூச்சல் கேட்டுத் துடித்து, 'ஆப் பண்ணுறா' என்றேன். அவன் 'ப்ச்' என்று சலித்தபடி கீழே போனான். எப்போது தூங்கினேன்? தூங்கினேனா இல்லையா என்று தெரியவில்லை. நடுவே திடீரென்று பதறி விழித்தேன்.

வீடு அமைதியாக இருந்தது. அறை இருட்டாக இருந்தது. ஆனாலும் யாரோ விசும்பும் சப்தமும் என்னைத் தொடும் உணர்வும் இருந்தது. நான் உறுத்துப் பார்த்தேன். நிழலாய் மூலையில் சாய்ந்தாற்போல யாரோ அமர்ந்துகொண்டு என்னையே பார்த்தவாறே விசும்பிக் கொண்டிருந்தார்கள் சிவகாசி அத்தைப் பெண்தான். அவளது ஊமைக் குழந்தை என்னுடன் கட்டிலில் ஏறிப் படுத்திருந்தது.

◻

ஓட்டு

52

பெண்கள் எவ்விதம் ஓட்டுப் போடுகிறார்கள் என்பது ஒரு சுவாரஸ்யம். மோடியைத் தீவிரமாக எதிர்க்கும் எழுத்தாளரின் மனைவி மோடிக்குத்தான் ஓட்டுப் போடுவேன் என்று சொல்கிறார்; ஏனெனில் அவருக்கு சோனியாவைப் பிடிக்கவில்லை என்று அந்த எழுத்தாளர் எழுதியிருந்தார். தீவிர அதிமுக விசுவாசியான எனது தந்தைக்கு நேர் எதிராக எனது அம்மா தொடர்ச்சியாக 'கை'க்கே ஓட்டு தானம் அளித்துக்கொண்டிருந்தார். அவர்கள் யார் கூட இருந்தாலும் சரி. ஏனென்று ஒருநாள் கேட்டேன். அவருக்கு அரசியல் என்றால் என்னவென்றே தெரியாது என்பது எனக்குத் தெரியும். 'அது, எங்க அப்பா எப்பவுமே கைக்குத்தான் போடுவா. அவா காமராஜர்கூட நின்னு படமெல்லாம் எடுத்திருக்காளே. மார்கட் கடைல ரொம்ப நாள் மாட்டி வச்சிருந்தா. இந்தப் பெரியப்பா எங்கியோ தூக்கி எறிஞ்சிட்டாரு.' அதன்பிறகு நான் சற்றுத் துப்பறிந்து, அம்மா மட்டுமில்லை அவரது இரு சகோதரிகளும் இன்னும் கைக்குத்தான் ஓட்டுப் போடுகிறார்கள் என்று கண்டுபிடித்தேன். தாத்தா இறந்து போய் முப்பது வருடங்களுக்கும் மேலானபிறகு இன்றும் அதே கதைதான்.

இதற்கு நேர்மாறான ஒரு கதை. அடுத்த தெருவில் மீன் வீட்டு அத்தை என்று ஒரு அத்தை இருந்தார். அவர் வீட்டின் முன்னால் இரண்டு மீன்கள் இருப்பதுபோலச் செதுக்கப்பட்டிருப்பதால் அது மீன் வீடு. மற்றபடி அவள் கடும் சைவம். அந்த வீட்டு மாமா மிகத் தீவிரமான திமுககாரர். எப்போதும் கருப்பு சிவப்புத் துண்டோடுதான் அலைவார். என்னை மாதிரிச் சிறுவர்களிடம்கூட அரசியல் பேசுவார். 'இந்தி எதிர்ப்புப் போராட்டத்துல கலைஞர் ரயில் மறியல் பண்ணிய

கதை ஒன்னு இருக்கு புள்ளைகளே. வீர்முன்னா அது வீரம். அதை நீங்க கேட்கணும்' என்று ஆரம்பித்தார் என்றால் நாங்கள் ஓடிவிடுவோம். அவர்களுக்குக் குழந்தைகள் கிடையாது என்பதால் நாங்கள் அவர்கள் வீட்டுக்குள் சற்று சுதந்திரமாகப் போக வர இருப்போம். அத்தை நல்ல சிகப்பு. மாமா நல்ல கருப்பு. 'நாங்களே திமுக கொடிமாதிரிதான் இருக்கோம்' என்று சிரிப்பார். அவர் கலைஞர் மாதிரியே கரகரத்த குரலில் பேசுவார். ஆனால் அது இயல்பாய் வந்ததில்லை என்பார் அத்தை. 'இவரா இப்படிப் பேசுதாரு'என்பார். அப்போது குரலில் சற்றுக் கோபம் தெரியும்.

அவர்களிடையே எரிச்சலும் அன்புமான ஓர் உறவு இருந்தது. சண்டை போட ஆரம்பித்தால் நாலு வீட்டுக்குக் கேட்கும். கொஞ்ச ஆரம்பித்தாலும் அப்படித்தான் என்பார் பக்கத்து வீட்டுப் பாட்டி. 'இழவு அந்தச் சன்னலை மூடிக்கிட்டு ஐம்பரை அவுக்கக் கூடாதா? அதுக்குள்ளே என்னட்டி அவசரம்?' அவர் கொஞ்சம் பச்சையாகவே பேசுவார். அத்தை பக்கத்தில் ஏதாவது தின்றுகொண்டிருக்கும் என்னை ஓரக் கண்ணால் பார்த்து, 'அதுக்குள்ளே ரயில் போயிடுச்சின்னா?' என்று சொல்லிச் சிரிப்பாள். 'என்னத்த இடிச்சு என்னத்தப் போ. தவணாப் புளிகூட வர மாட்டேங்கு' என்று பாட்டி சொல்கையில் அந்தச் சிரிப்பு சுருங்கும். அவர்கள் நடுவில் இருந்த எரிச்சலுக்குக் காரணங்களில் முக்கியமான இன்னும் ஒன்று. அத்தையின் எம்ஜிஆர் வெறி. மாமா எவ்வளவோ முயன்றும் அவரால் அதை மாற்ற முடியவில்லை.

ஒவ்வொரு தேர்தலுக்கு முன்பும் இந்த விரிசல் உச்சம் அடையும். மாமா எவ்வளவு சொல்லியும் அவள் அதிமுகவுக்குத் தொடர்ந்து வாக்கு அளித்துக்கொண்டிருந்தாள். அளித்துவிட்டு வீட்டுக்கு வந்து இவருக்குத்தான் போட்டேன் என்று சொல்லவும் செய்தாள். அன்று முழுவதும் ஒரே கலவரமாக இருக்கும். பாட்டிகூட, 'ஏட்டி, யார் கூடயும் போ. அதை ஏன் மெனக்கெட்டுக் கட்டினவன்கிட்டே வந்து கணக்கு ஒப்பிக்கே?' என்று சொல்லிப் பார்த்ததாள். அத்தை, 'அது எப்படிப் பொய் சொல்றது?'

இப்படியே போனது. நான் ஊர் விட்டு வந்ததும் அத்தையை மறந்தே போனேன். எப்போவாவது வழியில் வீடு கடக்கும்போது மீன்கள் மௌனமாய் என்னை முறைக்கும். வீடு அடைத்தே கிடக்கும். 'அந்த மாமாவுக்கு உடம்பு செரியில்லை' என்றாள் அம்மா. பிறகு கிசுகிசுத்த குரலில், 'தொண்டடல கேன்சர்னு சொல்லிக்கறாங்க.' அம்மாவின் அம்மா தொண்டையில் புற்று வந்துதான் இறந்துபோனாள். ஆகவே

அவளுக்கு அது ஒரு பயங்கரமான நிகழ்வு. 'அத்தை வீட்டை விட்டு இறங்கறதே இல்லை.'

அதன்பிறகு ஒரு சட்டசபைத் தேர்தலுக்கு நான் ஊருக்குப் போயிருந்தேன். ஓட்டு எனக்கு அங்கேதான் இருந்தது. போனவுடனே அம்மா, 'மீன் வீட்டு மாமா போயிட்டாரு. தெரியுமா?' என்றாள். நான் 'எப்போ?' என்றேன். 'நாலு நாளாச்சு. சொல்லச் சொல்லக் கேக்காம எங்கேயோ கட்சிக் கூட்டம் போறேன்னு போயி, ரொம்ப உடம்பு செரியில்லாம வந்து இறந்து போயிட்டாரு. நீ ஒரு நடை போயிக் கேட்டுட்டு வந்துடு. உன்னைக் கேட்டா அவ.' நான் பேசவில்லை.

தேர்தல் அன்று காலையிலேயே ஓட்டுப் போடப் போய்விட்டு வந்து வீட்டில் படுத்திருந்தேன். வாசல் கதவைக் கிறீச்சிட்டுத் திறந்து கொண்டு யாரோ வந்தார்கள். மீன் வீட்டு அத்தைதான். கன்னத்தில் ஓடிய ஒரு வெள்ளி மயிரைத் தவிர அப்படியே இருந்தாள். என்னைப் பார்த்ததும் அங்கேயே நின்று, 'சங்கரு, ஓட்டுப் போட வந்தியா?' என்றாள். 'ஆமாத்தே.' 'மாமா போயிட்டாக, தெரியுமா?' நான் இந்த மாதிரிச் சமயங்களில் வழக்கமாய் நிற்பதுபோலவே அசட்டுத் தனமாய், ஊமையாய் நின்றேன். அதற்குள் அம்மா வந்து, 'ஏலா உள்ளே வா.' அவள், 'இல்லேத்தே. நான் ஓட்டுப் போடப் போறேன்' என்றாள். அவள் கண்கள் நிறைந்திருந்தன. 'அவுக விருப்பப்பட்ட கட்சிக்கு, முத தடவையா.'

□

நெல்லை டூ பம்பாய்

53

நெல்லை மருத்துவமனை ஒன்றில் என்னுடன் அந்த நண்பர் சில வருடங்கள் வேலை பார்த்தார். பிறகு திடீரென்று, ஒரு பரோட்டா மாஸ்டருக்கு எங்களைவிட அதிக சம்பளம் என்பதை ஒரு விளம்பரத்தில் கண்டு அதிர்ச்சியடைந்து பம்பாய்க்குப் போகிறேன் என்று என்னுடைய ஒரு மாசச் சம்பளத்தையும் பிடுங்கிக்கொண்டு போனார். ஆறு மாதம் கழித்து, காலரில்லாத சட்டை, ஷூ, கையிடுக்கில் டியோடரண்ட் வாசனை என்று திரும்ப வந்தார். அவர் வாங்கிச் சென்ற பணத்தைத் திரும்பக் கொடுக்க வந்திருக்கிறார் என்று நான் (தவறாக) எண்ணி மகிழ்ந்து, நாங்கள் எப்போதும் போகும் சந்திர விலாஸ் ஓட்டலுக்குக் கூட்டிப் போனேன்.

அது ஒரு புராதனமான கடை. அங்கு அல்வா நன்றாக இருக்கும். (சமீபத்தில் அந்த அல்வாவில் ஒரு பல்லி பள்ளிகொண்டிருந்ததாகப் புரளி ஏற்பட்டுப் பரபரப்பானது. பிறகு எதிர்க்கடை லாலாவின் சதி என்று சமாளித்துவிட்டார்கள்.) ஹோட்டலில் நுழைந்ததுமே நான் அவரிடம் அந்த வித்தியாசத்தை உணர்ந்தேன். அவர் உடல் சட்டென்று விறைப்பாகிவிட்டது. 'என்ன இது? இங்கே இவ்வளவு ஈ?' என்றார். நான் சுற்றிமுற்றிலும் பார்த்தேன். ஆமாம் அந்த மேசையின்மீது சில ஈக்கள் இருந்தன. ஆனால் அவை எப்போதும் அங்கு இருக்கும் ஈக்கள்தாம். தண்ணீர் வைக்கவந்த பையனிடம், 'முதல்ல மேசையைத் துடைப்பா' என்றார். அவன் துடைத்துவிட்டு தண்ணீர் கொண்டுவர, 'என்னய்யா இது? கையை முக்கிக் கொண்டுவரான்?'

நான் பையனைக் கூப்பிட்டு, 'தம்பி நல்லாருப்பே. வேற தண்ணி கொண்டுவாடே' என்றேன். அந்தப் பையன் முறைத்தபடியே வேறு

தண்ணீர் கொண்டுவந்து நங்கென்று வைத்தான். நண்பர் டம்ளரை எடுத்து ஆழ்ந்து முகர்ந்துபார்த்துவிட்டு, 'டம்ளரை மூட மாட்டானா? இதே பம்பாய்னா டம்ளரை மூடித்தான் வைப்பான்' என்றார். 'இதுல ஏதாவது விழுந்து நமக்கு வயித்துப்போக்கு வந்தா என்ன பண்றது?' பிறகு வெறுப்புடன் சுற்றிப் பார்த்து, 'பாரு, இவ்ளோ நேரமாச்சி, யாரும் ஏன்னு கேட்கலை. இதே பம்பாய்னா...' என்றார். 'கஸ்டமர் கேரே இல்லையே இங்கே?'

நான் கஸ்டமர் கேர் என்ற வார்த்தையை அன்றுதான் முதன் முறையாகக் கேட்டேன் என்பதால் சற்று அதிர்ச்சியடைந்து உள்ளே மாவரைக்கிற பொம்பளையிடம் பாடு பேசிக்கொண்டிருந்த பரிசாரகரை 'உஸ் உஸ்ஸ்' என்று விளித்தேன். அவர் அந்தப் பொம்பளையின் மிகப் பெரிய மார்புகளிலிருந்து பார்வையைக் கடினப்பட்டு விலக்கிக்கொண்டு, கட்கத்தைச் சுரண்டியபடி வந்து, 'சொல்லுங்கோ' என்றார். நண்பர் அவரை வெறுப்புடன் பார்த்து, 'இவரு சட்டை போட மாட்டாரா?' என்றார். அந்த ஐயர் தன் வாழ்வில் முதன்முறையாகத் தனது நிர்வாணத்தை உணர்ந்து பதறி அவசரமாய்த் தனது முலைகளைத் துண்டால் மறைத்துக்கொண்டார். 'சொல்லுங்கோ, அடை அவியல், மசால் தோசை, மிளகு இட்லி, என்ன சாப்பிடறேள்?' நண்பன் அதையெல்லாம் கவனிக்காமல், 'மெனு கார்டு கிடையாதா?' அய்யர் ரொம்ப சீரியசாக மேசையில் கையூன்றி, அவன் கண்களை உற்றுப் பார்த்து, 'அதெல்லாம் இங்கே கிடைக்காது சார். இது பிராமணாள் ஹோட்டல்.'

இதற்குள் நான் வெகுவாக பதட்டம் அடைந்திருந்தேன். இவருடைய விநோதமான நடவடிக்கைகளால் சுற்றிலும் சிலர் எங்களைக் கவனிக்க ஆரம்பித்திருந்ததுதான் காரணம். சிலர் தங்கள் மேசையிலிருந்து உன்னி உன்னி எங்களைப் பார்த்துக்கொண்டிருந் தார்கள். சிலர் கண்களில் விரோதம் தெரிந்தது. ஒருவழியாக அடை அவியல் வந்ததும் ஒரு சிறிய ஆசுவாசத்துடன் முதல் வாய் சாப்பிடும் முன்பு நண்பர் பாய்ந்து என்னைத் தடுத்து, 'ஸ்பூன் இல்லையா?' என்றார். நான் ஐயரை விளித்து, 'ஐயரே, ஒரு ஸ்பூன் கொண்டாருமே.'

அவர், 'சீனியா இதோ வரேன்...'

'சீனி இல்லே, ஸ்பூன், ஸ்பூன், ஒரு சின்ன கரண்டி.'

அவர் உள்ளே போய் மிகுந்த ஓசையுடன் தேடி ஒரு சாம்பார்க் கரண்டியை எடுத்துவந்து 'இது போறுமா?'

எனக்கென்னமோ இது நல்லபடியாக முடியாது என்று தோன்றி விட்டது. நண்பர் பம்பாயின் பெருமைகளையும் நெல்லையின்

சிறுமைகளையும் சத்தமாய் ஒப்பிட்டுப் பேசிக்கொண்டே சாப்பிட்டார். அங்கிருந்த எல்லோரும் அவர் பேசுவதையே முகத்தில் கோபக்குறியுடன் கேட்டுக்கொண்டிருந்தார்கள். நான் அவசரமாகச் சாப்பிட்டு முடித்து, 'வா போகலாம்' என்றேன். அவர் நகராமல், 'பில் தர மாட்டாங்களா இங்கே?'

'அதெல்லாம் கிடையாது, கல்லாவில கேட்டுக்கலாம் வா.'

அவர் எழுந்து உள்ளே போய்விட்ட ஐயரை மறுபடிக் கூப்பிட்டு, சட்டைப் பையில் தேடி, இருப்பதிலேயே ஒரு அழுக்கான இரண்டு ரூபாயை எடுத்துக் கொடுத்தார். அவர் அதை அங்கும் இங்கும் புரட்டிப் பார்த்துவிட்டு 'எதுக்கு?' என்றார். 'டிப்ஸ். உங்களுக்கு.' அவர், 'வேணாம் வச்சுக்கோங்க' என்று அதைத் திருப்பித் தந்து விட்டார். 'தவிரவும், அந்த நோட்டு செல்லாது.'

நண்பர் இருண்ட முகத்துடன் என்னிடம் வந்து, 'என்னால ஒரு நிமிஷம்கூட இங்கே இருக்க முடியாதுன்னு தோணுது. காட்டு மிராண்டி மக்கள். நான் நாளைக்கே பம்பாய்க்குப் போறேன்.' பில் கொடுக்கையில் (டிப்ஸ் அவர் கொடுத்தாலும் பில் நான்தான் கொடுத்தேன் என்பது கவனிக்கத்தக்கது) கல்லாவில் இருந்த ஐயர் கிசுகிசுப்பாய், 'இவரு யாரு? முந்தி உங்ககூட அடிக்கடி இங்கே வருவாரே. அருப்புக்கோட்டை ஆளு. அவருதானே?'

'ஆமா.'

'இப்போ அவருக்கு என்னாச்சு? வித்தியாசமாப் பேசுதாரே? உடம்பு எதுவும் செரியில்லையா?'

நான், 'சேச்சே. கொஞ்சம் வெளியூருக்குப் போயிட்டு வந்திருக்காரு, அவ்ளோதான்' என்றேன்.

ஐயர் அவரையே கூர்ந்து பார்த்துவிட்டு, 'பாவம்' என்றார். 'எதுக்கும் ஒரு தடவை புட்டாரத்தி அம்மன் கோவில்ல தண்ணி ஓதி எறிஞ்சுடுங்கோ. எல்லாம் சரியாப் போயிடும்.'

□

ஓர் இலக்கியக் குடும்பம்

54

எங்களைப் பார்க்க மனைவியின் உறவினர் ஒருவர் வந்திருந்தார். பள்ளி விடுமுறையானதால் ஹரிணியும் வீட்டில் இருந்தாள். அவளைப் பார்த்ததும் மிக மகிழ்ந்து, 'ஹரிணியா இது? கைக் குழந்தையா இருக்கப்பப் பார்த்தது. என்னமா வளர்ந்துட்டா' என்றார். 'என்ன படிக்கறே?' என்ற கேள்விக்கு ஹரிணி 'Les Miserables' என்றது புரியாமல் 'ஸ்கூல் பேர் சொல்றா போலிருக்கு. எத்தனாங் கிளாஸ்' என்றதற்கு ஹரிணி பதிலளிக்க மறுத்து விட்டதால், 'மூணாங் கிளாஸ் போறா' என்று மனைவியே சொன்னார்.

பிறகு அவர் பையைக் குடைந்து ஹரிணிக்குத் தான் வாங்கிவந்த ஃபாரின் சாக்கலேட்டை அளித்தார். அவள் அதை ஆராய்ந்து பார்த்துவிட்டு 'இதில உண்மையான சாக்கலேட் பத்து சதவீதம்தான் இருக்கு. தவிரவும் சாக்கலேட் ஒற்றைத் தலைவலியை தூண்டுகிறது என்று கண்டுபிடித்திருக்கிறார்கள், தெரியுமா?' என்று சொல்லித் திருப்பிக் கொடுத்துவிட்டாள். 'ஓ, இனிப்பு பிடிக்காதா? பரவாயில்லை. நீ நல்லாப் படிப்பேன்னு சொன்னாங்கன்னு உனக்கு ஒரு புஸ்தகம் வாங்கிவந்தேன்' என்று ஒரு புத்தகத்தை எடுத்துக் கொடுத்தார். ஹரிணி அதை வாங்கிப் புரட்டிப் பார்த்துவிட்டு, 'டார்சான். இதெல்லாம் யாரும் இப்போ படிக்கறதில்லை மாமா. 'எபிலெப்டிக்'னு ஒரு கிராபிக் நாவல் கிடைச்சாப் படிக்கலாம். இப்போ 'வாட்ச்மேன்' படிச்சிட்டிருக்கேன். சத்ரபியோட 'பெர்செபோலிஸ்'கூட இதில இருந்துதான் இன்ஸ்பைர் ஆனதாச் சொல்றாங்க. தவிர டார்சானில் இன மேன்மைக் கூறுகள் அதிகமா இருக்கு.'

அப்போதே அவர் சுதாரித்திருக்கவேண்டும். ஆனால் என் மனைவியின் உறவினர்களுக்கு எப்போதுமே reflexes ஸ்லோ ஆதலால் அன்று சாயங்காலமே குழித்துறையில் ஒரு நடை போய்விட்டு வந்தவர் ஆவேசமாக உள்ளே வந்து 'மாப்பிள்ளே, களியக்காவிளைல ஒரு தியேட்டர்ல 'நான் ஈ' படம் போட்டிருக்கான். பாப்பாவக் கூப்பிட்டுப் போகலாமா? எப்பவும் உள்ளேயே அவளை அடைச்சுப் போட்டிருந்தா எப்படி?' நான் Norton Anthology of Literary Criticism என்ற சிறிய புத்தகத்தின் இரண்டாயிரத்து மூன்றாம் பக்கத்திலிருந்து எழுந்து, 'அவளையே கேளுங்களேன்.'

அவர் கேட்டபோது அவள் தனது ஓவிய நோட்டுப் புத்தகத்தில் Heinz Edelmann-னின் புகழ்பெற்ற 'பாண்டேஜ் மனிதனின் அலறல்' ஓவியத்தைப் பிரதி செய்ய முயற்சி செய்துகொண்டிருந்தாள். 'ஐ, நல்லா வரையறயே. அது கிடக்கட்டும், இன்னிக்கு சாயங்காலம் பர்ஸ்ட் ஷோ 'நான் ஈ' போலாமா? படம் குழந்தைகளுக்கு ரொம்பப் பிடிக்கும்னு சொன்னாங்க.

அவள் நிமிர்ந்தே பார்க்காமல், 'வேஸ்ட்டு மாமா. அது காக்ரோச் படத்தோட காப்பி' என்றாள். 'அப்பா, பெட்ரோ அல்மடோவர் படம் ஒன்னை டவுன்லோட் பண்ணி வச்சிருக்கார். இன்னிக்கு சாயங்காலம் அதைத்தான் பார்க்கப் போறோம். வேணும்னா நீங்களும் சேர்ந்து பார்க்கலாம்.'

'அப்படியா, அது அவ்வளவு நல்ல படமா? என்ன படம் அது?'

'அது ஒரு ஸ்பானிஷ் படம் மாமா. இருண்ட பழக்கவழக்கங்கள்னு ஸ்பெயின் நாட்டின் கத்தோலிக்க மடங்களைக் கடுமையாக விமர்சித்து எடுக்கப்பட்ட படம். ஸ்பெயின் கலாச்சாரத்தில் கத்தோலிக்கத்தின் ஆதிக்கத்தைப் பகடி செய்து வந்த படம். உங்களுக்கு இந்தப் படத்தை மிகப் பிடிக்கும் என்றே நினைக்கிறேன். படத்தில் கன்னியாஸ்திரீகள் எல்லாம் சேர்ந்து ஒரு புலியை வளர்க்கிறார்கள்' என்றாள். 'இங்கு புலி என்பது அவர்கள் மனத்தில் அழுத்தப்பட்ட ஆசைகளின் ஒரு குறியீடு.'

அவர் எழுந்தார். பையை எடுத்துக்கொண்டார். 'வரேன் மாப்ளே' என்று சொல்லிக்கொண்டு உள்ளே என் மனைவியிடமும் சென்று, 'வரேம்மா' என்றார். அவள் அதை எதிர்பார்த்தவள் போல 'சரி' என்றாள். திரும்பவும் வந்து, 'நான் வரேன்' என்றார். ஹரிணியிடம் சொல்லிக்கொள்ளவில்லை. அவளைப் பார்ப்பதையே அவர் அச்சத்துடன் தவிர்ப்பதுபோலப் பட்டது. நான் பதிலெதுவும் சொல்லாமல் Norton Anthology of Criticism என்ற சிறிய புத்தகத்தின்

போக புத்தகம் | 169

மூவாயிரத்து மூன்றாம் பக்கத்திலிருந்து தலையை அசைத்தேன். மனைவி அவரை வெளியே அனுப்பிவைக்கப் போனார்.

திரும்பி வருகையில் அவரது கண்கள் சிவந்திருந்தன. நான் 'உன் கண்ணுல தூசி விழுந்துடுச்சு போலிருக்கே' என்றேன். 'உன் பெரியப்பா ஏன் உடனே போய்விட்டார்? நாங்கள் அவருக்கு டார்கொவ்ஸ்கியின் படம் ஒன்றைக் காட்டுவதாக இருந்தோம். கேட் அருகே நின்று ரொம்ப நேரமா பேசிட்டு இருந்தீங்களே? என்ன சொன்னார்?'

அவள் கண்களைத் துடைத்துக்கொண்டு, 'இவங்ககூட எல்லாம் எப்படிம்மா ஒரே வீட்டில இருக்கேன்னு கேட்டார். அவ்வளவுதான்.'

◻

உலகத்தின் மிக அபாயகரமான இருமல்

55

'இந்த இருமல் என்னைக் கொன்னுடும்போல இருக்கு' என்றேன் நான்.

'பிருகதாரண்ய உபநிஷத் என்று நினைக்கிறேன். ஆனந்தத்தை அளக்க அது முயன்றிருக்கிறது. மனிதன் அடையக்கூடிய உச்சகட்ட இன்பம் அல்லது ஆனந்தம் நீங்கள் நினைப்பதேதான். ஆனால் எனது ஆசான் இதை ஒப்புக்கொள்வதில்லை. 'போடே போ... உலகத்தின் உச்சகட்ட ஆனந்தம் ஆஸ்துமா நோயாளிக்கு அவன் சளி இளகி வர்றதுதான்' என்பார் இருமிக்கொண்டே.

காசிக்குப் போய் கஞ்சா பாவித்ததிலிருந்து மிகக் கடுமையான இருமலால் அவதிப்படுகிறேன். எந்த மருந்துக்கும் கேட்காத ராட்சத இருமல். தேசிய நெடுஞ்சாலையில் இரு சக்கர வண்டி ஓட்டிக் கொண்டிருக்கும்போதே வலிப்பு மாதிரி இருமல் வந்து, பக்கத்தில் வந்தவர் பயந்துபோனார். எப்படியாவது வீடு போய்ச் சேரவேண்டும் என்ற தவிப்பில் குழித்துறையின் இடுகல் தெருக்களில் வேகமாக நுழைந்ததில் மிகச் சரியாக, கோபாலனுக்குப் பதிலாக வந்திருக்கும் புதிய யானையின் கால்களுக்குள் புகுந்துவிட்டேன். ஒரே ஒரு நிமிடம்தான். ட்ராபிக் ஜாமாகிவிட்டது. முன்னாலும் பின்னாலும் கார்கள், மீன் சந்தை செல்லும் டெம்போக்கள், பைக்குகள் என்று பிரிக்க முடியாத சிக்கலாகிவிட்டது.

'சார், பார்த்து வரக்கூடாது?' என்று யானைமேலிருந்து பாகன் கேட்டான். 'இந்தச் சந்துல யானையைக் கூட்டி வறியே' என்று சொல்ல நினைத்து இருமலை அஞ்சிக் கைவிட்டேன். கோபாலன் வழக்கமாக வரும் வழிதான் அது. ஆனால் அவனுக்கு அந்த இடத்தின்

நீக்குபோக்கு தெரியும். ஒரு சில நிமிடங்கள் எல்லோரும் அப்படியே நிறுத்தி வைக்கப்பட்ட சதுரங்கம்போல நின்றிருந்தோம். யானை கீழ்க்கண்ணால் என்னைப் பார்த்தது. பிறகு அருகில் இருந்த பெட்டிக்கடையில் தொங்கிக்கொண்டிருந்த பழக் குலையைப் பார்த்தது. கடைக்காரர் ஒரு பழத்தைப் பிய்த்துக் கொடுத்துவிட்டு 'ஒரு பழம்தான்' என்றார் எச்சரிக்கையாக. அந்த ஊரின் கஞ்சன் அவர். என்னருகில் பைக்கில் நின்றிருந்தவர், 'இதுதான் கோபாலனுக்கு பதிலா வந்ததா?' என்று கேட்டார். 'ஆணா பெண்ணா?' நான், தெரியலை என்பதுபோலத் தலை அசைத்தேன். கடைக்காரர், 'பின்னால இருந்து பார்த்தாத் தெரியும்' என்றார். 'குட்டில கண்டுபிடிக்கறது கஷ்டம்.' நான் இருக்கும் ஆங்கிளிலிருந்து அதைக் கண்டுபிடிக்க முடியவில்லை.

யானை ஒற்றைப் பழத்தைச் சாப்பிட்டுவிட்டு புஸ்ஸ் என்று என்மேல் ஏக்கப் பெருமூச்சு விட்டது. யானைகளின் மூச்சு அவ்வளவு சுகந்தமாக இருப்பதில்லை என்பதை நான் கண்டுபிடித்தேன். உண்மையில் சகிக்க முடியாத நாற்றம். இப்போது பின்னாலிருந்து யாரோ பொறுமை இழந்து சைக்கிள் பெல்லை அடித்தார்கள். 'இது எந்தா? நான் அவசரமாப் போணும்.' நாங்கள் எல்லோரும் அவரையும் அவர் சைக்கிளையும் திரும்பிப் பார்த்தோம். அந்த சைக்கிளில் எங்கேயுமே அவசரமாகப் போக முடியாது. அப்படிப் பட்ட சைக்கிளின் குறுக்கே இப்போது ஒரு யானை வேறு நிற்கிறது. யானையின் வயிறு பர்ர்ர்ர் என்று இரைந்தது. மறுபடியும் பழக் குலையைப் பார்த்தது. கடைக்காரர் 'இதென்ன சல்லியமாப் போச்சே' என்றார். அது சட்டென்று கோபம் கொண்டதுபோல காதுகளைப் படபடவென்று அடித்துக்கொண்டது. பாகன் 'கொடுத்துடு மாதவண்ணே' என்றான். அவர் 'ஊஹூம்' என்றார்.

சைக்கிள்காரர் மறுபடியும் மணியை அடிக்க ஆரம்பித்தார். அந்த ஊரின் அவசரக்காரர் அவர். எப்போதும் எங்காவது அவசரமாகப் போய்க்கொண்டே இருப்பார். யானை சட்டென்று திரும்பி அவரைக் கோபமாகப் பார்த்தது. அவர் சப்த நாடியும் ஒடுங்கி என்னை, 'இப்போ நான் என்ன பண்ணிட்டேன்?' என்பதுபோலப் பார்த்தார். பக்கத்தில் நின்றிருந்த பைக் காரர், 'குட்டி யானை, சத்தம் கேட்டா எரிச்சலாகும்' என்றார் ரகசியமாக. 'போன வருஷம் நட்டாலத்துல ஒரு பையன் யானை பின்னால போய் ஹாரன் அடிச்சி, யானை தூக்கி அடிச்சி செத்துப்போயிட்டான். தெரியும்லா?'

இப்போது பாகன் மறுபடியும் கடைக்காரரிடம் பழம் கேட்டான். கடைக்காரர் மறுத்தார். இருவரது உரையாடலையும் யானை கூர்ந்து கவனிப்பதுபோல இருந்தது. இரு காதுகளையும் மாற்றி மாற்றி

அசைத்தது. ஒரு டென்னிஸ் மேட்ச்போல. கடைக்காரர் மறுக்க மறுக்க அதன் காதாட்டம் வேகமானதுபோல எனக்குப்பட்டது.

இப்போதுதான் எனக்கு அது நிகழ்ந்தது. மறுபடியும் இருமல் வந்தது. பட்டாசு வெடிப்பதுபோலப் பெரிய இருமல். யானை சட்டென்று ஒரு பாதம் பின்னெடுத்து வைத்தது. பிறகு முன்பு. 'சார் இருமாதீங்க' என்றார் சைக்கிள்காரர். நான் என்ன செய்வேன்? என்னால் கட்டுப்படுத்தவே முடியவில்லை. எனது ஒவ்வொரு இருமலுக்கும் யானை திடுக்கிட்டு பின் நகர முயன்று, முடியாமல் பதட்டம் அடைந்தது. படகுமாதிரி இங்குமங்கும் அலைந்தது. இடையில் கோபமாகக் கடைக்காரரைவேறு பார்த்தது. அருவிபோல சத்தத்துடன் சிறுநீர் கழித்தது.

எனக்கு வியர்த்தது. பைக் காரர் 'சார்!' என்றார். எனக்கோ இருமலை அடக்கினால் மயக்கம் வருவதுபோல் இருந்தது. ஏனோ சட்டென்று பாரதியின் நினைவு வந்தது. கவிதை எழுதினால் யானை தாக்கும் என்று முன்பே யாராவது சொல்லியிருந்தால் நான் அந்தப் பக்கமே போயிருக்க மாட்டேன்.

நல்லவேளையாக அவர் வந்தார். எல்லா ஊர்களிலும் ஒரு கஞ்சன், ஒரு ஊதாரி, ஒரு பயில்வான், ஒரு நோஞ்சான், ஒரு மன்மதன், ஒரு தேவதாஸ் இருப்பாரல்லவா, அதுமாதிரி போக்குவரத்தைச் சரி பண்ணுகிற ஒருவரும் இருப்பார்தானே. அவர் வந்ததும், காத்திருந்ததுபோல் போக்குவரத்து தானே சரியானது. அவர், 'ஹலோ, அந்த மீன் வண்டி கொஞ்சம் இடது பக்கம் போ... ஏய் ஆட்டோ, கொஞ்சம் ரிவர்ஸ் எடு... சைக்கிள், அதை அப்படியே தூக்குய்யா முதல்ல... ஏய் யானே, கொஞ்சம் ரைட்ல திரும்பிக்கோ' என்றெல்லாம் சொல்லி என்னை யானையின் கால்களுக்குக் கீழேயிருந்து விடுவித்துவிட்டார். உண்மையில் நாங்களே அதைப் பண்ணியிருக்கலாம். பண்ணாதது ஏன் என்று தெரியவில்லை.

விடுபட்டுத் திரும்பும்போது நான் பார்த்தேன். யானை பேச்சு வார்த்தையில் நம்பிக்கை இழந்து, கடையிலிருந்து மொத்தப் பழக் குலையையும் பிடுங்கிவிட்டிருந்தது. கடைக்காரர் குய்யோ முய்யோ என்று கத்திக்கொண்டிருந்தார்.

நான் வீட்டுக்குள் அவசரமாக வந்து, 'இந்த இருமல் என்னைக் கொன்னுடும்போல இருக்கு' என்றேன் மனைவியிடம்.

◻

தென்றலே என்னைத் தொடு

56

இந்தப் படத்தை நெல்லை ரத்னா தியேட்டரில் பார்த்தேன். திருநெல்வேலிக்கு முதன்முதலில் மூட்டைப் பூச்சியையும் கோன் ஐஸ்கிரீமையும் கொண்டுவந்ததில் ரத்னா தியேட்டருக்கு ஒரு சரித்திரப் பங்கு உண்டு. போன தடவை ஊருக்குப் போகையில் இந்த தியேட்டர் மட்டும் இன்னமும் ஜவுளிக் கடையாக மாறாமல் இருக்கிறதே என்று வியந்துபோய் The Avengers படம் பார்த்தேன். தியேட்டர் மட்டுமல்ல, கோன் ஐஸ்கிரீம், மூட்டைப் பூச்சி எல்லாமே அப்படியே இருக்கின்றன. (*'நெல்லை மாநகரில் தலைமுறை தலைமுறையாக பாரம்பரியம் மிக்க ஒரே ஒரு மூட்டைப் பூச்சி மாளிகை - ரத்னா தியேட்டர்!'* என்று என் காதில் யாரோ சொல்லிக்கொண்டே இருந்தாற்போல ஒரு பிரமை.) இந்தப் படம்தான் ஸ்ரீதரின் கடைசி வெற்றிப்படம் என்று நினைக்கிறேன். படத்தின் வெற்றிக்கு ஸ்ரீதர் காரணம் இல்லை. ஒரு காரணம் இளையராஜா. இன்னொரு காரணம் படத்தின் கதாநாயகி ஜெயஸ்ரீ. (இந்த விசயத்தில் ஸ்ரீதருக்கு எப்போதும் உருட்டி உருட்டி விழிக்கும் முண்டக்கண்ணிகளையே ஹீரோயினாய்ப் போடும் பாலச்சந்தரைக் காட்டிலும் கலைக் கண் உண்டுங்காணும்.)

ஜெயஸ்ரீக்கு நம் பக்கத்து வீட்டுப் பெண் போன்ற ஒரு முகம். அதுவே அவருக்கு ஒரு கவர்ச்சியைத் தந்தது. லேசாகக் கரகரக்கும் அவரது குரல்வேறு, தனிக் கவர்ச்சியைத் தந்தது. நம்முடைய கனவுகளுக்கும் பொருந்திவரும் ஒரு தோற்றம். உண்மையிலேயே எனது பக்கத்து வீட்டில் ஒரு அக்கா ஜெயஸ்ரீ மாதிரியே இருந்தாள். படம் பார்க்கையி லேயே படத்துக்குக் கூட்டிப்போன எதிர்வீட்டு அண்ணாவிடம் சொன்னேன். அவன் அதை அசிரத்தையாய்க் கேட்டுக்கொண்டிருந்து

விட்டு, 'படம் சுகமில்லையேடா... மேட்னி பார்வதில 'ரவுடி' போகலாமா?' என்றான். 'ரவுடி' சிரஞ்சீவி நடித்த தெலுங்கு டப்பிங் படம். ஏழு பைட். ஆறு பாட்டு. அதில் மூன்று காபரே பாட்டு. ஜெயமாலினி, அனுராதா, பெயர் தெரியாத வடக்கத்திக்காரி ஒருத்தி. எல்லோருமே ஒரே மாதிரி காமிராவுக்கு மிக அருகே வந்து கவட்டையைப் பிளந்துகொண்டு ஆடிக் காண்பித்தார்கள். தியேட்டரில் விசில் பறந்தது. பெரிய விசில் அண்ணனுடையதுதான். எனக்குத் தலை வலித்தது.

வீட்டுக்கு வந்ததும் ஓடிப் போய்ப் பக்கத்து வீட்டுக்கு அக்காவிடம் 'அக்கா, 'தென்றலே என்னைத் தொடு' படம் பார்த்தோம்' என்றேன். 'அப்படியா? தனியாவா போனே?' 'இல்லே. கணேசன் அண்ணனோட' என்றேன். 'அதுல வருகிற ஹீரோயின் உன்னை மாதிரியே இருக்கா தெரியுமா?' அவள் முகம் மலர்ந்து, 'அப்படியா? யார் சொன்னா?' என்றாள் ரகசியமாய். நான் புரியாமல், 'நான்தான்' என்றேன். அவள் முகம் மங்கி 'ப்போடா லூசு' என்று ஏன் எரிந்து விழுந்தாள் என்று இன்றுவரை எனக்குப் பிடிபடவில்லை.

பின் குறிப்பு: ஜெயஸ்ரீ அக்கா அந்த 'ரவுடி' அண்ணனையே கடைசியில் மணந்துகொண்டாள்.

◻

தற்கொலை

57

தற்கொலைக்குப்பிறகு நிச்சயமாக ஒரு வாழ்க்கை இல்லை என்பதை மட்டும் உறுதிப்படுத்திக்கொள்ள முடிந்தால்... நான் என் வாழ்வில் ஒரு முறையாவது தற்கொலை பண்ணிக்கொண்டிருந்திருப்பேன் என்றே தோன்றுகிறது. ஆனால் மரணத்தில்கூட நமது மிச்சம் எதுவோ இருக்கிறது என்று எனது அகம் உள்ளூர நம்புவதால் அதைத் தொடத் துணியவில்லை. தவிர மரணத்துக்குப்பிறகும் 'அலைந்து கொண்டிருந்த' சிலரைப் பார்த்ததால் (அல்லது அப்படி எனக்குத் தோன்றியதால்) கூடவே இல்லை தற்கொலை எனும் கலை.

ஒரு நாள் இரவில், தாங்க முடியாத வலி காரணமாக, நான் தற்கொலையைப் பற்றி சிந்தித்தேன். அது சிறிய ஆசுவாசம்போலத் தொடங்கி சட்டென்று பூதாகரமாய் வளர்ந்து என்னை ஆக்கிரமித்தது. ஒரு மிக இருட்டான தருணத்துக்குப்பிறகு என்னை நானே அதிலிருந்து விடுவித்துக்கொண்டேன். உண்மையில் அந்த இரவில் நான் மரணத்துக்கு மிக அருகில் இருந்தேன். ஆனால் மறுநாள் காலையில் தோன்றியது. 'நான் அதைச் செய்திருக்கலாம்' என்றுதான். 'Another thing in life I failed to do is dying' என்று நாட்குறிப்பில் எழுதினேன். ஜெயமோகன்போல, வாழ்வு எத்தனை அற்புதமானது என்றெல்லாம் தோன்றவில்லை. (கடவுள் எல்லா உள்ளொளி தரிசனங்களையும் ஜெமோவுக்கு மட்டுமே ரிசர்வ் பண்ணி வச்சிருக்கான்போல...) எல்லா முட்டுச் சந்துக்குப் பின்னாலும் ஒரு வழி இருக்கிறது என்று அவர் சொல்கிற கீதைத் தருணங்களில் எல்லாம் எனக்கு நம்பிக்கை இல்லை. தாங்க முடியாத வலிகளும் தாண்ட முடியாத அகழிகளும் உண்டு. 'அப்போ சரி, முடிச்சுக்கு

வோம்' என்று சில்வியா பிளாத் மாதிரி நினைப்பதில் தவறு ஒன்றும் இல்லை என்றே எனக்குத் தோன்றுகிறது.

ஒரு தடவை என்னுடைய தோழி அவரது உறவினர் ஒருவரின் துயரங்களைப் பற்றி சொல்லிக்கொண்டிருந்தார். சொல்லொணாத் துயர வாழ்க்கை. காவிய சோகம். பெரிய எலிப் பத்தாயம் போன்ற வாழ்க்கை. தப்பிக்க வழியே இல்லை. அதாவது ஒரு வழியைத்தவிர. அவர் ஏன் தற்கொலை செய்துகொள்ளக்கூடாது என்று சட்டென்று நானே திடுக்கிடும்படி அவரிடம் சொல்லிவிட்டேன். தோழி உறைந்துபோய்விட்டாள். எனக்குக் கருணையே இல்லை என்றார். கருணையினால்தான் அதைச் சொன்னேன் என்று எப்படி அவளிடம் சொல்வேன் எனப் புரியவில்லை.

சுவாமி ராமா, வாழ்வு போதும் என்றாகி கங்கையில் விழுந்து இறக்கும் யோகியைப் பற்றி எழுதியிருக்கிறார். சமணர்கள் வடக்கிருந்து மெல்ல மெல்ல உயிர் துறப்பது இன்னமும் நடக்கிறது ('Nine Lives' by William Dalrymple). யோகிகளுக்கே பிடிகொடாத வாழ்க்கை. தற்கொலைதான், ஏன் வாழவேண்டும் என்ற கேள்வி தான், நாம் எதிர்கொள்ளவேண்டிய முக்கியமான தத்துவப் பிரச்சினை என்று காம்யூபோலவே நானும் நினைக்கிறேன். உண்மையில் வாழ என்ன இருக்கிறது இங்கே?

ஆனால் இதற்கான பதில் தத்துவத்தில் இல்லை; கலையில், இலக்கியத்தில், இசையில்தான் இருக்கிறது என்றொரு பாட்டா சொன்னார். அவர் முப்பது வயதில் ஒரு தடவை பாபநாசம் அகத்தியர் அருவிமேலிருந்து விழுந்து தான் தற்கொலை செய்துகொள்ள முயன்ற அனுபவத்தைச் சொன்னார். சரியாக விழ முடியவில்லை. இடையில் இருந்த மரங்களில் விழுந்து கை உடைந்து இரண்டு நாட்கள் தொங்கிக்கொண்டு கிடந்திருக்கிறார். பிரச்சினை என்னவெனில், தான் ஏன் தற்கொலை செய்துகொள்ள முயன்றார் என்பது இப்போது அவருக்கு நினைவில்லை! நான் சற்று முரட்டுத்தனமாக, 'அதெப்படி மறக்கும் பாட்டா? எது மறந்தாலும்?' என்றேன். அவர் குழம்பி, 'அதானே? அதை எப்படி மறந்தேன்?' என்றார். 'எங்க மதினி ஏதோ திட்டிட்டாங்கன்னு நினைக்கேன். ச்சேச்சே, அது இல்லை, அவங்க சொக்கத்தங்கம்லா. எங்க அண்ணன்தான் எதுவும் சொல்லியிருப்பான். கொஞ்சம் நொர நாட்டியம் பிடிச்ச பயதான் அவன்.'

ஆனால் தற்கொலை முயற்சிக்குப் பிறகு நடந்ததெல்லாம் அவருக்குத் தெளிவாகவே நினைவிருந்தது. அதுநாள்வரை அவர் வெறுத்துவந்த குடும்பத் தொழிலான மேளம் கொட்டும் வேலைக்குப் போய்

விட்டார். 'மறுபடி எனக்கு அந்த எண்ணம் வராம அந்தக் கொட்டுச் சத்தம் காப்பாத்திடிச்சி' என்றார். நான், 'எனக்கும் கொட்டடிக்கச் சொல்லிக் கொடும் பாட்டா' என்றேன். அவர் என்னை ஏற இறங்கப் பார்த்து, 'அதுக்கு ஆவியைக் கொடுத்து அடிக்கணும். உனக்க மேனிக்கு இங்கிலீஷ்காரன் மூசிக்தான் செரிப்படும். மேனி நோகாம சோலி பண்ணலாம். அதுல எதாவது கத்துக்கோ.'

நான் உடனே எனது வாத்தியம் கிடார்தான் என்று தீர்மானித்து, பாளை ரிதம் ம்யூசிக் ஸ்டோரில் போய் கையில் இருந்த அத்தனை காசையும் சேர்த்து ஒரு கிடார் வாங்கினேன். அப்போது ஆயிரம் ரூபாய் ஆனது என்று நினைவு. கடைக்காரர், தானே கிடார் கிளாஸ் எடுப்பதாகச் சொன்னார். 'உம்ம கிளாஸ் எதுக்குவே எனக்கு? நான் பிறவிக் கலைஞன்' என்பதுபோன்று வந்துவிட்டேன். மத்திய நூலகத்தில் 'கிடார் வாசிப்பது எப்படி?' என்று உலகத்தில் சகல கார்யங்களுக்கும் புத்தகம் போடும் மணிமேகலை பிரசுரப் புத்தகம் ஒன்று கிடைத்தது. அதை வைத்துக்கொண்டு ஏறக்குறைய ஒருவாரம் சாயங்காலம் ஆரம்பித்து சி மைனர், டி மேஜர் என்று நள்ளிரவுவரை உருட்டிக்கொண்டிருந்தேன்.

நான் வாசிக்க முயன்றது ஒரே ஒரு பாட்டுதான். 'இளையநிலா பொழிகிறது' பாட்டின் இந்தி நகலான 'நீலே நீலே அம்பர்' என்ற பாட்டு. எனது நண்பர் ஒருவரின் அப்பா அதை வாசிப்பதைக் கேட்டிருக்கிறேன். ராஜாவின் இசையைவிட அது எளிதாக இருக்கும் என்று அவர் சொல்லியிருந்தார். ஆரம்ப காலங்களில் ராஜாவின் கிடார் சாகித்தியங்கள் பக்கம் போய் மூக்கை உடைத்துக்கொண்டு விடக் கூடாது என்றவர் அன்று யாருக்கோ சொல்லிக்கொண்டிருந் தார். ஒருவாரம் வயசுப்பையன் தனது குறியைச் சீண்டிக்கொண்டே இருப்பதுபோலவே அந்த கிடாரை தொந்திரவு பண்ணிக் கொண்டிருந்தேன். ஒரே பாட்டு. ஒரே நோட். என்னைத் தற்கொலை யிலிருந்து காப்பாற்றப்போகும் வாழ்வின் இசை அல்லவா அது?

ஒருநாள் மாலையில் இதுபோல அசுர 'சாதகம்' பண்ணிக் கொண்டிருந்தபோது பக்கத்து வீட்டிலிருந்து ஒரு பெண் படியேறி வந்தாள். அவள் கையில் ஒரு குழந்தை. அது வாயெல்லாம் எச்சில் வழிந்துகொண்டிருந்தது. அங்கே பின்னால் வாடகைக்கு இருப்பவள். அவள் அம்மாவிடம் வந்து, 'சங்கரை அந்த 'வீணையை' மெதுவா வாசிக்கச் சொல்லுங்க அத்தே. அவன் வாசிக்க ஆரமிச்ச உடனே, கஷ்டப்பட்டு கொடுத்த பாலை எல்லாம் இவ கக்கிடுறா!' என்றாள். அம்மா பின்னால் திரும்பி என்னைப் பார்த்தாள். நான் அவளைப் பார்த்தேன். பிறகு அந்தப் பெண்ணையும்

குழந்தையையும் பார்த்தேன். குழந்தை வாயில் கை போட்டுக் கொண்டு எச்சில் வழிய என்னைப் பீதியுடன் பார்த்தது. நான் 'வீணையை' கீழே வைத்தேன். அதன்பிறகு அதை நான் தொடவில்லை. அதிலிருந்து என்னைத் தற்கொலை செய்து கொள்வதிலிருந்தும் அதே சமயம் மற்றவர்கள் என்னைக் கொலை செய்வதிலிருந்தும் காப்பாற்றும் ஒரு வாத்தியத்தைத் தேடிக் கொண்டே இருக்கிறேன். கிட்டவே இல்லை.

□

பரிசுத்தம்

58

சிலநாட்கள் முன்பு முகநூலில் நான் பகிர்ந்த ஒரு பாடலில் மந்தாகினியைப் பார்த்துவிட்டு ஒரு நண்பர் போன் செய்தார். 'மந்தாகினிதானே அது? எவ்ளோ பரிசுத்தமா இருக்கு பாத்தியா அவ முகம்? நம்பவே முடியலை' என்றார். உண்மைதான். அவர் முகம் அத்தனை பரிசுத்தமாக இருந்தது. ஆனால் மந்தாகினி முதல் படத்திலிருந்தே சர்ச்சைகளுக்கு ஆட்பட்ட ஒரு நடிகை. ராஜ்கபூர் முதல் படத்திலேயே அவரை ஏறக்குறைய உரித்துக் காட்டினார். அப்போது மந்தாகினிக்குப் பதினாறு வயது. அதன்பின்னால் அவருக்குக் கிடைத்த படங்களும் அதேவிதம்தான். பிறகு தாவூத் இப்ராஹிமின் ரகசியக் காதலி என்றெல்லாம் சொல்லப்பட்டது. இப்போது யாரோ ஒரு திபெத்தியரை மணந்துகொண்டு யோகா சொல்லிக்கொடுப்பதாகக் கேள்வி.

நான் நண்பரின் கருத்தைப் பற்றி யோசித்தேன். மந்தாகினி மட்டுமல்ல, வேறு சில இதேபோல பரிசுத்தமான மனிதர்கள் பின்னர் திரிந்து வேறுவிதமாக மாறிவிட்டதை அறிவேன். அவர்களது பரிசுத்தத்தை உலகத்தால் தாங்க முடியவில்லை என்று தோன்றியது. அது உடனே அதை அழித்து அவர்களைத் தங்களது அசுத்த உலகுக்குள் இழுத்துக்கொள்கிறது. பலநேரங்களில் அந்தப் பரிசுத்தத்தை அவர்களாலேயே தாங்கிக்கொள்ள முடிவதில்லை. அது ஒரு பெரும் சுமையாக அவர்கள்மீது நிற்கிறது.

நான் குழித்துறை வந்த முதல் மாதமே அந்தப் பெண்ணைப் பார்த்தேன். கேரள தமிழக எல்லைப் பகுதியிலிருந்து தன் தாயுடன் ஒரு சிகிச்சைக்காக என்னைப் பார்க்க வந்திருந்தாள். மிக ஏழ்மையான

உடை. அது அவளது அழகைக் குறைக்கவில்லை. அழகு என்பதை விட நிர்மலம் என்றுதான் சொல்லவேண்டும். தூய்மையின் அழகு. பிரகாசம். கன்னி மேரி அல்லது சாக்தத்தில் பாலா என்று சொல்லக் கூடிய தெய்வத்தின் சாயல். என்னால் அவள் முகத்திலிருந்து கண்களை அகற்றவே முடியவில்லை. அப்போது அவளுக்கு வயது பதினைந்து. அப்போதுதான் தந்தை இறந்திருந்தார். படிப்பை நிறுத்தி விட்டு முந்திரி ஆபிசுக்கு வேலைக்குப் போய்க்கொண்டிருந்தாள். அங்கு யாரோ தொந்திரவு செய்ய அதுவும் நின்றுபோனது. தாயாரும் காச நோயாளி. கண் வேறு தெரியவில்லை. மிகக் கொடிய வறுமை. வறுமை மாத்திரமே தரும் தனிமை.

அவர்கள் காலையில் சாப்பிடவே இல்லை என்றறிந்து நான் அவர்களுக்கு நூறு ரூபாய் கொடுத்தேன். பிறகுத் தயங்கித் தயங்கி அந்தப் பெண்ணைப் படிக்க வைக்க உதவுவதாகச் சொன்னேன். அம்மாவை என்ன செய்வதென்று தெரியவில்லை. எனக்குத் தெரிந்த தொண்டு நிறுவனத்தில் முயன்று பார்க்கிறேன் என்று சொன்னேன். பெண் எதுவும் பேசாது அம்மாவின் முகத்தையே பார்த்துக்கொண்டு நின்றிருந்தார். அவர்கள் அம்மா இது எல்லாவற்றையும் உணர்ச்சி யற்ற குரலில் கேட்டுக்கொண்டிருந்தார். ‘அதெல்லாம் சரிப்படாது’ என்றார். பிறகு, ‘என் மோளைக் கல்யாணம் கழிக்குமோ? அது ஒன்னுதன்னே அவளுக்கு இப்போ ஒரு ஜீவிதம் தரும்.’

நான் அதிர்ந்து பேசாதிருந்தேன். அப்போது எனக்குக் கல்யாணம் ஆகியிருக்கவில்லைதான். அந்தப் பெண்ணைப் பார்த்தேன். அவள் கண்கள் கலங்கியிருந்தன. என்னையே ஏக்கத்துடன் பார்த்தாள். நான் ஏனோ திடீரென்று அவர்கள்மீது கடுஞ்சினம் கொண்டேன். அவர்கள்மீது, அவர்கள் வறுமைமீது, அவளது தூய்மையின்மீது, எல்லாவற்றின்மீதும் வெறுப்பு கொண்டேன். இன்னும் ஒரு நூறு ரூபாய் கொடுத்து அவர்களை அனுப்பிவிட்டேன். அதன்பிறகு அவர்களை நான் காணவில்லை.

ஏறக்குறைய நான்கு வருடங்களுக்குப் பிறகு அவளை மீண்டும் பார்த்தேன். ஒரு மலையாள நீலப்படத்தில். முதலில் என்னால் அடையாளம் காண முடியவில்லை. அவளைக் குடிக்கச் செய்து அந்தப் படத்தை எடுத்திருக்கிறார்கள். கூரையை வெறித்துக் கொண்டிருந்த அவளது கண்கள் காமிராவை நோக்கித் திரும்பிய அந்த விநாடியில் (யாரோ அவளை காமிராவைப் பார்க்கும்படி அதட்டிக்கொண்டிருந்தார்கள்) அடையாளம் கண்டுகொண்டு அதிர்ந்து வெளியே ஓடிவந்துவிட்டேன்.

அப்போது என்னால் ஒரே ஒரு விஷயம்தான் புரிந்துகொள்ள முடியாமல் இருந்தது. இன்று தமிழிலும் மலையாளத்திலும் நடிக்கும் எந்த நடிகையை விடவும், நாயகியை விடவும் அழகான பெண் அவள். ஆனால் அவளை எப்படி ஒரு நீலப் பட நடிகையாகக் காண முடிந்தது? ராஜ் கபூர் மந்தாகினிக்குச் செய்ததும் அதைத்தான் என்று இப்போது புரிகிறது. நம்மால் பரிசுத்தத்தைத் தாங்கிக்கொள்ள முடிவதே இல்லை. நாம் அதை அழித்தே ஆகவேண்டும்.

□

கொடூர அன்பு

59

பத்து வருடங்களுக்கு முன்பு அனாதைச் சிறுவர்கள் விடுதி ஒன்றுக்குப் போயிருந்தேன். ஒரு மருத்துவ முகாம். நாள் முழுவதும் அங்கு இருக்கவேண்டியிருந்தது. அங்கிருந்தவர்கள் பெரும்பாலோனோர் ஊனமுற்றவர்களும்கூட. அதில் ஒரு ஆறுவயதுப் பையனும் உண்டு. என்னிடம் ஒட்டிக்கொண்டான். நாள் முழுக்க என் பின்னாலேயே அவனது போலியோ காலோடு திரிந்தான். நான் சொன்னவற்றுக்கெல்லாம் விழுந்து விழுந்து சிரித்தான். எப்போதும் பூரித்த முகத்துடன் என் கண்களையே பார்த்துக்கொண்டிருந்தான். அவனது விதவைத் தாய் ஒரு விபத்தில் இறந்துபோய் சமீபத்தில்தான் உறவினர்களால் இங்கு கொண்டுவிடப்பட்டவன் என்று கன்னியாஸ்திரீ தெரிவித்தார். அங்கிருந்த மற்றவர்களைப்போல அல்லாமல் இன்னும் துக்கம் பழகாத முகம். அதுதான் என்னை ரொம்பத் தொந்தரவு செய்தது. ஆகவே சற்றுப் பிரியமாகவே அவனிடம் நடந்துகொண்டேன். மாலை கிளம்புகையில் கேட் வரை வந்து என் முகத்தை நோக்கி ஏறிட்டு, 'அண்ணே, நாளைக்கும் வருவீங்களான்னே?' நான் அவனை மறுக்க விரும்பாமல் 'வருவேண்டா' என்றேன்.

அன்றிரவு முழுவதும் உறக்கம் இன்றிப் புரண்டுகொண்டே இருந்தேன். அவனது ஏக்க முகமே மனத்தில் திரும்பத் திரும்ப நிழலாடியது. ஏதேதோ திட்டங்கள். உணர்வுக் கொந்தளிப்புகள். அவனைத் தத்தெடுத்துக் கொள்ளலாம் என்றுகூட நினைத்துக் கொண்டேன். ஆனால் எல்லாம் காலைவரைதான். மறுநாள் வாக்குக் கொடுத்ததுபோல அங்கு போகவில்லை. நான் வாழ்வில் செய்த துரோகங்களில் பெரிய துரோகம் அது என்று இப்போது எனக்குத்

தோன்றுகிறது. பிறகு தினப்படி வாழ்க்கையில் அவனை, அவன் கண்களை எல்லாம் மறந்துவிட்டேன்.

ஏறக்குறைய ஒரு வருடம் கழித்து அந்த நிலையத்தின் கன்னியாஸ்திரீயை வடசேரி பேருந்து நிலையத்தில் சந்தித்தேன். அடையாளம் கண்டுகொண்டு பேசினார். நான் அவனைப் பற்றி விசாரித்தேன். அவன் இப்போது திருச்சியில் உள்ள ஓர் அநாதை நிலையத்தில் இருப்பதாகச் சொன்னார். பிறகு, 'நீங்க மறுநாள் ஏன் வரலை?' என்றார். 'அவன் உங்களை எதிர்பார்த்துக்கிட்டே இருந்தான். உங்களுக்காக நெட்டில ஒரு பரிசுப் பொம்மைகூடப் பண்ணி வச்சிருந்தான். ஒரு வாரம், ஒவ்வொரு நாளும் வாசலிலே நின்னு நின்னு காய்ச்சல்கூட வந்துடுச்சு. உங்க விலாசம் தெரியலை. தெரிஞ்சா தேடியே வந்திருப்பேன்' என்றார்.

பிறகு தயக்கமாக, 'அன்பே இல்லாட்டி கூடப் பரவாயில்லை. கொஞ்சமாக் கொடுக்கற அன்பு ரொம்பக் கொடூரமானது. அது விஷம்' என்றார்.

□

Psychedelic இசை

60

Psychedelic இசை பற்றி நேற்று ஒரு நண்பருடன் பேசிக் கொண்டிருந்தேன். அது நம்மை என்னவோ செய்கிறது என்பதைத் தவிர எங்களால் அதை விளக்க முடியவில்லை. சில சப்தங்கள் நம்முள் எழுப்பும் விளைவுகள் மிக உடல்ரீதியானவை. இன்னமும் சில பாடல்களை, சில இசைக் குறிப்புகளைக் கேட்கும்போது, இல்லை, நினைக்கும்போதேகூட முதுகுத்தண்டில் அதிர்வுகள் ஏற்படுவதுண்டு.

இன்று மார்த்தாண்டம் ரயில்வே ஸ்டேஷன் போய்விட்டு ரயில்வே கேட் அருகே ரயில் போகக் காத்திருந்தேன். ரயில் வரும் வழியைக் காணவில்லை. காத்திருந்தபடி மொபைலை எடுத்து நோண்ட ஆரம்பித்தேன். சற்றுநேரம் கழித்து நிமிர்ந்து பார்த்தால், அங்கு நின்றிருந்த எல்லாரும் புல்வெளியில் மௌனமாக வரிசையாக மேயும் பசுக்கள்போல மொபைலைத் தலைகுனிந்து நோண்டிக் கொண்டிருப்பதைக் கண்டு அசௌகர்யமாக உணர்ந்து வண்டியை விட்டு இறங்கி அங்கிருந்த வேப்ப மரத்தடியில் நின்றேன். கொஞ்ச நேரத்திலேயே வேப்ப மரம் சத்தமிட ஆரம்பித்துவிட்டது. ஆம். ஒரு மாதிரி ர்ர்ர்ர் என்று ஒரு சத்தம். மர்ர்ர்ரம் மர்ர்ர்ரம் மர்ர்ர்ரம் என்று நாம ஜபம் செய்வதுபோல ஒரு சத்தம்.

நான் திடுக்கிட்டு 'உங்களுக்குக் கேட்கிறதா?' என்பதுபோலப் பக்கத்தில் இருந்தவரைப் பார்த்தேன். அவர், 'அங்கே திருவந்திரத்தில வண்டி கிளம்பினாப் போதும். இங்கே குழித்துறைல அடைச்சிடு வாங்க செத்தைங்க' என்றார். அவருக்குக் கேட்கவில்லை. எனக்குச் சட்டென்று தோன்றியது. Psychedelic இசை, இது போன்ற சரியாக

மொழியால் சுட்ட முடியாத உணர்வு நிலைகளைத் தொட்டு அடையாளப்படுத்திக் காண்பிக்கிறது. தமிழில் இளையராஜாவின் இசையில் மட்டுமே அவ்வப்போது தலைகாட்டும் இந்த இசைக் கூறுகள் பல நேரங்களில் மனச் சமநிலையைக் குலைத்துவிடக் கூடியவை.

'கழுகு' என்றொரு ரஜினி படம், பிலிம் இன்ஸ்டிடியூட் மாணவர்கள் எடுத்த ஒரு த்ரில்லர். நரபலியை மையமாக வைத்து எடுத்த படம். அதை சென்ட்ரல் தியேட்டரில் பார்த்தார் அந்த அத்தை. அந்தப் படத்தில் நரபலி நிகழும்போதேல்லாம் 'ஓம் மாகாளி!' என்பது போன்ற கரகரப்பான குரல் ஒன்றுடன் விநோதமான பின்னணி இசையை ராஜா அமைத்திருப்பார். அந்த இசை வரும்போதெல்லாம் அத்தை மயங்கி விழுந்து தியேட்டரில் பெரிய பிரச்சினையை ஏற்படுத்திவிட்டார் என்று மாமா வந்து சொன்னார். அத்தை இவ்வளவுக்கும் ரொம்பத் தைரியமான பெண்மணி. அதைவிடக் கோரமான படங்களை அவர் பார்த்திருக்கிறார். பிரச்சினை காட்சி அல்ல. அந்த இசைதான். 'என்னவோ தெரியலை, அந்த இடம் வந்தவுடனே உடம்புக்குள்ள என்னவோ ஆகிடுது.'

இது நடந்து வருடங்கள் ஆகிவிட்டன. இப்போது மகளுடன் புனேவில் இருக்கும் அந்த அத்தை ஒருநாள் அதே 'கழுகு' படத்தைத் தற்செயலாய் மீண்டும் ஏதோ ஒரு சானலில் பார்த்துவிட்டு மயங்கி விழுந்துவிட்டார் என்று கேள்விப்பட்டேன். அந்த இசைக் கோர்வையைத் தேடிப் பார்த்தேன். கிடைக்கவில்லை. அந்தப் படத்தில் எனக்கு மிகப் பிடித்த ஒரு பாட்டின் தொடக்கத்தில் வரும் இசைக் குறிப்பைக் கேட்கும்போதெல்லாம் பழைய பாடல் வரி ஒன்று என் நினைவுக்கு வரும். 'நள்ளென்று ஒலிக்கும் யாமம்.' இளையராஜா இந்த வரியைப் படித்திருப்பாரா?

□

அழுகை

61

கோடி ஜென்மம் கழிஞ்சாலும் நோன்பெடுத்து காத்திருக்கும் அம்மை நெஞ்சின் ஆடலோடே ஆயர் பெண்ணாய் நானிருக்கும் தோழி ஒருவர். முதன் முதலாய் இவள் எனது பெண் பிரதி என்று நான் உணர்ந்தவர். கொஞ்சம் பிரமிப்பும் காதலும்கூட. வயதும் சாதியும் நடுவில் இல்லாமல் இருந்திருந்தால் நாங்கள் இணைப் பறவைகளாகவும் ஆயிருக்கக்கூடும். ஏழு வருடங்கள் காணாமல் இருந்தேன் அவளை. பின்னர் காணும்போது அவள் மடியில் கழுத்துகூட நிற்காத ஒரு ஐந்து வயதுப் பையனுடன் இருந்தாள். கண் பார்த்து, கண் பார்த்து மட்டுமே உள்ளே ஒரு ஆன்மா இருக்கிறது என்று உறுதிப்படுத்திக்கொள்ள வேண்டிய ஒரு மகன். முற்றிலும் சிதைந்த கட்டடத்தில் எரியும் சிறு விளக்கென அவன் கண்கள் இருந்தன. அந்தச் சிறிய சாளரத்தின் மூலமாகத்தான் அவன் தனது தாயோடும் தந்தையோடும் பேச முயன்றான். ஆனால் ஒவ்வொரு சொல்லின் நடுவிலும் உடல் ஒரு புகைத் திரள்போலக் குறுக்கிட்டுக்கொண்டே இருந்தது.

முதன்முறையாக அவனை நான் பார்த்த அன்று மிக உடைந்து போனேன். இசையில் மிகுந்த பிரியம் உள்ள அவளுக்கு வாங்கிப் போயிருந்த கேசட்டுகளைக் கொடுத்துவிட்டு ஏறக்குறைய அங்கிருந்து ஓடி வந்தேன். அன்று வாழ்வை மிக அஞ்சினேன். ஏனெனில் அவள் எனது பிரதி போல. அவளுக்கு நிகழ்வது எனக்கும் நிகழலாம். நிகழ்ந்தால் நான் என்ன செய்வேன்? நான் அவளை விடவும் மிக மெலிதானவன். ஆகவே பிரச்சினையை எனக்குத் தெரிந்த வழிகளில் எல்லாம் தீர்க்க முயன்றேன். அவற்றைத்

தீர்க்காவிட்டால் என்னால் தொடர்ந்து வாழ முடியாது என்பது போலத் தோன்றி ஒருமாதிரி அலைக்கழிக்கப்பட்டேன்.

ஆனால் அவள் அந்த வழிகளை ஏற்கெனவே முயன்று சோர்ந்திருந் தாள். அவள் வேண்டியது ஒய்வு. அவளுக்கும் அவளது மகனுக்கும். மரணம் மட்டுமே அதை அவர்களுக்கு அளிக்க முடியும் என்று அவள் ஒருநாள் சொன்னபோது நான் மிகுந்த ஆத்திரம் அடைந்தேன். அவளை வார்த்தைகளால் அடித்தேன். ஒரு நாள் இரவு மிகுந்த மனச் சலனத்துக்கு உள்ளாகி குடிக்கப் போனேன். நான் அதுவரை தனியே குடித்ததில்லை. அன்று குடித்தேன். குடித்துவிட்டு நள்ளிரவில் அவளுக்குப் போன் செய்தேன். அவளது தந்தைதான் எடுத்தார். நான் சற்றுத் தடுமாறி, ‘உங்க பேரன் எப்படி இருக்கான்?’

சற்று நேரம் மௌனம். ‘உங்களுக்குத் தெரியாதா? அவன் நேத்து போயிட்டான்.’

நான் அதிர்ந்து, ‘உங்க பொண்ணு?’

‘அவளைப் பார்த்தாத்தான் பயம்மா இருக்கு. அழவே இல்லை. அதுகூடப் பரவாயில்லை. ரொம்ப சிரிச்சிகிட்டே இருக்கா. எல்லோரும் ஒருமாதிரி பேசறாங்க’ என்றார். ‘கொஞ்சம் அழுதா தேவலை.’

‘நான் பேசலாமா?’

அவர் கேட்டு வந்து, ‘மாட்டேங்கிறா.’

நான் போனை வைத்துவிட்டேன். மறுநாளும் அதே கதைதான். ‘அவள் அழவே இல்லை. தவிர இரவெல்லாம் சம்பந்தமில்லாமல் பேசிக்கொண்டே இருக்கிறாள்.’ அவள் என்னுடன் பேசவில்லை. அடுத்த நாளும் அதே கதை. ‘அவ தூங்கவே இல்லை. ஆனா அவனைப் பத்தி ஒரு வார்த்தை பேசலை. அப்படி ஒரு ஆள் இருந்ததில்லைன்கிற மாதிரி நடந்துக்குறா.’ மறுநாள், ‘அவளை டாக்டர்கிட்டே கூட்டிட்டுப் போகலாம்னு நினைக்கறோம்.’

நான் தத்தளித்தேன். ‘அவளுக்கு ஒண்ணுமில்லை சார். ரொம்பத் தைரியமான பொண்ணு அவ.’

தந்தை, ‘எனக்குத் தெரியாதா?’ என்பதுபோலச் சலித்து, ‘இவ்வளவு தைர்யம் நோய்.’

நான் தயங்கி, ‘நான் ஒன்னு சொன்னாக் கேப்பீங்களா? அவளுக்குக் கொஞ்சம் பாட்டு போட்டுக் காமிங்க. குறிப்பா இந்தப் பாட்டு.’

அவர், 'துக்க வீட்டுல பாட்டு போட்டா சிரிக்க மாட்டாளா?'

'இப்போ அவ சிரிச்சிகிட்டே இருக்காங்கிறதுதானே உங்க பிரச்சினை?'

அவர், 'ஏற்கெனவே நிறைய நொந்துபோயிருக்கோம். ரொம்பத் தொந்திரவு செய்யாதீங்கோ' என்பதுபோலப் பேசிவிட்டு போனை வைத்துவிட்டார்.

அன்று நள்ளிரவு எனக்கு போன் வந்தது. அவள்தான். அழுதுகொண்டிருந்தாள். 'சண்டாளா, ஏண்டா என்னை இப்படிப் படுத்தறே? என் குழந்தை, என் கிருஷ்ணன் போயிட்டாண்டா. ஐயோ, அவனை நான் இனி எங்கேடா திரும்பப் பிடிப்பேன்?' டெலிபோனில் பின்னால் மொத்தக் குடும்பமும் அழுவது கேட்டது. கூடவே இந்தப் பாடலும் மெலிதாக.

□

தங்கத்தின் மீதான கட்டுப்பாடு – ஒரு குமரி விளைவு

62

பேச்சலர் வாழ்க்கை. மார்த்தாண்டம் ஒய்எம்சிஏவில் நண்பர் ஒருவருடன். அவர் புயலென என் அறைக்குள் நுழைந்த வேகத்தில் என்னால் என் ஜட்டியைத் தேடிக் கண்டுபிடிக்க முடியவில்லை. நான் அப்போது படித்துக்கொண்டிருந்த 'மீனின் சிறகுகளால்' என் கற்பை மூடியவாறே நொண்டி நொண்டிப் போய் ஒரு கிழிந்த துண்டைக் கண்டுபிடித்தேன். அதற்கு நிர்வாணமே சிறந்தது எனினும்...

நண்பர் என்னிடம் பரவசமாய், 'நான் சொல்லலை?' என்றார். நான் எரிச்சலாய் 'சொல்லலியே?' என்பதுபோல் பார்த்தேன். அவர் அதற்குப் பதில் சொல்லாது, கூட வந்தவரிடம், 'நான் சொல்லலை?' என்றார். 'இதாம் பையன். பெரிய படிப்பாளி.' அவர் என்னை, என் படிப்பை ஏற இறங்கப் பார்த்து, 'படிப்பு செரி. வேலை கன்பார்ம்தானா?' நான், 'ஹெ?' என்றேன். 'வேலை' என்றவர், 'பெர்மனண்டுதானே? இப்போ அரசாங்கத்துலயும் பிரிச்சு விட்டுடறாங்க, பார்த்துக்குடுங்க' என்றார். 'அப்புறம், மீன் மட்டும் சாப்பிடுவா பார்த்துக்குடுங்க. அதை மட்டும் அவளாலே விடவே முடியாது. அது அவா உசிரு. மத்தபடி சுத்த சைவம்தான்' என்றவர், அபாயமாக ஆடிய அங்கிருந்த ஒரே நாற்காலில் உட்கார்ந்துகொண்டு என்னிடம், 'உக்காருங்க பரவாயில்லை.'

நான் கட்டிலில் உட்கார முயன்று அது விபரீதமாகப் போகிறதுபோலத் தெரியவே 'வேணாம்' என்று நின்றுகொண்டேன். (ஏ கைலி எனும் அரிய வஸ்துவே, இந்தக் காட்டுக்குள் எங்கே

இருக்கிறாய்?) 'சிகரெட் பிடிப்பீங்கன்னு சொன்னாங்க. பரவா யில்லை. கல்யாணத்துக்கு முன்னால விட்டுடுங்க.'

நான், 'எந்தக் கல்யாணம்?' என்றேன். ஆனால் அவர் அதற்குப் பதில் சொல்லவில்லை. அவர் முகம் கடும் சிந்தனையில் கூர்ந்தது. அதை நான் மதிக்கவேண்டும் என்ற எதிர்பார்ப்பு தெரிந்தது. பிறகு தொண்டையைச் செருமிக்கொண்டு, 'என்ன எதிர்பார்க்கறீங்க?'

எனக்கு இப்போது லேசாகப் புரிய ஆரம்பித்தது. நண்பரை வெறுப்பாகப் பார்த்தபடியே 'அது வந்துங்க, எனக்கு கல்யாணமே... எங்க வீட்டுல... யூ சி... கல்யாணம்ங்கிறது...' அவர் இடைமறித்து, 'நூறு பவுன்!' என்று கத்தினார். 'அதுக்குமேல ஒரு குந்துமணி கிடையாது' என்றார். 'சம்மதம்னா சொல்லுங்க' என்றார். 'எங்களுக்கு இந்த பாண்டிக்காரங்களைப் பத்தி நல்லாத் தெரியும். முதல்ல தலையைத் தலையை ஆட்டுவாங்க. பிறகு அந்தக் கட்டு, இந்தக் கட்டுன்னு சல்லியப்படுத்தப்படாது. நூறு பவுன், பத்து லட்சம் அவ்வளவுதான். என்ன சொல்றீங்க?'

எனக்கு மயக்கம் வருவதுபோல் இருக்க, இடைத்துண்டை இறுக்கிப் பிடித்துக்கொண்டு, 'அப்புறம் சொல்லுதோம்' என்று சொல்லி வெளியே அனுப்ப முயன்றேன். அவர் போக மறுத்து, 'சம்மதம்னு சொல்லுங்க. பொண்ணை இப்பவே பார்க்கலாம்.' நான் வியர்த்து, 'இப்பவேவா?' என்றேன். 'பின்னே? இதெல்லாம் ஆறப்போடுத சங்கதியா? பொண்ணு வெளியேதான் இருக்கா. காலம் எவ்வளவு முன்னேறிடுச்சி! அவள்லா என்னை வண்டில இங்கே கொண்டுவந்தது?'

நான், 'இல்லே சார். இப்போ நான் வெளியே எங்கேயும் வர முடியாத நிலைமையில் இருக்கேன்' என்று என் நிலையை விளக்கிச் சொல்லி அனுப்பி வைத்தேன்.

மறுநாள் கோபத்துடன் நண்பரின் கடைக்குச் சென்று, 'அறிவிருக்காவே? நான் உம்மகிட்டே வந்து எனக்குப் பொண்ணு வேணும்னு கேட்டேனா?'

'இதெல்லாம் கேக்கவா வேணும்? உன் மூஞ்சயைப் பார்த்தாத் தெரியாதா? பசார்ல கடந்துபோற ஒவ்வொரு சேலைக்கும் எந்திரிச்சி எந்திரிச்சி உக்காருதியே?'

நான் அந்த உண்மையை மறுக்க முடியாமல், 'அது வாஸ்தவம்தான். அதுக்காக...' என்று இழுத்தேன். 'அப்புறம் பத்து லட்சம், நூறு

பவுன்னு பேசுதாரே. நீ என்னைப் பத்தி அங்கே என்ன சொல்லி வச்சிருக்கே? கலக்டர்னா?'

'ஆ கலெக்டரு... இங்கே சித்தாளுக்கு போடற உருப்படி இது. உண்மையைச் சொல்லப்போனா அந்தாளு வரும்போது, பத்து லட்சம், நூத்தம்பது பவுன்னு சொல்லிட்டு வந்தாரு. உன்னையைப் பார்த்ததும் அம்பது பவுனைக் குறைச்சிட்டாரு. அது செரி. முறிக்குள்ளே ஏம்டே அப்படிக் கிடக்கே?'

□

அண்ணா
63

ஞாயிற்றுக் கிழமை காலைத் தூக்கத்தை அப்பா கலைத்தார். 'டேய், எந்திருச்சு வா. உன்னை யாரோ தேடி வந்திருக்காங்க.' நான் தூக்கக் கலக்கத்துடன், எரிச்சலுடன் எழுந்துவந்தேன். பட்டாளையில் இருந்தவரை லேசாகப் பார்த்ததுபோல் இருந்தது. உடன் இருந்த பெண்மணியைத் தெரியவில்லை. இவர் ஒரு வாரமாய் இன்சூரன்ஸ் போடச் சொல்லி நான் வேலை பார்த்த மருத்துவமனைக்கு வந்துகொண்டிருந்தார். எவ்வளவோ மறுத்தும் வீட்டுக்கே வந்து விட்டாரா? அதுவும் குடும்பத்துடன்? விலாசம் யார் கொடுத்தது? நான் அதட்டலாய், 'அதான் மாட்டேன்னு சொன்னேனே?' என்றேன்.

அவர் நாற்காலியிலிருந்து எழுந்து, 'நான் அதுக்கு வரலை' என்று கும்பிட்டார். பிறகு அவரது மனைவியைப் பார்த்து, 'இவாதான்' என்றார். அவள் என்னையே வைத்த கண் வாங்காமல் பார்த்தாள். நான் குழப்பமாய் அப்பாவைப் பார்த்தேன். அவர் 'என்னென்னமோ சொல்றாங்க. ஒண்ணுமே புரியலை.' அம்மா உள்ளிருந்துகொண்டு எட்டி எங்களையே பார்த்துக்கொண்டிருந்தாள். அவர் இன்னமும் தனது மனைவியையே தவிப்புடன் பார்த்துக்கொண்டிருக்க அவளோ என்னையே இன்னமும் பார்த்துக்கொண்டிருந்தாள். பிறகு சட்டென்று ஒரு கணம் கண்முட்டி நீர் வழிந்தது. கண்களை மூடிக்கொண்டு மெதுவாக, 'இல்லை' என்றாள்.

அவர் தளர்ந்து நாற்காலியில் அமர்ந்தார். ரொம்பநேரம் குறுகி அப்படியே அமர்ந்திருந்தார். பிறகு கண்களைத் துடைத்துக்கொண்டு, 'மன்னிக்கணும். உங்களைச் சிரமப்படுத்திட்டேன்' என்று மறுபடியும் எங்களைக் கையெடுத்துக் கும்பிட்டார். அப்பா, 'அட,

பரவாயில்லை' என்றார். 'இருங்க, காப்பி சாப்பிட்டிட்டு போலாம். ஏடி..'

'இல்லை. இன்னொரு நாள் சாப்பிடறோம். இன்னைக்கு மனசு சரியில்லை' என்றார் அவர். 'நாங்க வரோம்' என்று அவரது மனைவியை எழுப்பிக்கொண்டு வெளியேறினார். நடை தாண்டுகையில் திரும்பி, 'எங்க வீடு நெல்லையப்பர் கோவிலுக்குச் சரியா பின்னால லட்சுமி நரசிம்மர் கோவிலுக்குப் பக்கத்தில இருக்கு... மணி ஐயர்னு கேட்டா சொல்வா' என்றவர் தயங்கி, 'கட்டாயம் ஒருநாள் வாங்கோ.'

நான் தெருவில் அவர்கள் தளர்ந்து தளர்ந்து செல்வதையே பார்த்துக்கொண்டு நின்றிருந்தேன். அம்மா பின்னால் வந்து, 'பாவம், அவங்க பையன் ஒருத்தன் மெட்றாஸில சின்ன வயசுல தொலைஞ்சிட்டானாம்.' நான் சிரித்து, 'நான் அவனை மாதிரி இருக்கேனாமா? அந்த ஆளைப் பார்க்கும்போதே நினைச்சேன். கொஞ்சம் லூசுன்னு.' 'ச்சே. அப்படிச் சொல்லக்கூடாது. அவர்களுக்குள்ளே என்ன கஷ்டமோ.'

இரண்டு வருடங்கள் கழித்து ஒருநாள் நெல்லையப்பர் கோவில் பிரகாரத்தில் சண்முகர் சந்நிதியில் கண்மூடி அமர்ந்திருக்கையில் பக்கத்தில் யாரோ தயங்கி நிற்கும் அரவம். திறந்து பார்த்தேன். ஒரு வயதான அம்மாவும் ஓர் இளம்பெண்ணும். 'தம்பி நல்லாருக்கீங்களா?'

நான், 'இருக்கேன்' என்றேன். 'நீங்க...'

அவர், 'நான் அவர் இருக்கிறச்ச ஒருநாள் உங்க வீட்டுக்கு வந்திருக்கேன். மறந்துட்டேள்போல இருக்கு.'

நான் நினைவு வந்து 'ஓ...' என்றேன். 'சார் இல்லையா இப்போ?'

'இல்லே' என்றார்.

சற்று நேரம் வௌவால்களின் இருப்பை உணர ஆரம்பிக்கும் சங்கடமான நீண்ட மௌனத்துக்குப் பிறகு அந்தப் பெண்ணைக் காண்பித்து, 'இவளை சுவீகாரம் பண்ணிருக்கோம்' என்றாள். பிறகு ஒருகணம் தயங்கி அந்தப் பெண்ணிடம் திரும்பி, 'சேவிச்சுக்கோடி. உன்னோட அண்ணா.'

□

கரையான்
64

போன வாரம் நெல்லைக்குப் போயிருந்தேன். பிறந்த ஊர் நெல்லைதான் எனினும் அதன்மீது எனக்கு நேசம் இருந்ததில்லை. நெல்லை எனக்கு எப்போதும் துயர நினைவுகளையே அளித்திருக்கிறது. அங்கே ஓங்கி நின்றபிறகு சரிந்தது இன்னும் பெரிய துயரம். அம்மா போன் செய்து வீடு இடிந்து விழுகிற நிலையில் இருக்கிறது' என்றாள். 'நீ வருகிறாயா, இல்லையா?' நான், 'விழட்டும்' என்றேன். 'முற்றிலும் இடிந்து வீழ்ந்துவிடுவது ஒருவகையில் நல்லது' என்றேன். அவள் கீறல் விடும் குரலில் 'அப்பா ஆசையாக் கட்டுனதுடா' என்றாள். 'நாம் வாழ்ந்த வீடு.' பதிலுக்கு, 'நாம் வீழ்ந்த வீடும் அல்லவா அம்மா அது?' என்று சொல்ல நினைத்தேன்.

வேண்டாவெறுப்பாக போனேன். தெருவில் நடக்கவே கூசியது. எதிர்ப்பட்டவர்களைப் பார்க்காததுபோல நடந்தேன். அவர்களும் என்னைப் பார்க்காததுபோல நடந்தார்கள். தொடர்ச்சியாகத் துயரங்களுக்கு ஆட்படுகிற மனிதர்களைக் கண்டால் யாருக்கும் பயமும் அசூயையும் வந்துவிடுகிறது. நான் எனக்குள்ளேயே ஒரு சுவரொட்டி தயார் செய்தேன். 'துயரம் ஒட்டுவாரொட்டி அல்ல, துயர் உறுகிறவர்களை ஒதுக்கி வைக்காதீர்கள். அவர்களும் நம்மவர்களே.'

அம்மா கதவு திறக்க நேரமாயிற்று. அவளுக்குக் கடுமையான மூட்டு வாதம் உண்டு. கால் விரல்கள், கைவிரல்கள் எல்லாம் வளைந்து வெவ்வேறு திசைகளில் நீட்டிக்கொண்டிருக்கும். ஏறக்குறைய நடக்கப்பழகும் ஒரு குழந்தை போலத்தான் ஏறி வருவாள். ஒவ்வொரு

அடிக்கும் அவள் முகத்தில் ஒரு வலி வலை விரியும். சின்ன வயதில் அவளுடன் நடக்க மிகச் சிரமப்படுவேன். மிக வேகமான நடை அவளுடையது. 'சீக்கிரம் வாலே. பார்வதி சின்னசந்து மாதிரி தியேட்டர் டிக்கட் கொடுத்து முடிச்சிடப்போறான்.' அம்மா ஒரு சினிமாப் பைத்தியம்.

சன்னல்கள், கதவுகள் அனைத்தையும் கரையான்கள் அரித்துத் தின்றிருந்தன. சுவர்மீதிருந்த கரையான்களை லேசாகத் தட்டப் பார்த்தேன். பிடிவாதத்துடன் உதிர மறுத்தன. போன மாதம் பெய்த மழையில் இடி விழுந்து வீட்டின் மின் இணைப்புகள் வேறு அனைத்தும் பழுதாகி இருந்தன. இடி விழுந்த வீடு! How metaphorical! நான் இந்த வீட்டைச் சரி செய்யத்தான் வேண்டுமா என்று அவளிடம் கேட்டேன். அவள் 'வேண்டாமா!' என்றாள் திகைப்புடன். அந்த ஒரு கணம் நான் அவளுள் என் பழைய அம்மையைக் கண்டேன். என் வீட்டில் மங்கலாகத் தொங்கும் நெல்லை பாரத் ஸ்டூடியோவில் எடுத்த கருப்பு வெள்ளை புகைப் படத்தில் கையில் புஷ் வைத்த பாப்ளின் சட்டையுடன் நின்றிருக்கும் அகன்ற கண் மை தீட்டிய, அறியாமையின் அழகு நிரம்பிய ஒரு குமரிப்பெண்ணையும்.

நான் சன்னல்களைத் திறந்தேன். லேசாகக் குளிர்காற்று உள்ளே வந்தது. அம்மா, 'மழை வருவதற்குள் சரி பண்ணிவிடவேண்டும்' என்றாள். நான், 'தீபாவளிக்கு இங்கே இருப்பியா?' என்று கேட்டேன். அவள் தனக்குள் பேசுவதுபோல, 'இனி நமக்கென்ன தீவாளி?' என்றாள். பிறகு சற்றுக் கோபத்துடன் யாரையோ நோக்கிச் சொல்வதுபோல, 'எனக்கு நீ புடைவையெல்லாம் எடுக்க வேண்டாம்' என்றாள். 'நான் தம்பிகிட்டே போறேன்' என்றாள். 'அவன் அங்கே தனியா இருப்பாம்லா. எங்களுக்கு இனிமே பண்டிகை காட்சின்னு ஒண்ணு உண்டா?'

நான் பேசவில்லை. இரவெல்லாம் தூங்காமல் மோட்டுவளையைப் பார்த்தபடியே கிடந்தேன். அவள் இரவெல்லாம் வலியில் அரற்றிக் கொண்டே இருந்தாள். அவள் ரொம்ப வற்புறுத்தியபிறகு ஒரு வலி மாத்திரையைக் கொடுத்தேன். 'இதை ரொம்ப நாள் பயன்படுத்த முடியாது. கூடாது' என்றேன். அவள், 'இனி வேண்டாம் எனக்கு ரொம்ப நாள்.' அதிகாலையில் எழுந்து, மாத்திரையின் தற்காலிக விடுதலையில் வாய்பிளந்து உறங்கிக்கொண்டிருந்தவளை அப்படியே விட்டுவிட்டு வந்தேன்.

பதினோரு மணிக்கு எனக்கு நரம்பு மருத்துவருடன் ஒரு நேர்காணல் இருந்தது. மருத்துவர் ரொம்பச் சிகப்பாக, வழுக்கையுடன், மூக்கில்

ரத்தம் துடிக்கும் வாழ்க்கையுடன் இருந்தார். 'சொல்லுங்க மிஸ்ட்டர் சங்கர்' என்று புன்னகைத்தார். 'என்ன பிரச்சினை உங்களுக்கு?'

நான் நிமிர்ந்து, 'கொஞ்ச நாளாகவே கை கால் எல்லாம் கரையான் ஏறுகிறமாதிரி இருக்கு டாக்டர்' என்றேன்.

☐

கோடுகள், பாடுகள் அல்லது

Why bad things happen to good people?

65

நேற்று ஒரு புதிய நண்பர் போன் செய்து அறிமுகப்படுத்திக்கொண்டு, ‘சார், நாங்க ஒரு சிறு பத்திரிக்கை கொண்டுவரோம். உங்க கதையோ கவிதையோ தாங்க’ என்றார். நான் வழக்கமாக, ‘சரி’ என்று சொல்லிவிட்டு மறந்துவிடுவேன். அல்லது அடுத்த நிமிடமே எழுபது பக்கத்துக்குப் போகும் ஒரு கதையை அனுப்பி, ‘இதை உங்க பத்திரிகைல போடலாமான்னு பாருங்க’ என்பேன். அவர்கள் பத்திரிகையே முன்னட்டை, பின்னட்டையில், ‘படிச்சே செத்தே!’ என்று வெருட்டும் வாசகங்களுடன் ஸ்பான்சர்களின், ‘எஸ் மாணிக்கம் நாடார் பலசரக்கு மாளிகை. எங்களிடம் சமையலுக்குத் தேவையான நயமான பருப்புவகைகள் உட்பட எல்லாம் சகாய விலையில் கிடைக்கும். கறவை மாடுகளுக்கான மாட்டுத் தீவனமும் உண்டு’ விளம்பரங்களுக்குப் போக (மறுபக்கம் மங்கலாய் தெரிதாவின் ஒரு mugshot, கமலாதாஸின் கண்ணிடுங்கிய புன்னகை) நாற்பது பக்கங்கள்தான் வரும்.

அன்றைக்கு என்ன திதியின் எந்த பாதத்தில் இருந்தேனோ, ‘உங்க பத்திரிகையின் கோட்பாடு என்ன?’ என்று கேட்டுவிட்டேன். (’கோட்பாடு என்பது சிக்கன்குனியாவை விட மோசமான வைரஸ். ஒருதடவை ரத்தத்தில் ஏறிவிட்டால் அது ஆயுசுக்கும் போகாது’ என்று எனது நண்பர் சொன்னது உண்மைதான்போல.) நண்பர், ‘சார்?’ என்றார். நான், ‘கோட்பாடு கோட்பாடு?’ என்றேன். ‘ஐடியாலஜி? இலக்கியப் பார்வை? உலகப் பார்வை?’ மறுமுனை சற்று அமைதியாக இருந்தது. நான், ‘ஹலோ?’

'இருக்கேன் சார். சொல்றேன்' என்றார் அவர். 'அதாவது பார்த்தீங்கன்னா, நான் மார்க்சியப் பின்னணில வளர்ந்தேன்.'

'ஓ சரி, இடதுசாரியா நீங்க?'

'இல்லே சார், அப்படி வளர்ந்தாலும், வளர்ந்தபிறகு மார்க்ஸ்கிட்டே ஒரு போதாமை இருக்குன்னு தோணுச்சு. பெரியாரைப் படிச்சேன். வர்க்க நீதி மாதிரியே சமூக நீதின்னு ஒண்ணு இருக்கில்லே?'

'உண்மை, உண்மை.'

'அதுல தீவிரமா இருந்தேன். இந்தச் சின்னக் குத்தூசி இருக்கார் இல்லீங்க, அவர்கிட்டேகூட ஏறக்குறைய ஒரு சீடன் மாதிரி இருந்தேன்.'

'ஓ, ரொம்ப நல்லது. அவரு பெரிய தலையாச்சே?'

'ஆமா, ஆனா அப்படிப் பெரியாரைப் படிச்சிகிட்டே வரும்போதுதான் எனக்கு ஒரு ஆக்சிடன்ட் ஆகுது.'

'ஓ, சாரி, என்னாச்சி?'

'ஒரு டிராக்டர் என் கால்லே ஏறிடுச்சு.'

'டிராக்டர்?'

'ஆமா.'

நான் மிக வியந்து, 'டிராக்டர் மெதுவாத்தானே வரும்?' என்றேன். 'அது எப்படி உங்க கால்ல ஏறுச்சு?'

'அது மெதுவாத்தான் வந்திருக்கும். எனக்குத் தெரியலை. நான் மயக்கமாக் கிடந்தேன்.'

'ஏன்?'

'அது முந்தின நாள் ஒரு இலக்கியக் கூட்டம். அதுல கொஞ்சம் சரக்கு போட்டிருந்தேன்.'

'ஓ' என்றேன். பிறகு மெதுவாக, பெரியாருக்கும் இதுக்கும் என்ன சம்பந்தம் என்று யோசித்தேன்.

'ஒரு மூணு மாசம் உங்க ஊர் ஆஸ்பத்திரிலதான் கிடந்தேன். காலெல்லாம் நட்டு போல்ட்டு போட்டு முறுக்கி வச்சிருந்தாங்க.'

'ஐயோ! வலி?'

'பயங்கர வலி. புண்ணு குணமே ஆக மாட்டேங்குது. கைக்காசெல்லாம் போயிடிச்சு. ரொம்ப உடைஞ்சி போயிட்டேன். அப்போதான் அவங்க வந்தாங்க.'

‘யாரு?’

‘ஏசுவும் கன்னி மேரியும்.’

‘யாரு?’

‘ஏசுவும் அன்னை மேரியும்.’

‘எப்படி வந்தாங்க?’

அவர் அசராமல், ‘கார்லதான்’ என்றார். ‘ஒரு வெள்ளை பிரீமியர் பத்மினி’ என்றவர், ‘நோயாளிகளுக்கு பிரேயர் பண்றவங்க.’

நான் சற்று ஆசுவாசம் அடைந்து, ‘தயவுசெஞ்சு படிமங்கள்ல பேசாதீங்க. எனக்கு நெஞ்சுவலி வருது’ என்று சொல்லலாமா என்று யோசித்தேன். ஆனால் ஒரு சிறு பத்திரிகையாளரை அவ்விதம் சொல்வது பெரும் வன்முறையாகும் என்று உணர்ந்தேன்.

‘அவங்க என் கால்ல கைவச்சிப் பிரார்த்தனை பண்ணாங்க. நம்புவீங்களா! அடுத்த வாரமே எனக்கு நடக்க வந்திருச்சு.’

‘சரி’ என்றேன்.

‘இது பாருங்க, எனக்குப் பெரிய தத்துவச் சிக்கலை உண்டு பண்ணிருச்சு. பெரியார் கடவுள் இல்லைன்னு சொல்றார். ஆனா இதை எப்படி விளக்க முடியும்?’

‘அப்போ பெரியார் தப்புன்னு சொல்றீங்க.’

‘அப்படில்ல. பெரியார் மட்டுமே சரின்னு சொல்ல முடியாதுன்னு நினைக்கிறேன்.’

நான் சற்று ஆசுவாசமடைந்து, ‘அப்ப நீங்க ஒரு ஆன்மிகவாதி. மனம் திரும்பிய கிறித்துவர் இப்போ. இல்லையா?’

அவர் இரக்கமே இன்றி, ‘இல்லை’ என்றார். நான் ‘ஏன்?’ என்றேன். ‘நீங்க சொன்னதுபோல ஒரு தீவிரமான கிறித்துவராத்தான் அதுக்குப் பிறகு இருந்தேன். நிறைய ஊர்ல போய் பொதுக்கூட்டங்கள்ல ரத்த சாட்சி சொல்லிருக்கேன். மார்த்தாண்டம், குளச்சல், வெள்ளறடை, புன்னம்புரா... ஆண்டவர் தினம்தோறும் என்கிட்டே ராத்திரி பேசிக்கிட்டிருந்தார்.’

‘பேசிக்கிட்டிருந்தார்னா?’ நான் தயக்கத்துடன் கேட்டேன்.

‘ஒரு வெளிச்சம், ஒரு உஷ்ணம், நீங்க படுத்துக்கிட்டிருக்கும்போதே உங்களை நெருங்கிவரும். அதை உங்களால உணரமுடியும்.’

‘ஓ, அப்போ நீங்க இலக்கியமெல்லாம் விட்டுட்டீங்க இல்லையா?’

‘ஏன் விடணும்? அது எனது மூச்சுக்காத்து தோழர். அதை எப்படி நானா விட முடியும்? எனது நம்பிக்கைக்கு உட்பட்டு எழுத்திட்டிருந்தேன். ஆர் எஸ் ஜாக்கப் அப்போ ‘கிறித்துவ வாலிபன்’னு ஒரு பத்திரிக்கை நடத்திட்டிருந்தார். அதுல ‘யாத்திரீகன்’ன்னு பேர்ல நிறைய எழுதினேன்.’

‘ஓ, நல்லது! நான் ஜாக்கப் படிச்சிருக்கேன். எனக்குப் பிடிக்கும்.’

‘அப்புறம் பாருங்க, ஒரு மூணு வருசம் கழிச்சி எனக்கு இன்னொரு ஆக்சிடன்ட் ஆயிடுச்சி.’

நான், ‘ரோட் ரோலர்?’

‘இல்லே ஸ்கூட்டர். ஆனா இந்தத் தடவை எனக்கு ஒன்னும் ஆகலை.’

நான், ‘கர்த்தருக்குத் தோத்திரம்’ என்றேன்.

‘ஆனா பாருங்க, என் ஸ்கூட்டர்ல மாட்டி ஒரு கிழவி மண்டையைப் போட்டிருச்சி.’

எனக்குக் கடும்கோபம் வந்தது. அடக்கிக்கொண்டு, ‘அப்போ ஆக்சிடன்ட் ஆனது அவங்களுக்குத்தான். உங்களுக்கில்லை.’

‘ஆமா. அதுல பாருங்க, அந்தக் கிழவியோட ஆளுங்க எல்லாம் என்மேல கேஸ் போட்டாங்க. ரூபா கேட்டு மிரட்டினாங்க. எல்லோருமே விளிம்பு நிலை மக்கள். எனக்கு அவங்களை ரொம்பப் பிடிக்கும். ஏன்னா நான் ஜீனே, அமைப்பியல், தமிழவன், சாரு நிவேதிதா எல்லாம் படிச்சிருக்கேனே.’

‘அது சரி. பிறகென்ன?’

‘ஆனா அவங்க அதெல்லாம் படிக்கலையே?’ என்றார் அவர். ‘அது ஒரு வருஷம் போச்சு. கோர்ட்டு, கேசு, கட்டப் பஞ்சாயத்து, அடிதடி, காசு விரயம்னு. எனக்கு ஒரு விரக்தி வந்துடுச்சி. இது ஏன் எனக்கு நிகழுது? உண்மையில நான் இந்த விபத்தைத் தானா நிகழ்த்தலை. அது முழுக்க ஒரு அபத்தமான விபத்து.’

நான், ‘எல்லா விபத்துகளுமே அப்படித்தானே?’

‘இல்லை. அதுல ஒரு சயின்ஸ் இருக்கு’ என்றார். ‘எனக்குப் பெரிய அதிர்ச்சியா அது இருந்தது. ஏறக்குறைய ஒரு தவசி மாதிரி ஆண்டவரின் வாழ்க்கையை வாழ்ந்துக்கிட்டிருந்த எனக்கு இது எப்படி நிகழ்ந்தது? ஆண்டவர் இப்படி இதை நிகழ அனுமதிச்சார்? ஒரு முன்னறிவிப்புகூட ஏன் கொடுக்கலை? இவ்வளவுக்கும் அதுக்கு

முந்தின நாள் ராத்திரிகூட என்கூட ரொம்ப நேரம் பேசிட்டிருந்தார். ஏறக்குறைய அதே சமயத்துலதான் தமிழ்நாட்டின் புகழ்பெற்ற எவாஞ்சலிஸ்ட் குடும்பத்திலேயும் ஒரு பெரிய விபத்து நிகழ்ந்து சில பேரு இறந்துட்டாங்க. எனக்கு முழுமையாவே நம்பிக்கை உடைஞ்சிடுச்சி' என்றவர், சற்று அமைதிக்குப்பிறகு, 'அப்போதான் நான் இருத்தலியல் என்கிற விசயத்துக்குப் பக்கத்தில போறேன். அப்படித்தான் சார்த்தர் என் வாழ்க்கைல வந்தார்.'

'அப்போ நீங்க ஒரு இருத்தலியல்வாதின்னு சொல்லுங்க. ஆனா சார்த்தரை பூக்கோ எப்பவோ காலி பண்ணிட்டாரே.'

அவர், 'அங்கேதான் வரேன்' என்றார். 'இந்தப் பிரச்சினைக்கு நடுவில எனக்கு ஒரு காதல் வந்தது. அந்தக் கிழவி கேஸை எடுத்து வாதாடின வக்கீல்தான் அது.'

'ஓ' என்றேன். 'புரியுது.' உண்மையில் எனக்குப் புரியவில்லை.

'எங்களுக்குத் திருமங்கலத்துல வச்சி கல்யாணம் நடந்தது. நாலே நாலு பேர். நான், அவ, அவளோட சீனியர், நான் வழக்கமா முடிவெட்டிக்கிற கடைப் பையன்.'

'ரொம்பப் புரட்சிகரமான திருமணமா இருக்குதே.'

'ஆமா. அவங்க அது அப்படித்தான் நடக்கணும்னு சொன்னாங்க. அவங்க ஒரு பெமினிஸ்ட்' என்றார். நான் 'எந்தப் பள்ளி?' என்று கேட்க நினைத்து அடக்கிக்கொண்டேன். 'பாருங்க, அதுவும் ஒரு பிரச்சினைலதான் முடிஞ்சுது.'

நான் 'எப்படி?' என்று இம்முறை கேட்கவில்லை. எனக்கே அது அப்படித்தான் முடியும் என்று தெரிந்திருந்தது. 'அவங்களுக்கு சார்த்தரைப் பிடிக்கவே இல்லை. ஒரு கட்டத்துல அவரை ரொம்ப அப்யூஸ் பண்ண ஆரமிச்சாங்க. நான் பொறுத்துப் பொறுத்துப் பார்த்தேன். ஒரு கட்டத்துல டிவோர்சுக்குப் போயிடுச்சி.'

நான் நம்ப முடியாமல், 'தோழர்? ழான் பால் சார்த்தருக்காகவா விவாகரத்து பண்ணிக்கிட்டீங்க?' என்றேன்.

அவர், 'மெயினா அவருக்காகத்தான். கூடவே நான் வேலைக்குப் போக மாட்டேங்கிறேன், காலைல பனிரெண்டு மணிக்கு எந்திரிக்கிறேன், குடிக்கிறேன்னு சில சில்லரைக் காரணங்கள்' என்றார். 'ஒரு தத்துவத்தை எப்படி விட்டுக் கொடுக்கறது தோழர்?'

நான் 'கஷ்டம்தான்' என்றேன்.

'அது ஒரு messy divorce. அவ ஒரு வக்கீல் வேற இல்லியா. என் மேல இல்லாத கேஸெல்லாம் போட்டு பதினஞ்சு நாள் மதுரை ஜெயில்ல இருந்தேன். மிகத் துயரமான நாட்கள்.'

'ஐயையோ.'

'அவ என்கிட்டே ஜீவனாம்சம் எல்லாம் கேட்டு ரொம்பச் சித்திரவதை பண்ணா. நானே வேலை இல்லாம சிறு பத்திரிகை நடத்திட்டு இருக்கேன். எங்கிருந்து கொடுப்பேன்?'

'பிறகு என்ன பண்ணீங்க?'

'என்னோட குடும்ப வீடு இருந்தது. அதை வித்துக் கொடுத்தேன். எங்க அம்மாவுக்கு அதுல ரொம்ப வருத்தம். கடைசிவரை எனக்குச் சாபம் கொடுத்துகிட்டே இருந்துச்சு. ஒருநா பழனிக்குப் போறேன்னு போச்சு. திரும்பி வரவே இல்லை.'

'ஐயோ நீங்க தேடலியா?'

'ஏன் தேடாம? காசி வரைக்கும் போயித் தேடுனேன். கிடைக்கலை' என்றவர் சற்று மௌனமாக இருந்தார். 'அப்போதான் நான் காசில இந்த ராமகிருஷ்ண மடத்தைச் சார்ந்த துறவி ஒருத்தரைச் சந்திச்சேன்.'

நான் இப்போது அவசரமாக, 'உங்க ஈமெயில் ஐடி கொடுங்க தோழர்' என்றேன்.

'அவரு சொன்னாரு...'

'நான் நிச்சயமாக உங்களுக்குக் கதை தாரேன்.'

'ஒரு புத்தகம் இருக்கு, ஒரு யூதப் பாதிரி எழுதினது...'

'நிச்சயமா அனுப்பறேன் தோழர். அனுப்பிட்டு உங்களுக்கு செய்தி அனுப்பறேன்.'

'புத்தகத்தோடு பேரு... Why bad things happen to good people? அதுல என்னன்னா பாதிரியாரோட பையனுக்கு ஒரு விநோத நோய்...'

'நல்லது தோழர். வணக்கம்.'

'இந்தக் கர்மக் கோட்பாடு இருக்கில்லையா... அது பற்றி அவர் சொன்னார். கிறித்துவத்துல, யூதத்துல, இஸ்லாமிலே இந்தக் கர்மக் கோட்பாடு இல்லே. அதான் அவங்க ஒரு பிரச்சினைக்கு, நோய்க்கு, 'இது யார் பாவம்? அப்பா பாவமா, பிள்ளை பாவமா? இந்தத் துன்பத்தைக் கொடுத்தது கடவுளா, சாத்தானா?'ன்னு எல்லாம்

கேட்டுகிட்டு அலையுறாங்க. உண்மைல நாமதான் நாம படற துன்பத்துக்குக் காரணம். நல்லது தீயதுக்கு நடுவில சமன்வயம்னு ஒன்னு இருக்கு. வேதாந்தம் அதைத்தான் சொல்லுது.'

'தோழர் நான் ஆபிசுக்குப் போணுமே?'

'அவரு எனக்குக் குண்டலினி யோகம் கத்துத் தந்தாரு. கிரியா யோகா பள்ளி. பிஹார் ஸ்கூல் ஒப் யோகா இருக்கில்லையா?'

'தோழர்...'

'இமயமலைல இரண்டு வருசம் இருந்தேன். சிவானந்தா ஆசிரமம் இருக்கில்லே அங்கே கொஞ்ச நாள்...'

'அது வந்து...'

'ஆனா அதுவும் நிலைக்கலை. குண்டலினி யோகத்தை அதிகமாப் பண்ணி என் உடல் பழுதாயிடுச்சி. திடீர்னு எனக்கு ரத்த பேதியா போக ஆரம்பிச்சுது. நிக்கவே இல்லை. ஆசிரமத்துல கொஞ்ச நாள் பார்த்தாங்க. அப்புறம் நீங்க கீழே போய் உடம்பு சரி பண்ணிட்டு வாங்கன்னு அனுப்பிட்டாங்க.'

'நான் சாயங்காலமா...'

'எப்படியோ கீழிறங்கி முகல்சராய் ரயில் நிலையத்துல கிடந்தேன். காசில போய்ச் செத்துடலாம்னு தோணிடுச்சு. கையில காசு இல்லை. உடம்பில வலு இல்லை. ஒரு நாள்... ஒரு வெள்ளிக்கிழமை, அரை மயக்கமாக் கிடந்தப்போதான் அது நிகழ்ந்தது. எங்கியோ பாங்கு விளிக்கற சத்தம் கேக்குது. யாரோ என்னைத் தொட்டு எழுப்பினாங்க.'

'யாரு?'

'முழுக்க பர்தா போட்டுக்கிட்டு ஒரு பாயம்மா.'

'ஓ!'

'அவங்க எனக்குச் சாப்பிட ரொட்டி கொடுத்தாங்க. அவங்க யாருன்னு நினைக்கறீங்க?'

நான் 'அன்னை மேரியோ?' என்று சொல்ல நினைத்து, இல்லியே பர்தா போட்டிருக்கிற பாயம்மா என்கிறாரே, அன்னை கதீஜாவா என்று யோசித்து, 'நீங்களே சொல்லுங்க...'

'எங்கம்மா.'

நான் 'பாயம்மா' என்று திருத்தினேன்.

'இல்லே, எங்கம்மாதான் பாயம்மா. அவங்க மார்க்கம் மாறிட்டிருக்காங்க.'

நான் சட்டென்று அவசரமாக போனை வைத்துவிட்டு சுவரை வெறிப்பதைப் பார்த்துவிட்டு மனைவி கவலையுற்று அருகில் வந்து, 'என்னாச்சு? காலங்காத்தாலியே வேர்க்க விறுவிறுக்க என்ன போன்? ஆபிசுக்குப் போகலே?' என்றாள். நான், 'இல்லே, எனக்கு ஒருபடியா வருது. கூடவே வயத்தையும் வலிக்கி' என்றேன். பாத்ரூமுக்குள் பாய்ந்து நுழைந்துவிட்டுத் திரும்ப வந்து, 'நான் மெடிக்கல் லீவ் போடணும்னு நினைக்கறேன். ரத்த பேதி போலத் தெரியுது' என்றேன்.

□

சமையல் கொலை

66

நேற்று ஒரு நண்பர் வந்து கவிதை என்றால் என்ன, அதன் கியாதிகள், பராக்கிரமங்கள் எப்படி இருக்கவேண்டும் என்றெல்லாம் ரீம் ரீமாக எழுதுகிறவர்கள் எழுதுகிற கவிதைகள் ஏன் ஒரு அடிப்படை வாசிப்பனுவத்தைக்கூடத் தர மறுக்கின்றன என்று கேட்டார். எனக்கு சரியாகப் பதில் சொல்லத் தெரியவில்லை. உண்மையில் உடல்நலம் வேறு கொனஷ்டை பண்ணிக்கொண்டிருந்ததால் ஒன்றுமே பதில் சொல்ல முடியவில்லை. அதைச் சரிபண்ண வழக்கம்போல இந்த வருடமும் இயற்கை உணவு ஆசிரமத்துக்குப் போகிறேன். ஒவ்வொரு தடவையும் இங்கு தமிழ்ச் சூழலின் முக்கியமான, சுவராஸ்யமான நபர்களை சந்தித்துவந்திருக்கிறேன்.

பொதுவாகக் கோடையில் கூட்டம் இருக்கும். ஆகவே அறைகளை யாருடனாவது பகிர்ந்துகொள்ள வேண்டியிருக்கும். போனதடவை பகிர்ந்துகொண்ட நபருக்கு ஐம்பது வயதிருக்கும். வெளுப்பாய் நெடுநெடுவென்று இருந்தார். 'ஒருகாலத்தில் நான் நல்ல புஷ்டியாய் இருப்பேன்' என்று ஏக்கத்துடன் சொன்னார். நான் 'என்ன பிரச்சினை உங்களுக்கு?' என்று கேட்க நினைத்துத் தடுத்துகொண்டேன். இதுமாதிரி இடங்களில் அது அவ்வளவு நாகரிகமான கேள்வியல்ல. இரவு சாப்பிடக் கிளம்பும்போது, 'நீங்க வரலியா?' என்றேன். அவர் வெறுப்பாய், 'டாக்டர் எனக்கு உபவாசம் சொல்லிருக்கார்' என்றபடி கட்டிலின் மறுபக்கம் திரும்பிப் படுத்துக்கொண்டார்.

மறுநாள் காலையில் டாக்டரின் அறைமுன்பு சோர்வாக அமர்ந்திருந் தார். காலைகளில் டாக்டர் ஒவ்வொருவராய்ப் பரிசோதித்து அன்று

அவர்கள் என்னவெல்லாம் சாப்பிடலாம், கூடாது என்று சொல்வார். எனக்கு வழக்கம்போல 'உங்களுக்குப் பித்தம், கபம் ரெண்டுமே கூடியிருக்கு. உங்களைக் கவனமாகக் கையாளணும்' என்றார். எனக்கு அன்னாசிப்பழம், திராட்சை இரண்டு மட்டும் சாப்பிடக்கூடாது. நான் அதை ஒரு பெரிய பாராட்டு போன்று வாங்கிக்கொண்டு வெளியே வந்து அறை நண்பரிடம் 'உள்ளே போங்க' என்றேன். அவர் வரட்டும் என்று கொஞ்சநேரம் வெளியே பெஞ்சில் அமர்ந்திருந்தேன். டாக்டர் உள்ளே அவர் நாடியைப் பார்த்து, 'உங்களுக்கு வாதம், பித்தம், கபம் எல்லாமே தாறுமாறாக் கிடக்கு. இங்கே மட்டுமில்லே, வீட்டுக்குப் போயும் நீங்க சமைச்ச உணவு எதையும் சாப்பிடாம இருக்கிறது நல்லது' என்றது கேட்டது. 'இன்னிக்கும் நீங்க ஒரு தண்ணீர் மட்டும் உபவாசம் இருந்திடுங்க.'

நண்பர் வெளியே மிகு விரக்தியுடன் வந்து, 'இந்த டாக்டர் என் குடும்பத்தைக் கலைக்கப் பார்க்காரு' என்றார். எனக்கு ஒன்றுமே புரியவில்லை. அவர் அன்றும் பட்டினி என்பதால் நான் மட்டும் சாப்பாடு எடுத்துவரப் போனேன். அறைக்குத் தட்டு நிறையப் பழங்களையும் சாலடையும் குவித்து வைத்துக்கொண்டு வந்து நான் சாப்பிடுவதைப் பொறாமையுடன் பார்த்தவாறே படுத்துக் கொண்டிருந்தார். பேச மறுத்தார். அவர் ஒரு தீராத வயிற்று வலி கேஸ் என்பது மட்டும் யாரோ சொன்னார்கள். சரியான சிடுமூஞ்சி என்றும் சொல்லப்பட்டது.

இரண்டு நாட்கள் கழித்து ஒரு மாலையில் கோவிலுக்கு நடை போகும்போதுதான் வாயைத் திறந்தார். அவர் யாரென்று தெரிந்தபோது எனக்கு மிகுந்த வியப்பாக இருந்தது. தமிழகத்தில் மிகுந்த விற்பனையாகும் சமையல் கலை புத்தகங்களை எழுதும் பெண்மணியின் கணவர் அவர். 'என் மனைவி உங்க மனைவியின் ரசிகை சார்' என்றேன். பிறகு எதோ புரிவதுபோலத் தோன்றி, 'ஆனா அளவுக்கு மிஞ்சினா அமிர்தமும் நஞ்சுன்னு சொல்வாங்கதானே? என்னதான் ருசியா இருந்தாலும் உங்க சம்சாரம் சமையலை நீங்க அதிகமா சாப்பிட்டிருக்கக்கூடாது.'

அவர், 'நாசமாப் போச்சு. அவ சமையல் நல்லாருக்கும்னு யாரு சொன்னா?'

'நிறைய சமையல் குறிப்பு எழுதுறாங்களே?'

'அது எழுதுவா. அதுக்கென்ன? உண்மையில அவளால ஒரு சாம்பார் சரியா வைக்க முடியாது. சொன்னா உங்களுக்குக் கலையை மதிக்கத் தெரியலைன்னு ஒரே ஒப்பாரி.'

நான் திகைத்து, 'என்ன சார் இப்படிச் சொல்றீங்க. நிறையப் பேரு பாராட்டறாங்களே?'

அவர் நீண்ட பெருமூச்செறிந்து மோவாயைத் தடவியபடி, 'அதான் எனக்கும் புரியலை' என்றார். 'எல்லோரும் என்னை மாதிரியே சொல்லப் பயப்படறாங்களோ என்னவோ? நிர்வாண ராஜா கதை மாதிரி?' என்றார்.

பிறகு சோர்வாய் எழுந்து, 'நாளைக்கும் உபவாசம் சொல்லிருக்கார் இந்தக் கொலைகார டாக்டர். ஒருபக்கம் கொலைகார டாக்டர். இன்னொருபக்கம் கொலைகார மனைவி' என்றவாறு தள்ளாடிய படியே போனார்.

வெட்கம்
67

என்னுடைய நண்பன் ஒருவன் லக்ஷ்மி பைத்தியம். எங்களது கனவுக் கன்னிகள் எல்லாம் ராதா, அம்பிகா, சில்க் ஸ்மிதா என்றிருக்க, இவனுக்கு மட்டும் லக்ஷ்மிதான் அழகி. அதற்கான காரணத்தையும் அவன் தெரிவித்தான். 'ஒருவரின் அழகு என்பது அவர் உடலில் இல்லை. அவர் எப்படி வெட்கப்படுகிறார் என்பதில்தான் உள்ளது. நீங்க சொல்றவங்களுக்கெல்லாம் வெட்கப்படவே தெரிவதில்லை. லக்ஷ்மிதான் உலகத்திலேயே அழகாக வெட்கப்படுகிறவர். ஆகவே அவரே சிறந்த அழகி.'

நாங்கள் இந்தக் கருத்தைப் பற்றி டவுனில் இருந்த எங்கள் ஆசானிடம் விவாதித்தோம். அவர் அவனது கருத்தை ஒப்புக்கொண்டார். ஆனால் உலகத்திலேயே அழகாக வெட்கப்படுகிறவர் நடிகை ராஜகுமாரி தான் என்று அவர் சொன்னார். ஆனால் அப்படி ஒருவரைப் பற்றி நாங்கள் கேள்விப்பட்டிருக்கவே இல்லை. ஆனால், நாங்கள் அந்த நண்பனை அதன்பிறகு 'லம்போடு' என்று அன்போடு அழைக்கத் தொடங்கினோம். (ஏலே, அவன் ஒரு லம்போடுல்லா! உலகத்திலேயே அழகான சிரிப்பு கேபி சுந்தராம்பாளோட தும்பானே?) சற்று காலத்திலேயே அவனது நிஜப் பெயர் மறைந்து, அதுவே அவனது நிரந்தரப் பெயரானது.

ஒரு நாள் மாலை லம்போடு, வேட்டி பறக்க சைக்கிளில் எங்கள் ஜமாஅத்துக்கு வந்தான். 'லே, கிளம்புங்கலே யார் லம்போடுன்னு காமிக்கேன்' என்று எங்கள் அனைவரையும் பத்திக்கொண்டு பர்மா அக்கா வீட்டுக்குப் போனான். அங்கே வார மத்தித் திரைப்படமாக ரூபவாகினியில் 'கண்மணி ராஜா' என்ற படம் போட்டுக்

கொண்டிருந்தார்கள். நாங்கள் போகவும், 'ஓடம் கடலோடும்' என்ற பாட்டு தொடங்கியது. 'பாருங்கலே இப்போ, லக்ஷ்மி எவ்வளவு அழகா வெக்கப்படுதான்னு' என்றான் ஆவேசமாக. பர்மா அக்கா, 'எலெய், என்ன இது தெருவையே இங்கு கூட்டிட்டு வந்துட்டியே... இவனுக ஏரியாவையே குசிவி நாத்திப் போடுவாங்களே' என, 'சும்மா இருங்கக்கா' என்று அவன் அலறியதில் அவளே பயந்துபோய் உள்ளே ஓடிவிட்டாள்.

இவ்வளவு சொல்கிறானே என்று எங்கள் ஜமாஅத் சத்தம் போடாமல் அந்தப் பாடலை முழுவதுமாகப் பார்த்தது. பாடலை முற்றிலும் பார்த்து முடித்துவிட்டுத் தனது தீர்ப்பை ஒரே குரலில் சொன்னது. அது இதுதான்.

'உலகத்திலேயே மிகச் சிறந்த வெட்கப்படுகிறவர் லக்ஷ்மி அல்ல. சிவக்குமார்தான்.'

□

நினைவின் தடத்தில்

68

சரியான பசி நேரத்தில் அந்த போன் வந்தது. நான் வண்டியை ஓட்டிக்கொண்டே மொபைலை எடுத்தால், இலக்கிய நண்பர், 'யோவ்! ஜெமோ தளத்தைப் பார்த்தீரா?' 'என்ன?' 'உன்னைத் திட்டி எழுதியிருக்கார்.' நான் சற்று சமாதானமடைந்து, 'அது வழக்கம் தானே...' 'இல்லை, இந்தத் தடவை ரொம்பத் திட்டியிருக்கார். நீ கவிஞரே இல்லையாம். உனக்கு வாசிப்பே கிடையாதாம்.' 'என்ன!' ஆத்திரத்தில் என் கை நடுங்குவது எனக்கே தெரிய, எதிரே வந்த கிழவி வயதுக்கு மீறிய வேகத்துடன் பாய்ந்து விலகினாள். நான் வேகத்தைச் சற்றும் குறைக்காமல் வண்டியைத் திருப்பினேன். 'இருமய்யா, வீட்டுகிட்டே வந்துட்டேன்.'

சார்த்தியிருந்த கேட்டை வண்டியாலேயே தள்ளி உள்ளே புயலென நுழைந்தேன். என் இதயம் படபடவென்று துடித்துக் கொண்டிருந்தது. வண்டியை நிறுத்திவிட்டு, 'இப்போ சொல்லுமைய்யா...'

அவர், 'நீரு போயி முதல்ல நெட்டைப் பாருமய்யா.'

நான், 'முடியாதே. வீட்டுல கனெக்சன் கட்டுன்னு கம்பளைண்ட் செஞ்சு இரண்டு நாளாகுது' என்றேன் இயலாமையுடன். 'ப்ளடி பிஎஸ்என்எல்! இன்னிக்கு அதைப் பத்தி ஒரு பதிவு போட்டுட வேண்டியதுதான்!' என்றேன் ஆத்திரமாக. 'ஆனால், அதற்கும் நெட் வேணுமே!'

எனக்கு சினம் தன்மூடி எழுந்தது. அதே ஆத்திரத்துடன் வீட்டுக் கதவை உதைத்தேன். அது படேலென்று திறந்துகொண்டது.

முன்னறையில் கட்டிலில் வழக்கம்போல மனைவியின் புதிய உறவினர் யாரோ அமர்ந்திருந்தார்கள். 'நீரு நெட்டு பக்கத்தில இருக்கிறீரா?' என்னைப் பார்த்ததும் உறவினர் சரேலென்று எழுந்தார். நான் 'உக்காருங்க உக்காருங்க' என்றேன். 'ம்ம், சொல்லும் என்ன எழுதியிருக்கார்?' நான் போனைக் காதில் வைத்தபடியே அடுத்த அறையில் எனது புத்தக அலமாரியை நோக்கிப் போனேன். ஜெயமோகனுக்கு எதிரான எனது எல்லா ஆயுதங்களும் அங்கேதான் இருக்கின்றன. வழக்கம்போல மனைவி அதைப் பின் அறைக்குத் தள்ளியிருக்கவேண்டும். காணோம். எனக்குக் காது மடல் சிவந்தது.

'அது வந்து உம்ம கவிதைகள் பிரதி பண்ணுகிறவையாம்.'

'ம்ம்.'

அடுக்களையில் அவளைக் காணோம். கீர்த்தி ஒரு ஸ்டூலின்மீது ஏறி எதையோ எடுக்க முயன்றுகொண்டிருந்தான். அவன் இன்னைக்கு ஸ்கூலுக்குப் போகவில்லையா? குளிக்கவும் இல்லைபோல் இருக்கிறது. அழுக்காய் இருந்தான். நான் புழக்கடைக் கதவைத் திறந்து எட்டிப் பார்த்தேன். அங்கே பெரிய சட்டியில் நீர் விளாவிக் குளித்துக்கொண்டிருந்த பெண் நெஞ்சில் சேர்த்த பாவாடையோடு 'ஐயோ!' என்று எழ, 'பரவால்ல, நீங்க குளிங்க. நான் கனகாவைத் தேடி வந்தேன். எங்க அவ? கடைக்குப் போயிருக்காளா? என்னோட புத்தக அலமாரியைக் காணோம்.' (யாரிந்த உறவுப் பெண்? அழகாக இருக்கிறாளே? கல்யாணத்தில் பார்த்திருக்கிறேனா?)

நான் திரும்பவும் வேகமாக முன்னறைக்கு வந்து, 'ஜெயமோகனுக்குக் கவிதை பத்தி என்ன தெரியும்னு நினைக்கிறீங்க? அவர் ஒரு scandal monger.' அதிகம் உணர்ச்சி வசப்பட்டுவிட்டதாலோ என்னவோ திடீரென்று ரொம்ப வியர்த்தது. ஓட்டுவீடு வேறு. என்ன செய்வது? Scandal monger! எனக்கு அந்தப் பதம் பிடித்திருந்தது. மறுபடியும் நண்பரிடம் சொன்னேன். 'ஆம். அவர் ஒரு scandal monger!' சொன்னவாறே சட்டையைக் கழற்றி இன்னமும் நின்று கொண்டிருந்த மனைவியின் உறவினர் தலைக்குமேல் இருந்த கொடியை நோக்கி வீசினேன். அது சரியாக அவர் முகத்தில் விழுந்தது. 'சாரி' என்றேன். 'அட உக்காருங்க, உக்காருங்க. சாப்டீங்களா என்ன? இந்தக் கனகா எங்கே? அவ என்னோட புத்தக அலமாரியை...' என்றபடியே வெளியே வந்து போனில் 'அவருக்கு ஸ்ட்ராங்கா ஒரு பதில் எழுதணும் தோழர்...'

'நிச்சயமா...'

தோட்டத்தில் லேசாகக் காற்று வீசியது. எப்போதும் நான் வழக்கமாய் மூத்திரம் போகும் தென்னை மரத்தருகே ஒரு யானை நின்றிருக்க, 'என்னதிது? கனகா, பாபு ஸ்டோர்ஸிலிருந்து ஒவ்வொன்றாய் வாங்கி கடைசியில் ஒரு ஆனையையும் வாங்கி விட்டாளா?' பாகன் எழுந்து, 'கொஞ்ச நேரம் நிழலுக்காக நின்னது. அம்மாகிட்டே சொல்லியாச்சு.' நான், 'அப்ப சரி' என்று தலையசைத்துவிட்டு சற்றுத் தள்ளி ஆனையை ஒரு கண் பார்த்தவாறே மூத்திரம் போனேன். 'பதிலே எழுத வேணாமா? ஏன் அப்படி சொல்றீங்க?' இப்போது ஆனையும் தென்னை மட்டையை உரித்துத் நின்றபடியே என்னை ஓரக் கண்ணால் பார்த்தவாறே சளசளவென்று மூத்திரம் போக அது ஆறாகப் பெருகி என்னருகே வர, துள்ளி விலகினேன்.

பிறகு போனிடம் மீண்டும் திரும்பி, 'இல்ல... எழுதறேன் என் ஸ்டைல்ல' என்றவாறே மீண்டும் வீட்டுக்குள் புக முயல, கதவு அடைக்கப்பட்டிருந்தது. நான் எரிச்சலுடன் கதவைப் படபடவென்று தட்டினேன். முன்பு'குளித்துக்கொண்டிருந்த பெண் இப்போது அரைச் சேலையைச் சுற்றிக்கொண்டு பீதியுடன் எட்டிப் பார்த்துக் கொண்டிருக்க, அழுக்கு கீர்த்தி அவள் சேலையை வாயில் கடித்தபடி அம்மணமாய் நின்றிருந்தான். என்ன பழக்கம் இது! எத்தனை முறை கண்டித்தாயிற்று! பெண்களின் முந்தானையில் என்னதான் சுவை இருக்கிறது? நான், 'கீர்த்தி, விளையாடாமக் கதவைத் திறடா!' என்று கத்தினேன்.

அப்போது 'சாரே' என்று பின்னாலிருந்து ஒரு குரல் விளித்தது. வீட்டின் பக்கவாட்டில் குடியிருக்கும் வீட்டு ஓனரம்மாதான். 'நான் அப்புறம் பேசறேன்யா' என்று போனைத் துண்டித்தேன். 'என்னம்மா, கிணத்துல மோட்டார் வச்சுத் தரேன்னு சொன்னீங்களே. முன்பு மாதிரி அவளாலே தண்ணி இறைக்க முடியறதில்லை.' ஓனரம்மா அதற்குப் பதில் சொல்லாமல் என்னை உற்றுப்பார்த்தாள். நான் தமிழ் ஆண்களுக்கே உரிய நாணத்தோடு 'ச்சே!' என்று எனது வெற்று மார்பைக் கைகளால் மூட முயன்றேன். 'இந்த மலையாளப் பெண்களுக்கு லஜ்ஜை என்பதே கிடையாதா?' அவள் இன்னமும் வெட்கம் கெட்ட தன்மையை விடாமல் என்னை உற்றுப் பார்த்து, 'சார் குழித்துறை போலியா?''என்றாள்.

'குழித்துறை? வாவுபலி பொருட்காட்சியா? அதான் முடிஞ்சிடுச்சே' என்றேன். மோட்டார் விவகாரத்தை எப்படித் திசை மாற்றுகிறாள்!

'பொருட்காட்சியில்லே. வீடு. சாரோட வீட்டுக்குப் போகலியான்னு.'

போக புத்தகம் | 213

'வீடு?' நான் சற்றுக் குழம்பி அவளை உற்றுப்பார்த்தேன். சற்று நேரம் மௌனம். இப்போது வீட்டுக் கதவு திறந்து, அந்தப் பெரியவர் என்னுடைய சட்டையை எடுத்து என்னிடமே கொடுத்தார்.

ஓனரம்மா, 'சாரு மறந்தோ? இப்போ சாரோட வீடு குழித்துறையிலானு. இங்கிருந்து மாறி ஒரு கொல்லம் ஆயல்லே?'

□

தேர்ச்சி

69

இன்று பையனை கவிமணி தேசிக விநாயகம் பிள்ளை பள்ளியில் இந்தி முதல் தேர்வுக்காக விட்டுவந்தேன். இதுவரை என்னுடைய தீவிர தமிழ்ப் பற்றாலும் சரியான இந்தி டீச்சர் கிடைக்காததாலும் அவருக்கு இந்தி புகட்டாமல் தவிர்த்து வந்தேன். ஒரு கட்டத்தில் அவரே, 'நீ வேலைக்காவாறதில்லப்பா 'என்று சொல்லத் தலைப்பட்டுவிட்டதால் தேசிய/குடும்ப ஒருமைப்பாடு கருதி இந்த முடிவை எடுக்க வேண்டியதாயிற்று. விடுமுறை தினம்தானே, அதுவும் தமிழ்த்தேசம்தானே என்று சாவகாசமாய்ப் போனால் டிராபிக் ஜாம்! குமரி மாவட்டமே சிற்றம் சிறுகாலே எழுந்து இந்தித் தேர்வு எழுதப் போய்க்கொண்டிருந்தது. எனக்கு இடம் சரியாகத் தெரியாது. விசாரிக்க, டிராபிக் காவலர், 'இந்த மலைப்பாம்பு பின்னாலேயே போங்க' என்று நீண்டதொரு வரிசையைக் காண்பித்தார். பள்ளியை நெருங்குவதற்குள் தாடை தரையைத் தொட்டுவிட்டது. அங்கே, வயிற்றிலிருந்து இப்போது நழுவிய குழந்தைகள் முதல் வயிற்றிலிருந்து இப்போது நழுவி விடுமோ என்ற அச்சத்தைத் தரும் கனஸ்திரீகள் வரை 'குச் குச் ஹோதா ஹை' செய்ய வந்திருந்தார்கள்.

இவ்வளவு கூட்டத்தைப் பார்த்ததும் பையர் மிரண்டு விட்டார். அவரது முதல் பொதுத்தேர்வு இது. நான் அவரைத் தேற்றி, 'இதுக்குப் போய் பயப்படலாமா' என்று வீரம் அளித்தேன். வீடு திரும்புகையில் டிராபிக்கில் நிற்கையில், எனது காலச் சக்கரம் சுழன்றது. வருடங்களுக்கு முன்பு கீர்த்தனையின் ஆரம்பத்தில் நான் ஒருமுறை திருவனந்தபுரத்தில் CBSE நுழைவுத் தேர்வு எழுதப்போன காட்சி நினைவு வந்தது. திருவனந்தபுரத்தில் இருந்த சமஸ்கிருதக்

கல்லூரியில் அந்தத் தேர்வு நடைபெற்றது. நாங்கள் அதற்கு வழி தெரியாமல் ஏறக்குறைய எர்ணாகுளம் வரை போய் திரும்பவந்து இடத்தைக் கண்டுபிடித்தோம்.

பள்ளி வளாகத்துக்குள் நுழைந்தவன் அப்படியே மிரண்டுவிட்டேன். வெளிநாட்டு கார்கள். வெளிநாட்டுக் காரர்கள். குதிகால் உயர்ந்த, பிட்டம் உயர்ந்த, நெற்றி உயர்ந்த பெண்கள். கூலர்கள். ஜீன்சுகள். ஷூக்கள். நான் எனது மஞ்சள் சட்டையைப் பதற்றத்தில் இழுத்து இழுத்து விட்டுக்கொண்டேன். யாரோ என்னிடம் வந்து 'Where is the rest room?' என்று உயர் ஆங்கிலத்தில் கேட்டார்கள். நான் ரெஸ்ட் ரூம் என்ற வார்த்தையையே அப்போதுதான் கேட்கிறேன். ஆகவே குத்துமதிப்பாக 'ம்ம்ம்ம்ம்ம்' என்று மலச்சிக்கல்காரன்போல உறுமினேன்.

ஒருவழியாக அறையைக் கண்டுபிடித்துப் போனபோது எனது அதிர்ச்சி பல மடங்கானது. என்னைச் சுற்றிலும் பெண்கள். நான் மட்டுமே அங்கே ஒரே ஆண். அது எப்படி நிகழ்ந்தது என்று தெரியவில்லை. பலநேரங்களில் எனது முதல்பெயர் காரணமாக நான் செல்வி என்றோ திருமதி என்றோ கருதப்பட்டுவிடுவதுண்டு. இது அந்த மாதிரி ஒரு குழப்பமா? நான் எனது அப்பாவைப் பரிதாபமாகப் பார்த்தேன். இப்போது அவரும் பதட்டமாகி சட்டையை இழுத்து இழுத்து விட்டுக்கொண்டிருந்தார். நான் கொலைக்கூடத்துக்குள் நுழையும் மரணதண்டனைக் கைதிபோல பம்மிப் பம்மி நுழைந்தேன். என்னுடைய உடல் அசைவுகளில் ஒரு எலியின் பாவனை வந்துவிட்டது எனக்கே தெரிந்தது.

என் பக்கத்தில் அமர்ந்திருந்த பெண் அநியாயத்துக்கு வாசனையாக, செழிப்பாக, நவீனமாக இருந்தாள். அவள் அணிந்திருந்த பனியனில் 'eh?' என்று எழுதியிருந்தது. பின்பக்கம் திரும்பிப் பார்த்தேன். அங்கிருந்தவள் முகத்தை ஒரு சின்னக் கண்ணாடியில் பார்த்தபடி ஒற்றிக்கொண்டிருந்தாள். என்னை ஏறிட்டுப் பார்த்து, 'வாட் டு யூ வாண்ட்?' என்று குரைத்தாள். நான் சட்டென்று திரும்பி, 'காக்க காக்க' சொல்ல ஆரம்பித்தேன். இப்போது என் பக்கத்தில் இருந்த பெண் தனது கூந்தலை ரப்பர் பாண்டிலிருந்து விடுவித்து மார்பின்மீது தவழவிட்டாள். அது நுரைத்து அவள்மீது படர்ந்தது. மிக உயர்தரமான வாசனை ஒன்று அறையெங்கும் பரவியது.

நான் தலையைச் சொறிந்துகொண்டேன். என் தலையிலிருந்து பொடுகு உதிர்ந்தது. அவள் 'யாக்!' என்றாள். யாரை அவள் காட்டெருமை என்று சொல்கிறாள் என்று நான் யோசித்துக் கொண்டிருந்தேன். 'That is dandruff you know!' என்றாள் அவள்.

என்னிடமிருந்து இன்னும் தள்ளி அமர்ந்துகொண்டாள். மறுபடியும் தோளை உலுக்கிக்கொண்டு யாரையோ காட்டெருமை என்றாள். நான் பதற்றத்தில் இன்னும் தலையைச் சொரிய இன்னும் 'யாக்!' பின்னால் இருந்த பெண் இப்போது சொன்னாள், 'வில் யூ ப்ளீஸ் ஸ்டாப் தட்?' நான் கண்ணீருடன் வெளியே நின்றிருந்த அப்பாவைத் தேடினேன். காணோம்.

அதற்குள் மணி அடித்துவிட்டது. புயலென உள்ளே நுழைந்த தேர்வு மேற்பார்வையாளர் - அவரும் பெண்தான். அந்தக் கலரில் லிப்ஸ்டிக், இல்லை, லிப்ஸ்டிக்கையே அப்போதுதான் பார்க்கிறேன். அவர் கேள்வித் தாள்களை விநியோகித்துக்கொண்டே வந்தவர், என்னுடைய ஹால் டிக்கட்டை மட்டும் எடுக்கச் சொல்லி ஒரு தீவிரவாதியைப் போலச் சோதித்தார். 'Are you sure you are this Gomathi Sankar?' என்று எனது ஐடியைக் காண்பித்துக் கேடடார். வகுப்பறையில் ஒரு சிரிப்பலை எழுந்தது. பக்கத்தில் இருந்த பெண் வயிற்றைப் பிடித்துக்கொண்டு சிரித்தார். நான் மறுபடியும் 'ம்ம்ம்ம்' என்று முக்கினேன்.

நல்லவேளையாக இரண்டாவது மணி அடித்துவிட்டது. நான் அழுகையைக் கட்டுப்படுத்திக்கொண்டு குனிந்து விடைகளை டிக் அடிக்க ஆரம்பித்தேன். ஒரு மணி நேரம் நான் நிமிர்ந்தே பார்க்க வில்லை. நிமிர்ந்து பார்க்கவே அஞ்சினேன். ஒரு தடவை அவ்விதம் பார்த்தபோது அந்த மேற்பார்வையாளர் கன்னத்தில் பேனாவை வருடிக்கொண்டு என்னையே பார்த்துக்கொண்டிருந்தார். ஒரு கட்டத்தில், 'இன்னும் அரை மணி நேரம் மட்டுமே இருக்கிறது' என்று சொன்னது மட்டுமே கேட்டது. அதற்குப் பிறகுதான் என் கவனம் கலைந்தது. ஒருவேளை அந்த வாசனைதான் காரணமாக இருந்திருக்கும். அவள்தான், பக்கத்து இருக்கைப் பெண், அவள் இப்போது ஏறக்குறைய என் மடியில் அமர்ந்திருந்தாள். நான் வியப்பாகப் பார்க்க 'சேட்டா' என்று தாழ்ந்த குரலில் என் காதில் கிசுகிசுத்தாள். 'கொஞ்சம் காணிக்குமோ?' என்றாள். 'ப்ளீஸ்...' அதேநேரம் பின்னாலிருந்து ஒரு இஸ்ஸ்ஸ் இஸ்ஸ்ஸ் கேட்க, அங்கே திரும்பினால் அவளும் 'ப்..... ளீஸ்...'

நான் ஒருகணம் அசையாது அப்படியே அமர்ந்திருந்தேன். பிறகு என் தலையைச் சொறிந்தேன். பொடுகு ஒரு அருவிபோல அவர்கள் இருவர்மீதும் கொட்டியது.

□

வெறுப்பு

70

நாகர்கோவிலில் ஒரு கடையில் அமர்ந்து பேசிக்கொண்டிருந்தோம். இல்லை, மௌனமாக இருந்தோம். அவருக்கு நேற்றுத்தான் விவாகரத்தாகி இருந்தது. அவர் ஓர் ஆசிரியர். மிகுந்த துக்கத்தில் இருந்தார். மிகுந்த குழப்பத்தில் இருந்தார். உலகமே அவரை வெறுப்பதாக நினைத்தார். குறிப்பாகப் பெண்கள். அவரால் அவர்களைப் புரிந்துகொள்ளவே முடியவில்லை. அவர் என்ன தவறு செய்தார் என்றும் அவருக்குப் புரியவில்லை. எப்போதுமே ஒருவரால் வெறுக்கப்படுவதற்கு நாம் ஏதாவது தவறு செய்திருக்கவேண்டும் என்பதில்லை என்று நான் சொன்னேன். லேசாக மழை பெய்யத் தொடங்கியது. 'நாம் சற்று மது அருந்தலாமா?' என்று கேட்டார். பிறகு நான் மது அருந்துவதில்லை என்று உணர்ந்து மௌனித்தார். அவரது உறைந்த கண்கள் விடுபட்டு ஒரு துளிக் கண்ணீர் கீழே சொட்டியது.

அப்போது யாரோ ஒரு பெண்மணி கடையேறி வந்தார். 'ஜெராக்ஸ்.' நான் எழுந்து அவரது காகிதங்களை வாங்கினேன். அவர் இரண்டொருமுறை திரும்பி ஆசிரியரைப் பார்த்தார். பிறகு தயங்கி, '...... சார்தானே?'

அவர் அவசரமாகக் கண்களைத் துடைத்துக்கொண்டு, 'ஆமாம் நீங்கள்?'

'நான்.........' என்றார். நண்பர் நினைவுகொள்ள சற்று சிரமப்படுவதை பார்த்து, 'திருவட்டார்...... சார்' என்ற பெண்மணி, சற்றுத் தயங்கி 'உங்களுக்கு லவ் லெட்டர் கொடுத்து திட்டு வாங்கினேனே?'

‘ஆ...’ அவருக்கு நினைவு வந்துவிட்டது. சற்று வெட்கமும் அடைந்தார். ‘பெரிய பெண்ணாகி விட்டாய்.’

அவள் புன்னகைத்து, ‘நீங்கள் அப்படியே இருக்கிறீர்கள் சார்’ என்றாள். ‘காதோரம் நரை தவிர.’ சற்று நேரம் மௌனம். ‘ஒரு காப்பி சாப்பிடலாமா சார்?’

நண்பர் என்னைப் பார்க்க, ‘போய் வாருங்கள்’ என்றேன். இருவரும் இறங்கிப் போனார்கள். இள மழையினூடே. பொன் வெயிலினூடே.

□

காட்டுமிராண்டியூர்

71

ஒரு தமிழ் நாயருடன் ஒருநாள் வண்டியில் ஏறினதுமே, அவர் காத்திருந்ததுபோலச் சொன்னார்: 'உங்க ஊர்ப் பசங்க எல்லாமே இப்படில்லா இருக்கான். ஐயோ ஆண்டவனே!'

நான் புரியாமல், 'எப்படி?'

'சுத்தக் காட்டுமிராண்டியா... சென்னையில சுவாதியைக் கொன்னதும் திருநவேலிக்காரம்தான். நாயை... பாவம், அது கண்ணைப் பார்த்தா கரலு கரைஞ்சு போகும். அதை மாடில இருந்து தூக்கி எறிஞ்சவனும் உங்க ஆளுங்கதான்.'

நான் சற்று பின்வாங்கி, 'பாசு, நான் அறுபது சதம்தான் தின்னவேலி, மீதி கன்யாகுமரி சுசீந்திரம்.'

அவர், 'அதெல்லாம் கிடையாது. பிளேஸ் ஆப் பர்த் என்ன?'

நான் இன்னும் பம்மி, 'திருநெல்வேலி மேட்டுத்தெரு வைக்கப்படப்பு' என்றேன்.

'ஆ! அங்கன பறயு. இந்த சுசீந்திரமும் ஒண்ணும் குறைச்சல் இல்லே. நாயைத் தூக்கி, பாவம், அது முகத்தைப் பார்த்தா...'

நான், 'லிவர் மெல்ட் ஆயிடும்' என்றேன்.

'அதே! அந்த நாயைத் தூக்கி எறிஞ்சவங்கல்ல கன்யாகுமரிக்காரனும் உண்டு, கேட்டீங்களா? இல்லேடா கிளி?'

கிளி பத்மநாபன் மிகுந்த நடுநிலைவாதியும் ஒரு சக நாயருமாதலால், 'ஆமாமா' என்று ஆமோதித்தார். மீதிப் பயணம் முழுவதும் என்னைப்

போன்ற திருநெல்வேலி பாண்டிப் பயல்களின் துக்கிரித்தனத்தை, விடியாமூஞ்சியை விவரிப்பதில் தொலைந்தது. நான் மௌனமாக போனை நோண்டிக்கொண்டிருந்தேன். அப்போதுதான் அந்தப் பதிவைப் படித்தேன். சந்தோஷத்தில் 'யோவ்' என்றேன். அவர் 'ம்ம்?' என்று உறுமினார். 'சாரி' என்றேன். 'அது கிடக்கட்டு, இந்த ராம்குமார் கொல்லலையாம்லே' என்றேன்.

'யாரு சொன்னது? பச்சைக் கள்ளம். அவன் முகத்தைப் பார்த்தீங்கள்ளா. ஊமைக் குசும்பன். இதுமாதிரி ஆளுங்கதான் இதைப் பண்ணுவாங்க.'

'பாஸ், சொன்னது நான் இல்லே, அவனது வக்கீல்.'

'வக்கீலுமாறு ஆயிரம் சொல்வான். பொய் சொல்றதுதானே அவ்னமாறு சோலி.'

'அதில்லை பாசு. அந்தாளு சாதாரண வக்கீலு இல்லே. பிஜேபில முக்கியப் புள்ளியாம். ராமர் கோவில் கட்டுறவரைக்கும் வெட்ட மாட்டேன்னு சடை வளர்க்கிறாராம்.'

ட்ரைவர் நாயரின் முகம் இடி விழுந்த சர்ப்பம்போல ஆனது. அவர் தீவிரமான பிஜேபியர் என்பது குறிப்பிடத்தக்கது. ராமர் கோவிலுக்குக் கல் எடுத்துப் போக மிக விரும்பி ஏர்ன்ட் லீவ் அதிகம் இல்லாததால் விட்டுவிட்டார். 'உள்ளதா' என்று கேட்டார். கிளி நாயர் எனது மொபைலைப் பிடுங்கி ஆதாரங்களை ஆராய்ந்தார். பிறகு நீண்ட பெருமூச்சுடன், 'உண்மைதான்னு தோணுது.'

ட்ரைவர் முகம் ஆழ்ந்த சிந்தனைக்குள் போய் மீண்டது. அதற்குள் இரண்டொரு பாதசாரிகள், ஒரு சைக்கிள்சாரி மற்றும் இரண்டு பைக்சாரிகள் எங்களது வண்டியின் பைதாக்களுக்குள் விழத் தலைப்பட்டனர். நான் பயந்து, 'போட்டு போட்டு, சாரமில்லை' என்று அவரை ஆறுதல்படுத்த முயற்சித்தேன். ஆனால் அதற்குள் அவர் முகம் மேகம் நீங்கிய நிலவு போலப் பிரகாசித்தது.

'ஆ! அது ஒரு ராஜ தந்திரமாக்கும்' என்றார். நான் 'புரியலை' என்றேன். அவர், 'அட ஈஸி' என்றார். 'ராம்குமார் யாரு?'

நான் கவனமாக, 'சுவாதி என்ற பெண்ணைக் கொன்றதாகச் சந்தேகிக்கப்படுகிறவர்.'

'அதில்லை. எந்த ஊரு?'

'திருநெல்வேலின்னு நீங்கதானே சொன்னீங்க.'

அவர் எனது மந்தபுத்தி கண்டு எரிச்சலுற்று, 'அது சரிதான். ப்ராப்பர் ஊர் எது?'

'செங்கோட்டைப் பக்கத்தில...'

'மீனாட்சிபுரம். மீனாட்சிபுரம் ரொம்ப பேமஸ் ஊருல்லா' என்று சொன்னவர் உற்சாகமாக, 'கிளி நீ சொல்லுடே இனி சாருக்கு' என்று நிம்மதிப் பெருமூச்சு விட்டார்.

கிளி அந்த 'ராஜதந்திரத்தை' இப்படி விளக்கினார். 'அதாவது மீனாட்சிபுரத்தில ஏற்கெனவே முக்காவாசிப் பேரு மதம் மாறிட்டாங்க. மீதியிருக்கிறது கொஞ்சம் பேருதான். அதுல இருக்கிற ஒரு ஆளுதான் இந்த ராம்குமார்.' எனக்கு இன்னும் புரியாமல் விழிக்க, 'ஐயோ கொடுமையே! மீதியிருக்கிற நம்ம சனங்களை நம்மைத் தவிர யாரு காப்பாத்துவா?' கிளி இன்னும் சற்று விளக்கமாக, 'அதாவது ராம்குமார் நம்மாளு. அவரை நாம்தான் காப்பாத்தணும்.'

நான், 'அப்போ சுவாதி?' என்றேன்.

'இவங்க வருவாங்கன்னு இருந்தா, ஏற்கெனவே இருக்கற அந்தக் கொஞ்ச பேரும் போயிட்டாங்கன்னா?'

சற்று நேரம் வண்டிக்குள் அமைதி நிலவியது.

ட்ரைவர் நாயர் தனது 'ராஜதந்திரம்' தியரி சரியாக வேலை செய்யவில்லை என்று உணர்ந்தார். பிறகு ஒரு வேதாந்தியின் பற்றற்ற முகத்தோடு, 'யார் யாரைக் கொன்னா நமக்கென்ன சார். நமக்கு ஜோலி செஞ்சா கூலி, இல்லையா?' என்றார் கிளியை நோக்கி. கிளி நாயர் தனது எல்லா ஆதாரங்களையும் நுணுகி ஆராய்ந்து பார்த்துவிட்டு 'தன்னே' என்றார்.

□

குசலா
72

கொஞ்ச நாட்களாக வன விலங்குகள் பற்றிய செய்திகளாய் வந்துகொண்டிருக்கின்றன. நெல்லையில் ஒரு கரடி ஊருக்குள் புகுந்து எல்லோரையும் கடித்து, அதை மயக்கப்போன மயக்க மருத்துவரையும் கட்டிப்பிடித்துக் கடித்துவிட்டது. கோவையருகே ஒரு யானை ரயில்வண்டியில் அடிபட்டு இறந்துவிட்டது. உத்தரகாண்ட், அல்மோராவில் குரங்குகள் திடீரென்று பல்கிப் பெருகி ஊர்ப்பெண்கள் தாவணியை இழுப்பது முதல் எல்லாக் காரியங்களும் பண்ணுவதாக ஊர் மக்கள் குமுறுகிறார்கள் என்று Down to Earth இதழ் தெரிவிக்கிறது. சிலர் அந்த ரவுடிக் குரங்குகளை அரசாங்கம் கொல்லவேண்டும் என்று எதிர்பார்க்கிறார்கள். 'குரங்கைக் கொல்லலாமா? அது ஹனுமான் அல்லவா?' என்று சூழலியலாளர் நைச்சியமாகப் பேசிப் பார்க்கிறார். அவர்கள் அதைவிட நைச்சியமாக, 'இவை ஹனுமான் அல்ல. வாலி. கெட்ட குரங்கு' என்கிறார்கள். குரங்குகளை பிடித்து 'ஆண்மை நீக்கம்' செய்வதும் பலன் தரவில்லை. குறைந்தது மூன்றில் ஒரு பங்குக்காவது செய்யவேண்டும். கஷ்டம்.

முன்பெல்லாம் பாபநாசத்தில், குற்றாலத்தில் நிறையக் குரங்குகள் இருக்கும். இப்போது குறைந்துவிட்டன. குற்றாலத்தைச் சுற்றியிருக்கும் பழத்தோட்டங்களில் அவை விஷம் வைத்துக் கொல்லப் படுவதாகக் கேள்விப்பட்டிருக்கிறேன். கரடிகளோ யானைகளோ ஊருக்குள் புகுந்துவிடக் காரணம் நமக்குத் தெரிந்ததுதான். நாம் அவர்களது வாழ்விடங்களை ஆக்கிரமித்திருக்கிறோம்.

எனக்குச் சிறு வயதிலிருந்தே குரங்குகளுடன், யானைகளுடன் நல்ல பழக்கமுண்டு. கரடிகளுடன் சுமாரான பரிச்சயமே உண்டு. உண்மையில் எனது இந்தச் சிறிய வாழ்வின் முதல் நினைவே ஒரு குரங்குடன்தான் ஆரம்பிக்கிறது. அப்போது எனக்கு இரண்டு வயது இருக்கலாம். அப்போது நான் குண்டாக இருந்தேன். அப்போது நான் அழகாகவும் இருந்தேன் என்பார்கள். ராணியிலோ மாலைமதியிலோ 'Baby Amul!' என்ற வாசகத்தோடு அட்டையில் வரும் அளவுக்கு (கடினம்தான். எனினும் இந்த சுய விதந்தோதலைச் சகித்துக் கொள்ளத்தான் வேண்டும் நீங்கள்! ஏனெனில் கதைக்கு இது தேவைப் படுகிறது) நான் வெகு குண்டாக இருந்ததால் யாரும் என்னைத் தூக்க மறுத்தார்கள். என் அம்மா உட்பட. இறுதியில், கல்யாணமாகாத எனது சித்தியின்மீது கல்யாணமாகாத குற்றத்துக்குத் தண்டனையாக அந்தப் பொறுப்பு வழங்கப்பட்டது. அவள் அதை அவ்வளவு பிரியமில்லாமல் செய்துகொண்டிருந்தாள்.

ஒருநாள் குற்றாலத்துக்குச் சாரல் விசாரிக்க மொத்தக் குடும்பமும் கிளம்பியது. எல்லா அருவிகளிலும் தண்ணீர் தடதடவென்று கொட்டிக்கொண்டிருக்க எல்லாருக்கும் நல்ல குஷி. அதுவும் பெண்களுக்குக் குற்றாலம் மாதிரியான இடங்களில் ஏற்படும் சுதந்திர உணர்ச்சி வேறு எங்கும் ஏற்படுவதில்லை. அங்கே கற்பகம், கேஆர் விஜயாக்கள்கூட 'அம்மம்மா காற்று வந்து ஆடை தொட்டுப் பாடும்' என்று பாடும் ஜெயலலிதாக்கள் ஆகிவிடுகிறார்கள். ஆனால் இவை எல்லாம் கல்யாணமான ஸ்திரீகளுக்குத்தான். என் சித்தி வழக்கம் போல அழுக்குத் துணிகளுக்கும் ஒரு குண்டுப் பையனுக்கும் காவலாகக் கரையிலேயே விடப்பட்டாள். நான் அவளை '.. க்கு.. க்கு' என்று விளித்துத் தூக்கக் கேட்டுக்கொண்டிருந்தேன். அவள், 'போடா பூசணி, உன்னை யாரு தூக்குவா' என்று கடுப்புடன் சொல்லிக்கொண்டிருந்தாள்.

ஒரு கட்டத்தில் என்னுடைய தொல்லை தாங்காமல், 'வா சனியனே, உன் அம்மைகிட்டே உன்னைக் கொண்டுவிடறேன் வா' என்று என்னை இழுத்துக்கொண்டு நடந்தாள். நான் அவள் கையைப் பிடித்துக்கொண்டு '...க்கு.. க்கு' என்று விண்ணப்பம் கொடுத்துக்கொண்டிருந்தேன். அவள், 'மாட்டேண்டா பூசணி, குண்டா, பப்ளிமாஸ்' என்று பல்வேறு விதங்களில் தனது மறுப்பைத் தெரிவித்துக்கொண்டிருந்தாள். ஒரு கட்டத்தில் அவளது எதிர்ப்பு உறுமலாக மாறியது. நான் மீண்டும் '... க்கு' என்றேன். இம்முறை அவள் 'கிர்ர்ர்' என்றாள். 'க்கு... க்கு...' 'கிர்ர்ர்... கிர்ர்ர்...' 'க்கு... க்கு... க்கு..' 'கிர்ர்ர்... கிர்ர்ர்... கிர்ர்ர்...'

நான் அப்புறம்தான் அவளை அண்ணாந்து பார்த்தேன். ஏனோ சித்தி திடீரென்று குள்ளமாகியிருந்தாள். வழக்கத்தைவிட அவள் முகம் கோபத்தில் சிவந்திருந்தது. அவள் கொஞ்சம் அதிக ரோமதாரியாக வும் ஆகிவிட்டிருந்தாளா? நான் 'த்தி…?' என்றேன். அவள் கிட்டே வந்து 'கிர்ர்ர்ர்?' என்று பாசத்துடன் என் முகத்தை உற்றுப் பார்த்தது மட்டுமல்லாமல் என்னுடைய வெகுநேரக் கோரிக்கையை நிறைவேற்றவும் முற்பட்டு என்னை அணைத்துத் தூக்க முயல… பின்னாலிருந்து யாரோ, 'ஐயோ குரங்கு!' என்று கத்தினார்கள். இவ்வாறாக நான் சின்ன வயதிலேயே 'A man who mistook a monkey for his chithi' ஆகிவிட்டேன்.

இப்போதும் என் சித்தி, அவ்வப்போது குடும்ப விவாதங்களில் ஜெயிக்க முடியாத தருணங்களில், தனது கடைசி ஆயுதமாக, 'போடா. போ. நீ அப்போவே குரங்கோட போன பயதானே?' என்பாள். நான், 'நான் என்ன செய்வேன்? அன்றைக்கு அந்தக் குரங்கு உன்னைவிட மிக அதிகமாக உன்னைப்போலவே இருந்தது சித்தி!'

சித்தி சமீபகாலமாக இவ்வாறு சொல்வதில்லை. ஏன் என்று அவளிடம் கேட்டேன். 'முந்தி மாரியாடே? இப்போ உனக்குக் கல்யாணம் ஆயிடுச்சில்லடே? குரங்கோட போன பயன்னு சொன்னா உன் சம்சாரம் கோச்சுக்க மாட்டாளா?' என்றாள்.

□

மதாம்
73

அந்த அறை இருந்ததைவிடவும் அதைப் பெரிதாகக் காட்டின அந்த நாற்காலிகள். ஒரு நீண்ட உணவு மேசையைச் சுற்றிலும் விறைப்பாக ராணுவ வீரர்கள்போல அமர்ந்திருக்கும் செந்தேக்கு நாற்காலிகள். அவை மாஹியில் வசித்துவந்த பிரெஞ்சுக்காரர்கள் விட்டுச் சென்றவை என்றாள் மதாம். மதாமின் உண்மையான பெயர் என்ன என்று எனக்குத் தெரியாது. நான் அதைத் தெரிந்துகொள்ள எந்த ஆர்வமும் காண்பிக்கவில்லை என்பது இப்போது வியப்பைத் தருகிறது. தடித்து, குட்டையான, முழங்கால்வரை பூப்போட்ட கவுன் அணிந்த, முகமெங்கும் சிவந்த ஈரல் புள்ளிகள் கொண்ட, தாடையில் உள்ள மருவில் ஒரு ஆட்டை நினைவுபடுத்தும்படி மயிர் சுருண்டு வளர்ந்த மதாமின் உண்மையான பெயர் என்னவாய் இருந்தால்தான் என்ன?

மய்யழியில் ஏறக்குறைய பதினைந்து வருடங்களுக்கும் மேலாக ஒவ்வொரு கர்க்கடக மாதத்தையும் அவளது விடுதியில்தான் நான் கழித்தேன். எதிர்பாராதவிதமாக ஒரு பிரஞ்சு டெலிவிஷன் குழு அவர்கள் நாட்டுப் பிரதமரைத் தொடர்ந்து வந்துவிட்ட ஒரு வருடத்தைத் தவிர. பெரும்பாலும் கழிமுகத்தைப் பார்த்தபடி இருக்கும் அதே அறையில். மதாமின் பிரஞ்சு உணவுவிடுதி அங்கு பிரசித்தம். ஆனால் எனக்கு ஒருபோதும் பிரஞ்சு உணவு பிடித்த தில்லை. மற்ற வகையில் முழுக்க ஒரு பிரஞ்சு ஆன்மாவான என்னிடம் இது ஒரு ஆளுமைப் பிசகு என்று அவள் கருதினாள். உண்மையில் பிரஞ்சு ஆன்மா என்று அவள் எதைக் குறிப்பிடுகிறாள் என்று எனக்குப் புரியவில்லை. விக்டர் ஹ்யூகோவைத் தவிர வேறு எந்த பிரஞ்சு எழுத்தாளரையும் நான் விருப்பத்துடன் வாசித்ததே

இல்லை. ஒருநாள் இரவு, பிரான்ஸ் என்ற தேசம் ஒன்று உண்டு என்று அறியாமலேகூட நீ ஒரு பிரஞ்சுக்காரனாக இருக்கலாம் என்றாள் அவள். எனது பாண்டிச்சேரி நண்பர் ஒருவர் அதை உண்மை உண்மை என்று பின்னர் ஒரு பொழுதில் சொன்னார். அவருக்கு ஜெயகாந்தன் போல நீளமான கிருதா உண்டு என்பது இங்கு பொருத்தமான செய்தியா தெரியவில்லை.

அன்று மழை வெகுவாக அடித்துப்போயிருந்தது. மய்யழியில் மின்சாரம் போவது ஒரு செய்தியே அல்ல. எனினும் இம்முறை இன்னும் ஒரு வாரத்துக்கு அதை எதிர்பார்க்கவேண்டாம் என்றார்கள். முக்கியமான மின்பாதையில் எல்லாக் கம்பங்களையும் புயல் பிடுங்கிக்கொண்டு போய் புற்களைப் போல வேறிடத்தில் கொண்டு நட்டுவிட்டது என்றார்கள். நாங்கள் இருவர் மட்டும் சாய்ந்து சாய்ந்து விழுந்துகொண்டிருந்த மெழுகுவர்த்தி தீபங்களின் நிழல்களை வெறித்தபடி அந்த அறையில் அமர்ந்திருந்தோம். வெளியே சளசள வென்று மழை பொழிந்துகொண்டிருந்தது. யாரோ ஈர ரப்பர் செருப்புகளுடன் எங்களைச் சுற்றி நடனமாடுவதைப் போல எனக்கு தோன்றிக்கொண்டே இருந்தது.

அன்று மதாம் வழக்கத்துக்கு மாறாக நிறையவே பேசினாள். பெரும்பாலும் ஒன்றுக்கொன்று தொடர்பு இல்லாததுபோலத் தோன்றிய விஷயங்கள். மழையோ குளிரோ, நாற்காலிகளை எப்போதும் உடுத்தியே வைத்திருப்பதன் அவசியம் பற்றி திடீரென்று அவள் சொன்னாள். அது உண்மைதான். அவள் ஒருபோதும் தனது நாற்காலிகளை ஆடையில்லாமல் விட்டதில்லை. குறிப்பாக அவளது உணவு மேசையில் இருக்கும் இந்த நாற்காலிகள். முதலில் சற்று விநோதமாக, ஒரு ஐரோப்பிய ஆடம்பரமாக மட்டுமே தோன்றிய இந்த வழக்கம் பல நாட்களில் எனக்கு ஓர் இனம்தெரியாத அமைதியைக் கொடுத்ததை உணர்ந்திருக்கிறேன். நள்ளிரவுகளில் என் துர்க்கனவுகளிலிருந்து விழித்துக்கொண்டபிறகு உறக்கம் பிடியாது நான் என் அறையிலிருந்து வெகு கீழே எனது விடுதியின் அடித்தானத்தின்மீது இடையறாது ஆவேசமாக மோதிக் கொண்டிருக்கும் கடலின் சாபத்திலிருந்து தப்பித்துக்கொள்ள இறங்கி ஓடி வரும்போதெல்லாம் ஆடை போர்த்திய அந்த நாற்காலிகள் எனக்கு மிகுந்த ஆறுதலை அளித்திருக்கின்றன. அவை வெறுமனே நாற்காலிகள் அல்ல. அவை எதையோ தீவிரமாக யோசித்தபடி அமர்ந்திருக்கும் மனிதர்கள்.

அந்த இரவில்தான் மதாம் Strindberg பற்றிச் சொன்னாள். அவளுக்குப் பிடித்த எழுத்தாளர். பிரான்சில் பிறக்கவில்லை. ஆனால்

பிரஞ்சுக்காரன்தான். நிச்சயமாக. ஏனெனில் அவன் இப்படி எழுதினான்: 'கோணலான ஆண்கள்தான் பெண்களை ஆராதிக் கிறார்கள். நேர்மையான ஒரு ஆண் எப்போதும் பெண்களை வெறுப்பவனாகத்தான் இருப்பான்.' ஒரு பிரஞ்சுக்காரனைத்தவிர வேறு எவராலும் இப்படி எழுத முடியுமா? இதை மதாம் மிகுந்த ஆவேசமாகக் கேட்டாள். நான் சற்று தயக்கத்துடன் 'ஆம் ஆம்' என்றேன். 'பெண்களின் கண் சிமிட்டல்கள், கள்ளப் பார்வைகள், நாணக் களிகள், இடுப்பை தேவைக்கும் அதிகமாக ஆட்டுவது, மார்புகளைப் பிதுக்கிக் கொள்ளவும் ருதுகால யோனியை ஆண்களுக்கு நினைவுபடுத்தும்படி உதட்டைச் சாயம் பூசிக் கொள்ளவும் செய்வது, இதெல்லாம் குமட்டல் ஏற்படுத்துகிற விஷயங்கள். இல்லையா? ஒரு நேரிய ஆண் இதை விரும்புவானா?' என்று அவள் கத்தினாள். நான் 'இல்லை இல்லை' என்றேன்.

சற்றுநேரம் மௌனம். வெளியே காற்று உக்கிரமாகச் சுழன்றடித்தது. மெழுகுவர்த்திகள் தங்களது கடைசித் தசையை உருக்கிக் கொண்டிருந்தன. பேசிப் பேசி, உருகி, அவள் தலையும் இன்னொரு மெழுகுவர்த்திபோல, அவள் குடித்துக்கொண்டிருந்த கோப்பையின் மீது சாய்ந்தது. நான் அவளருகே சென்று அவளை எழுப்ப முயற்சித்தேன். அவள் உடல் கொதித்துக்கொண்டிருந்தது. அந்தக் குளிரிலும் அவள் கவுன் முழுவதும் வியர்வையில் கசகசத்து நனைந்திருப்பதைக் கவனித்தேன். நான் அவளைப் பாதி தூக்கிக்கொண்டும் பாதி இழுத்துக்கொண்டும் அவள் அறைக்குக் கொண்டுபோனேன். அங்கிருந்த படுக்கையில் அவளைக் கிடத்தினேன். கிடத்தும்போது அவள் எதையோ முணுமுணுத்தாள். நான் அதைக் கேட்க அவள் உதடுகளினருகே குனிந்தபோது அவள் சட்டென்று எம்பி என் உதடுகளைக் கவ்விக்கொண்டாள். ஒருகணம். ஒருகணம்தான். மறு நிமிடம் பதறி அவற்றை விட்டுவிட்டாள். நான் ஒரே நேரத்தில் கிளர்ச்சியையும் அருவெறுப்பையும் அடைந்தேன். கிளர்ச்சி அடைந்ததற்காக அருவெறுப்பு. அருவெறுப்பு தந்த விநோதக் கிளர்ச்சி. அவள் நன்றாக விழித்துக்கொண்டுவிட்டாள் என்பதை என்னால் உணரமுடிந்தது. ஆனால்...

மேலே என் அறையில் நான் இரவு முழுக்க நிம்மதியின்றி அலைந்துகொண்டிருந்தேன். வெளியில் மழையும், ஒரு பெரிய அறையில் நடக்கின்ற மனப்பதற்ற வியாதி கொண்ட மனிதன் போல இங்குமங்கும் திரும்பித் திரும்பி அலைந்து மன்றாடிக் கொண்டிருந்தது. மறுநாள் காலையில் கீழே மதாமைக் காண வில்லை. அவளது பணியாள் மட்டுமே இருந்தாள். நான் இரண்டு நாள் காத்திருந்துவிட்டு ஊருக்குத் திரும்பினேன். அடுத்த இரண்டு

கர்க்கடக மாதங்கள் என்னால் மய்யழிக்குச் செல்ல இயலவில்லை. அந்த வருடம் என் மனைவி என்னை விவாகரத்து செய்திருந்தாள். மறுவருடம் முழுவதும் என்னுடைய குழந்தையைப் பார்ப்பதற்கான உரிமைக்காகப் போராடி நீதிமன்றத்தின் வளாகங்களில் கழிந்தது. முடிவில் அது கிடைத்தபொழுது என் குழந்தை ஏறக்குறைய என்னை மறந்துபோயிருந்தாள். அவளுக்கு முடிந்த அளவு என்மீது கசப்பு ஊட்டப்பட்டிருந்தது. அவள் என்னைக் கண்டாலே அலற ஆரம்பித்தாள்.

இம்முறை நான் மய்யழிக்குத் திரும்பியபோது நான் ஏன் ஒரு பிரஞ்சு ஆன்மாவைக் கொண்டவன் என்பது பற்றி நன்றாகப் புரிந்து கொண்டிருந்தேன். நாற்காலிகளை ஏன் துணிகொண்டு போர்த்த வேண்டும் என்பதிலும் எனக்குத் தெளிவு ஏற்பட்டிருந்தது. இம்முறை மதாமுக்குக் கையளிக்க என்னிடமும் Strindberg மேற்கோள்கள் சில இருந்தன. முக்கியமாக, 'ஒரு ஆணுக்கும் பெண்ணுக்கும் இடையே நிகழும் அன்பு என்பது யுத்தமாகும்.' ஆனால் மதாமின் விடுதியில் மதாம் இல்லை. மதாம் போன வருடம் பிரான்ஸ் போய்விட்டாள் என்றாள் அவளது முன்னாள் வேலைக்காரி. விடுதி இப்போது அவள் கையில் இருந்தது. அவள் இப்போது மதாம் சொல்வதுபோல இடுப்பை அளவுக்கு அதிகமாக ஆட்டவும், உதடுகளைக் குவித்து, சிவத்து, ஆண்களுக்கு மறைமுகமாய் அவர்களது பிறப்புறுப்பையும் தனது பிறப்புறுப்பையும் நினைவுபடுத்துகிற ஒரு குமட்டுகிற பெண்ணாய் மாறியிருந்தாள். உணவு அறையில் இருந்த எந்த நாற்காலியின்மேலும் இப்போது ஆடை இல்லை.

மதாமோடு அந்த நாற்காலிகளும் எழுந்து போய்விட்டன என்று நான் நினைத்துகொண்டேன்.

அதன்பிறகு நான் ஒருபோதும் மய்யழிக்குப் போகவில்லை.

□

Comically yours

74

நான் முதன் முதலாக வாசகர் கடிதம் எழுதியது லயன் காமிக்சுக்குத்தான். எல்லாமே அப்போதைய 15 பைசா மஞ்சள் கார்டில், 'கூடாது! ஸ்பைடர் நீதிக் காவலனாக ஆகவே கூடாது! மினி லயன் போல மினி திகில் வருமா?' போன்ற கேள்விகள்தாம். கூடவே, 'உங்களது மாடஸ்டி ப்ளைசிக்கும் ராணி காமிக்ஸ் மாடஸ்டி ப்ளைசிக்கும் நிறைய வித்தியாசங்கள் இருக்கின்றனவே?' (நிறைய வித்தியாசம் இல்லை. ஒரே ஒரு வித்தியாசம்தான். ராணி காமிக்ஸில் மாடஸ்டி வழக்கமாக அணியும் குறைவான உடைகளைப் பற்றி அதிகம் கவலை கொள்ள மாட்டார்கள்.)

இப்படி நான் இலக்கிய விமர்சனம் எழுதப் பழகிக்கொண்ட விஜயனை சென்னைப் புத்தகக் காட்சியில் பார்த்தேன். நல்ல சிகப்பாய், முட்டைக் கண்ணும் கனத்த ரப்பைகளுமாய், அழகாய், சற்று மெலிந்த அரவிந்த் சுவாமிபோல இருந்தார். என்னுடன் வந்த கார்த்திகைப் பாண்டியன் ஒரு காமிக்ஸ் வெறியர். எனக்குத் தெரிந்து, தமிழைத் தவிர வேறு இந்திய மொழிகளில் இவ்வளவு காமிக்ஸ் ரசிகர்கள் இருப்பதாகத் தெரியவில்லை. இவ்வளவு காமிக்சுகள் வந்தது போலவும் தெரியவில்லை. நிறைய வாசிப்புப் பழக்கம் கொண்ட கேரளத்தில்கூட இவ்வளவு காமிக்ஸ் exposure கிடையாது. இந்தி, (இந்திய)ஆங்கிலம் போன்ற மொழிகளில் வரும் அமர் சித்திர கதா போன்ற புராண சித்திரக் கதைகள் தவிர, தேசிய அளவிலும் இவ்வளவு விதம் விதமான, ஏறக்குறைய மேற்கை ஒட்டிப் பின் தொடர்ந்த காமிக்ஸ் வரிசை வேறெங்கும் இல்லை என்பதே என் புரிதல். நகைச்சுவை அல்லது பொழுதுபோக்கு என்ற அர்த்தத்தில்

பெயர் சூட்டப்பட்ட காமிக்சுகள், அவற்றையெல்லாம் எங்கோ, என்றோ தாண்டி வேறு தளங்களுக்குப் போய்விட்டன.

கிராபிக் நாவல்கள் இலக்கியமல்ல என்று இன்று அவ்வளவு உறுதியாய்ச் சொல்ல முடியாது. ஈரான் புரட்சியின் பின்னணியில் ஒரு சிறுமியின் வாழ்க்கையைப் பேசும் சத்ரபியின் ‘பெர்சபோலிஸ்’ போன்ற கிராபிக் நாவல்கள் உங்களுக்கு இன்றைய மத்திய கிழக்குப் பிரச்சினையைப் பற்றி அளிக்கும் சித்திரம் நீங்கள் செய்தித்தாள்களில் படிக்கிற ‘வரலாறுகளை’ விட உள்பார்வை கொண்டது. ‘Epileptic’ போன்ற வலிப்பு வரும் ஒரு சிறுவனின் அகப் பயணத்தை விவரிக்கிற கிராபிக் நாவலைப் போன்று அதே கூர்மையுடன் விவரிக்கிற ஒரு மரபார்ந்த நாவலை எழுத மேலும் ஆயிரம் பக்கங்கள் தேவைப்படும். ஆனால் இடையில் இந்த காமிக்ஸ் மரபு தமிழில் மடிந்து விட்டதுபோலத் தோன்றியது. ஆனால் அது தற்காலிகத் தோற்றம் தான். இப்போது அது எழுந்து வந்திருக்கும் வேகம் வியப்பை அளிக்கிறது.

புத்தகக் கண்காட்சிக்குள் காமிக்சுகள் வரவேண்டும் என்று விரும்பியவர்களில் நானும் ஒருவன். இணையத்துக்கு வந்த புதிதில் இந்தக் கருத்துப்பட எழுதியும் இருக்கிறேன். அவர்கள் அவ்விதம் வந்தபிறகு புத்தகக் காட்சியில் நான் சந்திக்க நேர்ந்த காமிக்ஸ் ரசிகர்கள் மிகக் கலவையானவர்கள். சுவாரஸ்யமானவர்கள். வெவ்வேறு வாழ்க்கைப் பின்புலங்களிலிருந்து வந்தவர்கள். இந்த இயக்கத்தை ஏறக்குறைய ஒற்றை ஆளாயாய்த் தமிழில் நகர்த்தியவர் என்று லயன் காமிக்ஸ் விஜயனைச் சொல்லலாம். அவரை எத்தனையோ முறை சந்திக்க நினைத்ததுண்டு. இம்முறை கார்த்திகைப் பாண்டியன் அழைத்துச் சென்று அறிமுகப்படுத்தினார்.

அவரைச் சுற்றி சிறு கூட்டம் இருந்தது. ஒவ்வொருவரும் தங்களது பிரிய காமிக்ஸ் நாயகர்களைத் திரும்பக் கொண்டுவரும்படியோ அதிகம் வெளியிடும்படியோ கேட்டுக்கொண்டிருந்தார்கள். நான் என் பங்குக்கு, ரோஜர் என்ற ஹீரோ தோன்றிய மர்மவாள் என்ற கதையை வெளியிடும்படிக் கேட்டுக் கொண்டேன். அது ஒரு காலப் பிரயாணக் கதை. டைம் மெஷினில் ஏறி மத்திய கால ஐரோப்பாவுக்குள் போய்விடும் ஹீரோ அன்றைய பிரச்சினைகளில் எல்லாம் சிக்கிச் சின்னா பின்னமாகி ஒருவழியாக இன்றைய காலகட்டத்துக்குத் திரும்பிவிடுவார். சார்லுமேய்ன், கிங் ஆர்தரின் வாள் என்று கொஞ்சம் சரித்திரமெல்லாம் வரும் காமிக்ஸ் அது. ‘அந்தக் கதையில் என்ன விசேஷம்?’ என்று விஜயன் கேட்டார். நான் ‘கதையின் முடிவுதான்’ என்றேன். ஒரு கட்டத்தில் ரோஜர் நிகழ் காலத்துக்கு எப்படியோ

தப்பித்து வந்துவிடும்போது கட்டிலில் இருப்பார். 'ஆ! எல்லாம் கனவுதானா?' என்றபடியே வெளியே போவார். ஆனால் அவரது கட்டிலுக்குக் கீழே மத்திய காலத்தைச் சேர்ந்த அந்த வாள் கிடக்கும். அந்த 'ஓ ஹென்றி'தனமான திருகல் எனக்குப் பிடித்திருந்தது.

பிறகு கார்த்திகைப் பாண்டியன் பேசத் தொடங்கும்போது, முப்பதுகளின் மத்தியில் இருக்கும் ஒரு நபர் புயல்போல உள்ளே நுழைந்தார். நெற்றியில் நல்ல அகலமான பட்டை. கழுத்தில் ஒரே ஒரு கொட்டை. அவர் விஜயனைப் பார்த்ததும், 'ஐயோ!' என்றார். பிறகு அவர் பின்னால் வந்த அவரது மனைவியையும் குழந்தையும் பார்த்து 'ஐயோ!' என்றார். அவர்கள் புரியாமல் விழிக்க, 'விஜயன் சார்!' என்றார். அவர் மனைவி 'வணக்கம் சார்!' என்றார். அந்த வணக்கம் போதாது என்று நினைத்தாரோ என்னவோ அவர் மீண்டும், 'விஜயன் சார்டி!' என்றதற்கு அவர் தன் கண்ணாலேயே 'ச... ரி...' என்றார். இந்தப் புதிய காமிக்ஸ் வெறியர், 'சார். எங்க ஹனிமூன்ல 'தங்கக் கல்லறை'யை இவளை வற்புறுத்திப் படிக்க வச்சேன்' என்றார் சத்தமாக. 'இப்போவும் உங்க ஒவ்வொரு காமிக்சையும் படிச்சிட்டு ராத்திரில இவளுக்குக் கதை சொல்வேன்' என்றார்.

நாங்கள் எல்லோருமே காமிக்ஸ் வெறியர்கள்தாம். எனினும் ஹனிமூனில் 'தங்கக் கல்லறை' படிக்கும்படி நிர்பந்திக்கப்பட்ட அந்தப் பெண்ணைச் சற்று பரிதாபமாகவே பார்த்தோம். அவர், 'நீங்கல்லாம் ஒரு குருப்தானேடா பன்னாடைங்களா!' என்பதுபோல எங்களைப் பார்த்தார். விஜயன் அவரது உணர்ச்சிகரத்தைப் புரிந்துகொண்டு, 'உங்க காமிக்ஸ் ஆர்வம் சந்தோஷமா இருக்கு. ஆனா அதை மத்தவங்க புரிஞ்சுக்க கொஞ்சம் லேட்டாகலாம்' என்றார். அவர் அதைக் கவனிக்காது விஜயனிடம், 'சார் நீங்க வெளியிட்ட 'ஏழாவது அதிசயம்' ஒரு எட்டாவது அதிசயம் சார். சான்சே இல்லை. எப்படி சார் இதைச் சாதிச்சீங்க?' என்றார். அவர் ஏதோ பதில் சொல்லத் தொடங்க இடைவெட்டி, 'அப்புறம் அந்த சுஸ்கி விஸ்கி சார். அது ஏன் சார் இப்போது வர மாட்டேங்குது?' விஜயன் 'அந்தக் கதை பெல்ஜியம் கதை. இப்போது கிடைப்ப தில்லை' என்பதுபோல ஏதோ சொன்னார். 'இல்லை சார், சுஸ்கி விஸ்கி எப்படியாவது கொண்டுவாங்க சார். நான் வேணும்னா பெல்ஜியத்துல உள்ள என் கோ-ப்ரதர் கிட்டே பேசறேன்.' விஜயன் லேசாகப் புன்னகைத்து விட்டு மற்றவரிடம் பேச முயன்றார். கார்த்திகைப் பாண்டியன் இப்போதும் ஏதோ பேச முயல அது எல்லாவற்றையும் தேர்ந்த மட்டையாளர்போல அந்த நண்பரே தடுத்து, 'சுஸ்கி விஸ்கி இல்லாவிட்டால் என் லைப் ரொம்பச் சங்கடமாயிடும்' என்று மாற்றி மாற்றி சொல்லிக்கொண்டிருந்தார்.

கார்த்திகைப் பாண்டியன் வெறுத்து, 'வாய்யா, இந்த ஆள் போனபிறகு வரலாம்' என்று என்னைக் கிளப்ப, வேறு புத்தகக் கடைகளை ஒரு ரவுண்டு விடப் போனோம். அரை மணி நேரம் கழித்து லயன் காமிக்ஸ் கடைக்கு வந்தால் விஜயனைச் சுற்றி வேறு கூட்டம் இருந்தது. ஆனால் பழைய 'வெறியரும்' இருந்துகொண்டு, 'சுஸ்கி விஸ்கி! ஐ வாண்ட் சுஸ்கி விஸ்கி' என்று முழங்கிக்கொண்டிருந்தார். அவரது அழகான மனைவி ஓரத்தில் கிடந்த நாற்காலியில் கன்னத்தில் கைவைத்தபடியே சோகமாக அமர்ந்திருந்தார். குழந்தை அந்தச் சத்தத்துக்கு நடுவே உறங்க முயன்றுகொண்டிருந்தது. கார்த்திகை கோபத்துடன், 'வாய்யா இன்னொரு ரவுண்டு போயிட்டு வரலாம்' என்றார்.

இப்போது இன்னும் அரை மணி நேரம் கழித்து வந்தோம். அந்தப் பெண்ணையும் குழந்தையையும் காணவில்லை. போய்விட்டார்கள் போலிருக்கிறது என்று கண நேரம் மகிழ்வடைந்தோம். இப்போது விஜயனைச் சுற்றி வேறு கூட்டம். ஆனால் அருகே போனால் ஐயகோ, 'சுஸ்கி விஸ்கி' இன்னமும் 'We demand சுஸ்கி விஸ்கி' என்று முழங்கிக்கொண்டுதாந் இருந்தார். கார்த்திகைப் பாண்டியனின் முகம் காணக் கொடூரமாக இருந்தது. அதைக் கண்டதும் எப்போதாவது எனக்குள் எழும் ரௌத்திரம் சட்டென்று எழுந்தது. 'இந்தப் பையப் புடிய்யா'என்றேன். அவர் சற்று பயந்து, 'யோவ் என்ன பண்ணப் போறீரு?' என்றார். 'பிடிய்யான்னு சொல்றேம்ல. இதை இப்படியே விடப்படாது' என்று புத்தகப் பையைக் கீழே வைத்தேன். 'யோவ் வேணாம்யா' என்று சொல்லச் சொல்லப் புறக்கணித்து வேகமாய் அந்தக் கூட்டத்தை நோக்கிப் போனேன்.

சட்டென்று ஏறக்குறைய ஒரு ரக்பி வீரனைப்போல அந்தக் கூட்டத்துக்குள் நுழைந்து சுஸ்கி விஸ்கியை ஏறக்குறைய கீழே தள்ளி, 'முதல்ல மர்ம வாளை திரும்பக் கொண்டுவாங்க சார்!' என்று ஒரு கத்து கத்தினேன். ஒரு கணம் நிசப்தம்.

நான் திரும்ப வந்து பையை எடுத்துக்கொண்டு, 'வாய்யா போகலாம்' என்றேன் திருப்தியுடன்.

□

இலக்கிய வெறியன் கார்த்தி

75

எனது நண்பர் கார்த்திகைப் பாண்டியனின் (காபா) இலக்கிய 'தாகத்துக்கு' சாம்பிளாக சில சம்பவங்கள்.

இலக்கிய விவாதங்களில் ஈடுபடும்போது காபாவின் கண்ணாடி முகம் காட்டும் உணர்ச்சிகள் பிரசித்தி பெற்றவை. தனக்கு ஒப்புமை இல்லாத இடங்களில் உச்சு கொட்டுவது, தலையைப் பலமாக ஆட்டுவது, பல்லைக் கடிப்பது, கையை நெறிப்பது போன்ற பாவனைகளை மறைத்துக்கொள்ளவே மாட்டார். சில நேரங்களில் அவருக்கு வலிப்பு எதுவும் வந்துவிடுமா என்று அச்சத்துடன் நான் பார்த்துக்கொண்டிருந்திருக்கிறேன். ஒரு தடவை பொது நண்பர் களுடன் சுற்றுலா போனபோது புது நண்பர் ஒருவர் மிஷ்கினின் 'பிசாசு' படம் பற்றிப் பொதுப் புத்திக் கருத்து ஒன்றைச் சொல்லி காபாவிடம் பட்ட பாடு ஒரு கிரேக்கத் துன்பியல் நாடகத்துக்கான எல்லா அம்சங்களும் கொண்டது. அன்றிலிருந்து அந்தப் புது நண்பர் எந்தச் சுற்றுலா என்றாலும், 'அந்தப் பிசாசு சார் வராங்களா?' என்று பீதியுடன் கேட்டுவிட்டே வர ஒப்புக்கொள்கிறாராம்.

சமீபத்தில் கூட ந.ஜயபாஸ்கரன் அவர்களைச் சந்திக்கச் செல்கையில் காபாவின் 'சிறியன சிறிதும் சகியார்' குணத்தால் ஒரு கலவரம் நிகழ இருந்தது. ஜயபாஸ்கரனின் பள்ளி நண்பர் ஒருவர் அவரைப் பார்க்க வந்திருந்தார். நாங்கள் இலக்கியம் பேச ஆரம்பித்ததும் அவரும் சட்டென்று குறுக்கே புகுந்து, ''ஹைக்கூ கவிதைகள் ஆயிரம்' தமிழில் மிக முக்கியமான புத்தகம்' என்றார். காபா, 'அப்படியா யார் எழுதுனது?' அவர், 'நான்தான்' என்றார். 'ஆனா முழுக்க மரபுக் கவிதையாவே மொழிபெயர்த்திருக்கேன். நான் புதுக்கவிதைகளை

வெறுக்கிறேன்.' காபா என்னைப் பார்க்க, நான் 'சரி' என்றேன். 'புதுக்கவிதைல ஒண்ணுமே இல்லே. எழுதப் படிக்கத் தெரிஞ்சவன் ஒவ்வொருத்தனும் புதுக்கவிதை எழுதலாம்.' காபா இப்போது ஜயபாஸ்கரனைப் பார்க்க, அவர் 'சரி' என்று புன்னகைத்தார்.

நான் ஜயபாஸ்கரனிடம், 'எமிலி டிக்கின்சனை ஒரு பெண்ணிய வாதியாகக் குறுக்குவது...' என ஆரம்பித்தபோது ஹைக்கூ இடைமறித்தார். 'இந்த உயிர்மை, உயிரெழுத்து எல்லாம் ஆபாசப் பத்திரிகையா மாறிட்டது. எல்லாமே சரோஜாதேவி எழுத்து. நான் கொஞ்ச நாளா சுதீர் செந்திலுக்கு எழுதணும்னு நினைச்சிருக்கேன்.'

காபா ஜயபாஸ்கரனிடம், 'அண்ணே, இந்த மிஷிமான்னு ஒரு ஜப்பானிய எழுத்தாளன் படிச்சிருக்கீங்களா...' என்றபோது ஹைக்கூ, 'எல்லோரும் ஆபாசம். இலக்கியத்தைக் குழிதோண்டிப் புதைச்சிட்டிருக்காங்க' என்றார். அதன்பிறகு காபாவை என்னால் கட்டுப்படுத்த முடியவில்லை. எதிர்பாராத அவரது குண்டு மழையில் முதலில் சிக்கித் தவித்த ஹைக்கூ சமாளித்துக்கொண்டு, 'அப்துல் ரஹ்மானே என்னைத் திட்டியிருக்கார்' என்றார் பெருமையாக. காபா இன்னும் சுருதி ஏற்றிக்கொண்டு திட்டினார். ஹைக்கூ, 'வையவனையே நான் ஆபாசம்னு திட்டிருக்கேன்' என்றார். காபா, 'யாருய்யா இந்த வையவன்?'

நான், 'பாளையங்கோட்டை சென்ட்ரல் லைப்ரரில அவர் புத்தகத்தைப் பார்த்திருக்கேன். இந்தப் புத்தகத்தை எடுக்காதீர்கள். அறுவைன்னு எழுதிருப்பாங்க' என்றேன்.

'நல்ல எழுத்தாளாராத்தான் இருக்கணும். இவரே திட்டிருக்காரே?'

ஜயபாஸ்கரனின் பாடு சொல்ல முடியாததாக இருந்தது. அவர் அவ்வப்போது, 'சரிதான், சரிதான்' என்று சொல்லிக்கொண்டிருந்தார். நடுநடுவே 'காப்பி சாப்பிடறீங்களா?' என்று கேட்டார். ஒரு கட்டத்தில் கடைப்பையன் பயந்து, பாத்திரத்தை தபார் என்று பெருத்த ஒலியுடன் கீழே தவறவிட்டான். ஜயபாஸ்கரன் புன்னகைத்து அவனிடம் 'சரிதான்' என்றார். 'காப்பி சாப்பிடறீங்களா?'

நான் இடையில் புகுந்து ஹைக்கூவைக் காப்பாற்ற முயன்றேன். 'நீங்க சொல்றது உங்க கண்நோக்குல சரி. ஆனா பாருங்க, தாஸ்தாவ்ஸ்கியை ஆபாசம்னு சொல்லிருக்காங்க. இப்போ சொல்ல முடியுமா?' அவர், 'தாஸ்தாவ்ஸ்கி சில இடங்களில் ஆபாசம்தான்' என்றார். நான் கடைசி முயற்சியாக, 'இது பின் நவீனத்துவக் காலம் சார். எல்லாவற்றையும் உடைத்து அவிழ்த்துப் பார்க்கிற பருவம். மீண்டும் கட்டுகிற, உடுத்துகிற பருவம் வரும்.'

அவர், 'நடுவீதியில கோவணத்தை அவிழ்த்தபிறகு திரும்பக் கட்டுனா என்ன, கட்டாட்டி என்ன?'

இப்படி, தான் தப்பிக்கக் காட்டப்படும் எல்லா வழிகளையும் தானே தாவித் தாவி அடைப்பவரை எப்படித்தான் காப்பாற்றுவது? நான் கண்களாலேயே 'அடிப்பேன்' என்று சொல்லிப் பார்த்தேன். அவர் 'திஜா, அவரும் ஆபாசம்தான்' என்றார். அதன்பிறகு சுமார் அரைமணி நேரம் காபாவிடம் விலாவரியாக வாங்கிக் கட்டிக்கொண்டபிறகு, ஹைக்கூ, 'நாளைக்குச் சாயங்காலம் நான் பெங்களூர் போறேன்' என்றார் தீனமாக.

அன்றிரவு கார்த்திகைப் பாண்டியனை நான் சற்றுக் கடிந்து கொண்டேன். மறுநாள் இருவரும் மீண்டும் ஜயபாஸ்கரனைச் சந்தித்து மன்னிப்புக் கோரினோம். அவர் வழக்கம்போல புன்னகைத்து, 'அது அவர் கருத்து' என்று சொன்னார். 'காப்பி சாப்பிடறீங்களா?'

□

1983 அல்லது திருஷ்யம்

76

மாரியப்பன் என்கிற மாரிதேவ் (அப்படித்தான் கிரிக்கட் வட்டாரங்களில் அவனை அழைப்பார்கள். அவனது சாதியும் ஒரு காரணமாக இருந்திருக்கலாம்) என்னை ஏழாவது முறையாக டீமுக்குள் சேர்க்க மறுத்துவிட்டான். 'உன்னைச் சேர்த்தோம்னா நாம முத ஓவர்லேயே தோத்துடுவோம்' என்றான். 'கையோடு வான்னா காட்ச் பிடிக்க அண்டாவோட வரான். நீ பந்து போட்டா அது எப்பவும் பேட்ஸ்மேனோட வீட்டுக்குப் போகுது, இல்லைன்னா பிட்ச் பாதிலேயே நின்னுடுது. நீ ஒரு சப்பைடா, போடா' என்றான். எல்லோரும் சுற்றி நின்றுகொண்டு தமிழ்ப்படங்களில் வருவது போல, பிள்ளைத்தாச்சிப் பெண்கள்போல இடுப்பில் கைவைத்துக் கொண்டு சிரித்தார்கள். (ஊரார் சிரிப்பார்கள்...)

அன்று நான் அந்த மைதானத்தில் ஒரு சபதம் செய்தேன். எனது இடது தொடையை (வலது தொடை இடதைவிடவும் ரொம்ப மெலிந்திருந்தது) தட்டிச் சொன்னேன்: 'இதோ பார், இங்கே, இன்று, இந்த ருத்திரோத்காரி ஆண்டு, வளர்பிறை சதுர்த்தசி திதி வெள்ளிக் கிழமை ஒன்று சொல்கிறேன். நான் உன்னைவிட, இவர்களைவிட, நான் யாரையும் விடப் பெரிய கிரிக்கட்வீரனாக மாறுவேன். மாறிக் காட்டுவேன்.' அவன் இடது பக்கம் துப்பி, 'போடா' என்றான். அவர்கள் எல்லோரும் மீண்டும் 'ஊரார் சிரித்தார்கள்'.

அன்று இரவு தொடங்கினேன். பயிற்சி. பயிற்சி. இடைவிடாத பயிற்சி. தூக்கமில்லாது பயிற்சி. ஓய்வில்லாத பயிற்சி. ஒன்றல்ல, இரண்டல்ல, பல ஆண்டுகள். இவ்வாறு பல ஆண்டுகள் பயிற்சி எடுத்து நான் இணையத்தில் ஒரு வியாசம் எழுதினேன். நான் எப்படி

இளமையில் ஒரு மாபெரும் கிரிக்கட் வீரனாக இருந்தேன் என்று. சரியான வாய்ப்புகள் இல்லாது தவறிப் போன சச்சின் நான் என்று. அது பெரிய சிக்ஸர் அடித்தது. தேசிய அளவில் ஒரு பெரிய விவாதத்தை எழுப்பியது. அது போய்ச் சேர்ந்த இடங்கள் எனக்கே வியப்பாக இருந்தது. என்னை கிரிக்கட் வீரர் ஸ்ரீகாந்த் கூப்பிட்டுப் பேசினார். அவர் மொழிபெயர்த்துக் கொடுத்து தாதா கங்குலியும் கூடப் பேசினார். நான் அவரிடம் 'தாதா, உண்மையில் கிரிக்கட்டில் நீங்கள் எனக்கு சோட்டா பாய் ஹே' என்றேன். அவர் 'சத்யா' என்றார். பிரபல வாரப் பத்திரிகையில் கிரிக்கட் பற்றித் தொடர் எழுத என்னைக் கூப்பிட்டார்கள். அது தமிழ்ப் பத்திரிகையாதலால் நான் 'BIG SHOT' என்ற ஆங்கிலத் தலைப்பில் ஒரு தொடர் எழுதினேன். ஆங்கிலப் பத்திரிகையில் ஆங்கிலத்தில்தான் எழுதவேண்டும் என்று சொல்லியதால் 'DEEP MID ON' என்று எழுதினேன்.

இரண்டு தலைப்புகளுமே எனது ஆணாதிக்க, எட்டிப் பார்க்கும் மனநிலையை வெளிப்படுத்தியதாக மும்பையில் ஒரு பெண்கள் அமைப்பு போராட்டம் நடத்தியது. உண்மையில் அது எனக்குப் பெரிய விளம்பரமாகவே இருந்தது. பிறகு ஐபிஎல்லில் கமண்டரி செய்ய அழைத்தார்கள். ஆங்கிலத்தில் செய்ய அழைத்தாலும், எனது மொழிப்பற்று காரணமாகத் தமிழையே தேர்வு செய்தேன். அங்கு போய், 'விராட் கோலி நன்றாக வாருகிறார். தோணி நன்றாகத் தூக்குகிறார்' என்றெல்லாம் பேசி கிரிக்கட்டை மட்டுமல்லாமல், தமிழையும் வளர்த்தேன். இப்போது என்னைத் தெரியாதவர் இல்லை.

போன வாரம் ஊருக்குப் போனேன். அங்கிருக்கும் ஒரு கிரிக்கட் க்ளப்பில் என்னைப் பேச அழைத்திருந்தார்கள். அங்கிருந்த நூற்றுக் கணக்கான கிரிக்கட் முனைவர்கள் மத்தியில் விடா முயற்சி பற்றியும் பயிற்சி பற்றியும் எனது வாழ்விலிருந்து உதாரணங்களுடன் பேசினேன். கரகோஷம் கூரையைப் பிளந்தது. சிலர் அழுதார்கள். வெளியே வரும்போது என்னைச் சூழ்ந்துகொண்ட சிறுவர்களிட மிருந்தும் பெற்றோர்களிடமிருந்தும் தப்பிக்க எனது பவுன்சர்கள், சிறிய பலப்பிரயோகம் செய்யவேண்டியிருந்தது. ஆனால் அவர் களையும்மீறி, தோளில் தனது மகனைத் தூக்கி வைத்துக்கொண்டு நின்ற ஒரு தந்தை என் கவனத்தை ஈர்த்தார். நான் எனது வலது பக்க பவுன்சரின் கன்னத்தில் பளீர் என்று அறைந்து, 'சிறுவர்களை என்னிடத்தில் வரவிடுங்கள்' என்றேன்.

அவர்கள் அந்த நபரைக் கூப்பிட்டு வந்தார்கள். அந்த நபர் கைகூப்பியபடி கண்களில் நீரோடு வந்தார். நான் அவரது தோளில் இருந்த பையனோடு கை குலுக்கினேன். 'பேட்ஸ்மேனா? பவுலரா?'

அந்த நபர், 'உங்கள் ரசிகன்' என்றார். 'நீங்கள் சொன்னதுபடிச் செய்வான். இவனை ஆசீர்வதியுங்கள்.' நான், 'நீ பவுலராகக் கடவாய்' என்றேன். பிறகு அந்த நபர் சற்றுத் தயங்கி, 'என்னை நினைவிருக்கிறதா சார்?' என்றார்.

நான் அவரை உற்றுப்பார்த்தேன். தலைவழுக்கை, கூன், கண்ணாடி எல்லாம் தாண்டியும் எனக்கு அவரை நினைவிருந்தது. நான், 'நன்றாக நினைவிருக்கிறது' என்றேன். 'நாம் கடைசியாகச் சேர்ந்து விளையாடிய மேட்ச். ஒரு பந்தில் ஆறு ரன் எடுக்கவேண்டும். நான் மிடானில் தூக்கி அடித்துக் கோப்பையை வென்றேன் அல்லவா?'

மாரியப்பன் என்கிற மாரிதேவ் கண் சிமிட்டாமல், 'ஆமாம் சார்' என்றான். கண் சிமிட்டாமல், கனவில் இருப்பதைப்போல, 'மிடானில் ராட்சத சிக்சர். மிடான்!'

□

ஆடுகுதிரை

77

அவர் நெல்லையில் என்னுடன் கொஞ்ச நாள் வேலைபார்த்திருக்கிறார். ஆனாலும் எனக்கு அவரை அடையாளம் தெரியவில்லை. வருடங்கள் போய்விட்டன என்பது ஒரு காரணம் எனில் கண்ட இடமும் ஒரு காரணம். ஆனால் அவருக்கு எந்தப் பிரச்சினையும் இருக்கவில்லை. 'இங்கே எங்கே?' என்று மட்டும் கேட்டார். நான் இப்பொழுது குமரியில் பணிபுரிவதைச் சொன்னேன். 'உங்களுக்கு இந்த ஊர் என்று தெரியாது' என்றேன். அடுத்தவாரம் என்னை மருத்துவமனைக்குத் தேடிவந்தார். 'இரண்டு முறை வந்தேன். வெள்ளிக்கிழமைதான் வருவீர்கள் என்றார்கள்.' அவர் ஒரு மருத்துவ வேண்டுகோளுடன் வந்திருந்தார். நான் அவருடன் அவரது வண்டியில் புறப்பட்டேன்.

அது ஒரு புகழ்பெற்ற கடற்கரைக் கிராமம். அவரது வீடு கடலை நோக்கி இறங்கிச் செல்லும் ஒரு தெருவில் இருந்தது. வீட்டுத் தாழ்வாரத்தில் ஒரு வயதான பெண் ஒரு கட்டிலில் அமர்ந்திருந்தார். அவள் பக்கத்தில் சில புத்தகங்கள் கிடந்தன. அவர் அவள் அருகே சென்று, 'அம்மே நிண்ட கண்ணு பார்க்காண் ஒருத்தரைக் கொண்டு வந்து.' நான் அந்தப் புத்தகங்கள் மலையாளப் புத்தகங்கள் என்று கவனித்தேன். அந்தப் பெண்மணி என்னை நிமிர்ந்து பார்த்தார். அவரது முத்துப் போன்ற புரை முற்றிய விழிகளில் அந்திச் சூரியனின் சிகப்பு கலந்து ஒருகணம் ஒளிர்ந்து அடங்கியது. நண்பர் என்னிடம், 'அம்மா மலையாளத்தில் நிறைய வாசிக்கும். எழுதும். உஷைபூரணியம்மான்னு... கேட்டதுண்டோ?'

நான், 'இல்லை' என்றேன். 'ஒரு சிறிய ஆப்பரேசன், அம்மாவைச் சரி பண்ணிவிடலாம்.'

உஷைபூரணியம்மா, 'மோனே, அவருக்குக் குடிக்கான் எதாவது கொடு...'

வீட்டுக்குள் காபி குடித்துக்கொண்டிருக்கும்போது சுவரில் அந்தப் படங்களைப் பார்த்தேன். சுவர் முழுவதும் பெரிதாக்கப்பட்ட படங்கள். ஒரு பெண் குழந்தை ஆடுகுதிரையில் இருக்க, அருகே குனிந்தபடி காமிராவை நோக்கிச் சிரிக்கும் ஒரு பெண். நான், 'குழந்தை அழகா இருக்கா' என்றேன். அவர் ஒருமுறை திரும்பிப் பார்த்துவிட்டு, 'ஆமாம்' என்றார். 'அவங்களை எங்கே? இங்கே இல்லியா?' அவர், 'இருக்காங்க. இங்கேதான் பின்னால' என்றார். ஒரு நொடி அவர் முகம் சிந்தனையில் ஆழ்ந்தது. 'அவங்களைப் பார்க்கணுமா?' என்றார்.

அவர்களது வீடு பின்னால் இருந்தது. முன் வீடு புதிதாகக் கட்டப் பட்டதுபோல. வீட்டின் முன்னால் புறாக் கூண்டு ஒன்று இருந்தது. அதில் புறாக்கள் அடைய வந்துகொண்டிருந்தன. 'என் மகள் வளர்க்கிறாள்.' வாசலின்மேல் ஒரு கண்ணாடி இருந்தது. அது கீறியிருந்ததை நான் சுட்டிக்காட்டினேன். 'உடைந்த கண்ணாடி குடும்பத்துக்கு நல்லதில்லை.' அவர் அப்போதுதான் அதைக் கவனித்து, 'ஆமாம். மாற்றிவிடுகிறேன்.'

அவர் கதவைத் திறந்து விளக்குகளைப் போட்டார். 'மோளே காவ்யா, அச்சன் வந்து.' வீடு சட்டென்று ஒரு அமைதிக்குள் வீழ்ந்தது. வெளியே புறாக்களின் 'க்க்கும் க்க்கும்' என்று முனகும் சப்தம் மட்டும். கூடவே கடற்காற்றின் விநோத சீழ்க்கையொலியும். அவர் ஹால் கிச்சன் என்று ஒவ்வொரு அறையாய் விளக்குகளைப் போட்டபடியே போனார். பிறகு இடதுபக்கம் தனித்திருந்த ஒரு அறையை மெதுவாகத் திறந்து பார்த்தார். 'ஹா!' என்றார். 'இரண்டு பேரும் நல்ல உறக்கம்' என்றார், என் பக்கம் திரும்பி கிசுகிசுப்பாய் அவர்.

திறந்த பாதிக் கதவு வழியே ஒரு ஆடுகுதிரை மட்டும் தெரிந்தது. ஒரு படுக்கை. அதில்... அவர் கதவை மூடிவிட்டு, 'இன்னொரு நாள் பார்க்கலாம்' என்றார். வெளியே வரும்போது நான் எதேச்சையாக மறுபடியும் கண்ணாடியைப் பார்த்தேன். இப்போது அதில் கீறல் இல்லை. நான் சற்றுக் குழம்பி, 'இதில் ஒரு கீறல் இருந்தது, இல்லையா?' அவர், 'அப்படியா?' என்றார்.

அடுத்த வாரம் வெள்ளிக்கிழமை நான் போகவில்லை. அதற்கு அடுத்த வாரம் மருத்துவமனைப் பணியாளிடம் அவரை விசாரித்தேன். அவர் வரவில்லை என்றார். அவருக்கு எனது நண்பரை

போக புத்தகம் | 241

நன்றாகத் தெரிந்திருந்தது. 'உங்க பிரண்டை எல்லோருக்கும் இங்கே நல்லாத் தெரியும்' என்றார். பிறகு, 'இந்த ஊர் சின்ன கிராமம்தானே? யாரும் எளிதில் எதையும் மறந்துவிட மாட்டார்கள்.'

எனக்குப் புரியவில்லை.

அவர் சலித்து, 'இதிலென்ன புரிவதற்கு? ஒரே கயிற்றில் அம்மையும் மகளும் தூக்கிட்டுச் செத்துப்போவது எங்கேயுமே அவ்வளவு இயல்பான நிகழ்வு இல்லைதானே?' என்றார்.

□

உயரம்

78

இன்றைக்கு அப்பாவின் திதி. பொதுவாக இந்தத் தினங்களில் அப்பாவைப் பற்றி நினைத்துக்கொண்டிருப்பேன். இன்றைக்கு அவர் நினைவையே தவிர்த்தேன். சற்று சலிப்பாகக்கூட அவர் நினைவை உணர்ந்தேன். எனது இன்றைய பிரச்சினைகள் அவரது மரணத்தை விடப் பெரியவை. எப்போதும்போல அவர் பாதிவழியில் அணைந்துபோய்விட்ட ஒரு கைவிளக்கு என்பதுபோல அவர்மீது சினமாக உணர்ந்தேன். அவர், மரணம் என்ற எளிதான வழியைத் தேர்ந்தெடுத்துத் தப்பிப் போய்விட்டார் என்று தோன்றிற்று. மாலையில் நீண்ட நாட்களுக்குப் பிறகு பார்வதிபுரம் கனியான்குளம் சாலையில் வாய்க்கால் பாலத்தருகே சென்று அமர்ந்திருந்தேன். இன்று வெயில் கொஞ்சம் குறைவு. வீர நாராயணன் ஏரி இருந்த இடம் இப்போது வயல்வெளியாக இருந்தது. அதனை புல்டோசரால் சுரண்டிக்கொண்டிருந்தார்கள். கொக்குகளும் நாரைகளும் அந்த புல்டோசரின் பின்னால் பறந்து பறந்து ஓடிக்கொண்டிருந்த காட்சி விநோதமாக இருந்தது. இந்த இடம் ரொம்பச் சத்தமாகிவிட்டது.

மாலை மங்கிக்கொண்டிருக்க கணியான் குளத்திலிருந்து ஒரு கருத்த பெண் தூக்குச் சட்டியோடு, தலையில் சிமிண்டுத் தீற்றலோடு மெதுவாக வந்துகொண்டிருந்தாள். 'த்தண்ணியே இல்லே பாரு வாய்க்கால்ல. இருந்தா ஒரு முங்கு முங்கிட்டு போகலாம்.' அவள் யாருடன் பேசுகிறாள் என்பது முதலில் தெரியவில்லை. பிறகுதான் அவள் பின்னால் கால்கள் ஊனமுற்ற ஒருவர் தவழ்ந்து தவழ்ந்து வந்துகொண்டிருப்பதைப் பார்த்தேன். அவர் கையிலும் ஒரு தூக்குச் சட்டி. அவருக்கு மூச்சிரைத்தது. ஒருகணம் அப்படியே நின்றார். பெண் திரும்பி 'என்னாச்சி?' என்றாள். அவர் சினத்துடன்,

'ஒண்ணுமில்லை. நீ போ.' அவள் சற்றுக் கொஞ்சலாக, 'நான் வேணா உன்னைத் தூக்கிக்கட்டா' என்றாள். அவர், 'போடி புண்டச்சி. போய்த் தொலையேன்' என்று கத்தினார். அவள், 'அய்ய. பெரிய இவரு' என்று விடுவிடுவென்று நடந்துபோனாள். அவளது தூக்குச் சட்டி அவள் முழங்கையில் படும் ஓசை தொலைவில் மறைந்தது.

அவர் அப்போதுதான் திண்டில் இருக்கும் என்னை உணர்ந்து, கண்களைத் துடைத்துக்கொண்டார். ஒரு நாய் கடந்துபோனது. நின்று அவரை முகர்ந்து பார்க்க வர, விரட்டினார். என்னிடம், 'இந்த நாயும் நானும் ஒரே உயரம்' என்றார். 'இதுக்கு என்னை நாயாவே படைச் சிருக்கலாம்.' நான் பேசாதிருந்தேன். பிறகு, 'அந்தப் பொண்ணை ஏன் அப்படி விரட்டிவிட்டுட்டீங்க?' அவர், 'அது ஒரு கிறுக்கச்சி' என்றார். பிறகு சற்று ஆர்வமாக, 'அவ திரும்பி வராளா பாருங்க?' நான், 'இல்லை' என்றேன். 'வராது. அதுக்கு சுணை ஜாஸ்தி. நேத்து சாடை பேசின மேஸ்திரியை ஒரு வழி பண்ணிடுச்சி.' பிறகு, 'சரிங்க, நான் வரேன்' என்றார். நானும் எழுந்து கூடவே நடந்தேன்.

அவள் பார்வதிபுரம் விலக்கில் இளநீர்க்கடைக்கு அருகே நின்று கொண்டிருந்தாள். எங்களைக் கண்டதும் முகத்தை வேகமாகத் திருப்பிக்கொண்டு, 'தாகையா இருந்தது. நின்னேன். உனக்காச்சும் இல்லை.' அவர் திரும்பி என்னைப் பார்த்துச் சிரித்தார். பிறகு, அவர்கள் இருவரும் மெல்ல நடந்து பஸ் ஸ்டாண்டுக்குப் போவதையே பார்த்துக்கொண்டிருந்தேன்.

'அந்தாளு யாரு? ஊர்லாம்பட்டவன்கிட்டே எல்லாம் இளிச்சுப் பேசு. என்னைக் கண்டதும் வருது பாரு உன் மூஞ்சில முத்தாரம்மன்' என்று அவள் சொன்னது கேட்டது.

□

வம்சம்

79

புதிதாக எழுந்துவந்த அந்த நகர்ப்புற காலனியில் இயல்பாக உருவாகிவந்த சிறிய நண்பர்கள் குழு. ஆண்களும் பெண்களும் உண்டு. அனைவரும் ஒருவரை ஒருவர் முகம் தடவிப் பார்க்கும் வயதிலிருந்தே ஒன்றாக வளர்ந்தவர்கள். ஏறக்குறைய அனைவருக்கும் ஒரே பிராயம். பதின்மம் வரைக்கும் அவர்களுக்குப் புற உலகே இல்லை. திடீரென்று அவர்களுடன் நேற்றுவரை பள்ளிக்குப் போய்க்கொண்டிருந்த பெண்ணுக்குத் திருமணம் நிச்சயம். நிச்சயிக்கப்பட்டபோது அவர்களது பால்யம் உடைந்தது. அவளை முதல்முறையாகச் சேலையில் பார்த்தபோது அவர்கள் எப்படி எதிர்வினை செய்வது என்று திணறினார்கள். அவளது கல்யாண வீட்டில் அந்நியர்கள் போல இடறி விழுந்தார்கள்.

‘தம்பிங்களா யாருங்கப்பா நீங்க? சமையல் கோஷ்டியோட வந்தவன்களா?’

‘இல்லீங்க, நாங்க பொண்ணோட பிரண்ட்ஸ்.’

‘பொண்ணோட பிரண்ட்சா?’ மீசை முழித்தார். ‘என்னடி இப்படிச் சொல்றாங்க?’

‘சும்மா இருங்க. பொண்ணு கான்வென்ட் போயிருக்குதுல்ல?’

அவர், ‘என்னமோ போ’ என்றார். ‘உன் கல்யாண வீட்டுல உனக்கு பிரண்ட்சுன்னு இரண்டு தடிப் பசங்க வந்திருந்தா நான் என்ன பண்ணிருப்பேன்னு தெரியும்லே?’

எங்களுக்குச் சரியாகப் புரியவில்லை. ஒருத்தி என்னிடம், ‘முதல்

முறையாக வாழ்க்கைல உன்னைத் தடியன்னு ஒருத்தர் சொல்றாரு. சந்தோசப்படு' என்றாள்.

காரில் ஏறிப் போகும்போது சினேகிதி சன்னல் வழியே கைகாட்டி அழுதாள். மாப்பிள்ளை எரிச்சல்படுவதுபோலத் தெரிந்தது.

'என்னடா மாப்பிள்ளை கிங்காங் மாதிரி இருக்காரு. இவளானா பூனைக்குட்டி!'

அன்று வெகுநேரம் தெருவிளக்கடியில் நின்று பேசிப் பிரிந்தோம். நான் சற்று நேரம் கூடுதலாக அங்கே தனியாக நின்றிருந்தேன்.

●

ஏறக்குறைய இரண்டு வருடங்களுக்குப் பிறகு, அவள் எங்கள் உலகிலிருந்து முற்றிலும் மறைந்துவிட்டபிறகு, மேடிட்ட வயிற்றோடு மறுபடியும் காலனிக்கு வந்து சேர்ந்தாள். இப்போது அவளுக்கு சேலையைத் தவிர வேறு எதுவும் பொருந்தாது என்று எங்களுக்குத் தோன்றிற்று. ஒரு நாள் சாயங்காலம் அவளைப் பார்க்கப் போனோம். கீழ் சன்னலையும் திறந்துவைத்துக்கொண்டு வானத்தையே பார்த்த படி அமர்ந்திருந்தாள். ஒருத்தி அருகில் சென்று, 'வாழ்த்துக்கள்டி! நம்ம க்ரூப்ல முதல் பாப்பா.' அவள் சிரிக்கவே இல்லை. பேசவும் இல்லை. அவளது நோயாளி விதவை அம்மா படுக்கையில் இருந்த படியே, 'அந்த விளக்கை ஏத்தி வையேண்டி' என்று கத்தினாள்.

●

அம்மாதான் சொன்னாள், 'ஏழாவது மாசமாச்சே? சத்தமே இல்லாம இருக்காங்க. அங்கே போன வீடு அவ்ளோ சரியில்லைபோல. இங்கேயும் ஆருமில்லை. பாவம்.' நாங்கள் தீர்மானித்து அவளுக்கு வளையிடுவது போன்ற ஒரு சடங்கை நடத்த முடிவு செய்தோம். தெருப் பெண்களிடம் கேட்டபோது, 'இதை அவ மாமன்மாருல்லா நடத்தனும்?' அந்த மாமன்மார்கள் எங்கேயும் தட்டுப்படாததால்... நான் அப்போது வந்திருந்த படத்திலிருந்து இந்தப் பாட்டைப் பாடினேன். 'முத்துக்கள் கட்டிய நட்சத்திரம், அந்த நட்சத்திரம் என் கையில் வரும், ஒரு முத்துதான் உடைபட்டுதான் பூவாய் மாறும்...' அவள் லேசாகச் சிரித்து 'ஐயே' என்றாள். நண்பிகள், 'ரொம்ப பீல் பண்ணிப் பாடறானே' என்று கேலி செய்தார்கள்.

மறுநாள் காலையில் காலேஜுக்குப் போகையில் சன்னலிலிருந்து, 'தாங்க்ஸ் மக்களே' என்றாள். பிறகு திடீரென்று, 'I wish this were your child' என்றாள். நான் சைக்கிளை அவள் வீட்டுச் சுவர்மீது

பாலன்ஸ் பண்ணிக்கொண்டு அப்படியே சிலை போல எந்த உணர்ச்சியையும் காட்டாது நின்றேன். அவள் எனது 'ஒன்றும் அறியாத பெண்ணோ' முகத்தைப் பார்த்து சட்டென்று சன்னலை அறைந்து சாத்திவிட்டு, 'போடா' என்றாள்.

●

நான் கல்யாணம் செய்துகொள்வதற்கு முந்தின வாரம் திடீரென்று வீட்டுக்கு வந்தாள். 'அட, உனக்கும் கல்யாணமா?'

நான் வியந்து, 'எப்போ வந்தே. பெங்களூர்ல இருக்கேன்னு சொன்னாங்க?'

அவள் 'சென்னை' என்றாள். 'என் பையனுடன்' என்றாள். 'தனியாக' என்றாள். 'நான் இப்போது வேலைக்குப் போகிறேன்' என்றாள். நான் திரும்பி அவளது பையனைப் பார்த்தேன். பத்துப் பதினோரு வயதுப் பையன்களுக்கு இருக்கும் தன் உணர்வுக்கும் கூடுதலான அமைதியுடன் இருப்பதாகப் பட்டது. என்னைக் கண்களைப் பார்க்காது புன்னகைத்தான். டிவியில் ஏதோ ஓடிக்கொண்டிருக்க, அதைப் புறக்கணித்து எனது புத்தக அலமாரியைத் தோண்டி எதோ ஒரு புத்தகத்தைப் படிக்க ஆரம்பித்தான். புத்தகத்தை ஒளியில் சாய்த்து அவன் படிக்கிற பாணி பரிச்சயமானதாக இருந்தது.

அவள் சட்டென்று புன்னகைத்து, 'I am now certain. He is your child.'

□

நீல வெளிச்சம்
80

நள்ளிரவில் ஒரு உரையாடல்.

'Man you sound so old and so young at the same time.'

'Dear, when a man sounds so old and so young at the same time, know that he is not a man, he is Dracula!'

சாவிலிருந்து காதலிக்க எழுந்து வருவதைவிட மிக உன்னதமான காதல் வேறு எதுவாக இருக்க முடியும்? திரையில் பார்த்த சிறந்த காதல் காட்சிகளில் ஒன்றாக கப்போலாவின் 'டிராகுலா' படத்தில் வரும் இறுதிக் காட்சியை நான் நினைவு வைத்திருக்கிறேன். இவ்வாறு இறப்பிலிருந்து எழுந்து காதலைத் தேடி வந்தவர்களைப் பற்றி நமது நாட்டுப்புறங்களில் ஏராளம் உண்டு. ஆனால் நம் ஊரில் பெரும்பாலும் ஆண்கள் அவ்விதம் வருவதில்லை. பெண்கள்தான். அவை எவ்வளவு தூரம் புனைவு, எவ்வளவு தூரம் உண்மை என்பது பற்றித் தெரியாது. ஆனால் கீழ்க்கண்ட கதை ஓரளவு கதையில்லாமல் இருக்கச் சாத்தியங்கள் உண்டு.

1991 கொடைரோடு பக்கத்தில் ஒரு சிறிய கிராமம். இதே போன்றதொரு வேனல் காலம். வேப்பம்பூக்களின் மணம் நிரம்பிய இரவு. காற்று வேண்டி குவார்ட்டர்சின் திண்ணைகளில் படுத்திருக்கும் மூன்று வாலிபர்கள். எதிர்பார்த்ததுபோல, பெண்கள் பற்றிய பேச்சு. தாங்கள் சந்தித்த பெண்கள், கடந்த பெண்கள். வெளியூர் வாலிபர்கள் இருவரும் பேசி முடித்ததும் உள்ளூர் பாபு தான் கடக்க முடியாத ஒரு பெண் பற்றிப் பேசினார். மனம் பதற வைக்கும் ஒரு கிராமத்துக் காதல் கதை. இன்றைய காதல்களைப் போலவே

அப்போதும் இடைவேளைக்குப் பிறகு அரிவாளோடு வந்த சாதி. கன்னத்திலும் தொடையிலும் நீண்ட வெட்டுக் காயங்களை அவர் எங்களிடம் காட்டினார். இல் செறித்தல். ஒரு கட்டாயத் திருமண முயற்சி. பெண் முதலிரவுக்கு விஷம் குடித்துவிட்டுப் போனது.

சட்டென்று எங்களிடம் ஒரு மௌனம் விழுந்தது. நாங்கள் அதுவரை பேசிக்கொண்டிருந்தது காதலைப் பற்றியல்ல என்று உணர்ந்தோம். பெண்களைப் பற்றியுமல்ல. நான் சற்று நேரம் கழித்து, 'அப்புறம் என்னாச்சி?' என்றேன். சன்னமாய் அவர், 'அவங்க வீட்டுல ஆசுபத்திரிலகூடக் கொண்டு சேர்க்கலை. அது சுமாரான விஷம்தான். திராட்சைல புழுவுக்குப் போடறது. கல்யாணம் நடந்த வீட்டிலேயே நடுக் கூடத்தில கிடந்து ராத்திரி முழுக்க 'தண்ணி தண்ணி'ன்னு கேட்டு, யாரும் கொடுக்காம செத்துப்போச்சி' என்றார். நாங்கள் பேசவே இல்லை. சற்று நேரம் கழித்து மற்ற நண்பர், 'தூங்குவோம் கோமதி' என்றார். 'பாபு தூங்குங்க.'

ஆனால் நான் தூங்கினேனா தெரியவில்லை. பதறிப் பதறி விழித்துக் கொண்டிருந்தேன். எப்போதோ ஒரு கணத்தில் காற்று குளிர்ந்தது. நான் அயர்ந்தேன். ஏதோ ஒரு கட்டத்தில் திடீரென்று விழித்தேன். ஒரு கடுமையான மணம், வேப்பம்பூக்களின் மணத்தை விரட்டி யிருந்தது. முல்லைப்பூக்களின் மணம் அல்லது தசை பொசுங்கும் மணம். மேலே மேகம் முழுக்கக் கறுத்து நிலவே இல்லை. ஆனாலும் சூழலில் ஒரு நீல வெளிச்சம் இருந்தது. அந்த நீல வெளிச்சம் எங்கிருந்து வருகிறது என்று திரும்பிப் பார்த்தேன். அந்த நண்பரின் அருகில் அசையாது அமர்ந்திருந்த நபரிடமிருந்து. அந்த நண்பரின் தலை, அந்தப் பெண்ணின் மடியில் இருந்ததா? அவள் விழிகளிலிருந்து கண்ணீர்த் துளிகள் அவர் முகத்தில் விழுந்ததா? அவள் கூந்தல் அவர் மார்பில் கிடந்ததா? கீழிறங்கி வருடியதா? எவ்வளவு நேரமோ நான் அந்த நீல வெளிச்சத்தையே பார்த்துக் கொண்டிருந்தேன். ('நீல வெளிச்சம்' என்றொரு கதையை பஷீர் எழுதியிருக்கிறார்.) என் அகம் எடுத்த உடனேயே அந்த உருவத்துக்கு உயிரில்லை என்பதை உணர்ந்துவிட்டது. ஒரு சிலை திரும்புவது போன்றும் ஒரு புகை எழும்புவது போன்றும் ஒரே நேரத்தில் காண்பிக்கும் அதன் அசைவுகள். ஆனால் அதன் காதல் மிக உயிரோடு இருந்தது என்பதையும் உணர முடிந்தது. ஒரு ஐஸ் கட்டியைத் தொட்டு உணரமுடிவது போல. உறை நிலைக்குக் கீழே குளிர்ந்த பிறகும் உயிரோடு இருக்கும் ஐஸ் கட்டி. திடீரென்று அந்த இடம் மிகவாய்க் குளிர்ந்தது. நான் நடுங்க ஆரம்பித்தேன். ஏதோ ஒரு கணத்தில் அந்த உருவம் சட்டென்று இன்னொரு மனத்தின் இருப்பை அங்கே

உணர்ந்து, திரும்பி என்னைப்.... பார்ப்பதற்கு முந்தைய கணத்தில் எதிர் வீட்டின் கதவு திறந்து.

பாபுவின் அக்கா, ‘தம்பிங்களா, மழை வருவதுபோல் இருக்கு. உள்ளே வந்து படுங்க’ என்றார்.

ஏறக்குறைய பத்தாண்டுகள் கழித்து பாபுவை திண்டுக்கல் பேருந்து நிலையத்தில் அழுக்குச் சட்டையுடன் அதிகாலையில் எனது முழங்கையைச் சுரண்டி, ‘காப்பி குடிக்கக் காசு கொடுங்க’ என்பவராகச் சந்தித்தேன். அன்று மாலையே பாபுவின் அக்காவையும் அத்தானையும் மதுரை பழங்காநத்தம் பேருந்து நிலையத்தில் பார்த்தேன். நெருங்கி, ‘நீங்க பாபுவோட அக்காதானே? என்னை நினைவிருக்கா’ என்றேன். பிறகு தயங்கி ‘பாபு எப்படி இருக்கார்?’

பாபுவின் அத்தான், ‘அவன் கிறுக்காயிட்டான்’ என்றார். ‘ஒழுங்கா மாத்திரையும் சாப்பிட மாட்டேங்கிறான்’ என்றார் குறுக்கிட்டு. அவர் கண்களில் சிநேகமில்லை. ‘அவன் ஒரு ஆளுன்னு அவனையும் கேட்டுகிட்டு.’

நான் அக்காவைப் பார்த்தேன். அவர் என்னைப் பார்க்காது நேராக நின்றிருந்தார். கொஞ்ச நேரம் மூவரும் அப்படியே நின்றிருந்தோம். கொஞ்ச நேரம் கழித்து அக்கா தன் கணவரிடம், ‘தாகையா இருக்கு. ஒரு கலர் வேணும்’ என்றார். அத்தான் என்னை ஒருமுறை வெறுப்புடன் பார்த்துவிட்டு விலகிப் போனார். நான் அவசரமாக, ‘அக்கா, உங்களுக்கு நினைவிருக்கா? ஒருநாள் புழுக்கமா இருக்குன்னு நாங்க வெளியே படுத்திருந்தோமே...’

அக்கா, ‘நான் உங்களை உள்ளே போய்ப் படுக்கச் சொன்னேன்’ என்றார். ‘நானும் பார்த்தேன் தம்பி அவளை.’

அவர் சட்டென்று உடைந்து அழுதார். ‘இவங்களுக்குப் புரியவே புரியாது தம்பி’ என்றார் சிவந்த விழிகளுடன். ‘புரியவே புரியாது’ என்றார். ‘கவனமா இருக்கணும். ரொம்பக் கவனமா இருக்கணும்’ என்றார். ‘இல்லை, கட்டைபோல இருக்கணும்’ என்றார்.

பேருந்தில் ஏறி விலகும்போதும் சன்னல்வழி உதடசைத்து அவர் சொல்லிக்கொண்டே இருந்தார். ‘கவனமா இருக்கணும். கட்டை போல இருக்கணும். கவனமா இருக்கணும்.... கட்டை போல...’

□

சித்தர் சம்பாஷணை

81

நான் இந்த சித்தர்களைத் துரத்திக்கொண்டிருந்த நாட்களில் ராஜபாளையத்தைச் சேர்ந்த ஒரு நவ சித்தரைப் பற்றி அவரது சீடர் சொன்ன கதை இது. நவ சித்தர் சதுரகிரியில் இன்னமும் மறைவாக இருக்கும் அகத்தியரால், பெண் வாசனையே தெரியாமல் வளர்க்கப் பட்டவராம். அதாவது அவர் அதுவரை பெண்களையே பார்த்தது கிடையாது. அவர் வளர்ந்ததும், ‘உனது சேவை நாட்டுக்குத் தேவை' என்று அகத்தியர் சொல்லி மலையிலிருந்து அவரைக் கீழே கொண்டு வந்தாராம். வருகிற வழியில் அவர் எதிரே சில மலைப் பெண்கள் வந்திருக்கிறார்கள். அவர்களைக் கண்டதும் நவ சித்தர் அதிர்ச்சியில் உறைந்து நின்றுபோய்விட, அகத்தியர் ஓரக்கண்ணால் அவரைப் பார்த்தபடியே, ‘தம்பி என்னா?' என்று கேட்டிருக்கிறார். இவர் கண்ணிலிருந்து கண்ணீர் அருவி அருவியாய்க் கொட்டக் கதறி அழுதிருக்கிறார். அகத்தியர் பதறி ஏனென்று வினவ, இவர் அவர் காலில் விழுந்து ‘சுவாமி! கருணாமூர்த்தியும் வைத்திய சாகரமுமான நீங்கள் இருக்கும் மலையிலேயே இப்படி மனிதர்கள் நெஞ்சில் பெரிய பெரிய கட்டிகளைச் சுமந்து திரிகிறார்களே! இந்த கலியின் கொடுமைதான் என்ன?' என்று சொல்லியிருக்கிறார். அகத்தியரே உறைந்து நின்றுவிட்டாராம்!

இதைச் சொல்லிவிட்டு, சீடர் என்னைப் பெருமையுடன் பார்த்து, ‘பிரம்மச்சரியம்னா இப்படி இருக்கணும்' என்றார். பிறகென்ன? அந்த இரவு முழுவதும் குணப்படுத்த முடியாத அந்தக் ‘கட்டிகளை' எண்ணியெண்ணி என்னிடம் கொஞ்ச நஞ்சம் இருந்த பிரம்மசர்யத்தையும் தொலைத்தேன்.

□

மதுரா புரி

82

உலகத்தின் முதல் தொழில் எது என்று எல்லோருக்கும் தெரியும். கடைசித் தொழில் எது என்பதில் சில சந்தேகங்கள் உள்ளன. 'சரியாப் படிக்கலைன்னா மாடு மேய்க்கப் போகவேண்டியதுதான்' என்ற எச்சரிக்கையைப் பொதுவாக எல்லோரும் கேட்டிருப்போம். நேற்று கூட பக்கத்துவீட்டுப் பெண்மணி தனது பையனிடம் சொல்லிக் கொண்டிருந்தார். ஆனாலும் மதுரையில் நேற்று முடி வெட்டப் போன இடத்தே அங்கிருந்த எண்பது வயதுத் தொழிலாளியை கடை முதலாளி, 'சரியா தொழில் பண்ணலைன்னா மாடு மேய்க்கப் போகவேண்டியதுதான்' என்று திரும்பத் திரும்பச் சொல்லிக் கொண்டிருந்தார். (ஒருவேளை அது அவரது தந்தையாகக்கூட இருக்கலாம்.) பொதுவாக இந்த மாதிரிச் சொல்லப்படும்போது குழந்தைகள் வைத்துக்கொள்ளும் அதே முகத்துடன் அந்தத் தந்தை-தொழிலாளி வெளியே போய் வெயிலில் அமர்ந்து கொண்டார்.

எனக்குச் சற்று பரிதாபமாக இருந்தது. மாடு மேய்ப்பது அத்துணை மோசமான தொழிலோ அல்லது அதிகாரமற்ற தொழிலோ அல்ல என்று நான் அவருக்குச் சொல்ல மிக விரும்பினேன். மாடு மேய்த்தே பெரிய மனிதர்கள் ஆகிவிட்ட ஒரு நூறு பேரையாவது சரித்திரத்தி லிருந்து அவருக்கு என்னால் சொல்ல முடியும். மேய்க்கும் சமூகங்கள் உலக அரசியல் சரித்திரத்தில் மிக முக்கியமான பங்கு வகித்திருக் கிறார்கள். இன்னமும் வகிக்கிறார்கள்.

போன முறை வட இந்தியச் சுற்றுலாவின்போது கஞ்சா அடித்து, கடுகழிச்சல் ஆன களைப்பில் உத்தரப்பிரதேசத்தில் ஒரு காரில் தனியாக அமர்ந்திருந்தபோது திடீரென்று ஒரு பெரிய ஆநிரைக்

கூட்டம் என்னைக் கடந்துபோனது. ஒரு ஆர்வமிக்க ஆ காருக்குள் தலையைவிட்டு எனது முகத்தை ஆராய்ந்து பார்க்க முயலும்போது பதறி விழித்துக்கொண்டேன். உண்மையில் அவ்வளவு பெரிய மந்தையை நான் பார்த்ததே இல்லை. ஆனால் வியக்கும்விதமாக அவை அதிகம் குழப்பமில்லாமல் நேராகச் சென்றுகொண்டே இருந்தன. நான் அந்த மாட்டு ரயிலின் கார்டைத் தேடினேன். ஆனால் அவர் அவை சென்று முடிந்து தூசியெல்லாம் அடங்கியபிறகுதான் பின்னால் மிக மெதுவாக வந்தார். கையில் ஒரு புல்லாங்குழல். தலையில் ஒரு நீலத் தலைப்பாகை.

நான் 'தூத்' என்று சிறிய ஒலியைக் கேட்டேன். அது அவரது குழலிலிருந்தோ, என் தலை மீதிருந்த மரத்தில் இருந்த பறவையிடமிருந்தோ வந்திருக்கலாம். அவர் புகை நடுவிலிருந்து, 'மாலை வெயிலில் பொன் துகிலென மிளிர' என்னருகே நெருங்கிவர நான், 'கிருஷ்ணா நீயா?' என்றேன் பரவசத்தோடு.

அவர் புன்னகைத்து, என் கைகளைப் பிடித்து, 'Hi, I am Hadrian from Germany. I am the shepherd for the local ISKCON. How do you do?'

□

மொழிபெயர்ப்பு

83

ஒரு புகழ்பெற்ற அல்லது அவ்வளவாகப் புகழ்பெறாத மொழிபெயர்ப்பாளரைப் பார்த்து, 'இப்படி அங்கிருந்து தமிழுக்கு மட்டும் மொழிபெயர்த்துக்கொண்டிருக்கிறீர்களே. தமிழில் உலகத் தரம் வாய்ந்த கதைகள் உள்ளன. தமிழிலிருந்து அங்கும் கொண்டு சென்றால் என்ன?' என்று கேட்டேன். அவர் திடீரென்று, சொல்லாமல் முனியடித்த பிள்ளைபோல் ஆனார். 'ஐயோ, அது பயங்கரமானதொரு காரியம்' என்றார். அவர் உடல் நடுங்கத் தொடங்கிற்று. நான் அவரை அணைத்து ஆற்றுப்படுத்தி அவரது பீதியின் காரணத்தை விசாரித்தேன். அவர் ஏற்கெனவே தான் அப்படி ஒரு துணிகரக் காரியத்தில் ஈடுபட்டபோது நேரிட்ட துயர அனுபவங்களை விவரித்தார்.

'மற்ற மொழிகளில் எழுத்தாளர்கள் தங்கள் படைப்புகள் மொழி பெயர்க்கப்பட்டால் சந்துஷ்டி அடைவார்கள்.' 'இங்கிருப்பதும் மனிதர்கள்தானே? இவர்களும் களிகூரவே செய்வார்கள்.' 'ஆஹா... நானும் அப்படித்தான் நினைத்தேன்' என்றார் அவர். பிறகு தனது வாழ்க்கையின் மிக இருளான ஒரு காலகட்டத்தைப் பற்றிச் சொல்லத் தொடங்கினார். 'வேற்று மொழியில் பிரபலமான ஒரு பதிப்பகம் தமிழில் அப்போது எழுதிக்கொண்டிருந்த பனிரெண்டு பேரின் சிறுகதைகளை நான் சொல்லியதன்பேரில் தங்கள் மொழியில் வெளியிடத் தயாராக இருந்தது. நான் அப்போது இலக்கியத்தின் உச்சியில் இருந்த பன்னிருவருக்கு அந்த நல்ல விஷயத்தைத் தெரிவித்து அவர்களது அனுமதியைக் கேட்டுக் கடிதம் எழுதினேன். பத்து பேர் பதிலே எழுதவில்லை. பதினோராவது நபர் அதற்கு ஒரு லட்சத்தி ஒரு ரூபாய் ராயல்டியாகக் கேட்டார். இப்போதைக்கு அதன்

மதிப்பு அதைவிட ஐம்பது மடங்காவது இருக்கும்.' 'ஓ' என்றேன் நான் மெல்ல சுருதி இழந்து.

'ஆனால் பனிரெண்டாவது நபர் செய்த காரியம்தான் மிக சிலாக்கிய மானது. அவர் நான் கடிதத்தில் குறிப்பிட்டிருந்த பதிப்பகத்தின் விலாசத்தை எப்படியோ கஷ்டப்பட்டுக் கண்டுபிடித்து - இணையம் இல்லாத காலம் என்பதை நினைவில் கொள்ளுங்கள் - ஒரு கடிதம் எழுதி இருக்கிறார். அதில் அவர்களிடம் நான் கொடுத்த பட்டியலில் அவரைத் தவிர இருந்த மற்ற பதினொரு பேரும் நாலாந்தர எழுத்தாளர்கள் என்று சொல்லி உண்மையில் தமிழில் பெறுமதியான எழுத்தாளர்கள் யார் என்று புதிதாகப் பனிரெண்டு பெயர் கொண்ட பட்டியலையும் கொடுத்திருக்கிறார்.' நான் இப்போது பராக்கு பார்க்க ஆரம்பித்தேன். 'அப்போ நான் வரட்டா...'

'இருங்க. முடியலை' என்றார் அவர். 'கடைசியாக அவர் எழுதிய பின் குறிப்புதான் முக்கியமானது. பதிப்பகம் அதை நகல் செய்து எனக்கே அனுப்பி வைத்தது.' நான், 'அப்படியா எதுக்கு?' 'எதுக்கா? மொத்தக் கடிதமும் தமிழில் இருந்தது. அவர்களுக்காக நான்தானே மொழி பெயர்க்கவேண்டும்? அந்தப் பின் குறிப்பில் என்ன எழுதியிருந்தார் என்றால்...'

நான் விஷயத்தின் அபத்தத்தையும் ஆபத்தையும் ஒரு சேர உணர்ந்து, 'சார் அப்போ நான் வரட்டா...' அவர் என் தோளைப் பிடித்து அழுத்தி, 'இருங்க' என்றார். பிறகு நினைவிலிருந்து அதை வாசித்தார். 'பின் குறிப்பு. முதலில் இவற்றையெல்லாம் மொழிபெயர்க்க வக்காளி இந்தப் பயல்தான் உங்களுக்குக் கிடைத்தானா? தமிழில் இவன் யாரென்றே எவருக்கும் தெரியாது. கடைந்தெடுத்த சல்லிப்பயல். இவன் உங்களுக்கு வேண்டாம். இவனைவிட நல்லத் திறமைசாலிகள் இங்கு உண்டு. உதாரணமாக இவர்... எனது நண்பர்தான். நல்ல திறமைசாலி. நீங்கள் இந்தப் பெயர் தெரியாத பனாதைக்குக் கொடுக்கிற காசில் பாதியைக் கொடுத்தால் போதும். அன்பு.'

□

மீண்டு வருதல் அல்லது

On a Clear Day You Can See Forever

84

ஆரோக்கியத்தைவிட ஆரோக்கியத்துக்குத் திரும்புதல் ஆனந்தம் அளிக்கக்கூடியது. நெடிய மருத்துவ சிகிச்சைக்குப்பிறகு வீடு திரும்பிய நண்பன் வீட்டாரின் வற்புறுத்தலையும் மீறி என்னுடன் நடந்துவந்தான். 'மாலை எவ்வளவு அழகாக இருக்கிறது!' என்றான். 'எல்லாவற்றின்மீதும் பொன் படர்ந்திருக்கிறது. இந்தப் பொன் துகள்கள் இத்தனை நாட்கள் எங்கிருந்தன?'

நான் அவனைச் சற்று சந்தேகமாய் பார்த்தேன். 'ஆர் யூ ஆல்ரைட்?'

அவன், 'ஐ யாம் ஆல் ரைட்.'

பிறகொரு நாள் அவன் சொன்னான் பெருமூச்சுடன், 'எல்லாவற்றின்மீதும் ஒரு தங்க ரேக்கு ஓடிக்கொண்டே இருந்தது. ஒரு மூன்று நாட்களுக்கு அப்படி இருந்தது. பின்னர் மெல்ல மங்கி, எல்லாம் அதன் பழைய மக்கிய நிறங்களுக்கு மாறிக்கொண்டன.'

காசிப் பிரயாணத்தில் இரண்டு முறை கடுமையான உடல் குறைவுக்கு உள்ளானேன். ஒருமுறை எனது புத்தி சுயாதீனத்தை இழந்துவிடுவேன் என்று அஞ்சினேன். கடும் காய்ச்சலோடுதான் திரும்பிவந்தேன். நேற்று நள்ளிரவு எதோ ஒரு கணத்தில் அதன் கடுமை உடைந்து, நோய்மை அலை பின்வாங்கிச் சென்றது. அது பின்வாங்கத் தொடங்கிய தருணத்தை என்னால் மிக உறுதியாக உணர முடிந்தது. குறுகிய சந்தில் வேகமாக உங்களை நோக்கி ஓடிவந்த யானை சட்டென்று நின்று கால் மாற்றி திரும்பிப் போனதைப்போல

நான் உணர்ந்தேன். ஒரு கணம் எல்லாம் அமைதியாக இருந்தது. தியானத்திலும் காதலிலும் இசையிலும்கூடக் கிட்டாத அமைதி.

ஒருவேளை இந்த மீண்டுவரும் சுகத்திற்காகத்தான் ஆபத்தான, அபத்தமான என்று பிறருக்குத் தோன்றக்கூடிய பல விஷயங்களைக் கலைஞர்கள், கவிஞர்கள் மற்றும் நுண்ணுணர்வு கொண்ட அவரொத்த எல்லோரும் ஈடுபடுகின்றனரோ என்று தோன்றியதுண்டு. ஆரோக்கியம், பாதுகாப்பான வாழ்வு எல்லாவற்றையும் விட்டுவிட்டு ஏறக்குறைய தற்கொலை என்று சொல்லக்கூடிய பழக்க வழக்கங்கள், உறவுகள் போன்றவற்றில் வலியச் சென்று சிக்கிக் கொள்கிறவர்களை நான் பார்த்திருக்கிறேன். சிலர் பாதாளம்வரை குதித்துப் பார்த்துவிட்டு மீண்டு வருகின்றனர். மீண்டு ஏறி வரும் போது அவர்களது காதுகளை உரசியபடி எப்போதும் பறந்து கொண்டிருந்த ஒன்றை, அது பறவை என்று அவர்கள் திரும்பக் கண்டு கொள்கின்றனர்.

ஆ! அது அவர்களுக்காக இன்னமும் காத்திருந்தது!

சிலரால் மீண்டு வர முடிவதில்லை. அவர்கள் என்றைக்குமாய் அவர்கள் இறங்கிய அந்தகாரத்துக்குள் எப்போதும் இருண்ட குகைகளின் முடிவில் கிடைக்கும் ஒரு துண்டுத் தங்க ஒளியைக் காணாமலே ஒடுங்கி மறைந்துவிடுகின்றனர்.

ஜி நாகராஜன்போல.

எனது நண்பர் ஒருவர், ‘அடல்டரிக்கு நிச்சயமாக ஒரு சமூகத் தேவை இருக்கிறது. அது, பழக்கத்தின் களிம்பு உங்கள் கண்களை மூடிவிடாமல் பார்த்துக்கொள்கிறது’ என்றார். ‘உங்களுக்குத் தெரிந்திருக்கலாம். அடல்டரியின் ஆரம்ப காலப் பரவசம் முதல் காதலின் பரவசத்தைவிடவும் வீர்யமானது, போதையானது’ என்றார். நான், ‘எல்லா போதைக்கும் இறுதியில் ஒரு கடுமையான தலைவலி உண்டே’ என்றேன்.

‘அந்தத் தலைவலி இறங்கும்போது நீங்கள் பரிசுத்தமாக உணர்வதைப் போல, முன்னெப்போதும் உணர்ந்திருக்க மாட்டீர்கள்’ என்றார். ‘ஆகவே கொஞ்சம் குற்றம் எப்போதுமே நல்லது’ என்றார். பிறகு என் கண்களை வாசித்துவிட்டு, ‘‘கரமசோவ் சகோதரர்கள்’ நாவலில் தந்தையின் கொலைக்குப் பிறகு அலொய்ஷாவும் அவரது காதலி லீசும் குற்றத்தின்மீதான இச்சை பற்றிப் பேசுகிற ஒரு இடம் வருகிறது. திரும்பப் படித்துப் பாருங்கள். புரியும்’ என்றார்.

நான் படித்துப் பார்த்தேன். அவர் என்ன சொல்ல வருகிறார் என்று அதன் மூலம் புரியவில்லை. ஆனால் வேறொரு தருணத்தில் புரிந்துகொள்ள முடிந்தது.

சில வருடங்களுக்கு முன்பு GERD எனப்படும் எதுக்களிப்பு நோய் கடுமையாகத் தாக்கி, ஒரு பதினைந்து நாட்கள் அம்பாசமுத்திரம் அருகே ஓர் இயற்கை உணவு நல்வாழ்வு மையத்தில் தங்கி இருந்தேன். ஒரு மிடறு தண்ணீர்கூட நெஞ்சில் துடிக்க வைக்கிற வலியை தராமல் இறங்காது என்கிற நிலை. ஆங்கில PRAZOLES எதுவும் பலனளிக்கவில்லை. அடுத்து அறுவை சிகிச்சையே என்ற நிலை. உங்கள் உணவுக் குழலை ஒரு முடிச்சுபோலத் திருகி உங்களுக்கு எதுக்களிப்பு வராமல் செய்வார்கள். ஆனால், அதன்பிறகு நீங்கள் ஒவ்வொரு பருக்கையையும் போதத்துடன் சாப்பிட வேண்டியிருக்கும்; இல்லாவிட்டால் அது எங்காவது மாட்டிக் கொண்டு மறுபடி கழுத்தில் கத்தி வைத்துத்தான் உங்களைக் காப்பாற்ற வேண்டியிருக்கும் என்று பயமுறுத்தினார்கள்.

எனக்கு போதத்துடன் சாப்பிட்டுப் பழக்கமே இல்லை. எப்போதும் மோட்டல்களில் அவசரமாகச் சாப்பிடும் பயணிபோல உண்பதே எனது வழக்கம். இது ஒருவகையில் உனது உடல் உனக்குக் கொடுத்திருக்கிற KARMIC REBUTTAL என்பார் நண்பர். ‘உன்னுடன் அமர்ந்து சாப்பிடுகிறவனுக்கு உணவின்மீதுள்ள பற்றே போய் விடும்.’

சிகிச்சை மையத்தில் எல்லாமே பழங்கள்தான். முதல் ஒருவாரம் எந்த முன்னேற்றமும் தெரியவில்லை. எப்போதும் சோர்வாகவே இருந்தது. வயிறு நிறையாததால் தூங்கவும் முடியவில்லை. படிக்கவும் முடியவில்லை.

ஒரு நாள் இரவு, உணவு முடித்துவிட்டு அந்த மையத்தில் இருளில் கிடந்த ஒரு சிமிண்டு பெஞ்சில் அமர்ந்திருந்தேன். பெரிய நாணல் காடு போன்ற இடம் அது. அதிகம் சீர்திருத்தப்பட்டிராத இடம். ஏதோ ஒரு கணத்தில் மையக் கட்டடத்தின் விளக்குகள் எல்லாம் அணைந்தன. காத்திருந்ததுபோல சீரிகைப் பூச்சிகளின் கச்சேரி மிக நேரிடையாக மேல் ஸ்தாயியிலேயே தொடங்கியது. அவை எழும்பி எழும்பி ஓர் உச்சத்துக்குப் போய் உடைந்தன.

சட்டென்று அங்கே ஓர் அமைதி விழுந்தது. யாரோ சொல்லியது போல நான் மேலே பார்த்தேன். அன்று நிலவு இல்லை. கோடையின் துல்லிய வானம். வானம் முழுக்க மிகத் துல்லியமாக இறைந்து

கிடக்கும் நட்சத்திரங்கள். அவ்வளவு நட்சத்திரங்களை நான் அது வரை பார்த்ததே இல்லை. நட்சத்திரங்கள் மிகத் துல்லியமான முனைகளுடன் ஒரு நாணயம் விழுந்து முடிந்தவுடன் வேறு எந்தப் பொருட்களுமே இல்லாத ஒரு பெரிய அறையில் ஏற்படுகிறது போன்ற துல்லியமான அமைதியுடன் ஒளிவிட்டன. நான் ஒரு கணம் கீழே நட்சத்திரங்களைப் பார்த்துக் கொண்டு கீழே இருந்தேன். மறுகணம் ஒவ்வொரு நட்சத்திரத்தையும் என்னால் தனித் தனியாகத் தொட்டுப் பேச முடியும் என்பதுபோல் அவற்றின் நடுவில் இருந்தேன்.

'ஆ!' என்று கணம் என்னையும் அறியாது கத்தினேன். சற்று நேரம் அந்த நிலை நீடித்தது. எனது உடல் உபாதைகள் எதையும் அப்போது நான் உணரவில்லை.

பிறகு என் அருகில் யாரையோ உணர்ந்து திரும்பினேன். மும்பையிலிருந்து என்னைப் போலவே சிகிச்சைக்காக வந்திருந்த ஒரு மத்திய வயதுப் பெண் அமர்ந்திருந்தார். நான் அவரிடம் 'நட்சத்திரங்கள்!' என்றேன். அவர், 'ஆம்' என்றார். 'எனக்கும் நேற்று இந்த அனுபவம் ஏற்பட்டது.'

அவர் சற்று நேரம் வானத்தையே பார்த்துக்கொண்டிருந்தார். பிறகு பெருமூச்சுடன் 'ஒருவேளை இத்தனை உடல், மன வேதனைகள் இதற்காகத்தான் தரப்பட்டதோ?' என்றார்.

நான் 'எதற்காக?' என்பதுபோலப் புருவத்தை உயர்த்தினேன்.

அவர், 'இந்த நட்சத்திரங்களைப் பார்ப்பதற்காக' என்றார்.

□

வசிய மை

85

வசிய மை செய்ய அந்த பொருள் முக்கியமாக வேண்டும் என்றபோது அவர் தப்பிக்கப் பார்க்கிறார் என்றே நினைத்தோம். ஆனால் ஆசான் உள்ளிருந்து, பழுத்த மஞ்சளில், ட்வைன் நூலில் தைத்த மலையாள மந்திரவாதம் புத்தகத்தை எடுத்துப் புரட்டி 'ஸ்திரீ வஸியம்' என்ற தலைப்பை எடுத்துக் காண்பித்தார். ஆமாம். அவர் பொய் சொல்லவில்லை. வசிய மையின் முக்கியக் கச்சாவாக அந்தப் பொருள் குறிப்பிடப்பட்டிருந்தது. ஆனால் அது கிடைத்து வசிய மையை மட்டும் தயார் பண்ண முடிந்துவிட்டால்... 'இப்படிச் சரியாகச் செய்த வசிய மையை ஒரு புருஷன் நெற்றியில் அணிந்துகொண்டு வெளியே செல்வானாகில் ஊர்வசி, ரம்பை திலோத்தமையையொத்த எப்பேர்ப்பட்ட அதிரூபவதிகளுக்கும் அவன் மன்மதனோ இந்திரனோ என்ற மயக்கம் ஏற்பட்டு அவன் காலடியில் 'பிரபோ நாதா பிராணபதி' என்று பலவாறாகப் பிதற்றியபடி வீழ்ந்துகிடப்பார்கள்...'

பொருள் கிடைக்கச் சற்று கடினமானதுதான். ஆனால் ஏழாவது தெரு ஏஞ்சல் க்ளாடியும் தனது இதயத்தை மெக்கானிக் செல்வினிடமே ஒப்படைத்தபோது எங்கள் நிலைமை கடுமையாகிவிட்டிருந்தது. இவ்வளவுக்கும் செல்வின் கருப்பு. படிக்காதவன். அம்மைத் தழும்புடைய கன்னம். எங்களிடையே இருந்த படித்த, சிவத்த, தடித்த காளைகளைவிட அவன் எவ்விதத்தில் மேல்? ஏன் எல்லாப் பெண்களும் அவன் மேலேயே போய் விழுகிறார்கள்? நாங்கள் அதுபற்றித் தீவிரமாக ஆராய்ந்தோம்.

அப்போது சிவகாமிநாதன்தான், 'ஏலே அவன் நெத்தியைப் பார்த்தீங்களா?' என்று கேட்டான். 'எப்பவும் ஒரு கருப்பு மை

இருக்கு.' அம்பி நாகராஜன், 'அதுக்கு?' என்றான். 'வசிய மைலே, எழவெடுத்தவனே. அதான் விஷயம். இல்லாட்டி அவன் ஒரு கிறிஸ்டியன். அவன் ஏன் நெத்தில குறி போடுதான்?' நாங்கள் யோசித்தோம். நான் 'அது கிரீஸ்மாதிரி தெரியுது' என்று சொல்ல நினைத்து அடக்கிக் கொண்டேன். நாதனின் முகம் மிகத் தீவிரமாக இருந்தது. நாங்கள் மறுபடி ஆசானிடம் போனோம். அவரிடம், 'இம்முறை எப்படியாவது நீங்கள் வசிய மை செய்து தந்தே தீரவேண்டும்' என்று வற்புறுத்தினோம். அவர் பழையபடியே, 'அது அவ்வளவு சுலபமில்லை பசங்களா... வேணும்னா நான் சொன்ன அந்த வசிய மந்திரத்தை ஒரு மண்டலம்...'

'அது சொல்லி என்னை நாய் கடிச்சுடுச்சு. ஒரே வாரத்தில மூணு நாய்...' என்றான் அம்பி.

'அது நீ மந்திரத்தை மாத்திச் சொன்னேன்னா...' என்று ஆசான் முனகினார். 'நான் சொன்னது நசி நசி மசி மசி நசி. நீ சொன்னது நசி நசி சசி சசி' என்றார்.

அம்பி தலை கவிழ்ந்துகொண்டான்.

அந்த மந்திர விஷயம் சுருக்கமாக இதுதான். முன்பொரு தடவை பெண்களை வசியப்படுத்துவது என்ற இதே உயரிய நோக்கத்துக்காக ஆசானை அணுகியபோது அவர் இந்த மந்திரத்தைக் கொடுத்து தினமும் ஆயிரத்தெட்டு தடவை, ஒரு மண்டலம், பிரம்ம முகூர்த்தத்தில் ஜெபிக்கச் சொன்னார். நானும் நாதனும் நான்கு நாட்கள் பண்ணிப் பார்த்து, எண்ணி நூறுமுறை சொல்வதற்குள் தூங்கிவிட்டோம். ஆனால் அம்பி பரம்பரையாக மந்திர சாதகம் பண்ணிய குடும்பத்தில் வந்தவனாதலால் தொடர்ந்து பண்ணினான். அரை மண்டலம் எந்தச் சலனமும் இல்லாமல் கழிந்தது. அதன்பிறகு ஒரு விநோதமான விஷயம் நிகழ்ந்தது. அவனது மந்திரத்தால் வசியப்பட்டு பெண்கள் வருவதற்குப் பதிலாக, பிராணிகள் அவன் பின்னால் வரத் தொடங்கின. குறிப்பாக நாய்கள். அதுவும் எங்கள் காலனியில் நாய்கள் அதிகம். ஒரு நாள் அதிகாலையில் ஒரு பெரிய நாய்ப்படை பின் தொடர pied piper போல அவன் போவதைப் பார்த்த சுப்பாச்சி மயங்கி விழுந்தாள்.

அம்பி மந்திரத்தில் ஏதோ கோளாறு என்று தெரிந்து அதை நிறுத்தினான். நிறுத்தின மறுநாளே ஒரே நாளில் மூன்று நாய்களிடம் கடிபட்டான். இரண்டாவது நாய்க்கடிக்கு ஊசி போட்டுவிட்டுத் திரும்புகையிலேயே ஒரு நாய் வழிமறித்து அவனைக் கடித்தது.

பிறகுதான் அவன் மந்திரத்தில் சசி புகுந்துவிட்டதை ஆசான் கண்டுபிடித்தார். அது ஒரு பிராய்டியத் தவறாக இருக்கக் கூடும்.

அவன் அப்போது விரட்டிக்கொண்டிருந்த பெண்ணின் பெயர் சசி. ‘ஆசானே, இந்த முறை சாக்கு ஏதாவது சொல்லாதீங்க’ என்றான் நாதன் கடுமையாக. ‘நீங்க மட்டும் சுகமா இருக்கறீங்க’ என்றான். அவன் கண்களை உற்றுப்பார்த்த ஆசானுக்கு லேசாக வியர்த்தது. அந்த திசயன்விளைக்காரியையும் அவரையும் ஒன்றாய்க் குடிலில் நாங்கள் பார்த்ததிலிருந்து அவருக்கு இப்படி வியர்க்கிறது. அவர் ‘சரிடே’ என்றார். ‘அதான் சொன்னாம்லா. பெண் சிங்கத்தோட சிறுநீர் வேணும்.’

நாங்கள் பெருத்த ஏமாற்றத்தோடு திரும்பினோம். ‘இந்த ஆளு ஒரு ப்ராடுலே’ என்றேன் நான். ஆனால் நாதன் அப்படி நினைக்கவில்லை என்று தெரிந்தது. அவன் ஆழ்ந்த சிந்தனையில் இருந்தான்.

அம்பி, ‘மந்திரம் வேலை பன்னுச்சே’ என்றான் வயிற்றைத் தடவியபடி. அந்த வயிற்றில் அவன் எவ்வளவு ஊசி போட்டிருக்கிறான்! ‘அதுக்காக சிங்கத்தின் சிறுநீருக்கு எங்கேலே போறது?’

நாங்கள் துயரத்துடன் பிரிந்தோம். ‘ஏஞ்சல் க்ளாடிகளே, நீங்கள் எங்கிருந்தாலும் வாழ்க!’

இரண்டு நாட்கள் நாங்கள் சந்திக்கவே இல்லை. உலகமே துக்க சாகரமாகத் தெரிந்தது. அம்பி வந்து, ‘இந்த நாதனைக் காணவே இல்லை வீட்டிலயும் இல்லை. அவங்க வீட்டுல போய்க் கேட்டாத் திட்டுறாங்க’ என்றான். அவன் எங்கேதான் போயிருப்பான் என்று யோசித்து ஒரு பிடியும் கிட்டவில்லை. ஏஞ்சல் க்ளாடி கிட்டாத சோகத்தில் ஊரைவிட்டு ஓடிவிட்டானா? ஆனால் எங்கள் சந்தேகங்களை உடைத்தபடி மூன்றாம் நாள் நாதன் வந்துவிட்டான். அவன் ஒரு பிறவிப் போராளி. அவனை நாங்கள் அவ்விதம் சந்தேகித்தது தவறு. வந்ததும், ‘ஏலே வாங்கலே, ஆசானைப் பார்ப்போம்’ என்று எங்களை விரட்டினான்.

நாங்கள் மூச்சிரைக்க, பல்கூட விளக்காது சைக்கிளில் அவரைத் தேடிப் பறந்துபோனோம். அன்று அமாவாசையாதலால் அவர் கருப்பந்துறை ஆற்றுக்குப் போயிருப்பதாகச் சொன்னார்கள். ஒவ்வொரு மாதமும் அவர் எடுத்த தேள் விஷத்தை எல்லாம் அன்றுதான் நதியில் கரைப்பார். நாதன் தனக்குள், ‘நல்ல நாள்தாண்டே’ என்று மகிழ்ந்துகொண்டான். எங்களுக்கு ஒன்றுமே புரியவில்லை. எங்களுக்குக் கொஞ்சம் அவனைப் பார்க்க அச்சமாகக் கூட இருந்தது அவன் கொஞ்சம் காய்ச்சல் வந்தவன்போல, கொஞ்சம் பட்டினி கிடந்தவன்போல, கொஞ்சம் பைத்தியம் வந்தவன்போல, கொஞ்சம் நாற்றமடிப்பவனாக இருந்தான்.

ஆசான் மண்டபத்தில் குளித்துவிட்டு துண்டு மாற்றிக்கொண்டிருந் தார். அவன் ஓடிப்போய் அவர் எதிரே நின்று, ‘இந்தாங்க நீங்க கேட்டது’ என்றான். அப்போதுதான் அவன் கையில் இருந்த பெரிய போணிச் சட்டியை நாங்கள் பார்த்தோம் அவர் ‘என்னது இது’ என்றார். ‘அதான் நீங்க கேட்டது’ என்றான் அவன். ‘பெண் சிங்கத்தோட சிறுநீர்.’ அவர் திகைத்து எங்களைப் பார்த்தார். ‘என்னடே, என்ன சொல்லுத’ என்று சட்டியைத் திறந்து பார்த்தார். அதனுள் நல்ல பிரவுன் நிறத்தில் ஒரு திரவம் தளும்பிக் கொண்டிருந்தது. அதன் நாற்றமோ சகிக்க முடியாததாக இருந்தது. அவர் வாய்விட்டுச் சிரித்து, ‘மக்கா, நீ என்ன சொல்லுதே? இது சிங்கத்தோட சங்கதின்னா?’

இப்போது எங்களுக்குமே கொஞ்சம் சந்தேகம் வந்து லேசாகச் சிரிக்க முயன்றோம். ஆனால் அதை ஊடறுத்து நாதன் ‘ம்ம்’ என்று உறுமினான். சட்டைப் பையிலிருந்து ஒரு கசங்கிய சீட்டை எடுத்து என்னிடம் கொடுத்தான். நான் அதைப் பிரித்துப் பார்த்தேன். அதில் மலையாளத்தில் ஏதோ எழுதி இருந்தது. ஆசான் அதை வாங்கி ‘இதில என்ன எழுதி இருக்கு?’ என்றார். எங்களுக்கு அப்போதுதான் அவர் மலையாளம் தெரிந்திராத மலையாள மந்திரவாதி என்பது தெரிந்தது. அம்பிக்குக் கொஞ்சம் மலையாளம் தெரியும். அவன் அதை வாங்கி, ‘இது சிம்ஹத்தோட சொந்த மூத்திரம் தன்னே - அனந்தன் குட்டி’ என்று எழுத்துக் கூட்டி வாசித்தான். யார் இந்த அனந்தன் குட்டி? ஆசான் ஈர வேட்டியைப் பட்பட்டென்று உதறிக் கட்டிக்கொண்டு, ‘போங்கடே காமடி பண்ணாம’ என்று ஏற முயன்றார்.

அப்போது அது நிகழ்ந்தது. நாதன் ஏறக்குறைய அவர் குறுக்கே புகுந்து வழியை மறித்து நின்றான். இப்போது அவன் முகம் ஒரு கிராத மூர்த்தியைப்போல உக்கிரமாக இருந்தது. அவர் உறைந்து போய்ப் படியிலேயே தயங்கி நிற்க, இப்போது அவன் இன்னொரு காகிதத்தை எடுத்து என்னிடம் கொடுத்தான். ‘படிலே’ என்று கத்தினான். நான் அதைப் பிரித்துப் படிக்க ஆரம்பித்தேன். அது ஆங்கிலத்தில் இருந்தது. முன்பு மாதிரி இல்லாது நல்ல தரமான காகிதத்தில் தட்டச்சிடப்பட்ட ஒரு கடிதம்.

To Whomever it may concern

This is to certify that the specimen that comes with this is authentic urine sample of our inmate Neela (age 13), Asiatic Lion (Panthera Leo Persica), Female (Weight 104kg) and this specimen can be used for any benign research activities which are proper.

Regards

Shri K. Ajay Vargheese
Superintendent
Zoological garden
Trivandrum

□

ஆலிலை கிருஷ்ணன்

86

சூழித்துறையில் காலைநடை போக ஆயிரம் சாலைகள் இருந்தன. ஏறக்குறைய எல்லாமே வண்ணதாசன்களை விதைப்பவை. ஒரு சிந்தனையாளனுக்கு நல்ல புத்தகங்கள், இசை, வேலைக்குப் போகிற அழகான மனைவி, இவற்றோடு காலைநடை செல்ல கக்கத்தில் வைக்கோல் நிறப் புள்ளிகளும் நீண்ட கால்களும் கொண்ட நாரைகள் புழங்கும் அமைதியான சாலை ஒன்றும் இருப்பது அவசியமாகும். பார்வதிபுரத்தில் பல வழிகளை நடந்து பார்த்து, பார்வதிபுரம் கட்டயன்விளைச் சாலையைக் கண்டடைந்திருக்கிறேன். மற்றவழிகளில் நாரைகளைவிட, கூரையில் சிகப்புக்கொண்டைகள் கொண்ட ஆம்புலன்ஸ்கள்தாம் அதிகம் உலவின. கட்டயன்விளை சாலை அதிகம் நகரத்தால் கற்பழிக்கப்படாதிருக்கிறது. ஒரு புறத்தில் ஒரு நடைத்துணைபோல எப்போதும் கூட ஓடிவருகிற கிருஷ்ணன் கோவில் கால்வாய். எதிரே மஞ்சு விலகும் மலை. ஓர் ஓவியர் தீர்மானித்ததுபோல, நடுவே குறுக்கிடும் ஆளற்ற ரயில் கிராசிங். சிறிய மாட்டுவண்டிகளும் மண்கொத்தியுடன் நிதானமாகப் போகும் வயல்வேலைக்காரர்களும். பி எம் எஸ்ஸில் காலையிலேயே யோகா பழகுகிறவர்கள். ராமகிருஷ்ணக் குடீரத்தில் நந்தியாவட்டை பறிக்கும் முதிய பெண்கள்.

நான் கொஞ்ச நாட்களாக பௌத்த சூத்திரங்களைப் பிடித்து உருட்டிக்கொண்டிருகிறேன். கொஞ்சம் கடினமாக இருக்கிறது. நம்மைப் பொருத்தவரை எல்லாமே கோட்டி நாய் உருட்டும் தாட்டித் தேங்காய்தான் எனினும், 'ஒரு கட்டத்தில் படிப்பதை நிறுத்திவிட்டு கொஞ்சம் பராக்கு பாருங்கள். உங்களைத் தெரியாத இடங்களில் அலையுங்கள். தெரியாத நபர்களுடன் பழகுங்கள். ஞானம்

எப்போதுமே அன்னியர்களிடமிருந்தே பெறப்படுகிறது. தெரியாத நபர்களிடமிருந்து பிஸ்கட்டை மறுப்பது புரிந்துகொள்ளக் கூடியது. ஆனால் அறிவின் பாதையில் உறவினர்கள் இல்லை. அறியாத பாதைகளே உள்ளன' என்றோர் ஆசான் சொன்னதை நினைத்தவாறே நான் கடந்து போய்க்கொண்டிருந்தேன். ஆனால் பாருங்கள். பஞ்ச பாண்டவர் கோவில் அருகே சட்டென்று ஒரு நபர் என்னைப் பிடித்துக்கொண்டார்.

என்னுடன் வேலை பார்த்து ரிட்டயர்ட் ஆனவர். அவருடன் நான் சில மல்யுத்தங்கள் நடத்தியிருக்கிறேன். அதுகருதி விலகி நடப்பதற்குள் அவர் என்னைக் கட்டிப் பிடித்துக்கொண்டு கண்ணீர் விட்டார். இரண்டாவது வரியிலேயே அவர் என்னை ஆள்மாற்றிப் புரிந்து கொண்டுவிட்டார் என்பது தெரிந்தது. 'என்னப்பா இன்னமும் அப்படியே இருக்கே' என்றார். நான் பதில் சொல்வதற்குள், 'எனக்கு போனவருசம்தான் ஒரு பைபாஸ் ஆச்சு' என்று சொல்லிவிட்டு அதன் உள்விவரங்களைச் சொல்ல ஆரம்பித்துவிட்டார். பைபாஸ் என்பது என்ன? அதற்கு இங்கு சரியான மருத்துவமனை எது? மருத்துவர் யார்? அதைத் தவிர்க்க என்னென்ன செய்யவேண்டும்? இருதயத்துக்கு உகந்த மீன்கள், கீரைகள்... பைபாஸ் செய்துகொண்டவர்கள் பெண்களுடன் 'பழகுவது' எப்படி? (உன்னோட அந்த எறும்புக் காட்டுக்காரி இப்பவும் அவள் வீட்டுல ஏறுவது உண்டுமா?')

சூரியன் மெல்ல எழுந்து எங்கள்மீது, 'நடுரோட்டில நின்னுகிட்டு இதென்னடெ பரிபாடி?' என்று எரிந்துவிழுந்தது. கடைசியில் அரசு ஊழியர்கள் பைபாசுக்கு ரீஇம்பர்ஸ் செய்வதற்கு எவ்வளவு பணம் கையூட்டாகக் கொடுக்கவேண்டும், இப்போதைய 'ரேட்' என்ன என்ற ஞானத்தோடு அவரிடமிருந்து விடைபெற்றேன்.

ரயில்வே கேட் தாண்டியதும் சற்று வியர்த்தது. கால்வாயில் தண்ணீர், சமீபத்தில் பெய்த மழையில் நன்கு கொழுத்து நுரைத்து ஓடிகொண்டிருந்தது. எனக்கு 'அதிலொரு பாயாசப் புழையுண்டு' என்ற மலையாளப் பாட்டு நினைவுக்கு வந்தது. அந்தப் பாட்டோடு அதற்குள் முகம் கழுவ இறங்க, நடுத்தர வயதுடைய ஒருவர் உள்ளிருந்து ஏறி வந்தார். நல்ல கனத்த கருத்த சரீரம். பரந்த முகமும் உடலும். அவர் முகத்தில் நல்லதொரு மந்தஹாசம் இருந்தது. அவரது தொந்தியில் இன்னமும் கொஞ்சம் சோப்பு இருந்தது. அரையில் துண்டு இல்லை (அது கொஞ்ச நேரத்துக்கு முன்னால்தான் என்னைக் கடந்து பார்வதிபுரத்தை நோக்கி அவசரமாகப் போய்க் கொண்டிருந்தது). அவர் நிதானமாக அதை உணர்ந்து, 'துவர்த்து போயிடுச்சே' என்றார். பிறகு 'நல்ல குற்றாலத்துண்டு' என்று அது பற்றிய இனிய பழைய நினைவுகளில் ஆழ்ந்தார்.

அவர் யோசிக்கும்போது கன்னத்தில் ஒருவிரலை வைத்துக் கொள்கிறார் என்பதை நான் கண்டுபிடித்தேன். பிறகு அவர் தன்னைப் பற்றிய சுயநலச் சிந்தனைகளிலிருந்து விடுபட்டு என்னைக் கனிவுடன் பார்த்து, 'உங்களுக்கு ஈத்தாமொழியா?' என்றார். 'அங்கே சம்முவம் அண்ணாச்சியோட மூத்த மருமவன் மாதிரியே இருக்குது, ஒரு சாடைல.'

நான், 'இல்லீங்க' என்றேன்.

'அப்போ இளைய மருமவனா?'

'இல்லீங்க. நான் திருநெல்வேலி.'

'ஓ' என்றார். அவர் முகம் சற்று ஒளி இழந்து பின் மீண்டது. 'திருநெல்வேலில இப்போ அல்வா என்ன விலைக்கு விக்குது?'

நான் 'வழக்கமான விலைக்குத்தான்' என்றேன் சற்றுப் பதட்டமாக. தூரத்தில் இரண்டு பெண்கள் வருவதுபோலத் தெரிந்தது. பிறகு தைரியத்தை வரவழைத்துக்கொண்டு 'அண்ணா, சில பெண்டுங்க வராங்க.'

அவர் நிதானமாகத் திரும்பிப் பார்த்தார். 'வரட்டு. உங்களுக்குத் தெரிஞ்சவங்களா?' 'இல்லை' என்றேன். சற்றுநேரம் மௌனம். சூரியன், 'சவத்தெளவு, இங்கனயும் வந்து வர்த்தானம் பேச ஆரமிச்சிட்டியா' என்று கடிந்தது. நான் 'வரேன்' என்றேன். அவர் 'சரி' என்றார். அதே மந்தஹாசம். அதே கிருஷ்ண பாவம். விடைபெறும்போது தூரத்தில் வரும் யாருக்கும் உறவில்லாத பெண்களின் நலம் கருதி, 'துண்டு போனா என்ன? இதோ வேஷ்டி கிடக்கே' என்று சொல்லலாம் என்று நினைத்தேன். ஆனால் ஞானத்தேடலில் முக்கியமான பயிற்சிகளில் ஒன்று, 'குறுக்கிடாமல் இருத்தல்' என்றும் என் ஆசான் சொல்லியிருக்கிறார். நான் விலகி நடந்தேன். பின்னால், 'சண்முகம் அண்ணாச்சியைக் கேட்டதாச் சொல்லணும் என்னா...' என்று அவர் குரல் கேட்டது. 'ஒருநா ஈத்தாமொழிக்கு வாரேன்.'

□

மாட்டு வாகடம்
87

நண்பர் ஒருவருக்குத் தீராத, சகிக்க முடியாத உடல் வலி. எத்தனையோ பதிகளிடமும் ஜிஸ்ட்டுகளிடமும் கனி கண்டபிறகும் மாறாது, அப்படியே சௌக்கியமாக இருந்தது. கடைசியாக உளவியல் மருத்துவரிடமும் மருந்து சாப்பிட்டாகிவிட்டது. நான் இதை என் டாக்டர் நண்பர் ஒருவரிடம் சொன்னேன். அவன் யோசித்து, 'நானொரு டாக்டர் சொல்றேன். எனது சீனியர். வாத்தியார். எழுத்தாளர்களின் எழுத்தாளர் என்பதுபோல அவரை டாக்டர்களின் டாக்டர் என்று சொல்லலாம். ஜீனியஸ். என்ன, கொஞ்சம் எக்சென்ட்ரிக் பேர்வழி' என்றான்.

அவர் நெல்லையின் புறநகர்ப் பகுதி ஒன்றில் இருந்தார். போகும் போது இருட்டிவிட்டது. அவ்வளவு பெரிய ஜீனியஸ் டாக்டரை அந்த ஏரியாவில் யாருக்குமே தெரியவில்லை. ஏரியாவே கொஞ்சம் அரை இருளில்தான் இருந்தது. லோ வோல்ட்டேஜ் அந்த ஏரியாவில் பெரிய பிரச்சினை என்றார்கள். கடைசியில் ஒரு வாதாம் மரத்தடியில் இருளில் நின்றவாறு புகைத்துக்கொண்டிருந்த ஒரு உருவத்திடம் கேட்டோம். 'இங்கே டாக்டர்......... வீடு?' அது இருளில் இன்னும் புதைந்துகொண்டு, 'இதான்' என்று அடுத்த வீட்டைக் காட்டியது. 'நீங்க யாரு? போலீசா?'

நாங்கள் குழம்பி 'இல்லியே? ஏன்?'

உருவம், 'சும்மாதான் கேட்டேன். உள்ளே போங்க. ஆனா அங்கே ஒரு நாய் இருக்கு' என்றது. 'பெ... ரிய நாய். அதுக்கு டாக்டரைத் தவிர வேற யாரையும் பிடிக்காது. சில நேரம் டாக்டரைக்கூட.'

பெரிய வீடு அது. முன்புறம் விசாலமான தோட்டம். முன்பு நின்றிருந்த பவளமல்லி மரம் பூத்துத் தள்ளியிருந்தது. பெரிய போர்டிகோ. நாங்கள் அந்த விசாலமான இரும்புக் கேட்டைக் கதறக் கதறத் திறந்துகொண்டு உள்ளே போனோம். அந்தச் சத்தம் கேட்டதும் இடதுபுறமிருந்து ஒரு கனத்த குரைப்பு எழுந்து, வீட்டையே அதிர வைத்தது. அங்கே அரை இருளில் ஒரு நாய்க் கூண்டு இருப்பது தெரிந்தது. அதற்குள் மிகப் பெரிய நாய் ஒன்று அமைதியில்லாமல் அங்குமிங்கும் அலைந்துகொண்டிருந்தது. அது குனிந்து எங்களைக் கம்பிகளின் வழியே ஒரு தடவை பார்த்து மறுபடியும் 'வாள்' என்று உறுமியது. நாங்கள் பயந்து, 'சார்' என்று கூப்பிட்டோம். பதிலே இல்லை. 'சார்.' மறுபடியும் பதிலே இல்லை. நண்பர், 'என்னடா இது, பேய் பங்களா மாதிரி இருக்கு...'

எனக்குச் சந்தேகம் வந்து, 'வீடு இதானா?' என்று விசாரிக்க வாதாம் மரத்தடியில் இருந்த உருவத்தைப் பார்த்தேன். அங்கே இப்போது எவரும் இலர்! அப்போது நண்பன் எனது கையைச் சுரண்டினான். இப்போது அங்கே கூரையிலிருந்து தொங்கிய மூங்கில் கூடையில் ஒரு பெண்மணி விரித்த கூந்தலுடனும் இமைக்காத கண்களுடனும் எங்களையே பார்த்துக்கொண்டிருந்தார். அந்த மங்கிய ஒளியில் அவர் ஒரு யக்ஷியைப்போல இருந்தார். நண்பர் முன்னால் போய், 'டாக்டர்' என்றார். அந்த அம்மா உணர்ச்சியே இல்லாத குரலில் மிக மெதுவாக 'போயிட்டாரு' என்றார். நண்பன் 'ஐயோ' என்றான். 'நாங்க ரொம்ப நம்பி வந்தோம்.' நான் சந்தேகமடைந்து 'இருடா' என்றேன். 'எங்கே போயிட்டாரும்மா?' அந்தம்மா அதே உணர்ச்சியற்ற குரலில், 'க்ளினிக்குக்குதான்' என்றார். 'நீங்க, செத்துப் போயிட்டாருன்னு நினைச்சீங்களா?' நாங்கள் ஒரே நேரத்தில் ஆசுவாசமும் தர்ம சங்கடமும் அடைந்து, 'ச்சேச்சே' என்றோம்.

'அவர் கிளினிக் எங்கே இருக்கு? தனியா வச்சிருக்காரா என்ன?' (அந்த டாக்டர் நண்பன் அப்படிச் சொல்லவில்லையே?) அந்தம்மா இன்னும் மெதுவாக, 'இல்லை. பின்னால மாட்டுத் தொழுவம் இருக்கு பாருங்க, அதான் கிளினிக்.' நண்பன் தெறித்துவிட்டான். 'டே, இவர் வெட்னரி டாக்டரா?' நான், 'இருடா' என்றேன். இப்போது எனக்கே சந்தேகமாக இருந்தது. சரியாக அதே சமயத்தில் பின்னாலிருந்து 'மா' என்றொரு குரல் கேட்டது. நண்பன் இப்போது கண்ணீர் விடாத குறையாக ஆகிவிட்டான். 'எல்லா டாக்டரையும் பார்த்துட்டு சரியிலைன்னு சொன்னாக்க, மாட்டு டாக்டர்கிட்டே காண்பிப்பீங்களாடா?'

அச்சமயம் திடீர் என்று ஒரு குரல் எழுந்து வந்தது, 'ஆரு அங்கே? இங்கே வாங்க.' அந்தக் குரலின் அதிகாரத்தில் மயங்கி நாங்கள்

பின்னால் போனோம். வீட்டை ஒட்டியே முடுக்கு மாதிரி சந்து. அது பின்னால் விரிந்து உண்மையிலேயே மாட்டுக் கொட்டகை. அங்கே எங்களை 'மா' என்றழைத்த மாட்டோடு சேர்த்து மொத்தம் எட்டு மாடுகள் சாணி போட்டுக்கொண்டிருக்க, ஒன்று மட்டும் என் காவிரியே என்று நீர் பெருக்கிக்கொண்டிருந்தது. ஆனால் இவர்களில் இங்கே வாங்க என்று எங்களை அழைத்தது யார்?

'நண்பா, மாடா பேசியது?' நான், 'மதி கெட்டவனே, மாடு என்றைக்கடா பேசியது?' என்று சொல்ல நினைப்பதற்குள் அவரைப் பார்த்துவிட்டோம். சீரோ வாட் பல்பு வெளிச்சத்தில் உயிரோடு உயிராக அத்வைதமாகி நின்றதில் அடையாளம் தெரியவில்லை. மார்புப் பனியனில் பெரிய சாணிக்கறையுடன் அவர், 'புண்ணாக்கு கொண்டுவந்தீங்களா' என்றார்.

'புண்ணாக்கா? இது டாக்டர் வீடுதானே?'

அவர் சலித்து 'டாக்டர் வீடுதான். புண்ணாக்கு கொண்டுவந்தீங்களா?'

'இல்லை, அதெல்லாம் கொண்டுவரலை. நாங்க டாக்டரைப் பார்க்க வந்தோம்.'

'எதுக்கு?'

நண்பன் 'ங்கே?' என்றான்.

நான், 'வைத்தியம் பண்றதுக்கு' என்றேன். 'இது டாக்டர்........ வீடுதானே?' என்றேன் மீண்டும்.

அவர் அதற்கு பதில் சொல்லாது 'ஓ' என்றார். 'இப்படிப் போயி, அங்கே ஒரு வாசல் இருக்கு, அங்கே போங்க.' அவர் காண்பிக்கும் போதுதான் உண்மையில் அங்கே 'இப்படிப் போக' ஒரு இடம் இருப்பதே தெரியவந்தது. நாங்கள் வழியெங்கும் கிடந்த சாணியையும் கோமியத்தையும் சளசளவென்று மிதித்துக்கொண்டு போனோம். 'வெளியே ஒரு பைப் இருக்கும். காலைக் கழுவிக்கோங்க.'

அங்கே இருந்த 'கிளினிக்கில்' முன்னால் இருந்த அறையில் இடுகாட்டிலிருந்து இப்ப எழுந்துவந்த தோற்றத்தோடு ஒரு பெண் இருந்தார். எங்களைப் பார்த்ததும் 'என்ன?' என்று உறுமினார். நான் அவரது நெஞ்சாங்கூடு எழுந்து தாழ்வதை உறுதிப்படுத்திகொண்டு 'பைப்' என்றேன்.

'என்னது?'

'பைப். கால் கழுவ.'

‘பைப்ல இரண்டு நாளாத் தண்ணி வர்லே’ என்றார் அவர்.

நண்பர் காலைப் பார்த்துக்கொண்டு ‘அப்போ என்ன பண்றது?’

அவர், ‘முன்னால தண்ணி வர்ற பைப் ஒன்னு இருக்கு’ என்றார்.

‘அதுக்கு எப்படிப் போகணும்?’

அவர் கண் அசராமல், ‘நீங்க வந்த அதே வழியாத்தான்’ என்றார்.

நாங்கள் மூவரும் சற்றுநேரம் அப்படியே அந்தக் கால் கழுவும் பிரச்சினையில் நகர முடியாத செஸ் காய்கள்போல நின்றோம். பிறகு அவர், போனால் போகிறதென்று, அரைச் செம்பு தண்ணீரை உள்ளிருந்து எடுத்துக்கொடுத்தார். ‘நான் குடிக்க வச்சிருந்த தண்ணி’ என்றார். நாங்கள் அதைத் தங்கத்தைப்போலச் செலவழித்தோம்.

ஒருவழியாக உள்ளே போனதும் அங்கிருந்த அநியாயத்துக்குக் குள்ளமான மர பெஞ்சில் உட்கார வைத்தார். அதற்குபதில், ஜவுளிக் கடைகளில் செய்வதுபோல தரையில் ஒரு ஜமுக்காளத்தை விரித்து அதிலேயே எங்களை உட்கார வைத்திருக்கலாம். அவர்தான் ‘ரிசப்சனிஸ்ட்’ என்று உணர எங்களுக்குச் சற்று நேரமாகியது. ரிசப்சனிஸ்ட் இரண்டொரு முறை, ‘நீங்க வைத்தியம் பண்ணவா வந்திருக்கீங்க?’ என்று எங்களை நம்ப முடியாமல் கேட்டார். நண்பர் தனது பெயர் விபரங்களைச் சொல்லி ‘சீட்டு’ எடுக்க முயல அவர் அதையெல்லாம் கேட்டுக்கொள்ளாமல், ‘நீங்கள் வரும்போது வீட்டுக்கு வெளியே யாரையாவது பாத்தீங்களா?’ என்றார்.

நான், ‘ஆமாம். ஒரு ஆளை. அவர்தான் இது டாக்டர் வீடுன்னு சொன்னார். டாக்டர் எப்போ வருவார்?’

‘அவன் வைத்தி. முன்பு இங்கே வேலை பார்த்தான்’ என்றார் அவர். பிறகு, ‘அவன் டாக்டரைக் கொலை பண்றதுக்காக நிக்கிறான்.’

நாங்கள் திடுக்கிட்டு, ‘டாக்டர் எப்போ வருவார்?’ என்றோம் அவசரமாக.

‘டாக்டர் அவருக்கு சரியாச் சம்பளம் கொடுக்கலை’ என்றார் ரிசப்சனிஸ்ட். ‘எனக்குக்கூட’ என்றார். பின்னர் பெருமூச்சுடன், ‘டாக்டர் அவனை நாயைக் கொண்டு கடிக்கவிட்டார்.’

‘டாக்டர் எப்போ வருவார்?’

‘ஆனா பயப்படாதீங்க. டாக்டர்கிட்டே நல்லதொரு வல்லநாட்டு அருவா இருக்கு. அவரு ஏற்கெனவே அதால இரண்டு பேரை வெட்டி கேஸ் நடக்குது.’

நாங்கள் இப்போது டாக்டர் வராமல் இருந்தால் நல்லது என்று நினைக்க ஆரம்பித்திருந்தோம்.

ஆனால் அந்த நேரத்தில் மிகச் சரியாக டாக்டர் வந்தார். வந்தவர் நேராக வந்து என் நண்பனின் காலைப் பார்த்து, 'காலை சரியாக் கழுவத் தெரியாதா?'

நான் அவரது பனியனில் இன்னமும் இருந்த சாணிக்கறையைப் பார்த்தவாறே, 'தண்ணி பத்தலை சார்' என்று சொன்னேன்.

டாக்டர் 'சரி சரி' என்றார் எரிச்சலாக. 'என்ன விஷயம்? யாரு அனுப்பிச்சா?'

நான் மடமடவென்று நண்பனின் வைத்திய வரலாறு, அவன் போய்வந்த மருத்துவத் திருத்தலங்கள், தொழுத திருமேனிகள் எல்லாவற்றைப் பற்றியும் சொன்னேன். அவர் எதையும் கேட்காமல் அவனையே ஒரு முறை ஆழமாகப் பார்த்துவிட்டு அவனது நீண்ட மருத்துவப் பிரயாணத்தின் டிக்கட்டுகள் கோர்த்துக் கோர்த்து வீங்கியிருந்த கோப்பைச் சடக்கென்று பிடுங்கி அங்குமிங்கும் புரட்டிப் புரட்டிப் பார்த்தார். ஒரு பக்கத்தில் நின்றார். அவர் முகம் நிலைத்தது. சிவந்தது.

'முட்டாள்கள்!' என்று கத்தினார். பிறகு 'உங்களை யாரு அனுப்பி வச்சாங்கன்னு சொன்னே?'

நான் சொன்னேன், 'இருக்கிறதுலேயே படு முட்டாள் அவன். தேர்ட் இயர்ல கஞ்சா குடிச்சதுக்காக ஒரு வாரம் சஸ்பென்ட் ஆன பய. இந்தப் பயலுக எல்லாம் எப்படி டாக்டர் ஆவுறாங்க? இதுல என்ன தைரியத்துல எனக்கு கேஸ் ரெபர் பண்றாங்க. அவன் போன் நம்பர் இருக்கா உன்கிட்டே?'

நான் நல்லவேளையாக சமயோசித புத்தியுடன் இல்லை என்று சொல்லிவிட்டேன். 'நல்ல வேலை செஞ்சே' என்றான் பின்னால் எனது டாக்டர் நண்பன்.

டாக்டர் இப்போது என் நோயாளி நண்பரிடம் திரும்பி, 'முதல்ல இந்த பைலத் தூர எறிஞ்சிடு' என்றார்.

'சரி சார்?'

'அப்புறம் வெளியிலே போங்கோ.'

நாங்கள் அதிர்ச்சியுடன் விழித்தோம்.

'வெயில்லே போன்னேன். தினம் கொஞ்ச நேரம் வெயில்லே போய் நில்லு. வெளியே போய் கொஞ்சம் அலை. அவ்ளோதான்.'

நாங்கள் நம்ப முடியாமல் அவரைப் பார்த்தோம். 'அவ்ளோதானா?'

‘அவ்ளோதான்’ என்றார். ‘வைட்டமின் டி குறைபாடு’ என்றார். பிறகு மறுபடி முகம் சிவந்து ‘முட்டாள்கள்!’

எனக்கு ஒருவழியாகப் புரிந்து, ‘ஓ சரி சார்... அப்போ அதுக்கு ஏதாவது மாத்திரை?’

‘மாத்திரை?’ அவர் சட்டென்று ஒரு பேனாவை வாங்கி எதையோ கிறுக்கி என்னிடம் கொடுத்தார்.

‘இதை எப்படிச் சாப்பிடணும் டாக்டர்?’

அவர் ‘சாப்பிடறதா?’ என்றார். ‘முதல்ல இதை வாங்கிட்டு வா. வண்டிலதானே வந்திருக்கே? தெற்கு பசார்ல ‘கிருஷ்ணா கால்நடைத் தீவனங்கள்’னு ஒரு கடை இருக்கு அங்கே. இருந்து, உடனே வாங்கிட்டு வா. என்னோட பீஸ். பாவம் இரண்டு நாளாப் பட்டினி கிடக்குதுங்க.’

நான் அப்போதுதான் சீட்டைப் படித்துப் பார்த்தேன். ‘SKM popular milk pellet cattle feed’ என்று எழுதியிருந்தது.

அவர் என்னைப் பார்த்து ‘என்ன?’ என்றார் அதட்டலாக. அந்த அதட்டலில் ஒரு வல்லநாட்டுக் கூர்மை தெரிந்தது. நான் நிலைமையைச் சரியாகப் புரிந்துகொண்டு, ‘சரி சார், சரி சார், வாங்கிட்டு வந்துடறோம் சார்’ என்றேன். அவர் ‘வந்துடறோமா? நீ மட்டும் போ. பீஸ் கொடுக்காம நீங்க ஓடிப் போயிட்டா என்ன பண்றது? நீ வர்றவரை அவன் இங்கே இருப்பான்’ என்றார்.

நண்பன் என்னைப் பரிதாபமாகப் பார்க்க ரிசப்சனிஸ்ட், ‘வாங்கிட்டு வந்துடுங்க’ என்றாள். நான் அவசரமாக வெளியே ஓடிவந்து - நடுவில் ஒருமுறை சாணியில் வழுக்கி விழுந்து - முன் பைப்பிலும் தண்ணீர் இல்லை - வண்டியில் ஏறும்போது நிழல் உருவம் சரேலென்று மீண்டும் தோன்றி, ‘அந்த நாயைப் பார்த்தீங்களா?’ என்றது. நாயென்று அது யாரைச் சொல்கிறது என்பது தெளிவில்லாமல் இருந்தது.

நான் புயல்போலப் பறந்து கிருஷ்ணா மாட்டுத் தீவனக் கடையைத் தெற்கு பசாரில் தேடி ண்டுட் சிறப்பு பால் சுரப்புத் தீவனத்தை வாங்கி, தூக்க முடியாமல் தூக்கிக்கொண்டு கிளினிக்குக்கு வந்து - டாக்டர் இல்லை - ரிசப்சனிஸ்ட் எலும்புக்கூட்டிடம், ’இந்தாங்க நீங்க கேட்டது’ என்று இறக்கி வைத்துவிட்டு, ‘என் ப்ரெண்டு அவர் எங்கே?’ என்று மூச்சிரைக்கக் கேட்டேன். அவள் கண் அசராமல், ‘டாக்டர் அவரைக் கொஞ்சம் தழை பறிக்கக் கூட்டிட்டுப் போயிருக்கார்’ என்றாள்.

□

மனோ ரமா

88

வாழ்க்கையின் இடுக்கண்கள் பலவிதமானவை. கேரளத்துப் பேருந்தில் இரண்டு அங்கிள் பன்களுக்கு நடுவில் சிக்கி ஜாமாவது ஒருவிதம். தமிழர்களைவிட மலையாளிகள் பொதுவாக அகலமான வர்கள். ஆனால் தமிழ்நாட்டுப் பேருந்துகளைவிடக் கேரளப் பேருந்துகளின் இருக்கைகள் சிறிதானவை. இதன் தர்க்கம் என்னவென்று நான் நீண்ட நாள் சிந்தித்திருக்கிறேன். ஒருவகையில் எடையைக் குறைக்க கேரள அரசின் மறைமுக வற்புறுத்தலா இது? பார்வதிபுரத்தில் ஏறியபோது எனது வலதுபுறத்தில் ஒரே ஒரு அங்கிள் பன்தான் இருந்தார். அப்போதைய நிலைமைக்கு, குளிருக்கு இதமாகக்கூட இருந்தார். ஆனால் வில்லுக்குறியில் இன்னொரு அங்கிள் ஏறியபோது அப்பாவித்தனமாக அவர் வேறு இருக்கைக்குப் போவார் என்று நான் நம்பியது பிழை. அவர் நேராக என் இருக்கைக்கு வந்து இடது பாரிசத்தில் அமர்ந்துகொண்டு எனது புறத்தே போகும் வழியைச் சுத்தமாகவே அடைத்தார். அவ்விதம் அவர் வரக் காரணம் இருந்தது. இரண்டு பன்களும் அறிமுகமானவர்கள் என்று பின்னர் தெரிந்தது. ஆனால் பின் அறியும் பார்வைபோலத் துயரம் வேறு எதுவுமில்லை.

தக்கலையில் நிறையப் பேர் இறங்கினார்கள். ஆனால் எலியைக் கிடுக்கிவிட வேண்டாமா? முன்னோடிகள் அந்த இருக்கைகளை ஓடிப்போய்ப் பிடித்துக்கொண்டார்கள். நான் சற்று நேரம் குக்குடாசனத்தில் சிக்கிக்கொண்ட யோகாப்பியாசன்போல அமைதி யாக இருக்க முயன்றேன். என்னால் வேடிக்கையும் பார்க்க முடியாத அளவுக்கு எனது பார்வைக் கோணம் முழுவதும் மூடப்பட்டிருந்தது. நான் இந்த மந்த நிலையை உதறி ஏதாவது படிக்கலாம் என்றெண்ணி

எனது kindle-ஐ எடுக்க முயன்றேன். ஆனால் எனது கைகள் எங்கே? பஸ்ஸில் ஏறும்போது இருந்தனவே? வலப்பக்கம் இருந்தவர் நான் எனது கைகளைத் தேடும் முயற்சியை அசூயையுடன் பார்த்தார். பிறகு ஒரு எச்சரிக்கைப் பிரகடனம்போல, 'பஸ்ல புஸ்தகம் படிக்கறது!' என்றார். இடது பக்கம் இருந்தவர் அதை ஆமோதித்தார், 'காட்சைக்குக் கேடா!'

எனக்கு அது சரிதான் என்று பட்டது. இவ்வளவு பெரியவர்கள் நம் உடல் நலத்தில் அக்கறைகொண்டு சொல்லும்போது நாம் எப்படி மறுப்பது? நான் எனது இருபுறமும் அமர்ந்திருந்தவர்கள் பஸ்ஸில், ரயிலில், பூமியில், வானத்தில் எங்கும் கண்கள் கெடும் என்ற ஆரோக்கியக் காரணத்தினால் புத்தகங்களைப் படிக்காதவர்கள் என்று நினைத்துக்கொண்டேன். இவர்கள் எந்தப் புத்தகத்தினாலும் தீண்டப் படாத நிஷ்களங்கர்கள். பூஜா புஷ்பங்கள். இவர்களுக்கு வெள்ளெழுத்து, சிவப்பெழுத்து எதுவுமே வராது. இவர்கள் கடைசி வரையும் கன்னி மூளையோடே ஹிமாலயத்தின் பனி போலே ஜீவித்து எந்தக் கசடையும் விடாமல் தூய்மையாக உருகி மறைந்து போவர்கள் என்று பரவசத்தோடு நினைத்துகொண்டேன்.

ரூசோ என்ன சொன்னான்? மனிதன் எங்கும் சுதந்திரமாகப் பிறக்கிறான். ஆனால் பிறகு எங்கும் சங்கிலிகளில் சிக்கிக் கிடக்கிறான் என்றுதானே? புத்தகங்கள் ராக்ஷதச் சங்கிலிகள். நாம் அவற்றிடம் மாட்டிக்கொள்ளல் ஆகாது. நான் எனது புத்தகங்கள் அனைத்தின்மீதும் கோபம் கொண்டேன். வீட்டுக்குப் போனதும் எனது எல்லாப் புத்தகங்களையும் வீசி எறிந்துவிடவேண்டும். ஆரோக்கியத்தையும் உயிரையும்விட இலக்கியம் பெரிதா என்ன என்று எண்ணினேன் ஆனால் அந்த எண்ணம் தவறென்று உடனே தெரிந்தது. நான் நினைத்ததுபோல அவர்கள் அத்தனைக்கு பரிசுத்தர்கள் இல்லைபோல. (ச்சே... இவ்வுலகில் யாரையுமே நம்ப முடியாதா?)

வலது பக்கம் இருந்தவர் முன் சீட்டில் இருந்தவர் வைத்திருந்த மனோரமாவை எட்டிப் பார்த்துவிட்டு, 'சாரா ஜோசப் அவார்டைத் திருப்பி அளிச்சு' என்றார். பிறகு 'இந்த சாரா ஆரா?' என்றார். நான், 'சாரா ஒரு சாஹித்யக்காரர். அவர் ஆலாவின் மக்கள்...' என்று சொல்ல முயல, இடது வேகமாகக் குறுக்கிட்டு, 'சாரா ஒரு புத்திஜீவியானு.' வலது சிரித்து - ஆ என்ன ஒரு சிரி... புவியை அதன் வேர்க்கால்களில் நடுங்கச் செய்யும் சிரி - 'அப்போ நாமெல்லாம் எது கொண்டானு ஜீவிக்குன்னு?' என்றொரு கேள்வியை வைத்தார். 'எடா ஆசாரி வேலப்பா, புத்தகம் கொண்டு ஜீவிக்கிறவன் புத்திஜீவி. உன்னைப்போல உளியும் பிக்காசும் வச்சு ஜீவிக்கிறவன் சிரமஜீவி.'

வேலப்பன் ஆசாரி யோசிக்கவே இல்லை. ‘எடா, பிக்காசும் உளியும் புத்தி இல்லாத தூக்காம் பத்துமோ? எங்கே வெட்டணும், எங்கே நிறுத்தணும்னு புத்தி இல்லாதவன் ஆசாரிப் பணி செய்ய முடியுமோ?’ இடது சற்று திணறியது. உனக்கு ஏதாவது தெரியுமா என்பதுபோல் என்னைப் பார்த்தது. நான், ‘ஐயோ, நான் பாவமாணு’ என்பதுபோல அமர்ந்திருந்தேன். ‘அவார்டை வாங்கினவன் சிரமஜீவி. திருப்பிக் கொடுக்காதவன் அறிவுஜீவி’ என்று சொல்லலாமா என்று யோசித்தேன். ஆனால் அந்த ‘அழுத்தத்தில்’ கொஞ்சம் மெதுவாகத்தான் யோசிக்க முடிந்தது. அதற்குள் வேலப்பன் ஆசாரி மீண்டுமொரு முறை மனோரமாவை எட்டிப் பார்த்தார். ‘பீப் உற்சவத்தில் பெகளம்’ என்றவர், ‘எடா, இதென்னடா கதகளி? இந்த பீப் தின்னுற பரிபாடியைக் கேரளத்தில் நிறுத்தாம் பட்டுமோடா?’ இடதுசாரி, ‘கேரளம் நிக்கிறது பீபிலானு. அதை நிறுத்தினா கேரளம் மறிஞ்சு வீழும்’ என்றார். உத்திரவாதமாகச் சொல்லிவிட்டு இப்போதும் என் முகத்தைத் தேடி நான் ஏதாவது சொல்வேனா என்று எதிர்பார்த்தார். நான் வேறெங்கும் பீப் தடையை ஆதரிக்காவிட்டாலும் பேருந்துக்குள் பீப் தடையை முற்றிலுமாக ஆதரிக்கிறேன் என்று சொல்ல நினைத்து விழுங்கிக்கொண்டேன்.

இப்போது எனக்குப் புதிதாக வேறொரு பயம் எழுந்துவிட்டிருந்தது. வேலப்பன் ஆசாரி அடுத்தபடியாக மனோரமாவிலிருந்து எந்த அறச் சிக்கலை மீன்பிடிக்கப் போகிறார்? அதற்கு என் பதில்கள் என்னவாயிருக்கும்? சொல்லவே முடியாத பதில்களோடு வாழ நேர்வது ஒரு சாபமாகும். ஆனால் பயத்தில் நடுங்கவும் முடியாத படிக்கு இருந்தது என் நிலைமை. நல்லவேளையாக இதற்குள் மார்த்தாண்டம் வந்துவிட்டது. இப்போது எழுந்தது அறச் சிக்கல் அல்ல, ஒரு பொறியியல் சிக்கல். ஆனால் என் உந்துதல்கள் எதுவும் இல்லாமல் அவர்களே அதற்கு என்ன செய்வது என்று தங்களது பொலிட்பீரோவில் விவாதித்து ஒரு முடிவை அறிவித்தார்கள். ‘எடா புத்திஜீவி, நீ கொஞ்சம் எழுந்து மாறி நிக்கடா. இவர் போய்க்கட்டே.’ புத்திஜீவி தயங்கி, சுற்று முற்றிலும் பார்த்து வேறு வழியில்லை என்பது உணர்ந்துகொண்டு பெருமூச்சுடன் எனக்கு வழிவிட எழுந்து நின்றார்.

அடுத்து நிகழ்ந்தது ஒரு விபரீதம். நெடுநேரம் உட்கார்ந்திருந்ததில் அவரது நாபிக்கமலத்தில் சிறைப்பட்டிருந்த சில பல இயற்கைச் சக்திகள் சட்டென்று கதவு திறந்தார்போல இருக்கவும் துள்ளிக் குதித்து வாசலை நோக்கி ஒரே சமயத்தில் ஓடிவந்தன. ஒரு பெருத்த சப்தம். கண்டக்டர் உறைந்து ‘ங்கே? டயர் பொட்டியோ?’ என்றார். அதற்கு பதில் கிட்டுவதற்குள் இன்னொரு பெரிய வெடிக்கும் சப்தம்.

எல்லோரும் திரும்பிப் பார்த்தார்கள். முன்னால் நாகர்கோவிலில் புறப்பட்டதிலிருந்து ஹெட்போனுக்குள் சிரித்துக்கொண்டிருந்த பெண்கூட ஏதோ அசம்பாவிதம் நிகழ்கிறது என்று புரிந்துகொண்டு, 'ஒரு நிமிஷம் ஹோல்ட் செய்யன்னே' என்று சிரிப்பை நிறுத்தி விட்டாள்.

இடதுசாரியின் நேர் பின்னால் இருந்தவருக்குதான் அதிகபட்ச சேதம். மிக அருகில் முகத்தில் சுடப்பட்டவர்போல இருந்தார். எனக்கு ஒரு காட்சி வந்தது. ஷெர்லாக் ஹோம்ஸ் ஒரு பெரிய உருப்பெருக்கிக் கண்ணாடியுடன் 'குற்றம் நிகழ்ந்த இடத்தை' ஆராய்ந்துவிட்டுச் சொல்கிறார்: 'Sure Watson. It's a close range shot.'

□

7 Habits of Highly Effective People or பெரியப்பா

89

நேற்று ஏறக்குறைய பத்தாண்டுகளுக்குப் பிறகு பெரியப்பாவை பார்த்தேன். என்னைப் போல சரியாக இரு மடங்கு வயதானவர். ஆனால் அந்த இரட்டிப்பு வருடங்களின் களைப்போ அலுப்போ அவரிடம் இல்லை. அவரது உடல் பிரச்சினைகள் பற்றிக் கேட்டேன். 'வயசானா வருகிற சில பிரச்சினைகள். அவ்வளவுதான்' என்றார். சற்றே மெலிவு. பேலியோ டயட்டுக்குள் மாட்டிக்கொண்டவர்கள் போல லேசான கன்னம் ஒட்டல் தவிரப் பெரிய மாற்றம் இல்லை. முன்பு போலவே இரவு உறக்கத்துக்கு முன்பு வீட்டுக்குளேயே நடக்கிறார். பத்து எட்டுகளுக்கு ஒருமுறை நின்று இடதுகாலை வலது காலால் சொறிந்துகொள்கிறார் குடலே வெளிவந்துவிடும்போலச் சத்தத்துடன் நாக்கை வழிக்கிறார். அவருடைய ப்ராண்ட் forhans பற்பசை இப்போது கிடைக்காததால் டாபர் உபயோகிக்கிறார். சிந்தால் பழையது இப்போது கிடைப்பதால் பிரச்சினை இல்லை. அதில்தான் TFM அதிகம் உள்ளது என்பதை அவர்தான் எங்களுக்குச் சொன்னார்.

இப்போதும் ஒவ்வொரு வெள்ளிக் கிழமை இரவும் சரியாக இரவு ஒன்பது மணிக்கு டெட்டால் கலந்த நீரால் வீடு முழுக்க அலசிவிட்டு எல்லாரையும் பதினோரு மணிவரை தூங்க விடாமல் படுத்துகிறாரா தெரியவில்லை. நடக்கையில் எங்கு குப்பை இருந்தாலும் பொறுக்கிக்கொள்கிறார். புதிய வீட்டில் வேலை பார்க்க வரும் பணியாட்கள் ஆணி இல்லை, வயர் இல்லை என்று சொல்லித் தப்பித்துவிட முடியாதபடிக்கு எல்லாம் 'என்னிடம் இருக்கிறது'

என்று எடுத்துக்கொடுக்கிறார். இப்போதும் எல்லாவற்றுக்கும் கணக்கு வைக்கிறார். கணக்கு சொல்கிறார். (நடுவுள்ளவனே, ப்ளம்பருக்கு ஒரு அடி பைப்பு நாம கொடுத்திருக்கோம்.) அவர் கஞ்ச மில்லை. ஆனால் கணக்கு கேட்பார்.

ஒரு உதாரணக் கணக்கு கேட்டல். 'அம்மா பரதேவதே, சாத்தான் குளத்துல இந்தப் பிள்ளைங்களக் கூப்பிட்டு சினிமாவுக்குப் போனீங்களே, அதன் விவரம் என்ன? செலவு என்ன மிச்சம் என்ன?' பெரியம்மா வெகு அலட்சியமாக, 'செலவு எல்லாம். மிச்சம் முட்டை' என்பாள். 'அதெப்படி? முக்கி முக்கி செலவு பண்ணாலும் அஞ்சு பேருக்கு நூறு ரூபாய்ல செலவு பண்ணது போக மிச்சமிருக்காதா?' (எண்பதுகளின் நூறு ரூபாய்.) பெரியம்மா, 'இருக்காதுன்னு சொல்றா சங்கரா' என்பாள். என்னைப் பார்த்து அவர் நடையை நிறுத்தி, வலதுகாலால் இடது காலைச் சொறிந்து, 'சரி. போக வர செலவுக்குப் பத்து ரூபா வச்சுக்குவோம். சினிமா டிக்கட் பத்து ரூபா. அங்கே முதல் கிளாசே இரண்டு ரூபாதான். நடுவில கலர் குடிச்சீங்க, ஒரு சேர் காராச்சேவு சாப்பிட்டீங்கன்னு வச்சாலும் ஒரு முப்பது ரூபாயாவது மிஞ்சணுமே. அதை என்ன பண்ணே?' பெரியம்மா மேலே கூரையைப் பார்த்துக்கொண்டு, 'அத்தினிக்கும் சடை மாட்டி வாங்கிட்டேன்.' பெரியப்பா நடையை நிறுத்திவிட்டு ஒருமுறை ஓரக்கண்ணால் பெரியம்மாவின் எலிவால் கூந்தலைப் பார்ப்பார். பிறகு புன்சிரிப்புடன் 'நடக்கட்டும்' என்பார். பெரியம்மா என்னைப் பார்த்துக் கண் சிமிட்டுவாள்.

மறுபடி வீசி வீசி நடை நிறுத்திவிட்டு உறங்கப் போகும் முன்பு பாதி என்னிடமும் மீதி பிரபஞ்சத்திடமும் எனச் சொல்வார்: 'இந்த மலேரியா கொடிய வியாதி எதால வருது தெரியுமா?' நான், 'கொசுவால' என்பேன் பலவீனமாக. அவர் நீண்ட பெருமூச்சு விட்டு 'பொம்பிள கொசுவால' என்பார். பெரியப்பா ஹெல்த் இன்ஸ்பெக்டராக இருந்தார். எங்கள் குடும்பத்தில் அவரைப் பற்றி எண்ணற்ற மீம்கள் புழங்கின. அவரது 'சிக்கனம்' பற்றி, அவரது வாழ்க்கையை 'அறிவு பூர்வமாக அணுகும் முறை' பற்றி, மேட்டுத்தெரு ஜோசியர், 'அவருக்கு மகர ராசி. சனியின் ஆதிக்கம். அப்படித்தான் இருப்பார்' என்றார். 'பூமியோட ஒட்டி.'

பெரியப்பாவுக்கு எதையும் திட்டமிட்டுச் செய்யவேண்டும் என்பதிலும் உறுதி உண்டு. ஒரு தடவை 'கடைசியில் உள்ளவன்' செய்துகொண்டிருந்த தொழிலில் பெரிய பிரச்சினை ஏற்பட்டு அவனது போட்டியாளனைக் காலி செய்தால்தான் ஆச்சு என்று கத்திக்கொண்டிருந்தான். தினம் இரவு வீட்டுக்கு வந்து, 'வேற

வழியில்லை, அவனை செஞ்சுட வேண்டியதுதான்' என்று கத்துவது வழக்கமாக இருந்தது. பெரியப்பா இரண்டு மாதங்கள் ஒன்றும் சொல்லவில்லை. ஒரு நாள் இரவு நடந்துகொண்டே, அவனிடம் எல்லா விவரங்களையும் கேட்டறிந்தார். அவருக்கும் அந்த எதிரியைத் தீர்த்துக்கட்டுவது அப்படி ஒன்றும் மோசமான முடிவல்ல என்று பட்டுவிட்டது. ஆனால், 'எதையும் ப்ளான் பண்ணிச் செய்யவேண்டும்' என்பதால் ஒரு பேப்பரை எடுத்துக்கொண்டு வந்தார்.

'சரி, முதல்ல அவனை யாரு வெட்டுறது? எங்கே வச்சு வெட்டறது? மாட்டிக்கிட்டா என்ன பண்றது? எந்த வக்கீலைப் பிடிக்கிறது? அவருக்குக் கொடுக்கக்கூடிய அதிகபட்சக் கூலி எவ்வளவு? இடைப் பட்ட காலத்துல இந்தப் புள்ளைங்க எங்க இருக்கிறது? அவங்க படிப்பு? நடுவில தொழிலை யாரு நடத்துறது? அந்த இடைக்கால நஷ்டத்தை எப்படி ஈடு கட்டறது? அவன் சொந்தக்காரங்க பழி வாங்க வந்தா என்ன பண்றது? ஒருவேளை இந்த முயற்சில நம்ம பக்கம் உயிர்ச்சேதம் வந்துட்டா என்ன பண்றது? சரி, நம்ம சைடு பலம் என்ன, பலவீனம் என்ன? முதல்ல உள்ளவன் பொண்டாட்டி பேச்சு மட்டும்தான் கேக்குறவன். இரண்டாவது உள்ளவன் சொல்றதை அவன் பொண்டாட்டி கேக்குறதில்லை. உங்க அம்மையைப் பத்தி உனக்கு நல்லாத் தெரியும். இப்போ உன் வங்கிக் கணக்குல எவ்வளவு பணம் இருக்கு? ஆத்திர அவசரத்துக்கு எடுக்க அந்த திருச்செந்தூர் பிளாட் யார் பேர்ல இருக்கு? இந்த முயற்சில உனக்கு ஏதாவது ஆயிட்டா உனது பிள்ளைங்களை யார்கிட்டே விடணும்?'

கடசில உள்ளவனுக்கு இதற்குள் எதிரியைப் போட்டுத் தள்ள வேண்டும் என்பதில் உள்ள ஆர்வம் மிகக் குறைந்துவிட்டது.

'சரி, என்னிக்கு வெட்டப் போறே? நாளைக்கு அஷ்டமி வேண்டாம். உனக்கு படுபட்சி என்னிக்கு?' என்று அவர் கேலண்டரைத் தூக்கிக்கொண்டு வந்தபோது முழுவதுமாவே போய்விட்டது. ஒரு ஆளைப் போட்டுத்தள்ளுவது ஒரு நாள் வேலை இல்லைபோல் இருக்கிறதே!

பெரியப்பா இப்போதும் மாறவில்லை. இப்போதும் அவர் திட்டமிடுகிறார். ஒவ்வொரு நாளையும். ஆனால் எனக்கு இப்போது அவரைப் பார்க்கக் கேலியாக இல்லை. அவரது மூன்று பிள்ளைங் களுக்கும் படிப்பே வரவில்லை. 'மண்ட ஜீவிதம் சுக சாகரம்' என்று வாழ்ந்தார்கள். ஆனால் அவர்கள் அனைவருமே இன்று நல்ல நிலையில் இருக்கிறார்கள். அதற்குப் பெரியப்பாதான் காரணம் என்று எனக்கு இப்போது தோன்றுகிறது. பெரியப்பாவின் முன்னுரிமைகள்

எப்போதுமே கச்சிதமாக இருந்தன. தேவை இல்லாததைப் பண்ணுவதில்லை. தேவை எனில் கையை வெட்டிக் கொடுக்கவும் தயங்குவதில்லை. இதுவரை எட்டு ஆபரேசன்கள் தனியாகப் பண்ணிக்கொண்டிருகிறார். (இந்த ஊரு டாக்டரைவிட இவர்தான் நிறைய ஆப்பரேசன் பண்ணிருக்காரு - பெரியம்மா.)

வழக்கம்போலவே என்னைப் பார்த்ததும் என்னுடைய சம்பளம், சேமிப்பு, சொத்து, இருப்பு, இழப்பு எல்லாவற்றையும் விசாரித்தார். பிறகு என் குழந்தைகளின் கல்வி விவகாரங்கள். என் மனைவி ஏன் வேலைக்குப் போகாமல் இருக்கிறாள்? பிறகு அவருக்கே உரிய முறையில் மலையாளப் பெண்களும் தமிழ் ஆண்களும் எதிர்ப் படுகையில் ஏற்படுகிற சில விபத்துகளைப் பற்றி ஜோக் அடித்தார். அவர் என்னைப் பார்த்து ஏன் அதைச் சொன்னார் என்று எல்லோருக்கும் புரிந்து சிரித்தார்கள்.

எனக்கு அவரது தினப்படி வாழ்வைப் பற்றி வியப்பு ஏற்பட்டது. அவர் போர் அடிக்கிறது என்று சொன்னதே இல்லை. சலிப்பே இல்லாத மனிதர். அவர் கவிதைகள் படிப்பதில்லை. ஆனால் அவர் வாழ்க்கையில் எதையும் இழந்துவிடவில்லை என்று தோன்றியது. அவர் போதத்தை, அவர் நாளை, அவர் வாழ்வை நிரப்பப் பெரிய விஷயங்கள் தேவைப்படவே இல்லை. நாங்கள் அவரை விட்டு வருகையில் அவருக்கான இரவு சமையலை அவரே செய்து கொண்டிருந்தார். பானையில் சாதம் கொதிக்கும் ஓசையை உற்று ஒரு இசைபோலக் கேட்டுக்கொண்டிருந்தார்.

□

வெண்ணிற ஆடை

90

நான் மனம் சோரும்போதெல்லாம் அடையும் சில புத்தகங்கள் இருந்தன. அவற்றில் இரண்டு புத்தகங்கள் கிறித்துவப் பின்னணியைக் கொண்டவை. மெர்சி சுவாமிதாசன் என்ற அம்மா ஏறக்குறைய நாற்பது வருடங்களுக்கு முன்பாக கிறித்துவ இதழ்களில் எழுதிய கதைகள், மொழிபெயர்ப்புகளின் தொகுப்பு. ஏறக்குறைய 900 பக்கங்கள். சிறிய கதைகள். ஆர் எஸ் ஜேக்கப்பின் முன்னுரையோடு அப்போதைய பிஷப் பதிப்பித்திருக்கிறார். மிகவும் வறிய பின்னணியில் இருந்துகொண்டு எட்டுப் பிள்ளைகளை வளர்த்து, நடுவில் இவ்வளவு எழுதவும் செய்திருக்கிறார். அவற்றை முழுமை யாகப் பதிப்பிக்கும் முன்பே அவர் இறந்து போய்விட, அதற்கான கூட்டத்தில் ஆர் எஸ் ஜேக்கப், 'அம்மாவின் எலும்புகள் உயிரடைய வேண்டும். அவர்கள் மரித்தும் பேசுகிறார்கள்' என்று சொன்னதாக முன்னுரையில் எழுதிய நினைவு இருக்கிறது.

எலும்புகள் உயிரடைவது என்ற அந்தப் பதம் என்னை நீண்ட நாட்களாக சலனப்படுத்திக்கொண்டிருந்த நினைவு இருக்கிறது. இலக்கியவாதிகள் மெர்சி சுவாமிதாசனின் பெறுமதி என்னவென்று சொல்வார்களோ தெரியாது. எனக்குத் தனிப்பட்ட முறையில் அந்தப் புத்தகத்தின்மீது பற்று வர வேறு காரணங்களும் இருந்தன. அந்தப் புத்தகத்தை நான் ஏஞ்சல் அக்காவின் வீட்டிலிருந்து எடுத்துவந்தேன். (குறிப்பு: இடம், பெயர், கால வரிசை குழப்பப்பட்டுள்ளது.) 'படிச்சிட்டுத் தாறேன்' என்று சொன்னபோது அக்காவின் அம்மா முகம் அடைந்த ஒளி நினைவிருக்கிறது. அக்காவின் முகமும்தான்.

ஏஞ்சல் அக்காவுக்கு வெண் நிற உடைகள் மிகப் பொருத்தமாக இருக்கும். அவளுக்கு அந்த நிறத்தின்மீது மிகுந்த பித்து இருந்தது.

அவற்றின் பொலிவு சற்று மங்கினால்கூடப் பதட்டமடைவாள். அக்காவின் அம்மாவும் எப்போதும் வெண்ணிற ஆடைகளையே உடுத்துவார். அக்காவுக்கு நான் விளையாட்டுத் துணையாக, வழித் துணையாக, காவலனாக இருந்தேன். என்னை முதல் முதலாக நூலகத்துக்கு அவள்தான் அழைத்துப்போனாள். சைக்கிள் பழகுகிறேன் என்று புதருக்குள்ளிருந்து ஏதோ கடித்து நான் மயங்கி விழுந்தபோது ஹைகிரவுண்ட் ஆஸ்பத்திரிக்குத் தூக்கிப்போனது அவள்தான். அங்குதான் அக்காவின் அம்மா, ஒரு துப்புரவு ஊழியராக வேலை பார்த்தார். அவர்களது வெண்நிறத்தின்மீதான பிரியத்துக்கு அம்மாவின் வேலை ஒரு காரணமாக இருக்கும் என்று நான் நினைத்த துண்டு. பின்னர் கொஞ்ச காலம், அவர்களது வறுமை காரணமாக இருக்கலாம் என்று நினைத்துக்கொள்வேன். ஏறக்குறைய எந்தச் சாதனங்களும் இல்லாத ஒரு வெறுமையான வீடு. ஆனால் தேவபாக்கியம் பட்டினி கிடப்பாரே ஒழியக் கடன் வாங்க மாட்டார்.

கிறித்துமஸ் தினங்களில்கூட புதிய உடைகள் இல்லாமல் அக்கா இருப்பதைப் பார்த்திருக்கிறேன். அம்மா அடிக்கடி சொல்லும் வாசகம், 'அந்தப் புள்ளையைப் பாத்துப் படிங்கடி. நல்ல நாள் அன்னிக்குக்கூட பழைய சட்டை. முகத்தில ஒரு சிணுக்கம் உண்டா?' முகத்தில் இல்லை. ஆனால் சிணுக்கம் ஆன்மாவில் இருந்ததா? தேவபாக்கியம் அம்மா அக்காவுக்கு திசையன்விளை பக்கத்திலிருந்து ஒரு மாப்பிள்ளை கொண்டுவந்தார். அவரும் முழுக்கை வெள்ளை சட்டையும் கிறித்துவர்களே பெரும்பாலும் கட்டக்கூடிய சரிகை இல்லா வெள்ளை வேட்டியுமாய் இருந்ததைப் பார்த்து நாங்கள் புன்னகைத்துக்கொண்டோம். 'அக்கா, அவரும் பரிசுத்த ஆவி இப்போதான் மேல வந்தாப்ல இருக்காரே, உனக்குப் பிடிச்சிருக்கா' என்று நான் அவளிடம் கேட்டேன். அவள் 'ம்ம்' என்றாள். 'நீ அவருகிட்டே போயி அதை இதை சொல்லிவைக்காத, இன்னா?' நான் நிஜமாகவே புரியாமல் 'எதை எதை?' என்றேன். 'உன்னைப் பத்திச் சொல்ல என்ன இருக்கு? நீ ஒரு சுண்ணாம்பு நீத்துன சுவருல்லா.' அக்கா புன்னகைத்துக்கொண்டாள்.

அக்காவின் கணவர் திசையன்விளையில் பேக்கரி வைத்திருந்ததாகச் சொன்னார்கள். ஊழியமும் உண்டாம். மீசையில்லாத அவர் முகத்தில் எப்போதும் ஒரு தயக்கமும் சாந்தமும் இருந்தது. ஆனால் அவர்கள் திசயன்விளைக்கு போகப்போவதில்லை. அக்காவின் கணவருக்கு சென்னையில் ஏதோ ஒரு பேக்கரியில் வேலை கிடைத்திருக்கிறது. நாங்கள் நெருக்கமாகப் பார்த்த முதல் கிறித்துவக் கல்யாணம். புதிதாக இன்னமும் பாதிதான் கட்டியிருந்த, ஈரம் உலராத சர்ச்சில் மற்றவர்கள் உட்காரும்போது எழுந்துகொண்டு,

எழும்போது உட்கார்ந்துகொண்டு என்று சிரிப்பாக இருந்தது. அக்கா மணப்பெண் உடையில் தேவதைபோலவே இருந்தாள். இன்னும் வெளுப்பான ஒரு சேலையும் - அவள் அவற்றை எங்கிருந்து கண்டுபிடித்தாள்? - பூமடிப்புகள் கொண்ட தலைத் தட்டமும். அக்காவை ரயில் ஏற்ற அவள் எவ்வளவோ கெஞ்சியும் நான் போகவில்லை. 'அவ அழுதுட்டே இருந்தா' என்றாள் தங்கை.

அதன்பிறகு நீண்டதொரு வெள்ளைச் சத்தம். நானும் ஊரை விட்டுப் படிக்கப் போனேன். பிறகு வேலை. பால்யம் கழிந்து, யௌவனம் வந்து, அதுவும் முதிர்ந்தது. ஏறக்குறைய ஐந்தாண்டுகளுக்குப் பிறகு தேவபாக்கியம் அம்மா ஒரு விடுமுறையில் எங்கள் வீட்டுக்குப் பார்க்க வந்தார். கிறித்துமசுக்கு முந்திய ஓர் இரவு அது. அந்த வருடம் அகாலமாய் டிசம்பரில் தொடர்ந்து மழை பெய்துகொண்டிருந்தது. வந்தவள் அப்பாவைப் பார்த்ததும், தலையை மூடிக்கொண்டு ஒதுங்கி நின்றார். அப்பா உள்ளே திரும்பி, 'ஏட்டி, இங்கே பாரு' என்றார்.

அவர், 'உங்களைப் பார்க்கத்தான் வந்தேன்.'

அப்பா புரியாமல் பார்க்க, 'மாப்பிள்ளை ஊருக்கு வந்திருக்கார். அவருக்கு உடம்பு ரொம்பச் சரியில்லை.'

'அப்படியா! ஐயோ!' என்று அப்பா எழுந்தார்.

'இங்கே முடியாது, வேலூருக்குப் போங்கன்னு பெரிய டாக்டர் சொல்றார்.'

அப்பா 'சரி' என்றார். 'பணம் வேணுமா?'

'இல்லை, தனியா ஒரு ஆம்பிள்ளையை அவ்வளவு தூரம் கூட்டிட்டுப் போகறது எப்படின்னு தெரியலை. எனக்கு ஊரும் தெரியாது.'

அப்பா 'அதனால் என்ன?' என்றார். பிறகு சந்தேகமாய்த் திரும்பி, 'அவளை எங்கே ஏஞ்சல்?' என்றார்.

தேவபாக்கியம் அம்மா தலைகுனிந்து நின்றார். அவர் கண்ணிலிருந்து நீர் சொட்டிச் சிதறியது. 'அவ வரலை. அவ வர மாட்டா' என்றார்.

அக்காவின் கணவர் பிழைத்துக்கொண்டார். ஆனால் அவரை அக்காவின் கணவர் என்று இனிச் சொல்ல முடியாது என்று தோன்றியது. அக்கா வேறு ஒருவருடன் எவ்விதமோ தொடர்பு ஏற்பட்டு போய்விட்டார் என்று சொன்னார்கள். நல்ல பணக்கார, பிரபல அரசியல்வாதி ஒருவர். நாங்கள் அக்காவுக்கு இதற்கான

‘சாமர்த்தியம்’ எங்கிருந்து வந்தது என்று வியந்துகொண்டோம். தேவபாக்கியம் அம்மா வேலூரிலிருந்து வந்தும் தனது மாப்பிளையை வீட்டில் வைத்துப் பரமாரித்தார். அக்காவை அடியோடு மறந்துவிட்டதுபோல நடந்துகொள்கிறார் என்று என் தங்கை சொன்னாள். ஆனால் அப்படியல்ல என்பதை நான் அறிவேன். ஒவ்வொரு வருடமும் அக்காளின் பிறந்தநாள் அன்று எப்படியாவது என்னைத் தொடர்பு கொள்வார். ‘பிள்ளா, இன்னிக்கு அவளோட பொறந்தநாள்டா’ என்பார். ‘அவளுக்காக ஒரு பிரார்த்தனை செய் பிள்ளை.’ நான் பிரார்த்தனைகள் செய்யும் வித்தையை மறந்துவிட்டேன் என்று அவரிடம் சொல்ல நினைப்பேன். ஒருநாள், ‘நீங்க என்ன இது பண்றீங்க? ஒருநாள் அவளைப் போய்ப் பார்த்தா என்ன?’ அவர், ‘எப்படிப் பிள்ளை?’ என்பார். ‘இப்போ உனக்குப் புரியும். நீ அதுக்குப்பிறகு என் மருமகனோட முகத்தைப் பார்த்திருக்கியா?’ என்றார். நான் பேசாதிருந்தேன். ‘கல்வாரிக்கு சிலுவை கொண்டுபோற ஏசுவோட முகம். அந்த முகத்தைக் கடந்து நான் எப்படிப் போவேன்?’

நான் சற்று எரிச்சலடைந்து, ‘அப்பன்னா அவருக்கு இன்னொரு கல்யாணம் பண்ணிவைங்க. அவருக்காகப் பிரார்த்தனை பண்ணுங்க’ என்றேன். ‘அவதான் நல்லாருக்காளே.’ தேவபாக்கியம் அம்மாவின் முகம் தீவிரமடைந்தது. எதையோ சொல்ல நினைத்ததுபோல உதடுகள் கூர்ந்து கூர்ந்து விலகின. பிறகு சட்டென்று போய்விட்டார். அவர் போனபிறகு அம்மா, ‘நீ என்ன பாவப்பட்டதுங்ககிட்டே இப்படில்லாம் பேசறே’ என்று கடிந்துகொண்டார்.

இரண்டு வாரம் கழித்து எனது ஆபீஸ் விலாசத்துக்கு ஒரு கடிதம் வந்தது. அவர்தான் எழுதி இருந்தார். நிறைய விவிலிய மேற்கோள் களுடன். ‘நீ எடுத்துப்போன அந்தப் புத்தகத்தை இன்னமும் வைத்திருக்கிறாயா?’ என்று கேட்டிருந்தார். நான் அதை எங்கோ வைத்துவிட்டிருந்தேன். பிறகு, ‘நான் ஏஞ்சலின் ஆன்மாவுக்காகத் தான் பயப்படுகிறேன் பிள்ளை. உன்னைத் தவிர நான் வேறு யாரிடமும் அவளுக்காகப் பிரார்த்தனை செய் என்று கேட்க முடியாது என்பதாலும். எனது சொந்த சனங்கள் அவளை எப்போதோ நியாயம் தீர்த்து தீரா அக்கினிக்குள் ஆக்கிவிட்டார்கள். இப்போது அந்தத் தூய, பழைய வெள்ளை கவுன் ஏஞ்சலை நினைவில் வைத்திருப்பவர்கள் நீயும் நானும்தான்’ என்று எழுதி இருந்தார். நான் அந்தக் கடிதத்துக்கு என்ன பதில் சொல்வது என்று தெரியாது அப்படியே விட்டு விட்டேன். இப்போது என் உலகில் பிரார்த்தனைகள், தீரா அக்கினி இவையெல்லாம் இல்லை என்பதை அவருக்கு எப்படிப் புரியவைப்பது? நான் அவரை, அவரது எளிய இருமை உலகை,

எல்லாவற்றையும் மறந்தேன். ஏஞ்சல் அக்காவிடமிருந்து அந்த போன் வரும்வரை.

ஒரு டிவி நிகழ்ச்சியில் நான் தலைகாட்டியதின் தொடர்ச்சியாக இருந்தது அது. 'சங்கர்? மிஸ்டர் போகன் சங்கர்?'

'ஆமா.'

'பாளையங்கோட்டைல இருந்த தேவி அண்ணன் சங்கர்?'

'ஆமா. நீங்க?'

'நான் ஏஞ்சல்' என்றது குரல் தயங்கி. 'ஏஞ்சல் அக்காடா!'

நான் 'அட' என்றேன். சற்று நேரம் மௌனம்.

'என்னடா, முடில்லாம் நரைச்சிடுச்சி... 'டா'ன்னு கூப்பிடலாம்ல?'

நான், 'அக்கா நல்லாருக்கியா?' என்றேன். 'அம்மா? அம்மா எங்க இருக்காங்க?'

'அம்மா கர்த்தர்கிட்டே' என்றாள் அவள். 'மூணு வருஷம் ஆச்சு. கடைசிவரை முகத்தையே பார்க்கவிடலை.'

'ஐயோ' என்றேன்.

அவள், 'அது பிரச்சினை இல்லை. அவங்க அங்கே சந்தோசமா ஆண்டவருக்கு வலது பாரிசத்துலதான் இருப்பாங்க' என்றாள். 'நான்தான் இங்கே...' அவள் குரல் உடைந்தது. பிறகு சட்டென்று, 'இப்போ உனக்கு சொன்னாப் புரியும். அந்தாளு ஆம்பிள்ளையே இல்லைடா.'

நான், 'யாரு?'

'அதான் அம்மா எனக்குக் கட்டி வச்சது.'

நான், 'ஓ' என்றேன். பிறகு, 'தப்பில்லை அக்கா. அம்மாவுக்குச் சொன்னாப் புரிஞ்சிருக்காது.'

'இல்லடா. அதுக்கப்புறம் தெரிஞ்சும், சொல்லியும், அந்தாளு முகத்தைப் பாரு, முகத்தைப் பாருன்னே சொல்லிட்டிருந்தாங்க. பெத்த மகளைவிட ஒரு மூன்றாம் ஆள் முக்கியமா?'

நான் மறுத்து, 'அம்மா உள்ளத்தால உன்னை ஒதுக்கவே இல்லை. அது எனக்குத் தெரியும். அவங்க நடந்துகிட்டது வேறொரு தளம். அதைவிடு, இப்போ நீ சந்தோசமா இருக்கேல்ல.'

அவள், 'வசதியா இருக்கேன். சந்தோசம்...' என்றாள். பிறகு சட்டென்று பெருத்த குரலில் அழுது, 'அவருக்கு இப்போ புதுசா ஒரு

பொண்ணு தொடர்பு வந்திருக்குடா. கிடப்பு எல்லாம் அங்கேதான். நானும் என் பிள்ளையும் தனியா இருக்கிறோம், இத்தனை பெரிய வீட்டில.'

நான் அப்படியே உறைந்துபோய் நின்றிருக்க, மனைவி சைகையில் 'ஆரு?' என்றாள். மறுமுனையில் ஏஞ்சல் அக்கா, 'எனக்காகப் பிரார்த்தனை பண்ணிக்கோடா' என்றாள்.

□

காற்றே உணவெனும் சாகாக் கலை

91

குற்றால மலைமேலே காற்றை மட்டுமே உண்டு வாழ்ந்த சாமியார் ஒருவர் இருந்தார். தேனருவிக்கும் மேலே அவர் ஜாகை. எப்போதாவது கீழே வருவார். நாங்கள் எல்லாம் சீசன் சமயங்களில் அவரைப் பார்த்து, 'லே சித்தர்லே' என்று வியந்துவிட்டுத் திரும்பி வந்துவிடுவோம். 'அப்படியே பொங்கு மாங்கடல்மேல அந்தரத்தில நடப்பார்லா?' ஒரு சீசனில் சாமியாருடன் ஒரு வெள்ளைக்கார வாலிபனும் காணப்பட்டான். நம்மைப்போல வேடிக்கை பார்த்துவிட்டுத் திரும்பும் குணம் வெள்ளைக்காரனுக்குக் கிடையாது அல்லவா? அவனும் காற்றை மட்டுமே உண்டு வாழப் பயிற்சி எடுப்பதாகச் சொன்னார்கள். திடீரென்று வெள்ளைக்காரனைக் காணவில்லை. ஊருக்குப் போயிருப்பான் என்று நினைத்துக் கொண்டோம்.

மூன்று மாதம் கழித்து, தேன் எடுக்கப் போனவர்கள் அவனை செண்பகா தேவி அருவி அருகே ஒரு மரத்தடியில் குற்றுயிரும் குலை உயிருமாய்க் கண்டுபிடித்தார்கள். ஆள் ஒன்றுமே சாப்பிடாமல் இருந்து ஒரே இரவில் சித்தர் ஆக முயற்சித்திருக்கிறான். ஒரு கட்டத்தில், மலையிலிருந்து இறங்கும் சக்திகூடப் போய்விட்டது. சீசன் முடிந்துவிட்டதால் மேலே அருவிக்குப் போகிறவர்களும் இல்லாது போய்விட்டதால், யாரும் பார்க்காமல், ஆள் சாகிற நிலைக்குப் போய்விட்டான். அவனைத் தூக்கி வந்து தென்காசி அரசு மருத்துவமனையில் சேர்த்தார்கள். ஏறக்குறைய இரண்டு மாதங்கள் முடை நாற்றம் வீசும் படுக்கையில் விட்டத்தைப் பார்த்தவாறே படுத்துக்கிடந்தான். கொஞ்சம் உடல் நலம் பெற்றதும் தூதரகத்திலிருந்து ஆள் வந்து கூட்டிப் போனார்கள். ஆஸ்பத்திரியில்

எல்லோரிடமும் கண்ணீரோடு விடை பெற்றுப் போனான். 'எழவு, கமலகாசன் மாதிரில்லா அழுவுதான்?' என்றொரு நர்ஸ் அன்போடு வியந்தாள்.

இரண்டு வருடங்கள் கழித்து, தன்னை மருத்துவமனையில் நன்றாகப் பார்த்துக்கொண்ட டாக்டருக்குக் கடிதம் எழுதினான். தான் இப்போது நன்றாக இருப்பதாக எழுதி இருந்தான். கடைசியில் எழுதி இருந்தது தான் விசேசம். தான் பார்த்துவந்த சர்வேயர் வேலையை விட்டுவிட்டு அமெரிக்காவில் பீப் பட்சணங்கள் விதம் விதமாய் விற்கும் சங்கிலி உணவகங்களை ஆரம்பித்திருப்பதாக எழுதியிருந்தான். நாங்கள் கொஞ்ச காலம், எப்படி காற்றையே உணவாக உண்டு வாழ வந்த வெள்ளைக்காரன் மாட்டிறைச்சி ஓட்டல்காரனாக மாறி விட்டான் என்று பேசிக்கொண்டிருந்தோம்.' அது வெள்ளைக்காரன் ரத்தத்தில உள்ள குணம்லே. நம்மை மாதிரி மூக்கைப் பார்த்துகிட்டு உக்கார அவனால ஏலுமா? புலன் ஒடுக்கம்னா சும்மா மயிர் புடுங்கற வேலைன்னு நினைச்சுட்டான்போலிருக்கு. பட்டினியாக் கிடந்த நாள் முழுக்க சாப்பாட்டையே நினைச்சு ஏங்கி இருப்பான்போல. இப்போ சமையக்காரனாகவே ஆயிட்டான்.'

இதற்கிடையில் உண்ணாச் சாமியை நாங்கள் மறந்திருந்தோம். அவரைப் பார்ப்பது அரிது என்றாலும், கடைசிச் சில வருடங்களாய் யாருமே அவரைப் பார்த்திருக்கவில்லை. ஒரு சித்ரா பௌர்ணமி அன்று இரவு செண்பகவல்லி அம்மன் கோயிலில் கொடுத்த பொங்கச் சோறைத் தின்றுவிட்டு பேசிக்கொண்டிருந்தோம். எல்லாம் சித்தர்களைப் பற்றித்தான். சித்ரா பௌர்ணமி அன்று பொதிகை மலையில் சித்தர்கள் 'ட்ராபிக்' அதிகமிருக்கும் என்று பேச்சு உண்டு. 'அகத்தியர்கூட வருவாராம்டே. நம்ம வள்ளியோட சகலை பார்த்திருக்கான். அப்படியே ஆறடியிலே சிகப்பா இருப்பாராம். கண்ணைப் பார்க்கவே முடியாதாம். நட்சத்திரம் மாதிரி மினுங்கி, கண்ணு கூசுமாம்.'

'அவரு குள்ளமா இருப்பார்னு இல்லே சொன்னாங்க?'

சொன்னவன் திணறி, 'குள்ளம்தான். சித்த ஜாதிக்குள்ள அவரு குள்ளம்.'

நாங்கள் பேசிக்கொண்டிருக்கையிலேயே ஒரு அம்மா இடுப்பில் பாத்திரத்தோடு வந்து, 'எய்யா, பனங்கிழங்கு சாப்பிடறீங்களா? நல்லா வேக வச்சது' என்றார்.

'இல்லம்மா, இப்பத்தான் பொங்கச் சோறு தின்னோம்' என்று பேச்சைத் தொடர்ந்தோம்.

'அது சரி, இந்த உண்ணாச் சாமியை சமீபத்தில பார்த்தியாலே?'

'அவரு முக்தி அடைஞ்சுட்டாராம்லா.'

'அப்படியா யாரு சொன்னா?'

'அதே வள்ளி சகலைதாம். போன சித்ரா பௌர்ணமிக்கு சட்டுன்னு ஒளியா மாறி வானத்துல ஏறிட்டாராம். நிறையப் பேரு பார்த்திருக்காக.'

இதற்கு நடுவில் அந்த அம்மா திரும்ப வந்து, 'எய்யா, சுக்குக் காப்பியாவது குடிங்க. நல்லா சூடா இருக்குது' என, சரி என்று தலையாட்டினோம். சுக்குக் காப்பியைக் குடித்துக்கொண்டே, 'அப்போ அவரை இனிமே பார்க்க முடியாதா?'

'பார்க்கலாம். ஊனக் கண்ணால பார்க்க முடியாது. அகத்தியர் மாதிரி அவர் கீழிறங்கி வரும்போது யாராவது ஞானக் கண்ணு உள்ளவங்க பார்க்கலாம்.'

இவ்வளவு நேரம் நாங்கள் பேசுவதைக் கேட்டுக்கொண்டிருந்த அந்த அம்மா பாத்திரத்தை இடுப்பில் ஏற்றிக்கொண்டு எரிச்சலுடன், 'ஏன் முடியாது? இப்படியே மலைல இறங்கி, புனலூர் போனீங்கன்னா எல்லாரும் பார்க்கலாம்.'

'புனலூரா? அங்கே எதுவும் ஆசிரமம் போட்டிருக்காரா?'

'ஆசிரமமும் இல்லை, மண்ணுமில்லை. ஒரு மலையாளத்தியைக் கட்டிக்கிட்டு ஒரு இட்டிலிக் கடையையும் போட்டுக்கிட்டு உக்காந்திருக்கான். எழவெடுத்தவன். எனக்கு நிறைய பாக்கி வைச்சிட்டுப் போயிட்டான்.'

◻

தலைகள் ஆயிரம்

92

எனக்கு நானே பேசிக்கொள்ள வசதியாக முகவாய் இல்லாத ஹெல்மெட் வாங்கினேன். மைக் டெஸ்ட்டாக, 'நாயே நாயே' என்று சொல்லிப் பார்த்தேன் எங்கேயோ கேட்ட குரல்போல் இருந்தது. ஏற்கெனவே முதலில் கண்ணாடியை அணிவதா, ஹெல்மெட்டை அணிவதா என்ற குழப்பத்தில் கண்ணாடி உடைந்து, பழைய கண்ணாடியைத்தான் போட்டிருந்தேன். இப்போது காதும் சரியாகக் கேட்காது என்றால்... என்று யோசிப்பதற்குள் சுங்கான்கடையில் ஒருவர் அத்தனை ஹெல்மெட்டிலும் கண்டுகொண்டு உற்சாகமாக வழிமறித்து, 'ஹலோ அந்தக் கவிதையை எழுதினது நீங்கதானே?' என்றார்.

நான், 'ஐயையோ, நான் இல்லீங்...'

அவர் அதற்குள் பில்லியனில் ஏறி அமர்ந்துகொண்டு, 'ஏன் நல்லாத்தானே இருக்கு?' என்றார். 'என்னை குழித்துறைல இறக்கி விட்டுடுங்க.'

மூன்று நாள் மழைக்குப் பிறகு பொன் வெயில். ஓட்ட உற்சாகமாக இருந்திருக்கவேண்டும். ஆனால்... 'தினம் இப்படித்தான் வருவீங் களா?' என்றார் அவர். நான் 'இல்லை' என்பதற்குள் அவரே, 'இனி நாம சேர்ந்து போகலாம்' என்றார்.

நான் அதுபற்றிக் கவலைப்பட நேரமில்லாமல் ஹெல்மெட்டுடன் புதிதாய் வண்டி ஓட்டிக்கொள்ளப் பழகிக்கொண்டிருந்தேன். இப்போது நான் முன்புபோல் தலையை ஆந்தைபோல முழுக்கத் திருப்பி பின்னால் யார் வருகிறது என்று பார்க்க முடியாது என்பது

புரிந்தது. கண்ணாடிதான் ஒரே வழி. ஆனால் அதை முழுக்க பில்லியனில் இருப்பவர் மறைத்திருந்தார். வழக்கமாகவே எந்தச் சத்தமும் இல்லாமல் ஹிட்ச்காக் படக் கதாபாத்திரங்கள்போல பின்னாலிருந்து கடக்கும் கேரளா பேருந்துகள், இப்போது இன்னமும் மர்மம் அடைந்திருந்தன. இதுபோக ஏற்கெனவே சாலைகளில் வண்டி ஓட்டும்போது எனக்கு இருக்கும் ஜெட்லாக் இன்னமும் மோசமாகி இருந்தது.

குமாரபுரம் வருகையில், ‘சார் ஒண்ணு கவனிச்சேன். திடீர் திடீர்னு யாரும் வராதபோதும் ப்ரேக் போடறீங்களே ஏன்?’ என்றார் பின்னிருந்தவர். நான், ‘யாரும் வராதபோதா? வந்தாங்களே?’ என்றேன். அவர் பீதியில் சற்று பின்நகர்வதை உணர முடிந்தது. இடையிடையே ஹெல்மெட்டாலேயே நடந்த சிறு விபத்துகளைப் பார்த்தேன். ஆனால் சும்மா சொல்லக்கூடாது, ஹெல்மெட்டால் நடந்த அந்த விபத்துகளிடமிருந்து ஹெல்மெட்டே அவர்களைக் காப்பாற்றியது. இது சங்கடங்களை ‘உருவாக்கி’ பிறகு நம்மை அவற்றிடமிருந்து காப்பாற்றும் சில நண்பர்களை நினைவு படுத்தியது.

தக்கலை போவதற்குள்ளேயே நல்ல தலைவலி வந்துவிட்டது. உமா சங்கரில் நிறுத்தி ஒரு காபி சாப்பிட்டோம். பைசா கொடுக்கையில் கீழே விழ, அதை எடுக்கக் குனிந்து, மிகச் சரியாக சர்வரின் அடிவயிற்றில் ஹெல்மெட் தலையால் முட்டினேன். அவரது சந்ததிகளின் நாசத்துக்கு நான் காரணமாகிவிடவில்லை என்று நம்புகிறேன். இனி பெரியவர்களின்மீது மிகுந்த மரியாதை உள்ளவர்கள் வழியில் தென்பட்டால் அவர்களிடம் ஆசீர்வாதம் வாங்கும்முன்பு அவர்கள் abdomen guard அணிந்திருக்கிறார்களா என்று உறுதிப்படுத்திகொள்வது நல்லது.

வண்டியை பின்னால் எடுக்கையில் ஒரு ஆட்டோவின் மண்டையில் சட்டென்று மோதி அவன் எனது தாயைத் திட்டினான். நான் எனது இல்லாத புஜங்களை எல்லாம் திரட்டிக்கொண்டு அவனிடம் சண்டைக்குப் போக, ‘இதெல்லாம் இங்கே சகஜம். ஏன் இத்தனைக் கோபம்?’ என்றான். நானும் அவனது அம்மாவைத் திட்ட நினைத்து, அது எனக்கு சகஜமில்லை என்பதாலும் எந்தச் சூழலிலும் பெண்களைத் திட்டுவதை நான் வெறுப்பதாலும் அவனது தந்தை ஒரு ஆண்மையற்றவர் என்று திட்டிவிட்டு வந்தேன். நண்பர், ‘இப்போதும் நீங்கள் அவனது அம்மாவைத்தான் திட்டியிருக்கிறீர்கள்’ என்றார். நான், ‘என்ன செய்வது? நமது மொழியே அப்படி பெண்களுக்கு எதிராக அமைக்கப்பட்டிருக்கிறது.’

வெட்டு மணியில் சிலர் வழி மறைத்து, 'தலக்கவசம் உயிர்க்கவசம்' என்று தாள் கொடுத்தார்கள். அஜித் ரசிகர்களாம். நான் மணி பார்த்தேன். ரொம்ப நேரம் ஆனதுபோல இருந்தது பிரயாணம். ஆனால் வழக்கமான நேரம்தான் ஆகியிருந்தது. ஹெல்மெட்டுக்குள் காலம் மெதுவாக இயங்குகிறது என்று எனக்குத் தோன்றியது. 'காலம் அல்ல. பொருண்மை. ஹெல்மெட்டின் கனத்தால் அப்படித் தோன்றுகிறது' என்றார் நண்பர். 'தலைக் கனம் கூடும்போது பிரயாணம் நெடியதாகத் தோன்றுகிறது.' நான் அந்த வாக்கியத்தின் பழமொழி அமைப்பால் தாக்கப்பட்டு சற்று நேரம் கழித்து, 'நீங்கள் கடைசியாகச் சொல்லியதில் எனக்கு எதுவும் மெசெஜ் உள்ளதா?' என்றேன். அவர் 'சேச்சே' என்றார். பிறகு சற்று தொலைவு சென்றதும், 'ஆமாம்' என்றார்.

◻

கவிவழி

93

நான் வண்டி ஓட்டும்போது தனக்குத் தானே பேசிக்கொள்வதோ பாட்டு பாடிக்கொள்வதோ உண்டு. எவ்வளவோ முயன்றும் இந்தப் பழக்கத்தை நிறுத்த முடியவில்லை. ஹெல்மெட்டை நான் வெறுப்பதற்கு இதுவும் ஒரு காரணம். ஹெல்மெட் போடாவிட்டால் நான் பிரபஞ்சத்துடன் பேசிக்கொண்டிருக்கிறேன் என்றொரு பிரமை எனக்கு இருக்கும். ஒரு ஸ்டீல் ஹெல்மெட்டுடன் பேசுவது அத்துணை ஆரோக்கியமானதாக எனக்குப் படவில்லை. இந்தப் பழக்கம் பல சமயங்களில் என்னைச் சிக்கலில் மாட்டிவிட்டிருக் கிறது. ஒருநாள் காலையிலேயே ஒரு அதிகாரியுடன் பெரிய பூசல். நான், 'நீயுமாச்சு உன் வேலையுமாச்சு' என்று வண்டியை எடுத்துக் கொண்டு கிளம்பிவிட்டேன். வழி முழுக்க, 'நாயே நாயே' என்று அவரைத் திட்டிக்கொண்டே வந்தேன். ஒரு நாய்கூடத் திரும்பிப் பார்க்கவில்லை. பல மனிதர்கள் திரும்பிப் பார்த்தார்கள். அடுத்த வீட்டு நாயர் அவரை விளிப்பதாய் மிகச் சரியாகப் புரிந்துகொண்டு 'வணக்கம் வணக்கம்' என்று புன்னகைத்தார்.

என் வண்டியை ஆரம்ப சில கணங்களுக்கு மட்டுமே நான் ஓட்டுகிறேன். பிறகு அதை ஓட்டும் விசை எதுவென்று இன்றுவரை எனக்குத் தெரியாது. என்னுடைய பல கவிதைகள், ஓட்டத்தில் எழுதியவை. இந்தக் காரணத்தினாலேயே எனக்கு கார் ஓட்ட முடியாது போயிற்று. மார்த்தாண்டத்தில் எனக்கு காரோட்டிக் கற்றுக்கொடுக்க வந்தது முன்புபோல அல்லாமல் வசீகரமானதொரு கேரள வாலிபன். 'சேட்டா, ஒரு மினிட்ல நீ இந்த வண்டியை ஓட்டும்' என்று சிரித்தான். அவனுடன் கூட சற்றே ஒடிசலாய், பின்னால் ஒரு பையன் இருந்தான். அவன், 'ஒத்த மினிட் எதுக்கு? அரை மினிட்'

என்று கெக் கெக் என்று ஒரு கொக்கு விக்குவதுபோலச் சிரித்தான். நான் எனது முந்தைய அனுபவப் பிரச்சனைகளை அவனிடம் சொல்ல முயன்றேன்.

அதாவது என்னுடைய முக்கியப் பிரச்சினை space orientation. எனக்கு எது என் வண்டிக்குள் இருக்கிறது, எது வெளியில் இருக்கிறது என்பது பல நேரங்களில் புரிவதில்லை. தவிர, எனக்கு இடது பக்கத்தின்மீது தீராத வெறுப்பும் வலது பக்கத்தின்மீது அபாரமான காதலும் இருந்தது. வலது பக்கத்திலிருந்து ஆனை வந்தாலும் அநாயசமாகச் சமாளிக்கும் நான், இடது பக்கத்திலிருந்து ஒரு பூச்சை வந்தாலும் பதறி, வண்டியை 180 பாகை திருப்பி விடும் விநோத, வெறுக்கத்தக்க பழக்கத்தைக் கொண்டிருந்தேன். அது தவிர...

'அதெல்லாம் ஒண்ணுமில்லை சேட்டா' என்றான் வாலிபன். அவன் பெயர் அனில் என்று சொன்னான். 'சேட்டன் பேடிக்கண்டா. நான் நோக்கிக்கொள்ளாம்' என்று சொல்லிவிட்டு ஒரு பாடலைப் போட்டான். 'சுந்தரி, ஒன்னொருங்கி கொண்டுவா நாளையானு தாலி மங்களம்.'

நான், 'ஏய் ஆட்டோ...'

அவன் முகம் விரிந்து, 'ஆ சித்திரம் கண்டோ!'

நான், 'எனக்கு இதைவிட ரேகா மோகன்லாலுக்கு படிப்பு சொல்லிக்கொடுக்கிற பாட்டு பிடிக்கும்.'

அனில், 'அது மோகன்லாலே பாடின பாட்டு சாரே' என்றான் உற்சாகமாக. 'சார், நங்கள் லாலோட வல்லிய பேனான்னு...'

'நானும்.'

அதன்பிறகு கொஞ்ச நேரம் மோகன்லாலின் பிரதாபங்கள், அவர் படப் பாட்டுகள் என்று கழிந்தது.

மைதானத்துக்கு வந்து இரண்டு ரவுண்டு கிறுகிறு என்று சுற்றியபிறகுதான் அவன் போதத்துக்கு வந்து, 'சார் இதெந்தா நீங்க ஓட்டுங்க' என்று கைவட்டைக் கொடுத்தான். பிறகு அடிப்படை யிலிருந்து, 'சார், இது கியர் இது...' என்று ஆரம்பித்தான். நான், 'அதெல்லாம் எனக்குத் தெரியுமே' என்று சொன்னேன். பின்பையன், 'அப்போ அரை மினிட்கூட வேண்டா. பத்து செகண்டு' என்றான். நான் கியர் மாற்றுகிற எளிது கண்டு அவன், 'ஐயோ சாரே, நீங்க அல்ரெடி ட்ரைவரானு' என்று கூவினான். மைதானத்தில் ஆளே இல்லை. ஆகவே அங்கே பெரிய பிரச்சினை எதுவுமில்லை. இடது

பக்கமிருந்து ஒரு தட்டான் திடீரென்று ஒரு ஹெலிகாப்டர்போலப் பறந்து வந்தபோது, நான் சற்றுப் பதறி சிதறி, வலது பக்கமிருந்த பள்ளத்தாக்கில் விழப்போனதுதவிர.

அனில், 'இனி ரோட்டுக்குப் போவோம்.' நான் சற்றுத் தயங்க, 'சார், பேடிக்கண்டா. நாம என்னிக்கும் க்ரவுன்ட்லேயே ஓட்டிட்டு இருக்க முடியாதுல்லா. மெயின் ரோட்டுக்கு வேண்டா. சைடு ரோடுகளுக்குப் போலாம்.' நான் ஒப்புக்கொண்டேன். 'எதிரே ஆள் வருவது கண்டு பதறாதீங்க.'

நான் சரி என்றேன். 'எனக்கு எதிரே ஆள் கண்டு பேடியில்லை. எனக்கு எப்போதுமே மனிதர்களைக் கண்டு பேடியே இல்லை.'

'பின்னே?'

நான் சொல்லவில்லை. ஒரு பாட்டை முனக ஆரம்பித்தேன். ஆனால் சற்று நேரத்தில் அவர்களே கண்டுபிடித்துவிட்டார்கள். அனில், 'சாருக்கு புட்பால் இஷ்டமா?' என்றான்.

நான் 'இல்லியே?'

'பின்னே, சாருக்கு எங்கே ஜோலி? டெலிபோன்சிலையா?'

நான், 'இல்லே, ஆசுபத்திரில.'

பின்பையன் பீதியுடன், 'பிறகேன்? எங்கப்பா ஒரு லைன்மேன். அவர்கூட இத்தனை டெலிபோன் கம்பத்துல ஏறினதில்லை' என்றான்.

நாங்கள் அப்படியே எங்கள் எதிரே சரிந்து கிடந்த டெலிபோன் கம்பத்தைப் பார்த்தவாறு வண்டியிலேயே அமர்ந்திருந்தோம். 'இது மூணாவது' என்றான் பையன். 'அந்த போஸ்ட் லெப்ட் சைடிலகூட இல்லை சார்' என்றான் அனில் ஆற்றாமையுடன். ஒரு வண்டு, 'விர் விர்' என்று இரைந்துகொண்டே எங்களைக் கடந்துபோனது. பிறகு திரும்ப வந்து எங்களை 'ஏனிங்கு நிற்கிறீர்கள்?' என்று ஒருதடவை குனிந்து பார்த்து விசாரித்தது. குளத்தில் குளித்துக்கொண்டிருந்த சில சுந்தர ஸ்திரீகள் தங்கள் நகில்கள் மந்தணம் என்பதைக்கூட மறந்து எங்களையே பார்த்துக்கொண்டிருந்தார்கள். ஒரு பெரியம்மா மட்டும் முண்டை நெஞ்சில் பிடித்துக்கொண்டு, 'இது ஸ்திரீங்க குளிக்கற குளமா. இதுல கார் கொண்டு சாடறது' என்றார்.

நான் 'ஸாரி' என்றேன்.

பின்பையன், 'இங்கே ஆணுங்க குளிக்கற குளம் எவிடயானு முத்தச்சி?' என்றான்.

நான் பயங்கரமாகச் சிரித்துவிட்டேன். அனில் புருவங்களை உயர்த்த நான் அவனுக்கு டான் க்விக்சாட்டே பற்றிச் சொன்னேன். அவன் இப்படித்தானே தூரத்தில் இருக்கும் காற்றாலையை ராட்சத எதிரி என்று நினைத்துக்கொண்டு குதிரையில் பாய்ந்து போவான்? நான் அதைச் சொல்லும்போதே இன்னும் சிரிக்க ஆரம்பிக்க, அனில் முகம் கொடூரமாக மாறியது. 'சாருக்கு சீனிவாசன் படமும் இஷ்டம்போலத் தெரியுது' என்றான் பின்பையன்.

இப்போது ஒரு பெருத்த இரைச்சல் கேட்டது. வயல்களிலிருந்து சிலர் அரிவாள் மூக்கன்களைச் சிதறடித்துக்கொண்டு எங்களை நோக்கி ஓடிவந்துகொண்டிருந்தார்கள். 'இவன்மாருக்கு இதே சோலி' என்று சில குரல்கள் கேட்டன. பின்பையன், 'ஐயோ இவன்மாருக்கு எந்தா உத்தரம் பறையறது? ஒவ்வொருத்தரும் ஒரு பீமனல்லோ' என்றான் பீதியுடன். 'அந்தக் கதைல அப்புறம் என்ன நடக்குது சார்? சீக்கிரம் சொல்லுங்க...'

அனில் எல்லாம் முடிந்துவிட்டது என்ற தோரணையுடன் பின்னால் சாய்ந்துகொண்டு பெருமூச்சு விட்டான். பிறகு, 'மதுரம் ஜீவாம்ருத பிந்து' என்று மெலிதாக முனகினான்.

'எதா இருந்தாலும் சாருக்கு கரண்டு போஸ்டுகள்மேல இஷ்டம் இல்லை. அந்த வரையில் என்னை ரக்ஷிச்சு எண்டே பகவதி' என்றான் பையன்.

◻

பேமிலி சர்க்கிள்

94

ஒரு வேலைநாளின் மதியத்தில் இவ்வளவு கூட்டம் இருக்கும் என்று எதிர்பார்க்கவில்லை. உடன் வந்த நண்பர், 'எடா, இது கேரளத்தில அடிபொழி ஹிட்டானு. அஞ்சு ஷோ ஆறு ஷோ போடறாங்களாம் தியேட்டர்லே' என்றார். எங்களுக்கு, திரைக்குச் சரியாக 90 டிகிரி கீழேதான் சீட் கிடைத்தது. 'எடா, இப்படிப் படம் பார்த்தா என் கழுத்து பொட்டிப்போகும்.' நாங்கள் எழுந்துபோய், 'எங்களுக்கு பின்னால சீட் வேணும்.' அவன், 'அதெல்லாம் முடியாது சார். கூட்ட சமயம் சீட் இல்லை.' நண்பர், 'பின்னாடி இருக்கே?' 'அதெல்லாம் பேமிலிக்கு சார்.' 'நாங்களும் பேமிலிதான். எடா, நீ பேமிலி இல்லியா, புறம்போக்கா?' நான், 'பின்னே? நான் பக்கா பேமிலி' என்றேன். ஆனால் அந்த நபர் சட்டையே பண்ணவில்லை. நான் வேறு உபாயம் கையாள முடிவு செய்து, 'கிட்டே இருந்தா எனக்குச் சரியா கண் தெரியாது. தலைவலிக்கும். அதான்.' 'அதெப்படி? தூரத்தில இருந்ததாத்தான் தெரியாது.' நான் சட்டென்று கூனை நிமிர்த்திக்கொண்டு தீவிரமான கண்ணுடன், 'This ophthalmological condition is called hypermetropia. In fact hypermetropic astigmatism. It is more cumbersome than myopia. In this condition it is more difficult to focus on nearby things than faraway things. It is different than presbyopia. It is more difficult to treat than other refractive errors.'

சற்று நேரம் அங்கே அமைதி நிலவியது. கழுத்தில் சந்தனம் அணிந்த அந்த நபர் பிதுங்கிய கண்களுடன், 'இப்படி முன்னமெ சொல்லிருக்கலாமாய் இருந்தது' என்றார். சீட் மாற்றித் தந்து விட்டார்கள்! நண்பர், 'எடா, நீ கொள்ளாம்லோடா' என்றார். ஆனால்

அந்த சந்தோஷம் சற்று நேரமே நீடித்தது. ரயிலில் எம்மைப் போன்ற 'வாலிபர்களுக்கு' நிகழ்வதே அங்கும் நிகழ்ந்தது. எம்மைப் போன்றே தனியாக வந்திருந்த இரண்டு யுவதிகள். அவர்களை எங்கு அடுக்குவ தென்று யாருக்குமே தெரியவில்லை. 'அண்ணா, கொஞ்சம் மாறி உட்கார்ந்துக்கலாமா?' 'சார், நீங்க மட்டும் அங்கே போய் உட்கார முடியுமா? நல்ல ப்ரைம் சீட். ஏசிக்கு கிட்டே.'

என் நண்பன், 'எனக்கு வையா. நல்ல பனி' என்று மூக்கு உறிஞ்சிக் காண்பித்தான்.

'அப்போ நீங்க... சார் ப்ளீஸ்?'

நான் வெறுப்பாய் எழுந்து போனேன். ஆனால் அங்கும் உட்கார முடியாமல், 'சார் ஷமிக்கணும்...'

இப்படி சேர்ந்தும் தனித்தும் நூறுமுறை எங்களை மாற்றி, 'கடைசியில நாம முதல்ல இருந்த சீட்டுக்கே கொண்டுவந்துட்டான்' என்றார் நண்பர். 'So much for your English.'

நான் அதைக் கவனிக்காதவன்போல மும்முரமாகப் படம் பார்க்க ஆரம்பித்தேன். ஆனால் சற்று நேரத்திலேயே மறுபடியும் டார்ச் வெளிச்சம் எங்களை நோக்கி வந்தது. 'எடா, என்ன ஆனாலும் சரி. இந்த சீட்டை விடக்கூடாது. திரைக்குள்ளேயே போய் உட்காரச் சொல்வான்போல.' ஆனால் இம்முறை அது எங்களை ஒன்றும் சொல்லவில்லை.

டார்ச், 'அம்மா இங்கே வாங்க' என்று இருட்டுக்குள் யாரையோ அழைத்தது. அந்த யுவதிகள்தான் அவர்கள் ஒரு அசட்டுப் புன்னகையுடன் எங்கள் அருகே வந்து அமர்ந்துகொண்டார்கள். அவர்களில் நல்ல சாம்பூ மணம் கொண்ட கூந்தல் உடைய பெண், 'அண்ணா நாங்கதான். அங்கே பேமிலி சர்க்கிள்ல்ல ஒரு குழந்தை பயங்கரமாக் கத்துதுண்ணா' என்றாள்.

□

இடைபடுதல்

95

பேருந்துக்குள் ஏறியதும் அவரைப் பார்த்துவிட்டேன். இப்போதெல்லாம் ஒவ்வொரு பேருந்துக்குள்ளும் ஒரு குடிமகன், ஒரு விதிபோல இருந்துகொண்டு பயணிகளை இம்சிப்பதைப் பார்க்க எளிதாக நேர்கிறது. இந்தக் குடிமகன் இம்சித்துக்கொண்டிருந்தது, கூட்டமாக இருந்ததால் தனக்கு டிக்கட் வாங்கிக்கொடுத்த சக பயணியை. 'டிக்கட் கண்டக்டர் அல்லவா தர வேண்டும்? நீ நடுவில் ஏன் ஓவர் ஸ்மார்ட் ஆகிறாய்?' என்று அவரை வறுத்துக்கொண்டிருந் தார். 'அவனவன் அவனவன் ஜோலியை நோக்கட்டே. எனக்குக்கூட இந்தப் பஸ்ஸை இப்போ ஓட்டி எல்லாத்தியும் கடல்ல தாக்கணும்னு ஆசையா இருக்கு. பண்ணட்டா?' அந்த நபர் பதிலே பேசவில்லை. இருப்பினும் குடிமகன் இந்த 'பஞ்சாயத்தை' தீர்க்க களியக்கா விளைக்கு யாரையோ போனில் விளித்துக்கொண்டிருந்தார்.

களியக்காவிளையில் ஒரு கூட்டம் ஏறியது. ஒரு பதின்மத்து யுவனும் யுவதியும் அவர்களில் இருவர். மெலிந்த தோற்றத்துடன் சீருடை போன்ற உடைகளில் வாடிய தோற்றம். படந்தாலுமூடு தாண்டியதுமே? அந்தப் பையன் பெண்ணை உதடுகளில் முத்தமிட்டதைப் பார்த்தேன். நான் மட்டுமில்லாது பேருந்து முழுக்க அவர்களைப் பார்த்துக்கொண்டிருந்ததைப் பார்த்தேன். ஒரு சிறிய ஊசலாட்டத்துக்குப் பிறகு உறங்கிவிட்டேன். கனவில் படித்துக் கொண்டிருந்த 'மிளிர்கல்' நாவல் பாதிப்போ என்னவோ, ஒரு கையில் வேரோடு ரத்தம் சொட்டச் சொட்டப் பிடுங்கிய மார்போடு கண்ணகி எங்கோ வேகமாகப் போய்க்கொண்டிருந்தாள். ஏதோ கூச்சல் கேட்டே விழித்தேன். குடிமகன்தான்.

அவர் இப்போது அந்த இளம் ஜோடியின் அருகில் நின்றிருந்தார். 'எடா உன் பேரெந்தடா... பள்ளிக்கு படிக்க வருகிற குட்டிங்களை களியாக்குவியாடா நீ?' என்றவர் எதிர்பாராத ஒரு தருணத்தில் அவன் முகத்தில் அறைந்தார். தடுக்க முயன்ற பெண்ணின் கூந்தலையும் இழுக்க முயல யாரோ தடுத்தார்கள். பெரிய குழப்பம் ஏற்பட்டது. சிலர் குடிகாரனைக் கண்டித்துப் பேசினாலும் சிலர் 'இந்தக் காலத்துப் பிள்ளைங்களின் ஒழுக்கம்' பற்றியும் ஆவேசமாகப் பேச ஆரம்பித்தார் கள். நான் அந்தச் சோடியைக் கவனித்தேன். அந்தப் பையன் முகம் கன்னி அழுதுகொண்டிருக்க, பெண் குனிந்து அவன் கண்ணீரைத் துடைத்துக்கொண்டிருந்தாள். பிறகு கோபமாக எழுந்து எங்களை நோக்கி வேகமாக ஏதோ சொன்னாள். சைகையில். எங்களுக்குச் சற்று மெதுவாகத்தான் புரிந்தது. அதற்குள் அவள் அவனைக் கைப்பிடித்து இழுத்துக்கொண்டு அடுத்த நிறுத்தத்தில் இறங்கிவிட்டாள்.

'ஊமைப் பசங்கப்பா' என்றார்கள் யாரோ. 'வாய் வராத புள்ளைங் களை அடிச்சிட்டான்.' இப்போது முன்னால் அமர்ந்திருந்த கடல் புரத்துப் பெண் ஒருவர் உச்சக் குரலில் கத்தினார். 'முதல்ல இந்தக் குடிகாரப் பயலை இறக்கிவிடுங்க. துறையில தொடங்கின சல்லியம்.' யாரோ குடிமகனை அச்சுறுத்தும் நோக்குடன் நெருங்கி னார்கள். இவ்வளவு நேரம் சும்மா இருந்த கண்டக்டர், 'சிலுவை, போதும் இறங்கிடு' என்றார். விசில் ஊதினார். சிலுவை சட்டென்று நிலைமையை உணர்ந்து இறங்கிக்கொண்டார். வண்டி நகர்ந்ததும் நான், 'இவரைத் தெரியுமா...' என்று கண்டக்டரிடம் கேட்டேன். அவர், 'ஏன் தெரியாது? ரயமன் துறைக்காரன். இவன் பொண்ணு தானே போன வருசம் கன்னியாகுமரி லாட்ஜ்ல ஒரு பையனோட தூக்கிச் செத்தது?' என்றார்.

எனக்கு, சற்றுத் தணிந்திருந்த வயிற்று வேதனை திடீரென்று மீண்டும் வருவதுபோல இருந்தது. மூச்சு முட்டுவதுபோல இருந்தது. கண்டக்டர், 'இதிலெல்லாம் நாம இடைபடக்கூடாது. கேட்டீங் களா?' என்று புன்னகைத்தார். நான் சுங்கான்கடையிலேயே இறங்கிக்கொண்டேன். 'ஏன் இங்கே இறங்குறீங்க?' என்ற அவரது கேள்விக்குப் பதில் சொல்லவில்லை. தெரியவில்லை.

□

அப்பாக்களின் நாட்கள்
96

நேற்று ஒரு நண்பர் திடீரென்று அழைத்து, தான் அடைந்த அவமானங்களைப் பற்றிப் பேசிக்கொண்டிருந்தார். உண்மையில் அவர் வாழ்க்கை அவமானங்களின் கூடை. அவருடன் வாழ மறுத்துப் போன அவர் மனைவி சொன்னதாக அவர் ஒன்று சொன்னார். எந்த மனிதனையும் வீழ்த்திவிடும் ஒரு சொல். 'நான் ஏண்டா இன்னும் உயிரோட இருக்கேன்?' என்றார். அவர் என்னை அழைத்துப் பேசினதற்கு ஒரு காரணம் உண்டு. அவரைப்போலவே நான் இன்னு மொரு அவமானங்கள் நிரம்பிவழியும் கூடை என்பதே அது. ஆனால் பெரிய அவமானங்கள் இல்லை. பிறர் சிறிய அவமானங்கள் என்று கருதக்கூடியவையே எனக்குள் ஆறாத ரணங்களாக இன்னும் இருக்கின்றன.

டிவியில் சினிமா பார்க்க என்னையும் தன்னுடன் கூட்டிப் போன நண்பனின் அக்காவிடம், 'இவனைப் பார்த்தா நம்மவா மாதிரி தெரியலியே. இவனை இனிமேல் கூட்டிட்டு வராதே' என்று அந்த வீட்டுப் பெண்மணி சொன்னது, கார்க் கதவை இப்படி சத்தமாச் சாத்தக்கூடாது என்று பணக்கார நண்பன் முகம் சுளித்தது, வேலை நிமித்தமாகப் போன இடத்தில் பேருந்து இல்லாமலாகிவிட ஆட்டோ வரவழைத்த பெண் உயரதிகாரி பின்னால் வேறு ஆளே இல்லாதபோதும் என்னை முன் சீட்டில் டிரைவரோடு உட்காரப் பணித்தது (நான் மறுத்து 6 கிமீ நடந்தே ஊருக்கு வந்தேன்) போன்ற சிறியதுபோலத் தோற்றமளிக்கும் நுட்பமான அவமானங்கள்.

இந்த அவமானங்களைச் செய்கிறவர்களைக் கவனித்திருக்கிறேன். தெரிந்தே பலர் செய்வார்கள். ஒரு வகையில் அவை 'உன் இடம் இது'

என்று நமக்கு சுட்டிக்காட்டுவது. சிலர் இயல்பாகவே அவர்களையும் அறியாமல் தங்கள் வர்க்கத்தால், சாதியால், பதவியால் இந்த அவமானங்களை மற்றவருக்குச் செய்யப் பயிற்றுவிக்கப் பட்டிருப்பார்கள். இது மாதிரி சமயங்களிலெல்லாம் ஏனோ நான் என் அப்பாவைத்தான் நினைத்துக்கொள்வேன். அவர்தான் இதற்கெல்லாம் காரணம் என்பதுபோல. இப்படிப் பூஞ்சையாய் வளர்த்து என்னைத் தெருவில் விட்டாயே என்பதுபோல. தந்தை மகற்காற்றும் உதவி அவையில் முந்தி இருக்கச் செய்வது அல்லவா?

நான் வீட்டுக்குப் போய் எல்லாவற்றையும் அப்பாவிடம் கொட்டுவேன். அப்போதெல்லாம் அப்பா மிகுந்த பதற்றமும் துயரமும் அடைந்து இரவெல்லாம் தூங்காமல் புரண்டுகொண்டிருந் ததை இப்போது நினைவுகூர்கிறேன். அது நேரடியாக என் வாழ்வு மட்டுமல்ல, அவர் வாழ்வும் ஒரு தோல்விதான் என்று சுட்டிக் காட்டும் செயல் என்பது இப்போது புரிகிறது. பின்னர் அவர் மனச் சிதைவில் விழுந்ததற்கு இது ஒரு முக்கியமான காரணம் என்று உணர்கிறேன். நான் மெல்ல மெல்ல என் தோல்விகளால் அவரை உடைத்தேன். தன் மகன் இந்நேரம் யார் முன்னால் குறுகி நிற்கிறானோ என்ற பதற்றத்திலேயே அவர் கடைசிக் காலங்களில் இருந்தார்.

சில வாரங்களுக்குமுன்பு இரண்டு இளைஞர்கள் என் வீட்டுக்கு எதையோ விற்க வந்தார்கள். ஏதோ ஒரு வணிகப் படிப்பின் மாணவர்கள். அவர்களை 'களப் படிப்பு' என்று கூறிப் பொருட்களை விற்க அனுப்புவது இங்கொரு வழக்கமாக உள்ளது. நான் மறுத்தேன். அவர்கள் விடாது வற்புறுத்திக்கொண்டிருந்தார்கள். ஒரு கட்டத்தில் நான் பொறுமை இழந்து, 'வெளியே போங்கலே' என்று கத்தி விட்டேன். அவர்கள் ஒருகணம் ஸ்தம்பித்து பிறகு, 'சாரி சார்' என்று விலகிப் போனார்கள். மனைவி அருகில் வந்து 'என்னாச்சு' என்றாள். உண்மையில் எனக்கே எனது எதிர்வினை அதிர்ச்சியாக இருந்தது. அவர்கள் செய்தது சற்று அதிகம்தான். ஆனால் இளைஞர்கள். அவர்களுக்கு இவ்வளவு விற்றால்தான் மதிப்பெண் என்ற இலக்குகள் எல்லாம் உண்டு. எல்லாம் நான் அறிவேன். இருந்தாலும்...

நான் மிகுந்த குற்றமாய் உணர்ந்தேன். ஒரு கட்டத்தில் தாள முடியாது வண்டியை எடுத்துக்கொண்டு அவர்களைத் தேடிப் போனேன். தபால் ஆபீஸ் அருகே உள்ள டீக்கடையில் அவர்கள் நின்றிருந்தார்கள். என்னைக் கண்டதும் சற்று மிரண்டார்கள். நான் வண்டியை நிறுத்தி, 'அந்தப் பொருளை வாங்கிக்கறேன் தம்பி' என்றேன்.

இன்று காலை அவர்களில் ஒரு பையன் என்னைத் தேடி வந்தான். என்னைப் பார்த்ததும், ‘பொருள் விக்க வரலை சார்’ என்றான் அவசரமாக. பிறகு தயங்கி, ‘படிப்பு முடிஞ்சு போச்சு. ஊருக்குப் போறேன் சார். உங்ககிட்டே சொல்லிட்டுப் போணும்னு தோனுச்சு.’

நான் சற்று வியப்படைந்து அவனை உள்ளே வரச் சொன்னேன். ‘உன் ஊர் எங்கே?’

‘திருநெல்வேலிப் பக்கம் செய்துங்க நல்லூர் சார்.’

‘ஓ, எனக்கும் அங்கனக்குள்ளதான்.’

‘தெரியும் சார். பேச்சிலே கண்டுபிடிச்சேன்.’ சற்று நேரம் மௌனம்.

அவன் திடீரென்று, ‘அன்னிக்கு ஏன் சார் தேடி வந்தீங்க?’ என்றான்.

நான் சற்றுத் தடுமாறி, ‘உங்களை ரொம்பத் திட்டிட்டதுபோல தோனுச்சு.’

அவன் அதைக் கேட்காமல் கண்கள் தூரமாகி, ‘எங்க அப்பாவும் இப்படித்தான் சார்’ என்றான். ‘அவர் வாத்தியார். பள்ளிக்கூடத்திலே யாரையாவது அடிச்சிட்டா, ராத்திரிலாம் எழுந்து அழுதுகிட்டிருப் பாரு’ என்றவன், ‘நீங்க பரவால்ல சார். இங்கே சில வீட்டுல நாயை ஏவி விட்டுடறாங்க.’

நான் மிகுந்த தர்ம சங்கடமாய் உணர்ந்தேன். ‘மன்னிச்சுக்கோ தம்பி. ரொம்ப மோசமா நடந்துகிட்டேன் அன்னிக்கி.’

அவன், ‘ஐயோ சார்’ என்றான். பிறகு எழுந்து, ‘வரேன் சார்.’

நான், ‘இரு, உன்னியக் கொண்டுவிடறேன்’ என்று அவன் மறுக்க மறுக்க அவனை வண்டியில் ஏற்றி குழித்துறை பேருந்து நிறுத்தத்தில் கொண்டுவிட்டேன். ‘டீ சாப்பிடறியாடே.’

‘வேணாம் சார்.’

‘பரவால்ல சாப்பிடு.’

நாங்கள் டீ சாப்பிட்டோம். பஸ் வந்தது.

‘கூட்டமா இருக்கே. போயிடுவியா?’

அவன், ‘பரவால்லை சார்.’

‘ஊருக்குப் போக பைசா வச்சிருக்கியா?’

‘இருக்கு சார்.’

நான் தயங்கி, ‘உங்க அப்பாவைக் கேட்டதாச் சொல்லு.’

அவன் புன்னகைத்து, ‘அவரு செத்துப் போயிட்டாரு சார்’ என்றபடி பேருந்தில் தாவி ஏறிக்கொண்டான். ‘ஊருக்கு வந்தாக் கட்டாயம் வாங்க சார்.’

நான் ஏனோ மிகுந்த தளர்வாய் உணர்ந்தேன். சற்றுநேரம் அங்கேயே இலக்கில்லாமல் சுற்றிக்கொண்டிருந்தேன்.

வீடு வந்ததும் மனைவியிடம் அவசரமாக, ‘கீர்த்தி எங்கே?’ என்றேன். அவள், ‘விளையாடப் போயிருக்கான்’ என்றாள். பின்பு நெருங்கி, ‘என்ன, உன் மூத்த மகனை பஸ் ஏத்தி விட்டாச்சா?’ என்று கேட்டாள். நான், ‘என்ன உளர்றே?’ அவள், ‘நான் உளறலை. நான்தான் உன் கண்ணைப் பார்த்தேனே. நீ கீர்த்தியை மட்டும் ஒருமாதிரி தலையை சாய்ச்சி, நாடியை உயர்த்திப் பார்ப்பே. அந்தப் பையன் பேசப் பேச, நீ அதேமாதிரி அவனைப் பார்த்தே’ என்றாள். நான் சற்றுநேரம் அசையாது அப்படியே நின்றிருந்தேன். பிறகு தலையை உலுக்கிக்கொண்டு, ‘ச்ச்ச்சே’ என்றேன். பிறகு ‘கீர்த்தி நினைப்பும்தான். ஆனா அதைவிட அப்பாவோட நினைப்பு.’

அவள் இன்னும் நெருங்கி, ‘ஒன்னு தெரியுமா?’ என்றாள். ‘என்ன?’ ‘நேத்தே சொல்லணும்னு நினைச்சேன். இன்னிக்கு அப்பாவோட திதி.’

□

உடலின் மொழி

97

‘டேய், எப்படியாவது எங்கியாவது தேடி, கொஞ்சம் தேங்காப் புண்ணாக்கு வாங்கிட்டு வா’என்றாள் அவள். நான் அப்போதுதான் ஆபீசிலிருந்து வந்திருந்தேன்.

‘என்ன, அதையும் திங்கப் போறியா’ என்றேன் எரிச்சலாக.

‘இல்லேடா, அது வாசம் பிடிக்கணும்போல இருக்கு.’

அம்மா, ‘வாங்கிக் கொடுடா. மாசமா இருக்கற பொண்ணுக்கு இதுகூடப் பண்ண மாட்டியா.’

நான் திரும்பவும் சட்டையை மாட்டிக்கொண்டு, ‘வேறென்ன வேணும், சொல்லித்தொலை.’

அவள் அதன்பிறகு ஆமணக்கு விதை, கண்ணன் விலாஸ் ஜிலேபி, ஜுபிடர் பேக்கரி பட்டர் பன் என்று என்னென்னவோ சொன்னாள். நான், ‘இந்த சினிமாவில் காமிக்கறாப்ல மாங்காய், சாம்பல்லாம் சாப்பிட மாட்டியா’ என்றேன். அவள் பரிதாபமாக முகத்தை வைத்துக் கொண்டு, ‘இல்லியே, அதெல்லாம் எனக்குப் பிடிக்க மாட்டேங்குது’ என்றாள். ‘இவன் கொஞ்சம் வேறமாதிரி இருக்கான்’ என்றாள் வயிற்றைப் பார்த்துக்கொண்டே.

இந்தப் பொருட்களை அவள் எவ்விதம் பயன்படுத்துகிறாள் என்பதும் விநோதமாக இருக்கும். ஆமணக்கு விதையை லேசாக வறுத்து அதனை முகர்ந்தால் இதமாக இருக்கிறது என்று சொன்னாள். அதுவும் சிறிய ஆமணக்கு விதைதான் வேண்டும். பெரிய ஆமணக்கு விதையில் அவ்வளவு மணம் வருவதில்லை. ஜிலேபியை

வாங்கியதும் தின்பதில்லை. அது நன்கு புளித்து, இளகிக் கசியத் தொடங்கும்போது தின்பாள். ஒரு நாள் அவள் சொன்னாள் என்று ஒரு முறை தின்று பார்த்து அன்று முழுக்கக் கழிந்துகொண்டிருந்தேன். வெண்ணை ரொட்டியைத் தின்பதே இல்லை. அது பார்ப்பதற்கு. அதை மேசையில் பரப்பி வைத்துவிட்டு 'நல்லாருக்கில்லை?' என்பாள். எவ்வளவோ முயன்றும் எனக்கு ஒரு வெண்ணெய் ரொட்டியின் கலா அம்சம் பிடிபடவில்லை.

வேறு சில கடும் விருப்பு வெறுப்புகளும் அவளுக்கு இருந்தன. தேங்காய்ப் புண்ணாக்கின் வாசனை பிடித்த அவளுக்கு, தேங்காய் எண்ணெயின் வாசனை பிடிக்கவே இல்லை. வீட்டில் அவளைப் பார்த்துக்கொள்ள வந்திருந்த மாமி, 'ஆத்திலிருந்த எல்லா தேங்காய் எண்ணெய் பாட்டிலையும் தூக்கி எறிஞ்சிட்டா. நான் இப்போ தலைக்கு என்னத்தத் தேச்சுக்கறது?' என்றாள் பரிதாபமாக. 'நல்லெண்ணெய் தேச்சா தடுமம் பிடிச்சுக்குது.' நான் தலைக்குத் தேங்காய் எண்ணெய் தேய்த்துக்கொள்வதைக்கூட அவள் வெறுத்தாள். 'ப்ரில்க்ரீம்னு ஒரு க்ரீம் வருது, அதை யூஸ் பண்ணா என்ன?'

ஒரு நாள் என்னிடம், 'இனி நீ இங்கே வரும்போது இங்கே உள்ள பாத்ரூமை யூஸ் பண்ணாதே' என்றாள். 'ராத்திரிலாம் தூங்கவே முடியலை.' நான் அதற்குக் கோபித்துக்கொண்டு ஒரு வாரம் அந்தப் பக்கம் போகாமல் இருந்தேன். நான் அதை அவளது பிராமண மேட்டிமைத்தனத்தின் விளைவு என்பதாய் நினைத்துக்கொண்டேன். ஒரு வாரம் கழித்து அவளது அப்பா வீடேறி வந்து, 'நானே இப்போ தோட்டத்தில இருக்கற பாத்ரூமுக்குத்தான் போறேன்' என்றபிறகு தான் சமாதானமானேன். வாசனைகள் மட்டுமில்லை. சில ஒலிகளும் அவளுக்குப் பிடிக்கவில்லை. குறிப்பாக தலை வாரும் ஓசை. ஒரு நாள் மாலை சட்டென்று ஜன்னல் கதவைத் திறந்து அடுத்த வீட்டின் திண்ணையில் அமர்ந்துகொண்டு தலை வாரிக்கொண்டிருந்த அத்தையிடம், 'எனக்குத் தலை வலிக்குது. அதை நிறுத்தித் தொலையுங்கோளேன்' என்று கத்தினாள்.

மாதமானபிறகு அவளது படிப்பு விருப்பங்கள்கூட மாறிவிட்டன. ஜெயகாந்தனை விட்டுவிட்டு ஜானகிராமனாகக் கொஞ்ச நாட்கள் படித்தாள். பிறகு அதிலிருந்தும் இறங்கி லக்ஷ்மிக்குப் போய் விட்டாள். என்னிடம், லக்ஷ்மி ஜெயகாந்தனைவிடப் பெரிய எழுத்தாளர் என்று ரொம்பச் சண்டை போட்டாள். வெள்ளிக் கிழமைகளில் துபாயில் இருக்கிற அவளது கணவரிடமிருந்து போன் வரும். அன்று முழுவதும் சந்தோசமாக இருப்பாள். அவரது

சட்டையைப் போட்டுக்கொண்டு திரிவாள். மறுநாள் முழுக்க ஒரே சோகம். குளிக்காமல் கொள்ளாமல் பித்திபோல அலைவாள். ஞாயிற்றுக்கிழமைகளில் லண்டனிலிருந்து அவளது சகோதரன், என் நண்பன், பேசுவான். அவளைவிட என்னிடம்தான் அதிகம் பேசுவான். 'எப்படிடா இருக்கா?' என்பான். நான், 'தாங்க முடியலைடா. உன் அத்திம்பேரை சீக்கிரம் வரச் சொல்லு' என்பேன். அவன் பெருமூச்சு விட்டுக்கொண்டு, 'சொல்லிப் பார்த்தேன். இப்போ முடியாதுன்னு சொல்றார். ச்சே. அப்பா அவசரப் பட்டுட்டார்.'

ஒரு நாள் மாலை போனபோது அம்மா, 'ஏலே இந்த லலிதா காலைலருந்து ஒண்ணுமே சாப்டாம அழுதுட்டே இருக்கா. கேட்டா சரியா பதிலும் இல்லை. என்னன்னு போய்க் கேளு.' நான் போனபோது கூடத்தில் இருந்த மாமி, 'நானும் நாலு பெத்திருக்கேன்' என்றாள் குற்றச்சாட்டாக. அவள் அறையில் விளக்குகூட ஏற்றாமல் படுக்கையில் கிடந்தாள். நான், 'ஏய், என்னாச்சு உனக்கு?' என்று விளக்கைப் போடப் போனேன். அவள், 'போடாதே' என்று கத்தினாள். பிறகு குலுங்கிக் குலுங்கி அழ ஆரம்பித்தாள். அவள் இப்போது தனது கணவரின் சட்டையை அணிந்திருப்பதைக் கவனித்தேன். நான் அருகில் சென்று படுக்கையில் அமர்ந்து, 'என்னாச்சு? டாக்டர்கிட்டே போணுமா?' என்றேன். மெதுவாக அவள், 'பிரயோசனமில்லை' என்றாள். 'இந்தக் குழந்தை நிச்சயமா என்னைக் கொல்லப்போகுது.' நான் அதிர்ந்து, 'ச்சீ, என்ன பேசறே' என்றேன். அவள், 'உண்மையாத்தான். எனக்கு நிச்சயமாத் தெரியும். இது என்னைக் கொல்லப் போகுது. அதுக்காகவே இது வந்திருக்குது.'

நான் தயங்கி அவள் கைமீது என் கையை வைத்தேன். 'முதல்ல எந்திரி. ஏதாவது வாங்கிட்டு வரேன்.' அவள் என் கையைப் பற்றிக்கொண்டு, 'அதெல்லாம் வேணாம். நீ கொஞ்ச நேரம் இங்கேயே இரு. போதும்' என்றாள். நான் சற்று நேரம் அப்படியே அமர்ந்திருந்தேன். பிறகு எழ முயன்றேன். அவள் மிக வேகமாக எழுந்து அமர்ந்து என்னை முத்தமிட்டு, 'முடியவே இல்லைடா' என்று அழ ஆரம்பித்தாள். ஒரு கணம் எனக்குப் பொறி கலங்கியதுபோல இருந்தது. ஒரு கோழிக் கூடையை அணைத்துக்கொண்டு அமர்ந்திருப்பதுபோல ஒரு விநோதமான சூடும் மணமும் சித்திரமும் என்னுள் எழுந்தது. நான் ஒரு கணம் சபலமுற்று அல்லது நெகிழ்ந்து அவளை இறுக்க அணைத்துக்கொண்டேன். ஒரு கணம். அல்லது ஒரு நிமிடம்? நாங்கள் அப்படியே படுக்கையில் அமர்ந்திருந்தோம். பிறகு அவள் சட்டென்று விலகி என்னை முகத்தில் அறைந்தாள். என்னை

வேகமாகத் தள்ளி, 'போடா!' என்று கத்தினாள். நான் எழுந்து வெளியே வந்தேன்.

அடுத்த வாரம் அவளது கணவர் தனது வேலையிலிருந்து விடுவித்துக் கொண்டு வந்துவிட்டார். அடுத்த மாதம் சற்று முன்னதாகவே அவளுக்குக் குழந்தை பிறந்துவிட்டது.

போன வருடம் அந்தப் பையனை ஊரில் பார்த்தேன். ஊரில் இருக்கும் வீட்டை விற்பது தொடர்பாக அவனது அப்பாவுடன் வந்திருந்தான். பத்தாம் வகுப்பு படிக்கிறான்போல. 'அம்மா எப்படிடா இருக்கா?' என்றதற்கு, 'படுத்தறா மாமா' என்றான் சலிப்பாய்.

நான் புன்னகைத்துக்கொண்டேன்.

◻

ஆயா

98

'ஒன்னு, இந்தக் கிழவி இருக்கணும், இல்லை நான் இருக்கணும், இந்த வீட்டில' என்று நண்பன் கத்துவதைக் கேட்டிருக்கிறேன். நான் நிறைய உறவுப் புகைச்சல்களைப் பார்த்திருக்கிறேன். ஒரு பாட்டிக்கும் பேரனுக்கும் நடுவிலான வெறுப்பைப் பார்த்ததில்லை. அதுவும் அவன் கல்யாணம் செய்ததும் கூடுதலாகிவிட்டது. விபரம் கேட்டதுக்கு, 'என் ஆயா கொஞ்சம் அசிங்கம் பிடிச்சதுடா' என்றான் தயங்கி. 'சாந்திக்கு மறுநாள் என் சம்சாரத்துகிட்டே, உனக்குப் பத்துச்சாம்மான்னு கேட்டிருக்கு.' இந்தப் பிரச்சினையில் நடுவில் கிடந்து ரொம்ப அடிபடுவது அவனது அம்மாதான். ஒவ்வொரு நாளும் அவள் கிழவியை, 'இனி உனக்குச் சோறு தண்ணி தர மாட்டேன்' என்று ஏசுவதும், கிழவி அவள்மேல் பாத்திரத்தை எறிவதும், இரவானால் இரங்கி அவள் அறைக் கதவருகே நின்று, 'அம்மா, ஏ யாத்தா, கொஞ்சம் கஞ்சி சாப்பிடு' என்று கெஞ்சுவதுமாக கிடந்தாள்.

ஒரு நாள், பக்கத்து வீட்டுப் பொன்னுமணியின் பேரன் குஞ்சாமணியை இழுத்துப் பார்த்தாள் என்று பெரிய சண்டை ஏற்பட்டுவிட்ட அன்று என்னிடம் சொன்னாள். 'ஒத்தை பொண்ணு தம்பி நான். இல்லாட்டி, போடி அங்கன்னு விரட்டிருக்கலாம். நிசத்துல நான் எங்க அப்பாரு மூஞ்சியே பார்த்ததில்லை. மூணே மாசத்தில வயத்தில என்னைக் கொடுத்துட்டு அவரு செத்துப் போயிட்டாரு. முத்தின காசம். முந்தியே இருந்திருக்கு. சாகும்போது வீட்டில ஒரு குந்துமணி அரிசி இல்லையாம் வீட்டில. ஆனாலும் பசியே நான் அறிஞ்சதில்லை. பால் கறந்தும் வயலுக்குப் போயும் அதைவிட பிரசவம் பார்த்தும் என்னை வளர்த்தா' என்றவள் கலங்கி,

‘உனக்குத் தெரியுமா அவளது இடது மார்பில சுப்புலச்சுமின்னு என் பேரு பச்சை குத்திருக்கும்’ என்றாள். ‘வயசு வேகத்துல என்னை மறந்துடக் கூடாதுன்னு ஒரு தற்காப்புக்காகக் குத்திகிட்டது அது.’ நான் பேசவில்லை.

ஆனால் நண்பனுக்கு அதுவெல்லாம் ஏறவில்லை. ‘பார்த்துகிட்டே இரு. ஒருநாள் இந்தக் கிழவியை விஷம் வச்சுக் கொல்லப்போறேன்’ என்றான். ஆனால் அதற்கெல்லாம் தேவைப்படாமல் அவள் ஒருநாள் விடிகாலை வெளிக்கு வயலுக்குப் போனவள், அங்கேயே இறந்து கிடந்தாள். வீட்டில் கக்கூஸ் இருந்தாலும்கூட அவள் அங்கு போவதில்லை. ‘அது என்னடா அந்த ரூமு, நாய் கூதில யானைச் சுன்னி நுழைஞ்சாப்ல இருக்கு!’

நண்பன் ரொம்ப சந்தோசமாகவே அந்த விபரத்தை என்னிடம் வந்து சொன்னான். ‘ஏலே, எங்க கிழவி செத்துப் போச்சுலே.’

கொஞ்ச நாள். வழக்கம் போலவே நாங்கள் வெவ்வேறு திசைகளில் பிரிந்தோம். அவன் உள்ளூரில் எதுவும் சரிப்படாமல் மத்தியக் கிழக்கு நாடு ஒன்றில் வேலைக்குப் போனான். அவன் மனைவியை எப்போதாவது பார்ப்பேன். வாடிய கீரை மாதிரி இருப்பாள். கொஞ்சம் காய்ச்சல் வந்ததுபோல. ஒருநாள், ‘எப்ப எங்களுக்குச் சோறு போடப் போறீக? இப்பவும் புஸ்தகத்தைக் கட்டிப் பிடிச்சுதான் தூங்குறீங்களா’ என்று கேட்டுவிட்டாள். எனக்கு ஒரு மாதிரியாகிவிட்டது. அவள் அப்படிப் பேசுகிற பெண் அல்ல. சில மாதங்கள் கழித்து எனக்கு ஒரு கடிதம் வந்தது. நண்பன்தான் எழுதியிருந்தான். என்னென்னமோ எழுதிவிட்டு கடைசியில் ஒரு வரி அவனது ஆயாவைப் பற்றி எழுதியிருந்தான். ‘என்னன்னே தெரியலை, கொஞ்ச காலமா செத்துப்போன ஆயா கனவுல வந்துட்டே இருக்கு.’

□

நெருப்பு

99

'அண்ணன், பார்ட்டியா?' என்று அந்தப் பெண் கேட்டாள். 'போலீசுக்கு ஒளிஞ்சு இங்கே வந்தீங்களோ?' நான் அவசரமாக மறுத்தேன். அவள் சிரித்து, 'அண்ணன் பேடிக்கண்டா. நான் யாரோடையும் பறய மாட்டேன்.' நான் பேசாதிருந்தேன். ஆனால் அவள் விடவில்லை. சற்று நேரம் கழித்து, 'அண்ணனுக்குப் பிரியப் பட்ட யாரோ மரிச்சுப் போட்டுதா?' நான் அதற்கும் பேசாதிருக்கவே, 'ஆ! பிடிகிட்டி... அண்ணனுக்குப் பிரணயம் நஷ்டமாயி. அல்லே? அண்ணனோட காமுகி வேறு நல்ல பணக்காரப் புருஷனோட கல்யாணம் கழிச்சு.' நான் சிரிக்க முயன்றேன். ஒருவகையில் அதை பிரணய நஷ்டம் என்று சொல்லலாமா என்று யோசித்தேன்.

'என்னாச்சு?' என்று அவர் கேட்டார். 'ஏன் உடம்பெல்லாம் இப்படி வேர்த்துப் போச்சு?' உன் நெஞ்சுகூட ரொம்ப வேகமாத் துடிக்குது. மூஞ்சில்லாம் வெளிறிப்போயி, பேயடிச்சாப்ல...' என்றவர் சட்டென்று உறுத்துப் பார்த்து, 'பிடிக்கலையா?' நான் 'அதெல்லாம் ஒண்ணுமில்லை...' என்று ஏதோ உளறினேன். அவர் கண்களைத் தவிர்த்தேன். 'மூணு வருஷம் இதுக்காக, இதுக்காகத்தானே, இதை நோக்கித்தானே வாழ்க்கையே போயிட்டிருந்தது?' நான் அப்போதும் பேசாதிருந்தேன். 'எனக்கு நல்லா ஞாபகம் இருக்கு. 'கணேசன் அண்ணன் இருக்காங்களா?'ன்னு ஒரு டிவி எஸ் பிப்டியை விட்டு இறங்காமலே தெருவில நின்னே நீ கேட்டது.' நான், 'ஆமாம்' என்றேன். அவர், 'அன்னிக்கு ஆரம்பிச்சது இல்லையா?' என்றார். 'அப்போல்லாம் அண்ணன் இல்லைன்னா நீ கடைக்கு உள்ளேயே வர மாட்டே' என்று சிரித்தார். பிறகு நிறுத்தி, 'ஆனா உண்மையைச் சொல்லு, அன்னிக்கே நீ என்னை மனசில சரிச்சிட்டேதானே?'

நான் மறுக்காமல், 'ஆமாம்' என்றேன். எப்படி இல்லை என்று சொல்ல முடியும்? அதன்பிறகு எனது ஒவ்வொரு நொடியும் அதை நோக்கிய சிந்தனையும் செயலுமாகத்தானே இருந்துபோனது? ஒன்றுமே இல்லாத இடத்தில் மெல்ல ஒன்று உண்டாகி, அறுபடாமல் வளர்ந்து, இன்று இங்கே ஒரு கோடைக்கால மதியத்தில் குச்சு வீட்டில், புழுங்கும் இருட்டில், அவளது வெற்று மார்பின் வேர்வைக் கசகசப்பை முகத்தில் உணர்வதாய் வந்து முடிந்திருக்கிறது. ஆனால் தேனடை கனிந்து வாயில் சொட்டும்போழுது ஏன் இத்தனைக் கசப்பை உணர்கிறேன்? அவர் இன்னும் என்மீது வாகாய் ஏறி அமர்ந்துகொண்டு கண்களை உருட்டி, 'பின்னே என்ன?' என்றார். பிறகு, 'பயப்படாதே' என்றார். தனது கூந்தலால் எனது மார்பைத் துடைத்தார். 'நான் பார்த்துக்கறேன்' என்றவர், மறுபடி என்னைத் தூண்டி...

'அண்ணன் கொஞ்சம் இந்தக் குழந்தையை வச்சுக்குமா?' நான் முடியாது என்று சொல்வதற்குள் அந்தக் குழந்தை என் மடியில் இருந்தது. 'அடுப்புல கொஞ்சம் வேலை இருக்கு. இவனுக்கு நெருப்புமேல ஏதோ இஷ்டம். எங்க இருந்தாலும் நகர்ந்து நகர்ந்து அது பக்கம் போயிடுவான்.'

கருத்த குழந்தை. அம்மணமாய் இருந்தது. அது ஏனோ எனக்குச் சங்கடத்தை அளித்தது. குழந்தை என் கையில் இருந்த மாவோ மேற்கோள்களைச் சுவைத்துப் பார்த்து, தூ என்று துப்பிவிட்டது. ஜோசெப்பின் புத்தகம். ஜோசெப் புனலூர். ஜோசெப்பைத் தேடி வந்தபோது அவன் சிரித்து, 'இதுக்கா ஊரைவிட்டு ஓடிவந்தே?' என்றான். பிறகு, 'தாராளமா இங்கே இரி. ஆனா எனக்கு வய நாடுவரைக்கும் கொஞ்சம் போகவேண்டி இருக்குது. நம்ம ராஜாக்க மார்கள் சிலரோட அண்டில வெடி வைக்க வேண்டி இருக்குது. சாப்பாட்டுக்கு சிசிலிகிட்டெ சொல்லிட்டு போறேன்' என்றான். 'காட்டுல பார்த்து சுத்தணும். என்ன. கொஞ்சம் பாம்பு உண்டு.'

குழந்தைக்கு என் மடி வாகாய் இருக்கவில்லை. இங்கும் அங்கும் அசைந்தது. பிறகு அழ ஆரம்பித்தது. சிசிலி குடிசையின் உள்ளிருந்தே எட்டிப் பார்த்து, 'ஓ ஓ' என்றாள். அவள் முகத்தைப் பார்த்ததும் குழந்தையின் அழுகை பெரிதானது. அவள் விடுவிடுவென்று எழுந்துவந்து, 'அடங்க மாட்டான். அவன் அப்பனை மாதிரியே' என்று குழந்தையை வாங்கிக்கொண்டாள். அதே வேகத்தில் ஜாக்கட்டை அவிழ்த்து குழந்தைக்கு மார் கொடுத்தாள். பொடியன் முட்டி முட்டிக் குடித்தான். ஒரு கணம் 'அக்!' என்று மூச்சுத் திணறி,

விலகி, என் முகத்தைப் பார்த்துச் சிரித்தான். அப்போது அவளது விடைத்த முலையிலிருந்து ஒரு துளி பால் துளும்பி அவன் முகத்தில் சொட்டியது. நான் கண்களை விலக்கிக்கொண்டேன். சிசிலி, 'அண்ணா பசிக்குதா? இப்போ ஊன் ரெடியாகிடும். மீன் கிடைக் கலை. காடை முட்டைதான். அண்ணனுக்குப் பிடிக்குமில்லே?' நான் அவள் பக்கமே திரும்பாமல் சரி என்றேன்.

அப்போதுதான் அந்த லாரியைப் பாத்தேன். எங்கள் வீடுகள் இருந்த குன்றின் கீழே சத்தமே இல்லாமல் வந்து நின்றது. அதிலிருந்து உயரமாய், லுங்கி அணிந்த ஒரு மனிதன் குதித்து, வேகமாக மேடேறி எங்களை நோக்கி வர ஆரம்பித்தான். நான் 'சிசிலி' என்றேன். சிசிலி, 'ஐயோ கர்த்தாவே... இவன் எங்கே இங்கே வந்தான்' என்று கத்தினாள். நான் 'யார்?' என்று விசாரிப்பதற்குள் அவன் வேகமாக மேலே வந்துவிட்டான். அவனது உதடுகளில் ஒரு பீடி புகைந்து கொண்டிருந்தது. அவன் நான் இருந்ததையே பொருட்படுத்தாமல் சட்டென்று சிசிலி முடியைப் பற்றி இழுத்து அறைந்தான். குழந்தை ஒருகணம் திடுக்கிட்டு, இனி பால் குடிப்பதா, வேண்டாமா என்பதுபோலத் திகைத்து நிற்க, அவன் அதை அப்படியே அவள் மார்பிலிருந்து பிடுங்கி தலைகீழாக அதன் ஒற்றைக் காலை ஒற்றைக்கையில் மட்டும் பிடித்துக்கொண்டு குன்றின் விளிம்புக்குப் போனான். அதன் வீறிடல் பள்ளத்தாக்கு முழுவதையும் நிரப்பியது. சிசிலி பாய்ந்துபோய் அவன் காலைப் பிடித்தாள். 'ஐயோ, உனக்கு என்ன வேணும்?'

அவன் கொஞ்ச நேரம் குழந்தையை அவ்விதமே பிடித்துக் கொண்டிருந்தான். அவனது பீடியிலிருந்து ஒரு கங்கு உதிர்ந்து குழந்தையைத் தாண்டி பள்ளத்தாக்கின் இருட்டுக்குள் ஒரு மின் மினிப் பூச்சியைப்போல உதிர்ந்துபோவதை நான் பார்த்தேன். சிசிலி இன்னமும் அவன் காலை உலுக்கிக்கொண்டிருந்தாள். பிறகு அவன் குழந்தையோடு சேர்த்து அவளையும் மறுகையால் இழுத்துக் கொண்டு குடிசைக்குள் போனான். எவ்வளவு நேரம் என்று தெரியவில்லை. அரை மணி நேரம்... ஆறு மணி நேரம்? நான் பகல் முற்றிலும் அணைந்து காட்டின் கனத்த மடிகளுக்குள் புதைந்து கொள்வதைப் பார்த்தபடியே அசையாமல் அந்த பிளாஸ்டிக் நாற்காலியில் அமர்ந்திருந்தேன்.

'அண்ணன், சாப்பிடுவோமா?' என்ற குரல் கேட்டு விழித்தேன். அவள்தான். முகமெல்லாம் வீங்கிப் போயிருக்க, கடைவாயில் லேசாகக் காயம் இருந்தது. உடைகள் கிழிந்திருந்தன. 'போயிட்டான்,

நாயிண்ட மோன்' என்றாள். 'ஜோசெப் அண்ணன் நாட்டுல இல்லைன்னு தெரிஞ்சு வந்திருக்கான்.' நான், 'குழந்தை?' என்றேன். 'அது பாவம், அழுது அழுது தூங்கிடுச்சு' என்றவள் சற்றுத் தயங்கி, 'அண்ணா, கொஞ்சம் கள்ளு குடிப்போமா?' என்றாள். நான் 'சரி' என்றேன்.

☐

முப்பது வருடங்கள்

100

'தம்பி, கொஞ்சம் வீட்டுக்கு வந்துட்டுப் போங்களேன்' என்றார் அவர் வந்து அவசரமாக. நான் மதியத் தூக்கத்தின் முயற்சிகளை விட்டுவிட்டு சட்டையை மாட்டிக்கொண்டு போனேன். 'என்னாச்சு? மறுபடியும் உங்க புடைவையை எல்லாம் எடுத்து உடுத்திக்கறாரா?' அவர், 'இல்லை, இது வேறு மாதிரிப் பிரச்சினையா இருக்கு' என்றவர் குரலில் லேசாகக் கண்ணீரும் குற்றச்சாட்டும் இருந்தது. ஒருமுறை என்னை ஏறிட்டுப் பார்த்து, 'நல்லா இருந்தார். இப்படி யோகா, தியானம்னு அழைச்சிட்டுப் போய்...' என்று முகத்தைச் சேலையில் துடைத்துக்கொண்டார். நான் எத்தனாவது முறையாகவோ இதற்கும் நாங்கள் போகிற யோக வகுப்புக்கும் எந்தச் சம்பந்தமும் இல்லை என்று சொல்ல ஆரம்பித்து நிறுத்திக்கொண்டேன். ஏனெனில் எனக்கே சந்தேகமாக இருந்தது.

அவர் வீட்டுக்குள் என்னை அழைத்துப்போனார். வெளித் திண்ணையில் நண்பரது அம்மா முண்டனத் தலையை நார்மடியால் மூடியவாறு அமர்ந்திருந்தார். நான் தயங்க, 'உள்ளே போய்ப் பாருங்கோ.' நான் உள்ளே போனேன். 'உள்ளே, பெட்ரூம்ல.' நான் உள்ளே அவர் பெயரைச் சொல்லி அழைத்தவாறே போனேன். உள்ளே போனவன் திகைத்து நின்றுவிட்டேன். அவர் தனது படுக்கையில் சப்பணமிட்டு அமர்ந்தவாறே தியானம் செய்து கொண்டிருந்தார். அவர் எதிரே சத்தமே இடாமல், ஒரு அசைவுகூட இல்லாமல், அவரையே பார்த்துக்கொண்டு ஒரு பசுமாடு நின்று கொண்டிருந்தது. பின்னாலேயே வந்த அவர் மனைவி, 'ஒரு மணி நேரமா இங்கியே இருக்குது. விரட்டினாலும் போகலை.'

நான், 'இது யார் மாடு?'

‘யாருதுன்னு தெரியலை. ரோட்டோட போயிட்டிருந்தது. திடீர்னு உள்ளே நுழைஞ்சு நேர பெட்ரூமுக்குள்ள வந்துடுத்து.’

நான், ‘ச்சூ’ என்று அதை விரட்ட முயன்றேன். அது சட்டையே பண்ணவில்லை. பிறகு அதன் முதுகில் லேசாகத் தட்டினேன். அது தனது சருமத்தைக்கூட சிலிர்த்துக்கொள்ளவில்லை. அதுவும் தியானத்தில் இருப்பதுபோலத் தோன்றியது.

‘அன்னிக்கானா, திடீர்னு நடு ராத்திரில முழிச்சு என் காலைத் தொட்டுக் கும்பிட்டிட்டிருக்கார்’ என்றார் அவர். ‘லஜ்ஜையை விட்டுச் செல்றேன். அவர் என்னைத் தொட்டே மூணு மாசமாச்சுது. தாயோடு எப்படிக் குடும்பம் பண்றதுன்னு சொல்றார்.’ நான் இப்போது மாட்டை விரட்டுவதை விட்டுவிட்டு நண்பரை எழுப்ப முயன்றேன். அது இன்னும் சிரமமாக இருந்தது. எனக்குச் சற்று சந்தேகமாகக்கூட இருந்தது. நடிக்கிறாரா என்ன? நானும்தான் அந்த யோக வகுப்புக்குச் செல்கிறேன். உண்மையில் அங்கே விசேடமாக எதையுமே சொல்லிக்கொடுப்பதில்லை. மரபுரீதியான ஆசனங்கள், பிராணாயாமம். அவ்வளவுதான்.

எனக்குச் சட்டென்று ஒன்று தோன்றியது. ‘ஒரு போன் பண்ணிக்கறேன்’ என்றேன். சற்று நேரத்திலேயே அந்த வயதிலும் தானே ஒரு சைக்கிளை அழுத்திக்கொண்டு ஆசான் வந்துவிட்டார். ஒருகணம் நடுவீட்டில் நிற்கும் பசுவை வியப்புடன் பார்த்தார். நண்பரிடம் போய், ‘மணிகண்டன்... மணிகண்டன்...’ என்று கத்திப் பார்த்தார். அவர் எழுந்திருக்கவில்லை. பிறகு அவரருகே அமர்ந்துகொண்டு அவரது பின்முதுகைத் தடவித் தடவி விட்டார். பிறகு கொஞ்சம் ஐஸ் கட்டி வாங்கி அவரது பின் கழுத்தில் வைத்தார். நண்பர் விழித்துக்கொண்டார். அவர் விழித்ததும் மாடு காத்திருந்தது போல தானாகவே மெதுவாக வெளியே போய்விட்டது.

நான் அவரிடம், ‘ஐயா, என்ன இது?’ என்றேன். அவர் சற்று நேரம் புருவம் சுருக்கி யோசித்துக்கொண்டிருந்தார். நண்பரின் மனைவி சொன்னது முழுக்கவும் கேட்டார். பிறகு நண்பரின் அம்மாவிடம் சென்று ‘உங்க குடும்பத்தில இதுக்கு முன்னால சித்தமாறாட்டம் உள்ள ஆளுங்க இருந்திருக்காங்களா?’ என்று கேட்டார். அவர், ‘இவனோட பெரிய தோப்பனார் அப்படி இருந்தார்’ என்றார். ஆசான் என்னிடம் திரும்பி, ‘அதான். இதுக்கும் யோகத்துக்கும் சம்பந்த மில்லை’ என்றார். நண்பர் மனைவியிடம், ‘வண்ணாரப் பேட்டைல ஒரு டாக்டர் இருக்காரு. அவர்கிட்டே காண்பிங்க. லேசா மனம் குழம்பி இருக்காரு. அவ்ளோதான்’ என்று சொல்லிவிட்டு விடுவிடுவென்று கிளம்பிவிட்டார்.

வெளியே கிளம்பும்போது மாலை இறங்கி இருந்தது. மணிகண்டனின் வீட்டு காம்பவுண்டு சுவர் முழுவதும் குருவிகள் வரிசையாக நெருக்கிக்கொண்டு அமர்ந்திருந்தன. அவர் மணிகண்டனின் மனைவியிடம் திரும்பி, ‘இதென்ன, இத்தனை குருவிங்க? எப்பவும் வருமா?’

அவர், ‘இல்லியே... எல்லாமே புதுசா நடக்குது’ என்றார் பரிதாபமாக.

சைக்கிள் ஏறும்போது, ‘அப்போ அந்த மாடு உள்ளே வந்தது ஐயா?’ என்றேன்.

அவர் என்னிடம் என்றுமில்லாதபடிக்கு எரிந்துவிழுந்து, ‘உங்களைக் கொஞ்சம் படிச்சவர்னு நினைச்சேன்’ என்றார்.

மணிகண்டன் மறுநாளே வண்ணாரப்பேட்டையில் இருந்த அந்த மன நல மருத்துவரைப் பார்த்தார். அவர் சில மாத்திரைகள் தந்தார். யோகம், தியானம் எல்லாவற்றையும் மூட்டை கட்டிவைக்கச் சொன்னார். எல்லாம் சரியாய்ப் போனது.

நான் வேலை நிமித்தமாகக் குமரிக்கு வந்தேன். கொஞ்சம் கொஞ்சமாக ஊருடன் தொடர்பு விட்டுப் போனது. ஏறக்குறைய நான்கு வருடங்கள் கழித்து எனது கல்யாண அழைப்பிதழ் கொடுக்க ஆசானைத் தேடிப் போனேன். ஆசான் யோகா வகுப்புகளை நிறுத்தி விட்டதாகச் சொன்னார்கள். தெற்கு பசாரிலிருந்து சாந்தி நகருக்கு வீடு மாறியிருந்தார். தேடிக் கண்டுபிடிப்பதற்கு அரை நாள் ஆகி விட்டது. கண்டுபிடித்துப் போனபோது காணச் சகிக்கவில்லை. எலும்பும் தோலுமாக இருந்தார். என்னை அடையாளமே தெரிய வில்லை.

நான் அதிர்ச்சியுடன் அவரது மனைவியிடம், ‘ஐயாவுக்கு உடம்புக்கு என்ன ஆயிற்று? கல் மாதிரி இருப்பாரே!’ என்று விசாரித்தேன். அவர் தயங்கி, ‘உடம்புக்கு ஒன்றுமில்லை. மனதுக்குத்தான்’ என்றார். ‘நீங்கள் அழைத்து அந்த மணிகண்டனைப் பார்த்துவிட்டு வந்ததிலிருந்து ஆரம்பித்தது இது. வீட்டுக்கு வந்து அன்றிரவு முழுக்க, ‘முப்பது வருடம். முப்பது வருடம். நான் என் அம்மா இறந்த அன்றுகூட விடாது சாதனை பண்ணி வந்திருக்கிறேன்’ என்று திரும்பத் திரும்பச் சொல்லிக்கொண்டே இருந்தார். அன்றிரவு தூங்கவே இல்லை. மறுநாள் வகுப்பில் சிரசாசனம் செய்து காண்பிக்கும்போது தவறி விழுந்துவிட்டார்’ என்றார். பிறகு கண்களைத் துடைத்துக்கொண்டு, ‘வகுப்புகளை நிறுத்திவிட்டார். மறுநாளிலிருந்து சரியாகச் சாப்பிடுவதில்லை. தூங்குவதில்லை.

எப்போதும் இந்த ஈசி சேரில் அமர்ந்தபடி புலம்பிக்கொண்டே இருக்கிறார். வண்ணாரப்பேட்டையில் இருக்கிறாரே சாய்பாபா டாக்டர், அவரிடம்தான் காண்பிக்கிறோம். அவர் ஒரு மாத்திரை தந்திருக்கிறார். அதைக் கொடுக்க முடிந்த அன்றைக்குக் கொஞ்சம் தூங்குவார். சாப்பிடுவார்' என்றவர் பத்திரிகையை வாங்கிக்கொண்டு அவரருகே சென்று, 'அண்ணா, சங்கர் வந்திருக்கார். கல்யாணமாம்' என்றார்.

அவர் தலையை ஆட்டிக்கொண்டார். 'சரி சரி' என்றார். புரிந்து கொண்டதுபோல இரண்டு கைகளையும் உயர்த்தி ஆசீர்வாதம் போலச் செய்தார். பின்னர் எனது கண்களை ஆழ்ந்து பார்த்து, 'முப்பது வருடம்!' என்றார்.

□

ஆன்மாவின் உயரம்

101

வேலி ஸ்டேசனில் அவர்கள் ஏறினார்கள். நான் பார்த்த மிக விநோதமான மூவர். வயதான ஆண் மலையாளி. கொஞ்சம் நடிகர் சுகுமாரன்மாதிரி இருந்தார். பெண்மணிக்கு வட இந்திய முகம் இருந்தது. மகன்... ம்ம்ம்ம்... அவன் பெட்டியில் ஏற அவர்கள் உதவ வேண்டியிருந்தது. பெரியவர் என்னைப் பார்த்துப் புன்னகைத்தார். 'மும்பை?' என்றார். நான் 'மந்திராலயம்' என்றேன். அவர் 'ராகவேந்திரர்?' என்றார். மனைவி ராகவேந்திரரைக் கண் மூடி, கை கூப்பி சேவித்துக்கொண்டாள். நான், 'இல்லை, வேறு வேலையாக' என்றேன். அவள் முகம் சற்று வடிந்து கூம்பியது. பெரியவர், 'நல்ல சூடு' என்றார். நான், 'ஆம்' என்றேன். பெண்மணி அதற்குள் சாப்பாட்டுப் பெட்டியைத் திறந்து என்னிடம், 'கானா?' என்றார். நான் வேண்டாம் என்றுவிட்டு, படிக்க ஆரம்பித்தேன்.

உண்மையிலேயே சூடுதான். அப்படி ஒரு கோடையில், மதிய நேரத்தில், நகரும் இரும்புப் பெட்டி ஒன்றுக்குள் இருப்பது அவ்வளவு இன்பமான ஒன்று இல்லைதான். அம்மா மகனிடம், 'சாப்பிடு மகனே' என்றார். அவன் மறுத்தான். அவள் வற்புறுத்த, அவன் சாப்பிட்டான். பெரியவர், 'நீங்கள் சாப்பிட்டுவிட்டீர்களா?' என்று கேட்டார். பெண்மணி மீண்டுமொருமுறை, 'சாப்பிடு மகனே' என்றாள். நான் சற்று தொந்திரவாக உணர்ந்ததை அவள் உணராமல் மீண்டுமொரு முறை தட்டில் சில சப்பாத்திகளையும் சப்ஜியையும் வைத்து என் பக்கம் தள்ளினாள். அப்போதுதான் அந்தப் பையன் முதன்முறையாகப் பேசினான். 'அவரைத் தொந்திரவு செய்யாதே அம்மா.' அவன் குரல் தந்த அதிர்ச்சியிலிருந்து நான் மீள்வதற்குள், 'கென் வில்பரை எனக்கும் பிடிக்கும்' என்றான். நான் வியந்து, 'கென்

வில்பரை நீங்கள் படித்திருக்கிறீர்களா?' அவன் புன்னகைத்து, 'படிக்காமல் எப்படிப் பிடித்திருக்க முடியும்?' என்றான். 'அவர் சொல்லும் விசயங்களில் எனக்குக் கருத்து வேறுபாடு உண்டு. ஆனால் அரவிந்தரின் முழுமைத் தத்துவத்தைவிட அது சிக்கல்கள் குறைவானது என்றே நினைக்கிறேன்.'

அதன்பிறகு எனக்கு அந்தப் பயணத்தில் கோடையின் சூடு தெரியவில்லை. நாங்கள் நீண்ட நாட்கள் கழித்து கண்டுகொண்ட நண்பர்கள்போலப் பேச ஆரம்பித்தோம். அவனுக்குத் தெரிந்திருந்த விஷயங்கள், அவன் வாசித்திருந்த விஷயங்கள் எனக்கு வியப்பை அளித்தது. நான் இதை அவனிடம் நேரிடையாகவே சொன்னேன். அவன் அழகாகப் புன்னகைத்தான். நாங்கள் இருவரும் பேசுவதை அவன் அம்மா பெருமையாகப் பார்த்துக்கொண்டிருந்தாள். சற்று நேரம் கழித்து பிளாஸ்க் திறந்து 'மகன்களே சாய்' என்றாள். இம்முறை நான் அதை மறுக்கவில்லை. டீ குடித்ததும் நான் எழுந்து பாத்ரூமுக்குப் புகைக்க வந்தேன். சற்று நேரம் கழித்து அவனும் வந்தான். நாங்கள் அங்கே நின்றும் பேசினோம். பௌத்தர்களின் தர்மகாயம் பற்றியும் நிர்மனகாயம் பற்றியும் அவன் என்ன நினைக்கிறான்? விபாசனா தியானத்தில் உண்மையில் நமக்குள் என்ன நிகழ்கிறது?

மெல்ல மாலை இறங்கித் தணிந்து வந்தது. காற்று வீசியது. வானத்தில் மிக வேகமாகக் கருமேகங்கள் திரள்வதை நாங்கள் பார்த்தோம். அவன், 'அன்னை கேரளம்' என்றான். ''நீங்கள் மான்சூன் வரும்போது வங்காளத்தில் இருக்கவேண்டும்' என்று எனது ஆசிரியர் சொல்வார். நான், 'இல்லை, கேரளத்தில் இருக்கவேண்டும்' என்பேன்.' பிறகு தன்னைப் பற்றிச் சொன்னான். 'அப்பாவுக்குக் கேரளம். மத்திய அரசுப் பள்ளி ஒன்றில் ஆசிரியர் வேலை. மகாராஷ்டிரத்தில் வேலை பார்க்கும்போது அம்மாவைக் கல்யாணம் பண்ணிக்கொண்டார்.'

இப்போது மழை பெய்ய ஆரம்பித்தது. பொழிந்துகொண்டிருக்கும் மழைக் கோடுகளூடே மிக வேகமாக ஒரு பயணம். ஆ... அது ஓர் இனிய மாலை. ஆனால் அது நீண்ட நேரம் நிலைக்கவில்லை. எர்ணாகுளத்தில் அந்தப் பெண் ஏறினாள். மிக அழகான நாகரிக யுவதி. ஆனால் தன்னை மட்டுமே கவனிக்கும் ஒரு முட்டாள் பெண் என்று ஏறிய இரண்டாவது நிமிடமே தெரிந்துவிட்டது. நண்பரிடம், 'தம்பி, என்ன படிக்கறே நீ?' என்று கேட்டாள். என்னிடம், 'கென் வில்பர் படித்திருக்கிறேன். ஆப்பிரிக்கக் கதைகளாக எழுதுவாரே, அவர்தானே?' நான், 'அது வில்பர் ஸ்மித்' என்றேன். அவள் என்னிடம் புத்தகத்தை வாங்கிப் புரட்டிப் பார்த்து விட்டுக்

கொடுத்துவிட்டாள். 'போரிங் ஸ்டஃப்' என்றவள், 'என்ன, இப்படி நசநசவென்று மழை பெய்கிறது?' நான் இப்போது நண்பரின் முகம் இறுகிவிட்டதைக் கவனித்தேன். அவர் தாடைகளில் ஒரு சதுரம் வந்து இப்போது உட்கார்ந்திருந்தது.

அடுத்த ஸ்டேஷனில் நான் தண்ணீர் பாட்டில் வாங்க இறங்கினேன். பின்னாலேயே வந்து குக்கீஸ் வாங்கிய அவள், 'கடவுளே, நான் இப்போதுதான் கவனித்தேன். அது பையனல்ல. அவன் ஒரு குள்ளன். Dwarf!' என்றாள். 'நான் இவர்களை சர்க்கஸ்களில் மட்டுமே பார்த்திருக்கிறேன். ஒருவேளை இவர்கள் சர்க்கஸ் குடும்பமா?' நான் பதில் பேசவில்லை. ஏறியதும் சற்றுநேரம் வாசல் அருகிலே நின்று புகை பிடித்துக்கொண்டிருந்தேன். சற்று நேரம் கழித்து அவன் வந்தான். இப்போது அவனது பேச்சு முற்றிலுமாகவே நின்றுவிட்டது. நான், 'சிகரெட் வேண்டுமா?' என்றேன். அவன் வாங்கிப் புகைத்தான். நாங்கள் வெளியே ஓடும் வெளிச்சங்களை வெறித்தவண்ணம் நின்றிருந்தோம். சற்றுநேரத்தில் அவனது அம்மா வந்து, 'மகனே, சாப்பிடும் நேரம் ஆகிவிட்டதே' என்றார். அவன், 'நேரமாகட்டும்' என்றான். அவர் திரும்பப் போய்விட்டார்.

என்னிடம் இன்னொரு சிகரெட் கேட்டு வாங்கி அதையும் புகைத்தான். திடீரென்று, 'கென் வில்பர், அரவிந்தர் முழுமைத் தத்துவம், ஆல் புல்ஷிட்!' என்றான். அப்போது அவன் குரல் நடுங்குவதுபோல ஒலித்தது. 'உடல் மட்டுமே முழுமையானது. அல்லது உண்மையானது. மற்றவை அனைத்தும் நமது பிரமைகள்!' நான் ஏதோ சொல்ல முயன்றபோது இரண்டாம் தடவையும் அவனது அம்மா சாப்பிட அழைக்க வந்துவிட்டார். நான் சாப்பிட்டுவிட்டு எப்போது உறங்கினேன் என்று தெரியவில்லை. நடுவில் எப்போதோ விழித்தேன். அந்தப் பெண் எதிரே வாய் பிளந்து தூங்கிக் கொண்டிருந்தாள். பெட்டியில் எல்லா விளக்குகளும் அணைக்கப் பட்டிருந்தன.

நான் கீழே பார்த்தேன். பெரியவர் நடு பெர்த்தில் தூங்கிக் கொண்டிருந்தார். அவன் சன்னல் வழியே வெறித்துக்கொண்டிருந் தான். அவன் கண்களில் ரயில் கடக்கும் ஒவ்வொரு வெளிச்சத்தின் பிரதிபலிப்பும் அணைந்து அணைந்து எரிந்துகொண்டிருந்தது. அது அவன் கண்கள் நீரில் மிதப்பதுபோல ஒரு தோற்றத்தை அளித்தது. எதிரே அவனது அம்மா அமர்ந்து அவனையே பார்த்துக் கொண்டிருந்தார்.

□

ஒரு தெளிவான நாளில் நீங்கள் எதையுமே பார்ப்பதில்லை

102

நிறையப் படிக்கிறவனும் எழுதுகிறவனும் சாதாரண மனிதர்களை விட அதிகம் பதில்களை வைத்திருப்பான் என்று மனிதர்கள் நினைத்துக்கொள்கிறார்கள். உண்மையில் அவனிடம் அதிகக் கேள்விகளே இருக்கின்றன. அவற்றிற்குச் சாதாரண மனிதர்களிடம் இருக்கிற பதில்கள், சமாதானங்கள்கூட அவன் பையில் இருப்ப தில்லை. மற்றவர்களைவிட அவன் தன் போதாமையை, முட்டாள் தனத்தை மிக அதிகமாக, மிகத் தீவிரமாக ஒவ்வொரு நொடியும் உணர்ந்தபடியே இருக்கிறான். 'எங்கள் பத்து வருட வாழ்க்கையின் மிகச் சந்தோஷமான நாள் அது அண்ணா' என்றார் அவர். அவரது பையன் மேசைமேல் இருந்த எனது மொபைலை நோண்டிக் கொண்டிருந்தான். 'இன்னிக்கு அவனுக்கு லீவு. வீட்டுல தனியா விட பயமா இருக்கு.' அவன் ஒருமுறை நிமிர்ந்து பார்த்துவிட்டு, 'அங்கிள் இதை எப்படித் திறக்கறது?'

அலுவலகத்தின் தேள்கொடுக்கு நேரம் முடிந்து நாள் சற்று அமைதி கொள்ள ஆரம்பித்திருந்தது. பக்கத்தில் இருந்த கோவிலிலிருந்து சற்றே தயக்கத்துடன் தொண்டையை செருமிக்கொள்வதுபோல ஒருமுறை உதறிவிட்டு, 'குருவாயூர் நடையில்...' என்று திருவிழாச் சத்தங்கள் ஆரம்பித்தன. 'கொஞ்ச நாளாகவே எங்களுக்குள் ஒரு சுவர் எழும்பியிருந்தது. என்னன்னே தெரியாத புகைச்சல். சண்ட. சில தடவை அடிதடிவரைக்கும் போயிடுச்சி. ஒரு தடவை எங்க வீட்டுல இருந்து சமதானம் பேச வந்தாங்க. வந்த எங்க அண்ணனை இவரு வீட்டைவிட்டு வெளியே போகச் சொல்லிட்டாரு' என்றார் அவர்.

'இவனோட பேசறது கூட ரொம்பக் குறைஞ்சிடுச்சி. நான் இவருக்கு வேறு தொடர்பு இருக்குன்னு எல்லாம் சந்தேகப்பட்டேன். அதுக்கு ஏத்தாப்ல அவர் ஆபிஸ்ல வேலை பார்க்கிற ஒரு கிளார்க்கு இவரைத் தேடி அடிக்கடி வீட்டுக்கே வந்தது. அதைப் பாத்தவுடனே இவர் முகத்தில வந்த வெளிச்சம்... ஜெயில்ல இருந்து ஆயுள் கைதியைத் திறந்துவிட்ட உடனே அவன் உலகத்தை ஒரு பிரமிப்போட பார்ப்பானே, அது மாதிரி ஒரு பிரகாசம்.'

கோவிலின் பாட்டுச் சத்தம் உயர்ந்தது. 'மஞ்சள் பிரசாதமும் நெத்தியில் சாத்தி...' பையன் சலித்து மொபைலை வைத்துவிட்டு, 'அம்மா நான் கோவிலுக்குப் போய்ப் பார்த்துட்டு வரவா...' அவர், 'போ' என்றார். 'ரோட்டுல நிக்காம உள்ளே போயிடணும்' என்றவர் தொடர்ந்தார். 'தினம் ராத்திரி சண்ட. என்னால தாங்கவே முடியலை. நான் அவருக்கு சலிச்சுப்போயிட்டேனா? இந்தக் கேள்வியை விதம்விதமா அவர்கிட்டே கேட்டுட்டே இருந்தேன். அவர் எவ்வளவு பதில் சொல்லியும் எனக்குத் திருப்தியே வரலை. அப்போ எனக்கு இந்த பீரியட்ஸ் ப்ராப்ளம் வேற இருந்துச்சு. அந்த எரிச்சல் வேற.' பையன் மூச்சிரைக்கத் திரும்பவந்து, 'அங்க சுருள் மிட்டாய் விக்கறாங்க அம்மா!' என்றான். அவர் பர்சிலிருந்து பணம் எடுத்துக் கொடுத்து, 'சூடு மிட்டாயா வாங்கு. மிச்சம் கவனமா வாங்கிட்டு வரணும், சரியா?'

'ஆனா, அன்னிக்குப் புகை மூட்டமெல்லாம் விலகி ரொம்ப நாள் கழிச்சு, ரொம்ப வருஷம் கழிச்சி என் முகத்தை அவரும் அவர் முகத்தை நானும் பார்க்க முடிஞ்சது. கண் டெஸ்ட் பண்ணி புதுக் கண்ணாடி போட்ட மாதிரி. குழந்தைகிட்டேகூட ரொம்ப நாள் கழிச்சி விளையாடினார். அன்னிக்குச் சாயங்காலம் வெளியே போய் சாப்பிட்டோம். இவனுக்கு ஐஸ் கிரீம் வாங்கிக் கொடுத்தார். இவனுக்குக் கதை சொன்னார். விக்கிரமாதித்தன் வேதாளம் கதை. இவன் வேதாளம்னா என்னன்னு கேட்டான். மனுஷன்தான் ரொம்பக் கோபமும் வெறுப்பும் வந்தா வேதாளமா மாறிடறான்னு சொன்னார்.' அவர் சற்று நேரம் தயங்கி 'That night after a very long time, we had very good sex too' என்றார். 'கல்யாணம் ஆன புதுசுல இருந்தமாதிரி இருந்துச்சு. மனசு உடம்பு எல்லாம்.'

கோவிலிலிருந்து இப்போது நாதஸ்வரச் சத்தம் கேட்க ஆரம்பித்தது. சிங்கார வேலனே தேவா... 'மறுநாள் ரொம்பச் சீக்கிரமாவே எழுந்து அவருக்குப் பிடிச்ச கறியும் சோறும் பண்ணிக்கொடுத்தேன். அன்னிக்கு கிளைமேட்கூட நல்லா இருந்துச்சு. லேசான மழை. அவர் போனதும் ரொம்ப நாளா வீட்டுல சேர்த்து வச்சிருந்த வேலை

எல்லாத்தியும் ராட்சசி மாதிரிப் பண்ணினேன். ஆனா களைப்பே தெரியலை. நடுவில அவருக்கு போன் பண்ணினேன். எங்க சொந்தக்காரங்க ஒருத்தருக்குக் குழந்தை பொறந்திருக்கு, சாயங் காலம் போய்ப் பார்த்துட்டு வரலாமான்னு கேட்டேன். உண்மையில இப்படி அவருக்கு ஆபீசுக்கு போன் பண்ணிப் பேசறதே இல்லை. அவர் சரின்னு சொன்னார். எதுக்கோ சிரிச்சார். எதுக்கு சிரிக்கறார்னு கேட்டதுக்கு ஒண்ணுமில்லைன்னு சொல்லிட்டு போனை வைச்சிட்டார். சாயங்காலம் என்ன புடைவை கட்டிட்டுப் போகலான்னுதான் அப்போ பெரிய பிரச்சினையா இருந்தது. பீரோவைக் கலைச்சுக் கலைச்சுப் போட்டுட்டிருந்தேன்' என்றவர் சற்றுநேரம் அமைதியாக இருந்தார். பிறகு 'அப்போதுதான் அண்ணா அந்த போன் வந்துச்சு' என்றார்.

கோவிலில் இப்போது இசையை நிறுத்திவிட்டு எதையோ அறிவிக்க ஆரம்பித்தார்கள். பையன் இப்போது திரும்பவந்து, 'அம்மா அந்த பீப்பி ஊதுற மாமா இதை எனக்குக் கொடுத்தார்' என்று காண்பித்தான். நான் அதை வாங்கிப் பாத்தேன். சீவாளி. அவர் எழுந்துகொண்டு கலங்கிய கண்களுடன், 'ஏன் அண்ணா?' என்றார். 'நீங்க நிறையப் படிக்கறீங்க. சொல்லுங்க. ஏன் அதுக்கு முந்தின அந்த நாள் மட்டும், ஏன் அவ்வளவு சந்தோஷமா இருந்துச்சு?'

நான் பதில் பேசாமல் திக்கித்துப்போய் அமர்ந்திருந்தேன்.

◻

கொட்டுச் சத்தம்
103

அவர் ஒரு பழைய மிருதங்க வித்வான். கடைசிக் காலத்தில் காது செவிடு ஆகிவிட்டது. மெஷின் வைத்தும் பலனில்லை. ஆனால் ஒரு விஷயம். அவருக்கு முற்றிலும் காது கேட்காது என்றில்லை. மிருதங்கம் வாசித்தால் அவருக்குக் கேட்கும். நம்ப முடியவில்லை அல்லவா? அவரது மருமகளுக்கும் இதை நம்ப முடியவில்லை. 'கிழம் பொய்யடிக்குது' என்பாள் அவள் கசப்புடன். இதன் காரணமாகவே அவருக்குப் பல பிரச்சினைகள்.

மருமகள் வேலைக்குப் போனதும் வீட்டில் இருந்த சிறிய டேப் ரிக்கார்டரில் கேசட்டுகளைச் சற்றே சத்தமாக வைத்துக் கேட்டுக் கொண்டிருப்பார். ஒருநாள் சீக்கிரமாக வீடு திரும்பிவிட்ட அவரது மருமகள் ஆங்காரமாய் புயல்போல உள்ளே நுழைந்து அந்த டேப் ரிக்கார்டரைத் தூக்கி வெளியே எறிந்தாள். மாலை வெயிலில் அதன் உடைந்த பாகங்களை அவர் குனிந்து பொறுக்கிக்கொண்டிருப்பதைப் பார்த்தேன். அவரது பேத்தி அவருக்கு உதவி செய்துகொண்டிருந் தாள். நான் 'தாத்தா என்னா?' என்றேன் சைகையில். அவர் சிரித்து 'ஒண்ணுமில்லை. பேத்தியோட விளையாட்டு' என்றார்.

ஒரு நாள் நான் வேலை முடித்துத் திரும்புகையில் ஹைகிரவுண்ட் ரவுண்டானா பஸ் ஸ்டாப்பில் இருளில் தனியாக அவர் அமர்ந்திருப் பதைப் பார்த்தேன். கிட்டே சென்று கையைப் பிடித்து 'ஏன்?' என்றேன்.

அவர் நிமிர்ந்து பார்த்தார். கண்களில் நீர் நிறைந்திருந்தது.

'பூஜாவுக்குக் கீழே விழுந்து கால் உடைஞ்சிடுச்சி' என்றார். பூஜா அவரது பேத்தி. விஷயம் இதுதான். அன்று மாலை பூஜாவை

இவரிடம் விட்டுவிட்டு மருமகள் கடைக்குப் போயிருக்கிறாள். நடுவில் வெளியே விளையாடப்போன பூஜா கூரையைப் பிடித்துத் தொங்கிக் கீழே விழுந்ததில் கால் முறிந்துவிட்டிருக்கிறது. அவள் 'தாத்தா தாத்தா' என்று கத்தி அழைத்தபடியே கிடந்திருக்கிறாள். இவருக்குக் கேட்கவே இல்லை. மருமகள் திரும்பிவந்தவள், பேயாட்டம் ஆடிவிட்டாள். மகன் எவ்வளவோ சொல்லியும் கேட்கவில்லை. 'கொட்டுச் சத்தம் எங்கே அடிச்சாலும் கேக்குது. இங்கே கிடந்து என் மக அப்படிக் கூப்பாடு போட்டிருக்கா, கேக்கலியோ? இந்தாளு இங்கே இனியும் இருக்கக்கூடாது. இருந்தா இவனே எம் மவளைக் கொன்னுடுவான்' என்று பெரிய பிரச்சினை.

நான் அவரிடம் 'விடுங்க' என்றேன்.

அவர் என் கைகளைப் பிடித்துக்கொண்டு, 'சங்கர், என்னை நாளைக்கு ஒரு காது டாக்டர்கிட்டே கூட்டிட்டுப் போவியா?' என்றார்.

நான், 'எதுக்கு? அவர்தான் பிரயோசனம் இல்லைன்னு சொல்லிட்டாரே?' என்றேன்.

அவர் என் கண்களையே தவிப்புடன் உற்றுப் பார்த்து, 'காது கேக்கறதுக்கில்லை. இந்த கொட்டுச் சத்தம் மட்டும் கேக்குதே, அதையும் கேக்காமப் பண்றதுக்கு' என்றார்.

□

எனது காதலிகள் – ட்ரூ பாரிமோர்

104

இவரை முதன்முதலாய்த் திரையில் பார்த்ததுமே எனக்குத் தோன்றியது மார்க்கரெட் மிட்ச்செலின் Gone with the Wind நாவலில் வரும் Scarlett O'Hara கதாபாத்திரம்தான். புத்தகங்களின் மூலமாக எனக்கு கிடைத்த பெண் சித்திரங்களில் ஸ்கார்லெட் முக்கியமானவர். ட்ரூ பாரிமோரை முதன்முதலாகப் பார்த்த சூழலும் அவரை நான் இன்னமும் எனது கனவுப் பெண்களில் வைத்துக்கொண்டிருப்பதற்கு ஒரு காரணமாக இருக்கலாம். பெருமாள்புரத்தில் இருந்த ஒரு நண்பரைத் தேடிப் போயிருந்தேன். அவர் இலங்கையைச் சேர்ந்தவர். அவர் இல்லை. ஆளோடியில் எப்போதும் ஒரு டாக்?ஷண்ட் நாய் நிற்கும் பெரிய பங்களா அது. உள்ளே எப்போதும் நிரம்பி நிற்கும் தனிமை. அந்த வீட்டில் ஒரே ஒரு தடவைதான் நண்பரின் அப்பாவைப் பார்த்திருக்கிறேன். அவனது அம்மாவைப் பற்றி கேட்கக்கூடாது என்று எச்சரிக்கப்பட்டிருந்தேன். அவனது அப்பா என்னைவிட அந்த நாயை அதிக மரியாதையுடன் பார்ப்பதுபோலத் தென்பட்டதால் கொஞ்ச நாள் அங்கு போகாமல் இருந்தேன். பிறகு ஒரு கோடை நாளின் புழுக்க மதியத்தில் எதற்கோ என்மீதே தன்னிரக்கம் தோன்றி அங்கே போனேன்.

பெரிய கேட்டின் அருகில் இருந்த மணியை அழுத்தி அழுத்தி நின்றேன். அது உள்ளே ஒரு பறவையைப் போலக் கூவி கூவி ஓய்ந்தது. நான், 'ஆர்தர் ஆர்தர்' என்று கூப்பிட்டுப் பார்த்தேன். ம்ஹூம். சலித்துத் திரும்ப எத்தனிக்கையில் டாக்?ஷண்டின் கனத்த குரல் கேட்டது. உள்ளிருந்து அதன் செயினைக் கையில் பிடித்துக் கொண்டு ஒரு பெண் வந்தாள். சிங்களர்கள் அணிந்திருப்பதுபோல பனியன் போன்ற ஒரு சட்டையும் மிடியும் அணிந்திருந்தாள். அதில்

இடது அக்குள் பக்கம் வியர்த்து நனைந்திருந்தது. அவளது பிராவின் வலது பட்டை, சட்டைக்கு மேலாக அலட்சியமாக வழிந்து கொண்டிருந்தது. கறுப்புதான். தேங்காய்ச் சிரட்டைகளை அனலில் வாட்டும்போது ஏற்படுவதுபோல ஒரு கறுப்பு. அவள் கண்கள் இடுகிச் சிவந்திருந்தன. எரிச்சலுடன் 'என்ன?' என்றாள். நான் 'ஆர்தர்?' என்றேன். அவள் பதில் சொல்லாமல், 'நீ யார்? வீடியோ லைப்ரரிப் பையனா?' என்றாள். அவள் தமிழ் கொச்சையாக இருந்தது. நான், 'இல்லை நண்பன்.'

அவள் சற்று நேரம் கேட்டின் மறுபுறம் சும்மா நின்றிருந்தாள். டாக்?ஷண்ட் கண்ணாலேயே, 'போ போ' என்று விரட்டியது. ஈ ஒன்று அதைச் சுற்றிச் சுற்றி வர, திரும்பி எரிச்சலுடன் அதைப் பிடிக்க முயன்றது. 'பவ்வ்வ்வ்வ்' என்ற அதன் கத்தல் உள்ளே எதிரொலித்தது. 'ஆர்தர் இல்லை. தூத்துக்குடி போயிருக்கிறான். இன்று எங்களுடைய கார்கோ ஒன்று வருகிறது.' ஈ இன்னும் ஆங்காரத்துடன் ஈஈஈஈ என்ற கூச்சலுடன் டாக்?ஷண்டை நோக்கித் திரும்ப வந்தது. மௌனம்.

காட்டில் இரண்டு மிருகங்கள் ஒன்றையொன்று திடீரென்று சந்திக்க நேர்கையில் ஸ்தம்பித்து நிற்பதுபோல நாங்கள் சற்று நேரம் அப்படியே நின்றிருந்தோம். நான் 'சரி' என்று அயர்ந்து திரும்புகையில், அவள் கேட்டைச் சட்டென்று திறந்து, 'உள்ளே வா' என்றாள்.

□

ஏதேனுக்கு கிழக்கே
105

அவர் எங்களது தியான சங்கத்தில் முக்கியமானவர். மூத்தவர் எனினும் எல்லோருக்கும் நண்பர். அவருக்கு என்மீது, எனது வாசிப்பின் காரணமாகக் கூடுதல் பிரியம் இருந்தது. அவரது தியான அனுபவங்களுக்கு, நான் படித்த புத்தகங்களிலிருந்து என்னால் விளக்கம் சொல்ல முடிந்தது அவருக்கு வியப்பை அளித்தது. நானும் அவரும் பாபநாசம் அகத்தியர் அருவியின் உச்சியில் பௌர்ணமியை ஒட்டிச் சில நாட்கள் தனியாகத் தங்கியிருக்கிறோம். அப்போது எங்களுக்கு நிகழ்ந்த சில அனுபவங்களை இங்கே விளக்கினால் எங்களுக்கு மனச் சிதைவு ஏற்பட்டிருக்கிறது என்று நீங்கள் சொல்லிவிட மிக அதிக வாய்ப்புகள் இருக்கின்றன.

அவரை நான் சந்திக்கும்போது அவருக்கு திருமணமாகியிருக்கவில்லை. முப்புதுகளின் மத்தியில் இருந்தார். கல்யாணம் ஆகும் உத்தேசமும் அவருக்கு இருந்ததாய் நாங்கள் நினைத்துப் பார்க்கக்கூட இல்லை. அவருக்கு இமயத்துக்குப் போகவேண்டும் என்ற ஆசை இருந்தது. அவர் அங்குதான் நிச்சயமாகச் சென்றடையப் போகிறார் என்று நாங்கள் நினைத்துக்கொண்டிருந்தோம். ஞானம் வேண்டுமெனில் மலைக்குப் போ என்றுதானே சொல்லியிருக்கிறார்கள்? அதனால்தான் அவருக்குக் கல்யாணம் என்றதும் எல்லோருமே வியப்படைந்தோம். பெண், அவரது வளவுக்கு தன் மகளுடன் புதிதாகக் குடிவந்த விவாகரத்தான பெண். அவருக்கு எப்படியோ அந்தப் பெண்ணைப் பிடித்துப்போய்விட்டது. பெண்ணைவிட அந்தக் குழந்தையை.

நான் அந்தப் பெண்ணைப் பார்த்ததுமே அதிர்ச்சி அடைந்தேன். சார்

தவறான முடிவெடுத்துவிட்டதாக எனக்குத் தோன்றியது. அந்தப் பெண் மிகுந்த கவர்ச்சிகரமாக இருந்தார். வெறும் அழகல்ல, sensuous என்று சொல்வோமே, பாலியல் வசீகரம்... அப்படியொரு பெண். சிலர் அவ்விதம் இருப்பார்கள். அது தவறில்லை. ஆனால் சாரைப்பற்றி நான் நன்கு அறிவேன். பாலியல் உறவுகள் பற்றிய அவரது கருத்துக்கள் மிகுந்த சனாதனமானவை. அவருக்கு பிரம்மச்சரியத்தின்மீது மிகுந்த மதிப்பு இருந்தது. மாதம் ஒருமுறை வாமனம் (வாந்தி பண்ணுவதன் மூலமாக உள்ளூறுப்புகளைச் சுத்தப்படுத்தல்), மாதம் இருமுறை மைதுனம் (உடல் உறவு) என்பதுபோன்ற சித்தர் கருத்துக்களை அவர் அடிக்கடிச் சொல்வதுண்டு. நான் அவரிடம், 'சார், நல்லா யோசிச்சுத்தான் இந்த முடிவை எடுத்தீங்களா?' என்று கேட்டேன். அவர், 'ஆம். ஏன்?' என்றார் வியப்புடன். 'ரொம்ப கஷ்டப்பட்ட பெண். அந்தக் குழந்தையைப் பார்த்தாயா? தெய்வம்.'

நான் சொல்லத் தவித்து, 'அதில்லை சார்...' அவர், 'புரிகிறது. என்னுடைய ஆன்மிகச் சாதனைக்கு மிகுந்த துணையாக இருப்பாள் இந்தப் பெண். தினம் கோவிலுக்குப் போகிறாள்' என்றார். 'நேற்று அந்தக் குழந்தை பிள்ளையார் கோவிலில் நின்றுகொண்டு, 'அப்பமொடு அவல் பொரி' பாடியதை நீங்கள் கேட்கவில்லை.' நான் விட்டுவிட்டேன். அவரளவுக்கு எனக்கு வயதும் அனுபவமும் இல்லை. அதுவும் பெண்கள் விஷயத்தில். தவிரவும் அந்தக் குழந்தை சிறு தெய்வம்போலத்தான் இருந்தாள். 'காலில் சிறு சலங்கை கட்டிக் குதித்தாடும் குழந்தை தெய்வம்' என்றுகூட நான் ஒரு கவிதை எழுதின நினைவிருக்கிறது.

கல்யாணம் எளிய முறையில், அதே பிள்ளையார் கோவிலில் நடந்தது. விருந்தெல்லாம் இல்லை. அப்பமோடு அவல் பொரிதான். நான் தம்பதியினருக்கு 'Autobiography of a Western Yogi' என்ற புத்தகத்தைப் பரிசாகக் கொடுத்தேன். யோகி பரமஹம்சானந்தரின் வெள்ளைக்காரச் சீடர் ஒருவர் எழுதியது அது. அதன்பிறகு அவரைச் சில மாதங்கள் காண முடியவில்லை. சார் எனும் உப்பு பொம்மை சம்சார சாகரத்தில் கரைந்துபோய்விட்டது என்று நாங்கள் சொல்லிச் சிரித்துக்கொண்டோம்.

பிறகு எங்களிடையே மீண்டும் ஒருநாள் அவர் தோன்றினார். நாங்கள் அதிர்ந்து போய்விட்டோம். அவரை எங்களுக்கு அடையாளமே தெரியவில்லை. தீவிர க்ஷய ரோகத்தால் பாதிக்கப்பட்டவர்போல அவர் இருந்தார். முன்பு அவர் முகத்தில் எப்போதும் காணப்படும் ஒளி மறைந்து கருமை படர்ந்திருந்தது. கண்களுக்குக்கீழ் கருப்பு

வளையங்கள். நாங்கள், 'சார், உடம்பு சரியில்லையா?' என்று கேட்டோம். அவர் செயற்கையாய்ச் சிரித்து, 'அதெல்லாம் ஒண்ணுமில்லை. உங்க சாதனையெல்லாம் எப்படிப் போகுது?' என்றார். நான் எனக்கு திடீரென்று பாலியல் சிந்தனைகள், கனவுகள் அதிகரித்திருப்பதைச் சொன்னேன். அவர் கூர்ந்து கேட்டுக் கொண்டார். 'நாம் நினைத்ததைவிடப் பாலியல் உணர்வு மிகுந்த வலுவானது' என்று மட்டும் சொன்னார்.

நான் சில நாட்கள் கழித்து அவரைத் தேடி அவரது வீட்டுக்குப் போனேன். ஈசி சேரில் அமர்ந்து ஒரு டைம் பீசைப் பழுது பார்த்துக் கொண்டிருந்தார். என்னைப் பார்த்ததும் 'வாங்க வாங்க' என்றார். உள்ளே திரும்பி, 'சிவகாமி, பிரண்டு வந்திருக்கார், ஒரு காப்பி கொடேன்.' அவர் மனைவி உள்ளிருந்து வந்து எட்டிப் பார்த்தார். என்னைப் பார்த்ததும் திரும்ப உள்ளேயே போய்விட்டார். நாங்கள் கொஞ்ச நேரம் பேசிக்கொண்டிருந்தோம். நான் அவரது பெண் எங்கே என்று கேட்டேன். 'பாட்டு கிளாசுக்கு அனுப்பி இருக்கிறேன்' என்றார். அவர் கண்களில் இப்போது லேசாக ஒளி துளிர்ப்பதைப் பார்த்தேன். பிறகு ஆன்மிகம், குண்டலினி, மகாவதார பாபா, க்ரியா யோகம் என்றெல்லாம் பேசிக்கொண்டிருந்தோம். 'சரி சார், நான் வரேன்' என்று கிளம்பினேன். அப்போதுதான் அவர் உணர்ந்து, 'சிவகாமி காப்பி கேட்டேனே' என்றார். உள்ளிருந்து பதிலே இல்லை.

அவர் எழுந்து உள்ளே போனார். 'பால் இல்லை' என்று அவர் மனைவியின் குரல் கேட்டது. 'பால் இல்லையா? பால் ரெண்டு மணிக்கே வந்துதே?'

'கொட்டிடுச்சு.'

'சரி, வேறு வாங்கிட்டு வரவா?'

'இல்லை, வெளியே போய்க் குடிச்சுக்கோங்க.'

சற்று நேரம் மௌனம். அவர் வெளியே வந்தார். முகம் இறுக்கமாய் இருந்தது. சட்டையைப் போட்டுக்கொண்டு வந்து, ஒரு சுக்குக் காப்பி வாங்கிக்கொடுத்தார். விடைபெறும்போது எதையோ சொல்வது போலத் தயங்கி நின்றார். திடீரென்று, 'அதிகப் பசியும் அதிகப் பாலிச்சையும் ஒன்றுதானா? அல்லது வேறு வேறா?' என்றார். பிறகு, பதிலை எதிர்பாராதவர்போல, மிக அவசரமாக, 'பார்க்கலாம்' என்று போய்விட்டார்.

அதன்பிறகு எனக்கு மாற்றலாகிக் குமரிக்கு வந்துவிட்டேன். இரண்டு

வருடங்கள் கழித்துத் திரும்பப் போகும்போது, பழைய தியான சங்க நண்பர் ஒருவரைச் சந்தித்தேன். சாரைப் பற்றி விசாரித்தேன்.

'உனக்குத் தெரியாதா? அவர் சம்சாரம் அவரை விட்டுவிட்டு ஒரு கிறித்துவப் பையனோட ஓடிப் போச்சு' என்றார் அவர்.

நான் அதிர்ந்து, 'அந்தக் குழந்தை...'

'அதோடயும்தான். போயி ரெண்டு மாசமாச்சு. ஒரு தகவல் இல்லை. சார் கிழிஞ்சுபோய்க் கிடக்கார். வெளியே வருவதேயில்லை. முடிஞ்சா போயிப் பாரு.'

உண்மையில் அவரது வீட்டில் கட்டிலில் அவ்விதம்தான் கிடந்தார் அவர். நெஞ்சில் அந்தக் குழந்தையின் படத்தை அணைத்துக் கொண்டு, கண்ணீர் பெருக்கியபடியே கிடந்தார். நான் அவரது கைகளைப் பற்றியபடி அவரருகே அமர்ந்துகொண்டேன். 'சார், விடுங்க. இது உங்க பாதை இல்லைன்னு முதல்லேயே எனக்குத் தெரியும்.'

அவர் தேம்பித் தேம்பி அழுதபடியே, 'இது மட்டுமல்ல, நான் எதற்கும் தகுதி இல்லாதவன். தம்பி... நான் ஆண்மையில்லாதவன்' என்றார்.

□

சிறிது வெளிச்சம்
106

அவர் என்னுடன் பணி புரிந்தார். அவரது தனி வாழ்வு மிகுந்த துயருடையது. இளமையிலேயே அவரது கணவர் ஒரு குழந்தையை அளித்துவிட்டு வேறொரு பெண்ணுடன் ஓடிப்போனார். பிறகு திரும்ப வந்து அதே தெருவில் இவர் கண் முன்னாலேயே வாழ்ந்தார். இவர் மகனுடன் தனியாக வாழ்ந்தார். மகன் இள வயதிலேயே குடிப் பழக்கத்துக்கு ஆளாகி, பிறகு மனச் சிதைவுக்கும் ஆளானான். ஒரு நாள் இரவு நெடுஞ்சாலையில் வாகனத்தில் அடிபட்டு ஏறக்குறைய ஒரு மாதம் கோமாவில் இருந்து செத்துப் போனான். அவருக்குக் கடுமையான ஆஸ்துமா இருந்தது. ஊசி, இன்ஹேலர் எதற்கும் கேட்காத ஆஸ்துமா. இத்துணை துயரங்களிடையேயும் அவர் கடுமையான உழைப்பாளி. ஒழுக்கவாதி. இதனாலேயே பலரால் வெறுக்கப்பட்டவரும்கூட. நான் அவரிடம் நெருக்கமாகப் பேசுவதுண்டு. அவரது பிடிவாதமான லட்சியவாதம் எனக்கு பிரமிப்பை அளித்தது. அதே சமயம் ஒரு வகையில் எரிச்சலையும். அவர் ஏன் எனக்கு எரிச்சலை அளித்தார் என்பது எனக்கு இன்றுவரை புரியவில்லை.

அவர் திடீரென்று கொஞ்ச நாட்களாகப் பணிக்கு வரவில்லை. ஆஸ்துமா கடுமையாகி லீவு போட்டிருக்கிறார் என்றார்கள். ஒரு நாள் அவரது வீட்டைத் தேடிப் போனேன். நாகர்கோவிலுக்குப் போயிருக்கிறார் என்றார்கள். எந்த ஆசுபத்திரி என்று விசாரித்தேன். ஆசுபத்திரி இல்லை, ஜெபக்கூடம் என்றார்கள். எனக்கு நம்பவே முடியவில்லை. அதுவரை அவர் தீவிரமான முருக பக்தை. அவர் ஏறக்குறைய ஒரு வாரம் கழித்துப் பணிக்குத் திரும்பி வந்தார். அவர் முகமே மாற்றமடைந்திருந்தது. ஆஸ்துமா தரும் முகக் கருமை

இல்லவே இல்லை. அவர் கண்ணீருடன், 'எனக்கு ஆஸ்துமா போய்விட்டது' என்றார். 'என் மகனை நான் பார்த்தேன். அவன் கர்த்தரின் மடியில் பத்திரமாக இருக்கிறான். நியாயத் தீர்ப்பு நாளில் அவன் கையைப் பிடித்துக்கொண்டு நான் பரலோகத்துக்குள் நுழைவேன்' என்றார்.

வியக்கும்வண்ணமாக அடுத்த ஆறு மாதங்களுக்கு அவருக்கு ஆஸ்துமா வரவே இல்லை. நான் அவருக்கு சிகிச்சை அளித்துவந்த மருத்துவரிடம் கேட்டேன். அவர் 'Asthma is largely a psychosomatic disease too. அதாவது மனத்தால் உடலில் தூண்டப் படுகிற ஒரு வியாதி. ஆகவே மனம் கொஞ்சம் அமைதிப்படும்போது அந்த அமைதியை, அது போலியாக இருந்தால்கூட, யாராவது, எதுவாவது அளிக்கும்போது அதன் தீவிரம் குறையலாம்' என்றார். எனக்கு ஆஸ்துமா இல்லை. ஆனால் வேறு பிரச்சினைகள் இருந்தன. 'நீயும் வா தம்பி, என்னைப்போல உன் வாழ்வை வீணடிக்காதே' என்றார். நான் கடுமையாக மறுத்தேன். அவர் அவ்விதம் என்னை அழைத்ததையே ஏனோ ஒரு அவமானம்போலவும் உணர்ந்தேன். அவர் தளராமல் என்னிடம் பேசி என்னை மாற்ற முயன்றுகொண்டே இருந்தார். என்னை மட்டுமல்ல, பலரையும். சிலர் அவருடன் போய் 'விசுவாசித்து' அற்புத சுகமடைந்து திரும்பவும் வந்தார்கள்.

அப்போதுதான் நான் அந்தச் செய்தியை ஒரு புலனாய்வு இதழில் படித்தேன். அவர் செல்கிற ஜபக் கூடத்தில் நடந்த பாலியல் மீறல்கள் பற்றிய செய்தி அது. நான் மிகுந்த சந்தோசத்துடன் அந்தப் புத்தகத்தை அவரிடம் சென்று காண்பித்தேன். முதலில் அவர் அதை நம்ப வில்லை. சாத்தானின் வேலை என்றார். பிறகு அது செய்தித்தாள் களிலும் வந்து அந்த கூடத்தைச் சேர்ந்த சிலர் கைதும் செய்யப் பட்டார்கள். அது உண்மையான செய்திதான். அதன் மூத்த போதகர் கைது செய்யப்பட்ட அன்று செய்தித்தாளுடன் நான் மிகுந்த பரபரப் புடன் அலுவலகம் போனேன். அன்றுமுதல் அவர் வரவில்லை.

நீண்ட நாட்களுக்குப்பிறகு டாக்டர், 'அவருக்கு ஆஸ்துமா திரும்ப வந்துவிட்டது' என்றார். 'ரொம்பத் தீவிரமாக. என் கிளினிக்கில்தான் அனுமதித்திருக்கிறார்கள்' என்றார். நான் அவரைப் பார்க்கப் போனேன். என்னைப் பார்த்ததும் அவர் கன்னங்களில் கண்ணீர் தன்னிச்சையாக வழிந்தது. திக்கித் திணறி, தனது முகமூடியை அகற்றிவிட்டு அவர் கதறினார். 'எனக்குச் சிறிது ஆசுவாசம்கூட நீங்கள் அனுமதிக்க மாட்டீர்களா?'

□